INSIGHT PUBLICA ®

INSIGHT PUBLICA
Kozhikode, Kerala, India
www.insightpublica.com
e-mail: insightpublica@gmail.com
Purathana Bhavikal
Ancient Futures by Helena Norberg-Hodge
(Malayalam)
Translated by ***Ramamoorthy Anantharaman***
First Edition: November 2021

Cover design: KJVJ
ISBN 978-93-91006-04-4
Printed and Published by Insight Publica
for InsightinPublica Printers & Publishers Pvt. Ltd.
₹ 369

പുരാതന ഭാവികൾ

ലഡാക്കിൽ നിന്നുള്ള പാഠം

ഹെലേന നോർബർഗ്-ഹോഡ്ജ്
വിവർത്തനം: എ രാമമൂർത്തി

INSIGHT PUBLICA®

1967ൽ ആലപ്പുഴ ജില്ലയിൽ ജനനം. 1988ൽ തിരുവനന്തപുരം എഞ്ചിനിയറിംഗ് കോളേജിൽ നിന്ന് ബിരുദമെടുത്ത ശേഷം പല സ്ഥാപനങ്ങളിലായി ജോലി ചെയ്തുവരുന്നു. പരിസ്ഥിതി, വിദ്യാഭ്യാസം, സാഹിത്യം എന്നീ വിഷയങ്ങളിൽ താത്പര്യം. ഭാര്യയും രണ്ടു കുട്ടികളുമടങ്ങുന്ന കുടുംബത്തോടൊപ്പം ഇപ്പോൾ ബാംഗ്ലൂരിൽ താമസിക്കുന്നു.

എ രാമമൂർത്തി

ആഗോളസമ്പദ്ഘടനയും സാമ്പ്രദായിക വികസനമാതൃകകളും ലോകത്തിലെ പല പുരാതന സംസ്കൃതികൾക്കും കൃഷിക്കും വരുത്തിക്കൊണ്ടിരിക്കുന്ന വിപത്തിനെക്കുറിച്ച് വർഷങ്ങൾക്കു മുൻപേ മനസ്സിലാക്കുകയും മുന്നറിയിപ്പുകൾ നൽകുകയും ചെയ്ത ധിഷണാശാലി. അതിനുള്ള പ്രതിവിധിയെന്ന നിലയിൽ കരുതപ്പെടാവുന്ന പ്രാദേശികവത്കരണ പ്രസ്ഥാനത്തിന്റെ പ്രധാന വക്താക്കളിലൊരാളും പ്രതിവികസന (counter-development) മാതൃകയുടെ ആവിഷ്കർത്താവുമാണ് ഹെലേന. ഇന്നത്തെ സാമൂഹികവും പാരിസ്ഥിതികവുമായ പ്രതിസന്ധികളുടെ മൂലകാരണങ്ങളെക്കുറിച്ച് പഠനം നടത്തിവരുന്ന Local Futures / International Society for Ecology and Culture എന്ന സംഘടനയുടെ സ്ഥാപക-ഡയറക്ടർ. സ്വീഡനിൽ ജനിച്ച് ഭാഷാശാസ്ത്രത്തിൽ വൈദഗ്ധ്യം നേടിയ ഹെലേന ജോലിസംബന്ധമായി 1976-ൽ ലഡാക്കിലെത്തുകയും തുടർന്ന് ആഗോളവത്കരണവും ആധുനികവികസനവും അവിടുത്തെ ജനങ്ങളിലും സംസ്കാരത്തിലും സൃഷ്ടിക്കുന്ന വിനാശകരമായ അനന്തരഫലങ്ങളെ അനുഭവത്തിലൂടെ നേരിട്ട് മനസ്സിലാക്കുകയും ചെയ്തു, പിന്നീട് ആ അനുഭവങ്ങളുടെ പശ്ചാത്തലത്തിൽ Ancient Futures എന്ന പുസ്തകം രചിച്ചു. ടൂറിസവും വികസനവും ഏൽപ്പിച്ച ആഘാതങ്ങളിൽ നിന്ന് ലഡാക്കിലെ ജനങ്ങളുടെ സംസ്കാരികപൈതൃകത്തെയും മൂല്യങ്ങളെയും സംരക്ഷിച്ചതിന് 1986-ൽ Alternative Nobel Prize എന്ന പേരിൽ അറിയപ്പെടുന്ന Right to Livelihood Award നൽകപ്പെട്ടു. The Economics of Happiness എന്ന ഡോക്യുമെന്ററി ചിത്രത്തിന്റെ നിർമ്മാതാവും സഹ-സംവിധായികയുമാണ് ഹെലേന.

ഹെലേന നോർബർഗ്-ഹോഡ്ജ്

ഉള്ളടക്കം

അവതാരിക

ദലൈലാമ

വർഷങ്ങളായി ഹെലേന നോർബർഗ്-ഹോഡ്ജ് ലഡാക്കിന്റെയും അവിടുത്തെ ജനങ്ങളുടെയും ഉറ്റസുഹൃത്താണ്. ഈ പുസ്തകത്തിൽ അവർ പരമ്പരാഗത ലഡാക്കി ജീവിതരീതിയോടുള്ള തന്റെ ഗാഢമായ ആദരവിനോടൊപ്പം, അതിന്റെ ഭാവിയെക്കുറിച്ച് തനിക്കുള്ള ആശങ്കകളെയും പങ്കുവെയ്ക്കുന്നു.

ടിബറ്റിനെയും ഹിമാലയത്തിലെ മറ്റു ഭാഗങ്ങളെയും പോലെ ലഡാക്കും നൂറ്റാണ്ടുകളായി ആരുടേയും ഇടപെടലുകൾ കൂടാതെ, സ്വയംപര്യാപ്തമായ രീതിയിൽ കഴിഞ്ഞുപോന്നിരുന്നു. രൂക്ഷമായ കാലാവസ്ഥയിലും കഠിനമായ പരിസ്ഥിതിയിയിലും ജനങ്ങൾ സന്തോഷവും സംതൃപ്തിയും കണ്ടെത്തുന്നു. സ്വാശ്രിതത്വത്തിൽ നിന്നുണ്ടാകുന്ന മിതവ്യയവും ഏറിയകൂറും അവർ പിന്തുടരുന്ന ബുദ്ധമതസംസ്കാരവുമാണ് അതിനുള്ള കാരണങ്ങൾ എന്നതിൽ സംശയമില്ല. ലഡാക്കി സമൂഹത്തിലെ മാനുഷികമൂല്യങ്ങൾ, എല്ലാവരുടെയും അടിസ്ഥാന ആവശ്യങ്ങളോടുള്ള ആഴത്തിലുള്ള പരസ്പരബഹുമാനം, പ്രകൃതിയിലെ സ്വാഭാവികപരിമിതികളെ ഉൾക്കൊള്ളുന്ന രീതി എന്നിവയ്ക്ക് ഗ്രന്ഥകർത്രി പ്രാമുഖ്യം നൽകുന്നു എന്നത് ഒരു നല്ലകാര്യമാണ്. ഉത്തരവാദിത്വപരമായ ഇത്തരം മനോഭാവത്തെ നാമെല്ലാവരും അഭിനന്ദിക്കുകയും അതിൽ നിന്ന് പഠിക്കുകയും വേണം.

കഴിഞ്ഞ ദശകങ്ങളിൽ ലഡാക്കിൽ സംഭവിക്കുന്ന അപ്രതീക്ഷിതമായ പരിവർത്തനങ്ങൾ ആഗോളപ്രവണതയുടെ ഒരു പ്രതിഫലനമാണ്. നമ്മുടെ ലോകം ചെറുതാകുമ്പോൾ, മുൻപ്

ഒറ്റപ്പെട്ട് കഴിഞ്ഞിരുന്നവരെല്ലാം ഒരു ബൃഹത് കുടുംബത്തിന്റെ ഭാഗമായി മാറുകയാണ്. പരസ്പരം യോജിച്ചുവരുവാൻ സ്വാഭാവികമായും സമയമെടുക്കും, അതിനോടൊപ്പം മാറ്റങ്ങളും ഉണ്ടാകും.

നമ്മുടെ ഭൂമിയും പരിസ്ഥിതിയും നേരിടുന്ന ഭീഷണിയെക്കുറിച്ച് ഗ്രന്ഥ കർത്രി ഉയർത്തുന്ന ആശങ്കകൾ ഞാനും പങ്കുവെയ്ക്കുന്നു, അതോടൊപ്പം, ആധുനികവികസനം സൃഷ്ടിക്കുന്ന പല പ്രശ്നങ്ങൾക്കുമുള്ള ബദൽ പ്രതിവിധികൾ പ്രചരിപ്പിച്ചുകൊണ്ടുള്ള അവരുടെ പ്രവർത്തനങ്ങളെ ആദരിക്കുകയും ചെയ്യുന്നു. പരസ്പരമുള്ള അടുത്തബന്ധവും പരിസ്ഥിതിയോടുള്ള സഹജമായ ഉത്തരവാദിത്വമനോഭാവവുമാണ് ലഡാക്കികളുടെ നശിക്കാത്ത സമ്പത്ത്. അതിനെ നിലനിർത്തുകയും പുതിയ സന്ദർഭങ്ങളിൽ പ്രയോഗത്തിൽ വരുത്താൻ സാധിക്കുകയും ചെയ്താൽ, ലഡാക്കിന്റെ ഭാവിയെക്കുറിച്ച് നമുക്ക് ശുഭാപ്തിവിശ്വാസം വെച്ചുപുലർത്താമെന്നാണ് എനിക്ക് തോന്നുന്നത്. ആധുനികവിദ്യാഭ്യാസം നേടിയ ശേഷം തങ്ങളുടെ സ്വന്തം ജനങ്ങളെ സഹായിക്കാൻ തയ്യാറായ ധാരാളം ചെറുപ്പക്കാർ ലഡാക്കിലുണ്ട്. അതോടൊപ്പം, ടിബറ്റൻ ബുദ്ധവിഹാരങ്ങളുമായുള്ള ബന്ധം പുനസ്ഥാപിക്കപ്പെട്ടതിനു ശേഷം ആശ്രമസംബന്ധിയായ പരമ്പരാഗതവിദ്യാഭ്യാസവും ശക്തിപ്പെട്ടു. അതിനുപുറമേ, പാശ്ചാത്യദേശങ്ങളിൽ നിന്ന് ഹെലേനയെപ്പോലെ ലഡാക്കിനോട് അനുഭാവമുള്ള ഒട്ടേറെ സുഹൃത്തുക്കൾ സഹായവും പ്രോത്സാഹനവും നൽകുന്നുമുണ്ട്.

ഒരു പരമ്പരാഗത ഗ്രാമസമൂഹം എത്രകണ്ട് ആകർഷകമാണെങ്കിലും, അവിടുത്തെ ജനങ്ങൾക്ക് ആധുനികവികസനത്തിന്റെ ഗുണങ്ങൾ ആസ്വദിക്കുവാനുള്ള സാഹചര്യം നിഷേധിക്കപ്പെടരുത്. ഈ പുസ്തകം സൂചിപ്പിക്കുന്നതുപോലെ, വികസനവും പഠനവും ഒരു ദിശയിൽ മാത്രം പുരോഗമിച്ചാൽ മതിയാകില്ല. ലഡാക്കിനെപ്പോലുള്ള പരമ്പരാഗതസമൂഹങ്ങളിലെ ജനങ്ങളിൽ പലപ്പോഴും ഒരു ആന്തരിക വികസനവും ഉണ്ടായിരിക്കും - ഒരുതരം സഹാനുഭൂതിയും സംതൃപ്തിയും – അത് നാമെല്ലാവരും സ്വാംശീകരിക്കുന്നത് ഏവർക്കും ഗുണപ്രദമായിരിക്കും.

മുഖവുര

പീറ്റർ മത്തീസൺ

കശ്മീരിനോട് ചേർന്നു കിടക്കുന്ന, കാരാകോറം എന്ന പേരിൽ അറിയപ്പെടുന്ന പർവ്വതനിരകളുടെ ഭാഗമായ ഹിമവൽ പ്രദേശമാണ് ലഡാക്ക്. 20000-അടി വരെ ഉയരമുള്ള ഗിരിശൃംഗങ്ങൾക്ക താഴെ പരന്നു കിടക്കുന്ന വരണ്ട താഴ്വരകൾ നിറഞ്ഞ ഒറ്റപ്പെട്ട ഒരു ദേശം. ഹിമാലയൻ പർവ്വതശൃംഖലയുടെ വടക്കുഭാഗത്തുള്ള മഴനിഴൽ പ്രദേശത്ത് സ്ഥിതിചെയ്യുന്ന ലഡാക്ക് ശക്തമായ കാറ്റും അതികഠിനമായ സൂര്യപ്രകാശവും കൊണ്ട് വരണ്ടുണങ്ങിയ ഒരു ഉയർന്ന മരുപ്രദേശമാണ്. ലഡാക്കിൽ നിന്ന് ഹിമാലയം കടന്ന് തെക്ക് ഇന്ത്യൻ ഉപഭൂഖണ്ഡത്തിലേയ്ക്ക് വരുന്നതിനെക്കാൾ എളുപ്പമാണ് വടക്കോട്ട് യാത്ര ചെയ്ത് ടിബറ്റിൽ എത്തുന്നത്. ടിബറ്റൻ ഭാഷയുടെ ഒരു വകഭേദമാണ് ലഡാക്കിലെ ജനങ്ങൾ സംസാരിക്കുന്നത്. ആസ്സാം, ഭൂട്ടാൻ, വടക്കൻ നേപ്പാളിലെ മുസ്താൻ, ഡോൾപോ എന്നീ പ്രദേശങ്ങളെയും ഹിമാലയൻ അതിർത്തിക്കരികിലുള്ള മറ്റു പർവ്വതപ്രദേശങ്ങളേയും പോലെ തന്നെ ലഡാക്കും കഴിഞ്ഞ ആയിരം വർഷങ്ങളായി ടിബറ്റൻ ബുദ്ധമതം അനുവർത്തിച്ചുവരുന്നു.

1947-ൽ ബ്രിട്ടീഷുകാരുടെ നേതൃത്വത്തിൽ നടന്ന വിഭജനത്തിൽ ലഡാക്ക് ഭൂപ്രദേശവും മുസ്ലീം രാഷ്ട്രമായ പാകിസ്ഥാനിനും ഹിന്ദുരാഷ്ട്രമായ ഇന്ത്യയ്ക്കുമായി ഭാഗിക്കപ്പെട്ടിരുന്നു. എന്നാൽ സാംസ്കാരികമായി പറയുമ്പോൾ ലഡാക്കിന് അതിപുരാതനമായ പാരമ്പര്യമാണുള്ളത്. അത്രയും ഉയർന്ന പ്രദേശങ്ങളിൽ, ഹ്രസ്വമായ സമയത്തിൽ മാത്രം കൃഷിക്കനുയോജ്യമായ കാലാവസ്ഥ ലഭിക്കുന്ന സ്ഥലത്ത് ബാർലി,

പയർ, കിഴങ്ങുവർഗ്ഗങ്ങൾ തുടങ്ങിയവ വിളയിക്കാനുള്ള അറിവ് സ്വയം നേടിയെടുത്തവരായ ടാടാർ ഇടയന്മാരുടെ വംശമാണ് അവരുടേത്, രണ്ടായിരത്തോളം വർഷം പഴക്കം അതിനവകാശപ്പെടാം. ഉയരം കുറഞ്ഞ പ്രദേശങ്ങളിൽ അകരോട്ടുമരങ്ങളും ബദാമും വളരുന്നു. കനം കുറഞ്ഞ ഭൂമിയേയും ദുർല്ലഭമായ ജലത്തേയും സമർത്ഥമായ രീതിയിൽ ഉപയോഗപ്പെടുത്തിക്കൊണ്ടാണ് ലഡാക്കിലെ സാഹസം നിറഞ്ഞ ജീവിതം മുന്നോട്ടു നീങ്ങുന്നത്. ആടുകളും ചെമ്മരിയാടുകളും കഴുതകളും കുതിരകളും, അവയ്ക്കൊപ്പം വിശേഷിച്ച് നാടൻ പശുവും യാക്കും ഇണചേർന്നുണ്ടായ *സോ*-യുമടങ്ങുന്ന കരുത്തുറ്റ വളർത്തുമൃഗങ്ങളാണ് അതിൽ അവരെ സഹായിക്കുന്നത്. സ്വതവെ പരിശ്രമികളായ ജനങ്ങൾക്ക് ആവശ്യമുള്ള മാംസാഹാരം, പാല്, വെണ്ണ, പാൽക്കട്ടി എന്നിവ മാത്രമല്ല, അധ്വാനം, ഗതാഗതസൌകര്യം, കമ്പിളിവസ്ത്രങ്ങൾ, ഇന്ധനം തുടങ്ങിയവയും ഈ മൃഗങ്ങൾ മുഖേന ലഭ്യമാകുന്നു. അധികം വൃക്ഷങ്ങളില്ലാത്ത പ്രദേശങ്ങളിൽ ഇവയുടെ ഉണങ്ങിയ ചാണകം പാചകത്തിനുള്ള അടുപ്പ് കത്തിക്കാനും ദൈർഘ്യമേറിയ ശൈത്യകാലങ്ങളിൽ ഭവനങ്ങൾക്ക് അല്പം ചൂട് പകരാനുള്ള ഇന്ധനമായും ഉപയോഗപ്പെടുത്തുന്നു.

ലഡാക്കിലെ ജനങ്ങളുടെ അടിസ്ഥാന ആവശ്യങ്ങളായ പാർപ്പിടം, വസ്ത്രം, ആഹാരം എന്നിവയൊക്കെ സമീപകാലം വരെ പ്രാദേശികമായാണ് ഉത്പാദിപ്പിക്കപ്പെട്ടിരുന്നത്. അതിനാൽ വീടുനിർമ്മാണം, കൊയ്ത്ത്, ആടുമേയ്ക്കൽ തുടങ്ങിയവയ്ക്കെല്ലാം വേണ്ട ആൾസഹായം സാമുദായികമായി ഉദാരമായ അളവിൽ ലഭ്യമായിരിക്കും. താഴ്വാരങ്ങളെ അപേക്ഷിച്ച് ഉയർന്ന പ്രദേശങ്ങളിൽ പച്ചപ്പ് കൂടുതലുള്ളതിനാൽ, വേനൽക്കാലങ്ങളിൽ കന്നുകാലികളെയും ആടുകളെയും മുകളിലുള്ള പുൽപ്രദേശങ്ങളിൽ മേയ്ക്കാൻ കൊണ്ടുപോകുന്നു. അത് അവയെ താഴെയുള്ള താരതമ്യേന ചെറിയ ബാർലി വയലുകളിൽ നിന്നും പച്ചക്കറിത്തോട്ടങ്ങളിൽ നിന്നും അകറ്റിനിറുത്തുകയും ചെയ്യും. കാലികളുടെയും മറ്റും ചാണകം അടുപ്പെരിക്കാനും തണുപ്പകറ്റാനുമുള്ള ഇന്ധനത്തിനായി ശേഖരിക്കപ്പെടുന്നു. മനുഷ്യരുടെ വിസർജ്യങ്ങൾ മണ്ണും ചാരവുമായി കൂട്ടിക്കലർത്തി കൃഷിത്തോട്ടങ്ങളിൽ വിതറുന്നു. ഒരു തരത്തിലുള്ള പരിസരമലിനീകരണവുമില്ല. ഒന്നും പാഴാക്കപ്പെടുകയോ ഉപേക്ഷിക്കപ്പെടുകയോ ചെയ്യുന്നില്ല, എല്ലാ വസ്തുക്കൾക്കും എന്തെങ്കിലും ഒരു ഉപയോഗം കണ്ടെത്തപ്പെടുന്നു.

എന്തിനെയും പാഴാക്കുന്നതിനെ അപലപിക്കുകയും ഭൂമിയെയും ജലത്തെയും മിതമായ രീതിയിൽ ഫലപ്രദമായി

ഉപയോഗപ്പെടുത്തുന്നതിനെ പ്രോത്സാഹിപ്പിക്കുകയും ചെയ്യുന്ന ബുദ്ധമത അനുശാസനങ്ങളാണ് ലഡാക്കിലെ ജീവിതത്തിന്റെ ഓരോ തരിയുടെയും അടിസ്ഥാനം. ഹെലേന ചൂണ്ടിക്കാണിക്കുന്നതു പോലെ, അത് ഒരുവിധത്തിലും അവരുടെ ലുബ്ധമനസ്ഥിതിയെയല്ല പ്രതിനിധീകരിക്കുന്നത്, മറിച്ച് ഭൂമിയിലെ പരിമിതമായ വിഭവങ്ങളോടുള്ള ബഹുമാനത്തിൽ നിന്നും കൃതജ്ഞതയിൽ നിന്നും രൂപം കൊള്ളുന്ന ഒരുതരം മിതവിനിയോഗസ്വഭാവമാണത്. മഞ്ഞുരുകിവരുന്ന കുഞ്ഞരുവികളിൽ നിന്നാണ് ആവശ്യത്തിനുള്ള ജലം ലഭ്യമാകുന്നത് – ഒരു അരുവി കുടിക്കാനുള്ള ജലത്തിനും, മറ്റൊന്ന് കഴുകാനും മറ്റുമുള്ള ആവശ്യങ്ങൾക്കും ഉപയോഗപ്പെടുത്തുന്നു. ഓരോ കാര്യത്തിലും അവർ അനുനിമിഷം അർപ്പിക്കുന്ന ആയാസകരമായ ശ്രദ്ധയാണ് ഈ സ്വാശ്രിതസംസ്കാരത്തെ തീർച്ചയായും നിലനിറുത്തുന്നത്. എന്നിരുന്നാലും ലഡാക്കിലെ ജനങ്ങൾക്ക് ആവശ്യമുള്ളത്ര ഒഴിവു സമയവും ലഭ്യമാണ്.

ഒരമ്മയും അവരുടെ രണ്ടു പെൺമക്കളും ചേർന്ന് നീർച്ചാലുകൾ തുറക്കുന്നതും അവരുടെ നിലത്തിൽ ജലം നിറഞ്ഞുകഴിഞ്ഞപ്പോൾ മണ്ണുകൊണ്ട് ചാലുകൾ അടയ്ക്കുന്നതും ഞാൻ കണ്ടു; തങ്ങിനിൽക്കുന്ന ജലത്തെ തുല്യമായി എല്ലായിടത്തേക്കും ഒഴുക്കിവിടുന്നതിനായി ഒരിടത്തുനിന്ന് മണ്ണെടുത്ത് മറ്റൊരിടത്തിടുകയും ചാലുകളുടെ വഴിതടഞ്ഞുനിൽക്കുന്ന ചെറിയ പാറകളെ അല്പം നീക്കിക്കൊടുത്തും കൃത്യതയോടെ അവർ തങ്ങളുടെ പ്രവൃത്തിയിൽ ഏർപ്പെട്ടു. ഇടയ്ക്കിടെ ജലത്തിന്റെ ഒഴുക്കിൽ ശ്രദ്ധിച്ചുകൊണ്ടുതന്നെ മൺവെട്ടിയിൽ ചാരിനിന്നുകൊണ്ട് അയൽക്കാരുമായി കുശലാന്വേഷണത്തിലേർപ്പെടുകയും ചെയ്തു.

ഹോപി എന്ന അമേരിക്കൻ-ഇന്ത്യൻ വംശജരെപ്പോലെതന്നെ ലഡാക്കിലെ ജനങ്ങളും റ്റിബറ്റൻ സങ്കല്പമായ ചാക്രിക-യാഥാർത്ഥ്യത്തിൽ വിശ്വസിക്കുന്നു. അതനുസരിച്ച്, ജീവിതവും മരണവും അനന്തമായി തുടർന്നുകൊണ്ടേയിരിക്കുന്ന ഒരു പ്രക്രിയയുടെ രണ്ട് ഘട്ടങ്ങൾ മാത്രമാണ്. ഇതിനു പുറമെ മറ്റ് സാദൃശ്യങ്ങളുമുണ്ട്. ഉദാഹരണമായി, കിഴക്കോട്ട് തിരിഞ്ഞ് സൂര്യന് അഭിമുഖമായിരിക്കണം പാർപ്പിടം എന്ന വിശ്വാസം, മഞ്ഞുകാലത്ത് കഥകൾ പറയുന്നതിലുള്ള വിലക്ക്, പാശ്ചാത്യർക്ക് അപരിചിതമായ ചില ചികിത്സാരീതികൾ, പ്രായമായവരോടും കുഞ്ഞുങ്ങളോടുമുള്ള ആദരവ്, ദേഷ്യം പ്രകടിപ്പിക്കുന്നവരോടുള്ള പ്രതികരണം തുടങ്ങിയവയാണവ. ലഡാക്കിലെ ജനങ്ങൾ മുതലെടുക്കപ്പെടുമ്പോൾ ദേഷ്യപ്പെടുന്നതിനു പകരം "ദേഷ്യപ്പെടുന്നതുകൊണ്ട് എന്ത് കാര്യം" എന്നാണ് ചിന്തിക്കുന്നത്. അഹംഭാവമില്ലായ്മ ഒരു സദ്ഗുണമാണ്, ബുദ്ധമതത്തിന്റെ അനുയായികകളായ അവരുടെ കാഴ്ചപ്പാടു

പ്രകാരം, അഹത്തിൽ നിന്ന് ഉരുത്തിരിയുന്ന ഗർവ്വിന് ആത്മാഭിമാനവുമായി ഒരു ബന്ധവുമില്ല. ഷെർപ്പകളോടും അതുപോലെ ദോൾപോ പ്രദേശത്തെ നാടോടികളോടുമൊപ്പം നടത്തിയ ഹിമാലയൻ യാത്രകളിൽ പലതവണ ഞാൻ ഈ മനോഭാവത്തിന് സാക്ഷ്യം വഹിച്ചിട്ടുണ്ട്.

ഈ പുസ്തകത്തിന്റെ രചയിതാവ് പത്തു വർഷങ്ങൾക്കു മുൻപ് തന്നെ എന്നെ ലഡാക്കിലേയ്ക്ക് ക്ഷണിച്ചുവെങ്കിലും ഇതുവരെ എനിക്ക് അവിടം സന്ദർശിക്കാനുള്ള അവസരം ലഭിച്ചില്ല. എന്നിരുന്നാലും ആ ഭൂമിയും ദോൾപോ എന്ന പ്രദേശവും തമ്മിലുള്ള സൌന്ദര്യാത്മകവും ആത്മീയവുമായ സാദൃശ്യം അവരുടെ എഴുത്തിൽ വളരെ വ്യക്തമായി കാണാവുന്നതാണ്. ഉണങ്ങിവരണ്ട് രൂക്ഷവും വൃക്ഷരഹിതവുമായ ഭൂപ്രദേശങ്ങളാണ് രണ്ടും, എവിടെയും സ്തൂപങ്ങളും താഴികക്കുടങ്ങളും കൊത്തുപണികൾ ചെയ്ത പ്രാർത്ഥന ചുമരുകളും മന്ത്രധ്വജങ്ങളും വഴിയടയാളങ്ങളും കാണാൻ സാധിക്കും. ചെമ്മരിയാട്, ഏഷ്യൻ ചെന്നായ, ഹിമപ്പുലി എന്നിവയാണ് പ്രധാനപ്പെട്ട വന്യമൃഗങ്ങൾ. ഒരു അരുവിയുടെ അരികിൽ ആട്ടുമേച്ചുകൊണ്ടിരുന്ന ഇടയകന്യകയുടെ അനുഭവം ഇപ്രകാരം വിവരിക്കപ്പെടുന്നു:

പാതയുടെ മുകളറ്റത്തു നിന്ന് ഗോളാകൃതിയിലുള്ള ഒരു വസ്തു പാറക്കൂട്ടങ്ങൾക്കു മുകളിലൂടെ ഉരുണ്ടുവരുന്നു. കാഴ്ചയ്ക്ക് കുറ്റിച്ചെടികളുടെ കൂട്ടമാണെന്നു തോന്നിയെങ്കിലും പാറകൾക്ക് മുകളിലൂടെ അത് തടസ്സം കൂടാതെ മന്ദഗതിയിൽ തെന്നി ഉരുണ്ടുവരുകയാണ്. അവൾക്ക് അത്ഭുതം തോന്നി, കാരണം അതു പോലെ ഒന്നിനെ അവൾ അതിനുമുൻപ് കണ്ടിട്ടുണ്ടായിരുന്നില്ല. അതിനാൽ അത് ഉരുണ്ട് അടുത്തെത്തുന്നതുവരെ അവൾ അവിടെത്തന്നെ നിന്നു. ആട്ടിൻകൂട്ടത്തിനടുത്തെത്തിയപ്പോൾ അത് പെട്ടെന്ന് നിന്നു, എന്നിട്ട് ആ കുറ്റിച്ചെടി അവളുടെ നേരെ നോക്കി – പെട്ടെന്ന് അവൾക്ക് പിടികിട്ടി, അത് ഒരു ഹിമപ്പുലിയായിരുന്നു.

ലഡാക്കിലെ ജനങ്ങളുടെ പരമ്പരാഗത ജീവിതത്തെ സ്തുതിച്ചു കൊണ്ടുള്ള ഇത്തരം വിവരണങ്ങൾ നമ്മിൽ ആനന്ദത്തോടൊപ്പം വിഷാദവും ഉളവാക്കും, മറ്റൊരു ജന്മത്തിൽ അറിഞ്ഞിരുന്ന സ്വർഗ്ഗം നഷ്ടപ്പെട്ടതുപോലെ ഒരു തോന്നൽ. ക്രിസ്റ്റൽ മോണാസ്റ്ററിയെക്കുറിച്ചുള്ള ഗൃഹാതുരത്വം നിറഞ്ഞ എന്റെ ഓർമ്മകളെ ഉണർത്തുന്ന തരത്തിൽ അത്രത്തോളം ശക്തമായിരുന്നു അത്. അല്ലെങ്കിൽ സ്വന്തം വീട്ടിലേയ്ക്ക് മടങ്ങുന്നതിനെക്കുറിച്ചുള്ള ഓർമ്മ, പാശ്ചാത്യർ ഒരുകാലത്ത് അറിഞ്ഞിരുന്ന – ഒരുപക്ഷേ ഇന്ന് യൂറോപ്പിലെ ഏതെങ്കിലുമൊരു കോണിൽ മാത്രം അനുഭവപ്പെടുന്ന - നഷ്ടസ്വർഗ്ഗത്തിലേയ്ക്കുള്ള മടക്കം പോലെ.

ഒന്നും ശാശ്വതമല്ല, അതിനാൽ ഒന്നിനോടും അമിതമായ ബന്ധം വേണ്ടതില്ല എന്ന സഹജാവബോധത്തോടെയാണ് ലഡാക്കിലെ ജനങ്ങൾ ജീവിതത്തെയും മരണത്തെയും സമീപിക്കുന്നത്. കാര്യങ്ങൾ ഇന്ന രീതിയിൽ തന്നെ വേണം എന്ന വിധത്തിൽ ഒരു ആശയത്തെ മുറുകെപ്പിടിക്കുന്നതിനു പകരം, എല്ലാറ്റിനെയും അതിന്റെ സ്വാഭാവികതയോടെ സ്വീകരിക്കുവാനുള്ള കഴിവ് അവരുടെ അനുഗ്രഹമാണ്....

സ്വാശ്രിതസമ്പദ്‌വ്യവസ്ഥകളെയും പരമ്പരാഗത സാങ്കേതികവിദ്യകളെയും കാല്പനികവത്കരിക്കുവാൻ എളുപ്പമാണ്. അതോടൊപ്പം അവയുടെ നേട്ടങ്ങളെ അവഗണിക്കുവാനും എളുപ്പമായിരിക്കും. നിലം ഉഴുന്നതിന് ട്രാക്റ്ററിനു പകരം കാളകളെ ഉപയോഗിക്കുന്നതു മുതൽ ധാന്യം പൊടിക്കാൻ വൈദ്യുതി കൊണ്ട് പ്രവർത്തിക്കുന്ന മില്ലിനു പകരം ജലം കൊണ്ട് പ്രവർത്തിക്കുന്ന മില്ല് ഉപയോഗിക്കുന്നതുവരെയുള്ളവയ്ക്ക് ഇത് ബാധകമായിരിക്കും. എന്നാൽ ഭൂമിയുമായുള്ള ബന്ധത്തിന്റെ കാര്യത്തിൽ പല പുരാതനസമൂഹങ്ങളും നമ്മുടേതിനെക്കാൾ സുസ്ഥിരമാണ്, അവരുടെ ജീവിതരീതികൾ മനശ്ശാസ്ത്രപരമായി കൂടുതൽ സന്തുലിതവുമാണ്. ഗ്രന്ഥകർത്രി സൂചിപ്പിക്കുന്നതു പോലെ, "മനുഷ്യന്റെ സഹജപ്രകൃതവുമായി കൂടുതൽ ബന്ധമുള്ള, ശാന്തിയും ആനന്ദവും നിറഞ്ഞ ജീവിതരീതി". അത്തരം സമൂഹങ്ങളുമായി ഇടപഴകിയിട്ടുള്ള ഏതൊരാൾക്കും ഈ ചിന്ത സാങ്കല്പികമോ നടപ്പാകാത്ത വ്യാമോഹമോ അല്ല എന്ന് ഉറപ്പിച്ച് പറയാൻ കഴിയും. ഏതായാലും ഹെലേന നോർബർഗ്-ഹോഡ്ജ് അത്യന്തം പ്രായോഗികമതിയും തികഞ്ഞ യാഥാർത്ഥ്യബോധവുമുള്ള എഴുത്തുകാരിയാണ്:

"സാമ്പത്തികവിദഗ്ധരാലും വികസനവാദികളാലും പരക്കെ പിന്തുണയ്ക്കപ്പെടുന്ന ഏകദിശോന്മുഖമായ പുരോഗമനവാദം ഇന്നത്തെ സമ്പദ്‌വ്യവസ്ഥയ്ക്ക് സംഭവിച്ചിരിക്കുന്ന കനത്ത ആഘാതത്തെ മറയ്ക്കുവാനാണ് സഹായിക്കുക. പുതിയ വികസനപരിപാടികൾ വികസ്വരരാജ്യങ്ങളിലെ ഗ്രാമങ്ങളിൽ ജീവിക്കുന്ന ലക്ഷക്കണക്കിനു ജനങ്ങൾക്ക് ഗുണകരമാകുന്നതിനു പകരം അവരുടെ ജീവിതനിലവാരത്തെ താഴ്ത്തുകയാണ് ചെയ്യുന്നത്. അതോടൊപ്പം ആ സത്യാവസ്ഥയെ മറച്ചു പിടിച്ച് ജനങ്ങളുടെ സാഹചര്യത്തെക്കുറിച്ച് ഗുരുതരമായ തെറ്റിദ്ധാരണ സൃഷ്ടിക്കുകയും ചെയ്യുന്നു."

മൂലധനത്തെയും ജൈവ-ഇന്ധനങ്ങളെയും അടിസ്ഥാനമാക്കി സൃഷ്ടിക്കപ്പെട്ട ആധുനിക സാങ്കേതികവിദ്യകൾ നമ്മെ കേന്ദ്രവത്കരണത്തിലേയ്ക്കും പ്രത്യേകവൈദഗ്ധ്യങ്ങളിലേയ്ക്കും നയിക്കും, സുസ്ഥിരകൃഷിക്കും മാറ്റക്കച്ചവടത്തിനും പകരം നാണ്യവിളകളിലും, സമയം

നഷ്ടപ്പെടുത്തിക്കൊണ്ടുള്ള ദൂരയാത്രകളിലും അപരിചിതരോടൊത്തുള്ള നഗരവാസത്തിലും കൊണ്ടെത്തിക്കും. നിത്യോപയോഗസാധനങ്ങൾക്കും മറ്റും ആഗോള വ്യവസായത്തെ ആശ്രയിക്കുന്നത് ഒടുവിൽ നമ്മെ ഏകസ്വരതയിലേക്ക് നയിക്കും. വസ്തുങ്ങൾ മുതൽ സംഗീതം വരെയുള്ള ഭൗതികവും അഭൗതികവുമായ ആവശ്യങ്ങൾക്ക് ഒരേ സ്രോതസ്സുകളെയും ഉപാധികളെയും ആശ്രയിക്കുക, ഒരു ഭാഷയിലേക്ക് മാത്രം ഒതുങ്ങുക (മിക്കവാറും വികലമാക്കപ്പെട്ട ഇംഗ്ലീഷ്), പൊതുവായ വിദ്യാഭ്യാസസമ്പ്രദായവും മൂല്യങ്ങളും സ്വീകരിക്കുക, തദ്ദേശസംസ്കാരത്തെ നിരാകരിക്കുകയും വെറുക്കുകയും ചെയ്യുക എന്നിവയാണ് മറ്റ് പ്രത്യക്ഷ ഫലങ്ങൾ. ആധുനികവിദ്യാഭ്യാസം പ്രാദേശിക പ്രകൃതിവിഭവങ്ങളെ നിസ്സാരവത്കരിക്കുന്നു, കുട്ടികൾക്ക് അവരുടെ പരമ്പരാഗത സംസ്കാരം വിലയില്ലാത്തതായി തോന്നുകയും, തങ്ങൾ ഗുണം കുറഞ്ഞവരാണെന്ന് സ്വയം കരുതാനിടവരികയും ചെയ്യുന്നു.

കൂടാതെ, സഹകരണാടിസ്ഥാനത്തിലുള്ള കൂട്ടായ്മകൾക്കും മാറ്റക്കച്ചവടങ്ങൾക്കും പകരം തീവ്രമായ മത്സരമനോഭാവം ഉടലെടുക്കുന്നു, അത് വർദ്ധിതമായ അസംതൃപ്തിയിലേക്കും ദുരാഗ്രഹത്തിലേക്കും കലഹത്തിലേയ്ക്കും ഒടുവിൽ യുദ്ധത്തിലേക്കുമൊക്കെ നയിക്കുന്നു. പ്രാദേശികജനതയ്ക്ക് അനുകരിക്കാൻ സാധിക്കാത്തതും അഥവാ അനുകരിച്ചാൽ തന്നെ ലഡാക്കിനും അതുപോലെ കുറഞ്ഞ വിഭവശേഷിയുള്ള മറ്റ് മൂന്നാംലോകഭൂപ്രദേശങ്ങൾക്കും തികച്ചും അനുയോജ്യമല്ലാത്തതുമായ സമ്പദ്വ്യവസ്ഥയാണ് ഇതിനു മുഖ്യകാരണം. എന്നാൽ അത്തരം രാഷ്ട്രങ്ങളുടെ ഭാവി പൂർണ്ണമായി വികസന കോർപ്പറേഷനുകളുടെയും ലോകബാങ്ക് ഉൾപ്പടെയുള്ള ധനകാര്യസ്ഥാപനങ്ങളുടെയും കൈയ്യിലാണ്, അവിടെയാകട്ടെ ഉപഭോക്തൃസംസ്ഥാനങ്ങളുടെ താത്പര്യങ്ങളെക്കാൾ പാശ്ചാത്യസമ്പദ്വ്യവസ്ഥയെ ആശ്രയിച്ചാണ് തീരുമാനങ്ങൾ നടപ്പിലാക്കപ്പെടുന്നത്.

ലോകമെമ്പാടുമുള്ള പല സംസ്കാരങ്ങളുടെയും തകർച്ചയ്ക്കു കാരണമാകുന്ന ജനസംഖ്യാ വർദ്ധനവാണ് ദൌർഭാഗ്യകരമായ മറ്റൊരു കാര്യം. ലഡാക്കിലെ പരിമിതമായ കൃഷിഭൂമി, കുറഞ്ഞ അളവിൽ ലഭ്യമായ ജലം, ഭക്ഷ്യവസ്തുക്കൾ എന്നിവയുമായി അവിടുത്തെ ജനസംഖ്യ അടുത്തകാലംവരെ വളരെ പൊരുത്തത്തിലായിരുന്നു. ഗ്രന്ഥകർത്രി എഴുതുന്നതു പോലെ, "ബാഹ്യലോകത്തോടുള്ള വർദ്ധിച്ചുവരുന്ന ആശ്രിതത്വം വ്യക്തിഗതമായ ഉത്തരവാദിത്വങ്ങളെ ക്ഷയിപ്പിക്കുകയും ഒപ്പം ലഭ്യമായ വിഭവങ്ങളുടെ പരിമിതിയെ മറച്ചുവെയ്ക്കുകയും ചെയ്യുന്നു. ശാസ്ത്രം ഏതെങ്കിലും വിധത്തിൽ ഭൂമിയുടെ ഉദാരതയെ അനന്തമായി

വലിച്ച നീട്ടുമെന്നും വിഭവശോഷണത്തെ നേരിടാൻ നാം നമ്മുടേതായ മാർഗ്ഗങ്ങൾ കണ്ടെത്തുമെന്നും ശുഭാപ്തിവിശ്വാസികൾ കരുതിയേക്കും. എന്നാൽ നമ്മുടെ ശക്തികൾക്ക് മാറ്റുവാൻ കഴിയുന്നതിനുമപ്പുറമുള്ള താണ് പ്രകൃതിയിലെ പരിമിതികൾ എന്ന വസ്തുതയെ അത്തരം കാഴ്ച്ചപ്പാട് നിരാകരിക്കുന്നു, കൂടാതെ സമ്പത്തിന്റെ തുല്യവിതരണത്തിന്റെ ആവശ്യകതയെ സൌകര്യപൂർവ്വം തമസ്കരിക്കുന്നു. ഇപ്രകാരം തന്നെ തുടരുന്നതിന് ആവശ്യത്തിലധികം വിഭവം ഇനിയുമുണ്ട് എന്നാണ് നിങ്ങളുടെ വിശ്വാസമെങ്കിൽ ആഗോളസമ്പദ്വ്യവസ്ഥയ്ക്ക് മാറ്റമൊന്നും വരുത്തേണ്ടതില്ല."

ഇവിടെ സൂചിപ്പിക്കുന്നതുപോലെ, കോർപ്പറേറ്റ് വികസനവാദികളും അഭ്യുദയകാംക്ഷികളും അപര്യാപ്തമായ അവരുടെ സാങ്കേതികതയും യാഥാർത്ഥ്യത്തിൽ നിന്ന് വളരെ അകന്നാണോ നീങ്ങിക്കൊണ്ടിരിക്കുന്നത്? അതോ മുൻപ് പരിശുദ്ധവും സ്വാശ്രിതവുമായിരുന്ന സംസ്കൃതിയുടെ മേൽ കടവും പരാധീനതയും അന്തരീക്ഷമലിനീകരണവും അടിച്ചേല്പിക്കുന്നതുവഴി നിരാശയും ദുരിതവും ക്രോധവും സൃഷ്ടിക്കുന്നതിനെക്കുറിച്ച് മറ്റാരെക്കാളും അറിവുള്ളവരായിട്ടും തങ്ങളുടെ ഹ്രസ്വകാല ലാഭത്തിനുവേണ്ടി അവർ അത് തുടർന്നുകൊണ്ടിരിക്കുകയാണോ? എന്തായാലും, ലഡാക്കിലെ ജനങ്ങളുടെമേൽ അടിച്ചേല്പിക്കപ്പെടുന്ന പാശ്ചാത്യസംഹിതകളിൽ നിന്ന് സർവ്വ ജീവജാലങ്ങളുടെയും ഐക്യത്തിലും പാരസ്പര്യത്വത്തിലും അധിഷ്ഠിതമായ ബുദ്ധമതവിശ്വാസത്തിന്റെ ധാർമ്മിക അടിത്തറ ഇന്ന് ദാരുണമാം വിധം നഷ്ടമായിരിക്കുന്നു.

ഏത് സന്ദർഭവുമായും പൊരുത്തപ്പെടാനും സാഹചര്യഭേദമന്യേ സന്തോഷിക്കാനുമുള്ള അവരുടെ കഴിവ് ക്ഷയിച്ചിരിക്കുന്നു, അതുപോലെ അവർ സഹജമായി അനുഭവിച്ചിരുന്ന ആഴത്തിലുള്ള സംതൃപ്തിയും അവർക്ക് നഷ്ടമായിരിക്കുന്നു. കേവലം പതിനാറു വർഷങ്ങൾക്കു മുൻപ് ഹെലേന ആദ്യം ലഡാക്ക് സന്ദർശിക്കുമ്പോൾ, വെണ്ണ സൂക്ഷിച്ചിരുന്ന പഴകിയ മര ഭരണികൾ അവിടുത്തെ ജനങ്ങൾ പുറത്തുനിന്ന് വരുന്നവർ എത്ര വില നൽകാമെന്ന് പറഞ്ഞാലും വിൽക്കുമായിരുന്നില്ല. എന്നാൽ ഇന്ന് അവർ ഒഴിഞ്ഞ പാൽ ടിന്നുകളിൽ വെണ്ണ സൂക്ഷിച്ച് തങ്ങളുടെ പഴയ മര ഭരണികൾ വിൽക്കാൻ തയ്യാറായിരിക്കുന്നു.

സാമൂഹ്യപരമായ കാഴ്ചപ്പാടിൽ നിന്ന് പരിശോധിക്കുമ്പോൾ, ഭൗതികമായ നഷ്ടങ്ങളേക്കാൾ കൂടുതൽ വേദനാജനകമായിരിക്കും വഴിപിഴച്ച വികസനം മൂലമുണ്ടാകുന്ന നഷ്ടങ്ങൾ എന്നു കാണാം. ലഡാക്കിലെ ജീവിതത്തിന്റെ സവിശേഷതകളിലൊന്നായ ചെറിയ സമൂഹങ്ങളും വിപുലമായ കുടുംബബന്ധങ്ങളുമാണ് വീട്ടുവിട്ട് പുറം

ദേശങ്ങളിൽ പോകുമ്പോഴുണ്ടാകുന്ന അസ്വാഭാവികമായ അന്യവത്കരണത്തെക്കാൾ കുട്ടികളുടെ "വളർച്ചയ്ക്ക്" കൂടുതൽ മെച്ചപ്പെട്ട അടിത്തറ പാകുന്നത് എന്ന് ഈ പുസ്തകത്തിൽ വിവരിക്കുന്നുണ്ട്. ബുദ്ധമതത്തിന്റെ അനുശാസനങ്ങൾക്ക് നേരെ വിപരീതമായ കാഴ്ചപ്പാടുകളും ബന്ധങ്ങളുമാണ് പുറം ലോകം അവർക്ക് നൽകുന്നത്. ആവശ്യമുള്ളത് എന്ന് തോന്നൽ ജനിപ്പിക്കുകയും എന്നാൽ മിക്കവർക്കും സ്വന്തമാക്കാൻ സാധിക്കാത്തതുമായ കാര്യങ്ങൾക്കു വേണ്ടിയുള്ള ആഗ്രഹങ്ങളെ തെറ്റായ സാങ്കേതികപുരോഗതിയും അതിന്റെ പല ദൂഷ്യഫലങ്ങളും ചേർന്ന് പ്രോത്സാഹിപ്പിക്കുന്നു. അതോടൊപ്പം അവനവന്റെ സാംസ്കാരിക പൈതൃകത്തോടുള്ള ആദരവില്ലായ്മയേയും വളർത്തുന്നു. പ്രത്യേകവൈദഗ്ധ്യങ്ങളുടെ ആവിർഭാവത്തോടുകൂടി ജോലി എന്നത് വീടിനു പുറത്തു ചെയ്യപ്പെടുന്ന ഒന്നായി മാറി. സാമൂഹികജീവിതം കച്ചവടബന്ധങ്ങളെയും അപരിചിതരെയും ആശ്രയിക്കുന്നു, കുട്ടികൾ അതിൽ നിന്ന് പാടെ ഒഴിവാക്കപ്പെടുകയാണ്. "പുരോഗതി" ലഡാക്കിലെ ജനങ്ങളെ തമ്മിൽതമ്മിലും അവരുടെ തനതായ "സ്വത്വത്തിൽ" നിന്നും ഭൂമിയിൽനിന്നുതന്നെയും അകറ്റുമ്പോൾ സംസ്കാരമെന്നത് അതിവേഗത്തിൽ തുണ്ടുതുണ്ടായി മുറിക്കപ്പെടുന്നു. *The Unsettling of America* എന്ന പുസ്തകത്തിൽ വെൻഡൽ ബെറി (Wendell Berry) ഇപ്രകാരം എഴുതുന്നു:

സവിശേഷവൈദഗ്ധ്യങ്ങളുടെ ചിട്ടകൾക്ക് കീഴ്വഴങ്ങുമ്പോൾ സമൂഹം കൂടുതൽ കുഴഞ്ഞുമറിഞ്ഞതും സങ്കീർണ്ണവുമാകുന്നു, അതോടൊപ്പം അതിന്റെ ഘടനാപരമായ സ്വഭാവത്തിന് ഇടിവു തട്ടുന്നു. കൂടുതൽ കൂടുതൽ വ്യവസ്ഥാപിതമാകുമ്പോൾ ക്രമേണ ക്രമരാഹിത്യത്തിലേക്കും എത്തിച്ചേരുന്നു. വസ്തുക്കൾക്കും പ്രക്രിയകൾക്കും, പ്രമാണങ്ങൾക്കും പ്രവൃത്തികൾക്കും, ആദർശങ്ങൾക്കും യാഥാർത്ഥ്യങ്ങൾക്കും, ഭൂതത്തിനും വർത്തമാനത്തിനും, വർത്തമാനത്തിനും ഭാവിക്കും, പുരുഷനും സ്ത്രീക്കും, ശരീരത്തിനും ആത്മാവിനും, നഗരത്തിനും ഗ്രാമത്തിനും, സംസ്കൃതിക്കും വന്യതയ്ക്കും, വളർച്ചയ്ക്കും ക്ഷയത്തിനും, ജീവിതത്തിനും മരണത്തിനുമെല്ലാമിടയിലുള്ള ബന്ധങ്ങളുടെ രൂപഭാവങ്ങളെക്കുറിച്ചും ക്രിയാനിർവ്വഹണങ്ങളെക്കുറിച്ചുമുള്ള ധാരണ നഷ്ടമാകുമ്പോൾ സമൂഹം വിഘടിക്കുന്നു. ഉത്തരവാദിത്വത്തോടെ ഈ ബന്ധങ്ങളിൽ ഇടപെടാനുള്ള വ്യക്തിയുടെ സവിശേഷഭാവവും ഇല്ലാതെയാകുന്നു.

വർത്തമാനകാലത്തുള്ള ഉത്തരവാദിത്വപരമായ വ്യവഹാരമാണ് ഭാവിക്ക് നൽകാവുന്നതിൽ വച്ച് ഏറ്റവും പ്രയോഗക്ഷമമായ ഉറപ്പ്. നാമിപ്പോൾ ചെയ്തു വരുന്നതു പോലെ ഭാവിയിലെ സങ്കല്പിതമായ ആവശ്യകതകളെ കാരണമാക്കിക്കൊണ്ട് വർത്തമാനത്തിലെ ദുർന്നടപ്പുകളെ ന്യായീകരിക്കുമ്പോൾ

യഥാർത്ഥത്തിൽ ഇന്നിനെ ദുരുപയോഗപ്പെടുത്തുകയും നാളെയെ ക്ഷയിപ്പിക്കുകയുമാണ് നാം ചെയ്യുന്നത്...

ഉത്തരവാദിത്വത്തോടുകൂടിയ ഉപഭോഗത്തെ നിർവചിക്കുവാനും അതിനുവേണ്ടി വാദിക്കുവാനും ആവശ്യപ്പെടുവാനും ഒരു പരിധിവരെ സംഘടനകൾക്ക് കഴിയും, എന്നാൽ അതിനെ പ്രയോഗത്തിൽ വരുത്തുവാനോ നിയമമുഖേണ നിർബന്ധിതമാക്കുവാനോ ആർക്കും സാധ്യമല്ല. പ്രകൃതി വിഭവങ്ങളുടെ ഉപഭോഗം ഓരോ വ്യക്തിയുടെയും കാര്യമാണ്, അതിനാൽ ലോകത്തിന്റെ ആരോഗ്യകരമായ സംരക്ഷണം മുഴുവൻ ജനങ്ങളുടെയും സംയമനവും ജാഗ്രതയും കൊണ്ടു മാത്രമെ സാധ്യമാകൂ.

ഹെലേന നോർബർഗ്-ഹോഡ്ജ് തീർച്ചയായും അത്തരത്തിലുള്ള ഒരു വ്യക്തിയാണ്, അവരുടെ വിലപ്പെട്ട പുസ്തകം അത്തരത്തിലല്ലാത്തവരോട് അതിനുവേണ്ടി ആഹ്വാനം ചെയ്യുന്നു. കഴിഞ്ഞ വർഷങ്ങളിൽ പല തവണ ഞാൻ അവരുടെ വാക്ചാതുര്യത്തോടെയുള്ള പ്രസംഗാർത്ഥനകളിൽ പങ്കെടുത്തിട്ടുണ്ട്, അവർ എത്ര ഫലപ്രദമായ രീതിയിൽ അതിനുവേണ്ടി വാദിക്കുന്നു എന്ന് എനിക്കറിയാം. അതിനു കാരണം അവരുടെ ബുദ്ധിയും ആത്മാർത്ഥതയും സാന്നിദ്ധ്യവും മാത്രമല്ല, കഴിഞ്ഞ പതിനാറു വർഷങ്ങളായി പ്രതിവർഷം ആറുമാസം വീതം ലഡാക്കിലേയ്ക്ക് അവരെ കൊണ്ടുചെന്നെത്തിക്കുന്ന ആ പ്രതിജ്ഞാബദ്ധതയും കൂടിയാണ്.

അഞ്ചു രാജ്യങ്ങളിൽ പഠിച്ച് ആറ് ഭാഷകൾ സംസാരിച്ചിരുന്ന വിദഗ്ദ്ധ ഭാഷാശാസ്ത്രജ്ഞയായ ഹെലേന ലഡാക്കിലെത്തിയ ആദ്യ വർഷം തന്നെ ലഡാക്കി ദേശഭാഷ അഭ്യസിച്ചു. അന്നുമുതൽ അനിതരസാധാരണമായ ലഡാക്ക് പ്രോജക്റ്റ് എന്ന സംരംഭത്തിന്റെ സ്ഥാപനത്തിന് ആവശ്യമായ അറിവ് നേടാനായി അവർ സാമൂഹികശാസ്ത്രം, പരിസ്ഥിതി സംരക്ഷണം, ഊർജ്ജത്തിനുള്ള ബദൽ സ്രോതസ്സുകൾ തുടങ്ങിയ ശാഖകളിലൊക്കെ സ്വയം ശിക്ഷണം നേടി. “സാമ്പ്രദായിക വികസനത്തിന്റെ ദീർഘകാല പാർശ്വഫലങ്ങളെക്കുറിച്ച് ലഡാക്കിലെ ജനങ്ങൾക്ക് മുന്നറിയിപ്പു നൽകുക, സൗരോർജ്ജം, കുട്ടികൾക്കുള്ള വ്യത്യസ്ത വിദ്യാഭ്യാസപദ്ധതികൾ തുടങ്ങിയ പ്രയോഗക്ഷമമായ ബദൽ സംവിധാനങ്ങൾ അവർക്കു മുന്നിൽ അവതരിപ്പിക്കുക തുടങ്ങിയവയാണ് ഈ പ്രോജക്റ്റിന്റെ പ്രധാനലക്ഷ്യം.” തുടക്കം മുതൽ അതിന് ലോകമെമ്പാടുമുള്ള പല പ്രശസ്ത വ്യക്തികളുടെയും അംഗീകാരം ലഭിച്ചിട്ടുണ്ട്. ഈ പുരാതനസമൂഹത്തെ കൂടുതൽ ഉൾക്കൊള്ളാനായി തന്നെ സഹായിച്ച സങ്കീർണ്ണങ്ങളായ ചില ബുദ്ധമത പ്രമാണങ്ങളെ ഹെലേന ഈ പുസ്തകത്തിൽ അവതരിപ്പിക്കുന്നുണ്ട്. പഴയ രീതികളിലെ

മാനവികതയുടെ വൈകാരികവും സാമ്പത്തികവുമായ ഫലക്ഷമതയും അതിനു ഭീഷണിയാകുന്ന പുതിയ വഴികളുടെ അപര്യാപ്തതയും അവ വരുത്തുന്ന നഷ്ടങ്ങളും ഇവിടെ പ്രതിപാദിതമാകുന്നു.

ലഡാക്കിലെ ജനങ്ങളിൽ സഹജമായി ഉണ്ടായിരുന്ന വ്യാപനശക്തിയുള്ള സൌഖ്യം മുഴുവനോടെ ഇല്ലാതെയായി എന്ന് കരുതേണ്ടതില്ല. യഥാർത്ഥമായ പരിഹാരങ്ങൾ നിർദ്ദേശിക്കുകയും ഒടുവിൽ പ്രതീക്ഷയും നിശ്ചയദാർഢ്യവും ഉയർത്തിക്കൊണ്ട് പ്രചോദനാത്മകമായ സ്വരത്തിൽ ഈ പുസ്തകം അവസാനിക്കുന്നു എന്നത് തീർച്ചയായും ഒരു സവിശേഷതയാണ്. ഗ്രന്ഥകർത്രി സൂചിപ്പിക്കുന്നതു പോലെ, നമുക്ക് ലഡാക്കിലെ സംസ്കൃതിയിൽ നിന്ന് ഏറെ പഠിക്കാനുണ്ട്, ഈ പാഠങ്ങളെ അവഗണിക്കുന്നത് വലിയ വിപത്ത് ക്ഷണിച്ചുവരുത്തുന്നതിനു തുല്യമായിരിക്കും.

ഇന്ത്യൻ സംസ്ഥാനമായ ജമ്മു-കശ്മീരിന്റെ ഭാഗമാണ് ലഡാക്ക്. പ്രധാനമായും ബുദ്ധമതക്കാർ നിവസിക്കുന്ന ലെ (Leh), ഇസ്ലാം മതക്കാർ കൂടുതൽ വസിക്കുന്ന കാർഗിൽ എന്നിങ്ങനെ രണ്ട് ഭാഗങ്ങളായി അതിനെ വിഭജിച്ചിരിക്കുന്നു. ആ പ്രദേശത്തിന്റെ മൊത്തത്തിലുള്ള വിസ്തീർണ്ണം 40000 ചതുരശ്രമൈലും, (1991-ൽ) അവിടുത്തെ ജനസംഖ്യ ഏകദേശം 130000-വും ആണ്.

ആ പ്രദേശത്തിന്റെ ബുദ്ധമതസംസ്കാരത്തെ കേന്ദ്രീകരിച്ചുള്ളതാണ് ഈ പുസ്തകം, ലെ ജില്ലയിലും കാർഗിലിലെ സൻസ്കാർ താഴ്‌വരയിലും നിന്നുള്ള ഗ്രന്ഥകർത്രിയുടെ ജീവിതാനുഭവങ്ങളാണ് ഇതിനാധാരം. ഈ രണ്ട് മേഖലകളെയും ഒരുമിച്ച് സൂചിപ്പിക്കുന്നതിനുള്ള സൌകര്യത്തിനായി ഈ പുസ്തകത്തിലുടനീളം "ലഡാക്ക്" എന്ന പദം പൊതുവായി ഉപയോഗിച്ചിരിക്കുന്നു.

ലഡാക്കിൽ നിന്നുള്ള പാഠം

നമ്മുടെ ലോകം എപ്പോഴും ഒരു പ്രതിസന്ധിയിൽ നിന്ന് മറ്റൊന്നിലേക്ക് ആടിയുലഞ്ഞുകൊണ്ടിരിക്കുന്നത് എന്തുകൊണ്ടാണ്? എല്ലായ്പ്പോഴും അത് അങ്ങനെ തന്നെയായിരുന്നുവോ? പണ്ടുപണ്ട്, തലമുറകൾക്കു മുൻപ്, സ്ഥിതി ഇതിനെക്കാൾ മോശമായിരുന്നോ അതോ മെച്ചപ്പെട്ടതായിരുന്നോ?

റ്റിബറ്റൻ പീഠഭൂമിയിലെ ഒരു പുരാതനസംസ്കൃതിയായ ലഡാക്കിൽ കഴിഞ്ഞ പതിനാറിലേറെ വർഷങ്ങളുടെ അനുഭവങ്ങൾ ഈ ചോദ്യങ്ങൾക്കുള്ള എന്റെ പ്രതികരണത്തെ പാടെ മാറ്റിയിരിക്കുന്നു. എന്റെ സ്വന്തം വ്യാവസായിക സംസ്കാരത്തെ ഞാനിന്ന് മറ്റൊരു വെളിച്ചത്തിലാണ് നോക്കിക്കാണുന്നത്.

ഞാൻ ലഡാക്കിൽ എത്തുന്നതിനു മുൻപ്, "വികസന"ത്തിന്റെ പാത ഏതാണ്ട് അനിവാര്യമാണെന്നും അതിനെ ചോദ്യം ചെയ്യാൻ പാടില്ല എന്നുമായിരുന്നു എന്റെ ധാരണ. അതിന്റെ ഫലമായി പാർക്കിന്റെ മദ്ധ്യത്തിലൂടെയുള്ള പുതിയ റോഡ്, ഇരുന്നൂറിലേറെ വർഷങ്ങൾ പഴക്കമുള്ള പള്ളി നിന്നിരുന്നയിടത്ത് ഉയർന്നുവന്ന ഇരുമ്പും ചില്ലും കൊണ്ട് നിർമ്മിച്ച ബാങ്ക്, തെരുവിന്റെ അറ്റത്തുള്ള ചെറിയ പലചരക്കുകടയുടെ സ്ഥാനത്ത് ഉയർന്നു വന്ന വലിയ സൂപ്പർമാർക്കറ്റ്, ഇവയെ ഒക്കെ ഞാൻ എതിർപ്പുകൂടാതെ സ്വീകരിച്ചിരുന്നു; അതോടൊപ്പം ഓരോ ദിവസവും കൂടിക്കൂടിവരുന്ന ജീവിതത്തിന്റെ വേഗതയും കാഠിന്യവും ഞാൻ തിരിച്ചറിഞ്ഞിരുന്നു. എന്നാൽ ഇന്ന് അങ്ങനെയല്ല. ഭാവിയിലേക്ക് ഒന്നിലേറെ പാതകളുണ്ടെന്ന് ലഡാക്ക് എന്നെ പഠിപ്പിച്ചിരിക്കുന്നു, അത് എനിക്ക് അത്യധികം ശക്തിയും പ്രതീക്ഷയും നൽകുന്നു.

ലഡാക്കിൽ വെച്ച് കുറച്ചുകൂടി വിവേകപൂർണ്ണമായ മറ്റൊരു ജീവനം അനുഭവിക്കാനും എന്റെ സ്വന്തം സംസ്കാരത്തെ പുറത്തുനിന്ന്

വീക്ഷിക്കുവാനുമുള്ള സവിശേഷഭാഗ്യം എനിക്കു സിദ്ധിച്ചു. തികച്ചും വ്യത്യസ്തമായ തത്ത്വങ്ങളെ അടിസ്ഥാനമാക്കി കെട്ടിപ്പടുത്ത ഒരു സമൂഹത്തിലാണ് ഞാൻ ജീവിച്ചിരുന്നത്, ആധുനികലോകം ആ സംസ്കാരത്തിനുമേൽ സൃഷ്ടിച്ച ആഘാതത്തിന് ഞാൻ സാക്ഷ്യം വഹിച്ചു. പല വർഷങ്ങൾക്കു മുൻപ് പുറമെ നിന്ന് ആദ്യം ലഡാക്കിൽ വന്നവരിൽ ഒരാളായി ഞാൻ എത്തുമ്പോൾ പാശ്ചാത്യസംസ്കാരം ആ പ്രദേശത്തെ തൊട്ടു തീണ്ടിയിരുന്നില്ല. പക്ഷേ മാറ്റം വളരെ പെട്ടെന്നായിരുന്നു. രണ്ടു സംസ്കാരങ്ങൾ തമ്മിലുള്ള കൂട്ടിമുട്ടൽ വളരെ നാടകീയമായിരുന്നു, രൂക്ഷവും സ്പഷ്ടവുമായ താരതമ്യങ്ങൾ സൃഷ്ടിക്കപ്പെട്ടു. പുതിയ വ്യാവസായിക സമൂഹത്തെയും പഴയ പ്രകൃതിനിഷ്ഠ സമൂഹത്തെയും നിലനിറുത്തുന്ന മനശ്ശാസ്ത്രം, മൂല്യങ്ങൾ, സാമൂഹിക-സാങ്കേതിക ഘടനകൾ എന്നിവയെക്കുറിച്ച് ഏതാനും ചില കാര്യങ്ങൾ പഠിക്കാൻ അവിടെവെച്ച് എനിക്ക് അവസരമുണ്ടായി. നമ്മുടെ ഇന്നത്തെ സാമൂഹിക സാമ്പത്തിക വ്യവസ്ഥയെ തികച്ചും വ്യത്യസ്തമായ മറ്റൊരു വ്യവസ്ഥയുമായി – മനുഷ്യന്റെയും പ്രകൃതിയുടെയും ഒരുമിച്ചുള്ള പരിണാമത്തെ സംബന്ധിക്കുന്ന കൂടുതൽ അടിസ്ഥാനപരമായ ഒരു അസ്തിത്വമാതൃകയുമായി – താരതമ്യം ചെയ്യാനുള്ള അപൂർവ്വ സാഹചര്യവും എനിക്കു ലഭിച്ചു.

വിനാശകരമായ ഈ മാറ്റങ്ങൾക്കെതിരെയുള്ള എന്റെ നിഷ്ക്രിയത്വത്തിന് ഭാഗികമായ ഒരു കാരണം സംസ്കാരത്തെയും പ്രകൃതിയെയും തമ്മിൽ ഞാൻ കൂട്ടിക്കലർത്തി എന്നതാണെന്ന് ലഡാക്കിലെ ജീവിതത്തിലൂടെ ഞാൻ മനസ്സിലാക്കി. മനുഷ്യന് അതീതമായി പ്രവർത്തിക്കുന്ന, പ്രകൃതിനിർമ്മിതമായ പരിണാമശക്തികളല്ല, മറിച്ച് എന്റെ സ്വന്തം വ്യാവസായിക സംസ്കാരമാണ് ഈ നിഷേധാത്മക പ്രവണതകൾക്കു പിന്നിലെന്ന് ഞാൻ അറിഞ്ഞിരുന്നില്ല. അതിനെക്കുറിച്ചുള്ള വിചിന്തനത്തിൽ ഏർപ്പെടാതെ, മനുഷ്യർ ആത്യന്തികമായി സ്വാർത്ഥരാണെന്നും അതിനാലാണ് അവർ നിരന്തരം നിലനില്പിനുള്ള മത്സരത്തിൽ ഏർപ്പെട്ടിരിക്കുന്നതെന്നും സഹജീവനത്തിൽ അധിഷ്ഠിതമായ സമൂഹങ്ങൾ വെറും ഉട്ടോപ്യൻ സ്വപ്നങ്ങളാണെന്നുമൊക്കെയാണ് ഞാൻ ധരിച്ചിരുന്നത്.

എന്റെ ചിന്തകൾ അസ്വാഭാവികമായിരുന്നില്ല. അതിനോടകം ഞാൻ ജീവിച്ച പല രാജ്യങ്ങളിലുണ്ടായിരുന്നത് വ്യാവസായിക സംസ്കൃതികളായിരുന്നു. "അവികസിത" രാജ്യങ്ങളിലേയ്ക്കുള്ള എന്റെ യാത്രകൾ ദീർഘമെങ്കിലും അവയൊന്നും എനിക്കു വേണ്ടത്ര ഉൾക്കാഴ്ച ലഭിക്കാൻ പ്രാപ്തമായിരുന്നില്ല. ആൽഡസ് ഹക്സ്ലി, എറിക് ഫ്രോം തുടങ്ങിയവരുടെ വായനയിലൂടെ ഞാൻ നടത്തിയ ബൌദ്ധികപര്യടനങ്ങൾ ചില

പുതിയ വാതിലുകൾ തുറന്നുവെങ്കിലും ആത്യന്തികമായി ഞാനും ഒരു വ്യാവസായിക സംസ്കാരത്തിന്റെ സന്തതി തന്നെയായിരുന്നു. എല്ലാ സംസ്കാരങ്ങളും സ്വയം ശാശ്വതവത്കരിക്കാൻ വേണ്ടി ഉപയോഗിക്കുന്ന മറകൾ തന്നെയാണ് എന്നെയും അഭ്യസിപ്പിച്ചത്. എന്റെ മൂല്യങ്ങളും ചരിത്രാവബോധവും ചിന്താമാതൃകകളുമൊക്കെ ലോകമെമ്പാടുമുള്ള വ്യാവസായിക സംസ്കാരത്തെയാണ് പ്രതിഫലിപ്പിച്ചിരുന്നത്.

പാശ്ചാത്യ മുഖ്യധാരാ ചിന്തകരായ ആഡം സ്മിത്തും ഫ്രോയ്ഡും മുതൽ ഇന്നത്തെ അക്കാദമിക പണ്ഡിതർവരെ പാശ്ചാത്യരുടെ വ്യാവസായികസംസ്കാരത്തിൽ നിന്നുള്ള അനുഭവങ്ങളെ സാർവജനീനതലത്തിൽ സാമാന്യവത്കരിക്കാനാണ് ശ്രമിക്കുന്നത്. അവർ വിവരിക്കുന്ന സ്വഭാവവിശേഷങ്ങൾ വ്യാവസായികസംസ്കാരത്തിന്റെ ഉല്പന്നമല്ല, അവ മനുഷ്യന്റെ സഹജപ്രകൃതത്തിന്റെ തന്നെ ആവിഷ്കാരമാണെന്ന് അവർ പ്രത്യക്ഷമായോ പരോക്ഷമായോ പറഞ്ഞുവെയ്ക്കുന്നു. ഭൂമിയിലുള്ള സർവജനങ്ങളെയും അധീനപ്പെടുത്തണമെന്ന താത്പര്യത്തോടെ യൂറോപ്പും വടക്കെഅമേരിക്കയും നടത്തുന്ന മുന്നേറ്റങ്ങൾ പാശ്ചാത്യ അനുഭവങ്ങളുടെ ഇത്തരത്തിലുള്ള സാമാന്യവത്കരണത്തെ അനിവാര്യമാക്കിത്തീർക്കുന്നു.

ഓരോ സമൂഹവും പ്രപഞ്ചമദ്ധ്യത്തിൽ സ്വയം പ്രതിഷ്ഠിച്ചുകൊണ്ട് മറ്റ് സംസ്കാരങ്ങളെ തങ്ങളുടെ കണ്ണടയിലൂടെ നോക്കിക്കാണാനുള്ള പ്രവണത പ്രകടമാക്കാറുണ്ട്. പാശ്ചാത്യസംസ്കാരത്തിന്റെ സവിശേഷതയെന്നത് അത് വളരെ സുശക്തവും വ്യാപകവുമായ രീതിയിൽ വളർന്നു കഴിഞ്ഞിരിക്കുന്നു എന്നതും അതിന് അതിനെക്കുറിച്ചു തന്നെയുള്ള ഒരു അവബോധം നഷ്ടപ്പെട്ടു എന്നുമാണ്; അതുമായി താരതമ്യപ്പെടുത്താവുന്ന "മറ്റൊന്ന്" ഇല്ല എന്ന് അത് കരുതുന്നു. എല്ലാവരും തങ്ങളെപ്പോലെയാണ്, അല്ലെങ്കിൽ തങ്ങളെപ്പോലെയാകാൻ ആഗ്രഹിക്കുന്നവരാണ് എന്നും അത് വിശ്വസിക്കുന്നു.

അജ്ഞത, അനാരോഗ്യം, കഠിനവും വിരസവുമായ ജോലി എന്നിവ വ്യാവസായികയുഗത്തിനു മുൻപുള്ള കാലത്തിന്റെ മാത്രം സവിശേഷതയാണെന്നാണ് മിക്കവാറും എല്ലാ പാശ്ചാത്യരും കരുതുന്നത്. വികസ്വരരാഷ്ട്രങ്ങളിൽ ഇന്ന് കാണപ്പെടുന്ന ദാരിദ്ര്യം, രോഗം, പട്ടിണി എന്നിവ ആദ്യനോട്ടത്തിൽ ഈ ധാരണയെ സ്ഥിരീകരിക്കുന്നു. എന്നാൽ, ഇന്ന് "മൂന്നാം ലോകം" എന്നറിയപ്പെടുന്ന രാജ്യങ്ങൾ നേരിടുന്ന പ്രശ്നങ്ങളുടെ ഭൂരിഭാഗവും കൊളോണിയൽ വാഴ്ചയുടെയും ദിശാബോധമില്ലാത്ത വികസനത്തിന്റെയും അനന്തരഫലങ്ങളാണെന്നതാണ് സത്യം.

കഴിഞ്ഞ ഏതാനും ദശകങ്ങൾക്കിടയിൽ അലാസ്ക മുതൽ ആസ്ട്രേലിയവരെയുള്ള രാജ്യങ്ങളിലെ വ്യത്യസ്ത സംസ്കാരങ്ങളെ വ്യാവസായിക ലോകത്തിന്റെ ഏകസ്വര-സംസ്കാരം തുടച്ചുമാറ്റിയിരിക്കുന്നു. "വികസനം", പരസ്യങ്ങൾ, മാധ്യമങ്ങൾ, ടൂറിസം എന്നിവയാണ് ഇന്ന് ലോകത്തെയാകെ കീഴടക്കിയിരിക്കുന്നത്. ലോകമെമ്പാടുമുള്ള വീടുകളിൽ ഇന്ന് അമേരിക്കൻ സീരിയലുകളാണ് ജനപ്രിയം, കോട്ടും സ്യൂട്ടും എവിടെയും അത്യാവശ്യമായിരിക്കുന്നു. സ്പെയിനിലെ ഒരു മലയോരഗ്രാമത്തിലും ലഡാക്കിലും ഒരേപോലെയുള്ള പാവകൾ വിൽക്കുന്ന കടകൾ അടുത്തിടെ ഞാൻ കാണാനിടയായി - നീല നിറമുള്ള കണ്ണുകളും സ്വർണ്ണത്തലമുടിയുമുള്ള ബാർബിയും യന്ത്രത്തോക്ക് ഉപയോഗിച്ച് വെടിവെയ്ക്കുന്ന റാംബോയും.

ഏകസ്വരമായ ഈ വ്യാവസായികസംസ്കാരത്തിന്റെ വ്യാപനം പല മാനങ്ങളുള്ള ഒരു ദുരന്തമാണ്. തലമുറകളിലൂടെ നേടിയെടുത്ത അറിവുകളാണ് ഓരോ വ്യത്യസ്ത സംസ്കാരത്തിന്റെയും വിനാശത്തിലൂടെ മായ്ച്ചുകളയപ്പെടുന്നത്. വിഭിന്നഗോത്രങ്ങളുടെ അസ്തിത്വം തന്നെ അപകടത്തിലാണ്, അത് താമസിയാതെ ലോകത്തെ സാമൂഹികസംഘർഷത്തിലേയ്ക്കും കലാപങ്ങളിലേയ്ക്കും നയിക്കുമെന്നത് ഉറപ്പാണ്.

പാശ്ചാത്യസംസ്കാരത്തെ ഒരു സാധാരണ വഴിയായി ഇന്ന് ജനങ്ങൾ സ്വീകരിച്ചു തുടങ്ങിയിരിക്കുന്നു, മാത്രമല്ല, കൂടുതൽ കൂടുതൽ അതാണ് ഒരേയൊരു വഴി എന്ന ചിന്താഗതിയിലേക്ക് ലോകം അതിവേഗം മാറിക്കൊണ്ടിരിക്കുന്നു. മനുഷ്യനിൽ കൂടുതൽ മത്സരബുദ്ധിയും അത്യാഗ്രഹവും അഹംബോധവും കാണാനാവുന്നു, ഈ ലക്ഷണങ്ങൾ മനുഷ്യപ്രകൃതിയുടെ സഹജസ്വഭാവമാണെന്ന് കരുതുന്ന പ്രവണതയും അതോടൊപ്പം വർദ്ധിച്ചുവരുന്നു. അതിനെതിരെ ശബ്ദങ്ങൾ ഉയരുന്നുണ്ടെങ്കിൽ തന്നെയും നാമെല്ലാവരും ജന്മനാ ആക്രമണോത്സുകരാണെന്ന ഡാർവിന്റെ സിദ്ധാന്തത്തിൽ പാശ്ചാത്യസമൂഹം ദീർഘകാലമായി സ്വയം തളച്ചിട്ടിരിക്കുകയാണ്. നമ്മുടെ സമൂഹത്തെ ഘടനാപരമായി ക്രമീകരിക്കുന്നതിൽ ഈ കാഴ്ചപ്പാടിന് എത്ര പങ്കുണ്ട് എന്നതിന് അടിസ്ഥാനപരമായ പ്രാധാന്യമുണ്ട്. നാം വിശ്വസിക്കുന്നത് ജന്മസിദ്ധമായ നന്മയിലോ തിന്മയിലോ ആയിക്കൊള്ളട്ടെ, മനുഷ്യപ്രകൃതത്തെക്കുറിച്ചുള്ള നമ്മുടെ അനുമാനങ്ങൾ നമ്മുടെതന്നെ രാഷ്ട്രീയ ആദർശങ്ങൾക്ക് അടിത്തറയേകുകയും അത് നമ്മുടെ ജീവിതത്തെ നിയന്ത്രിക്കുന്ന സ്ഥാപനങ്ങൾക്ക് രൂപം നൽകാൻ സഹായിക്കുകയും ചെയ്യുന്നു എന്നതാണ് വാസ്തവം.

നമ്മുടെ മുഖ്യധാരാസംസ്കാരത്തിൽ നമ്മുടെ പ്രശ്നങ്ങൾക്ക് നാം മനുഷ്യന്റെ നൈസർഗിക വൈകല്യങ്ങളുടെ മേൽ പഴിചാരുന്നു, അതോടൊപ്പം “വികസനം”, “പുരോഗതി” എന്ന് വിളിക്കപ്പെടുന്ന ഘടനാപരമായ മാറ്റങ്ങളിലുള്ള നമ്മുടെ പങ്കിനെ പാടെ അവഗണിക്കുകയും ചെയ്യുന്നു. പരിണാമത്തിന്റെ തുടർച്ചയെന്ന നിലയ്ക്കാണ് നാമിന്ന് സാങ്കേതികവികസനത്തെ വീക്ഷിക്കുന്നത്. സഹസ്രാബ്ദങ്ങൾ കൊണ്ട് മനുഷ്യൻ രണ്ടു കാലിൽ നടക്കാനും ഭാഷ ഉപയോഗിക്കാനും സാമഗ്രികൾ നിർമ്മിക്കാനുമൊക്കെ പഠിച്ചതുപോലെയുള്ള പരിണാമത്തിന്റെ ഭാഗമായി അണുബോംബും ജൈവസാങ്കേതികവിദ്യയും പോലെയുള്ള കണ്ടുപിടിത്തങ്ങൾ പരിഗണിക്കപ്പെടുന്നു. സാങ്കേതിക വിപ്ലവം സൃഷ്ടിച്ച മാറ്റങ്ങളെ പരിണാമത്തിൽ നിന്ന് വേർതിരിച്ച് കാണാൻ നമുക്ക് സാധിക്കുന്നില്ല. വ്യാവസായികവിപ്ലവം യൂറോപ്പിനെ മാറ്റിമറിച്ചപ്പോൾ ലോകത്തിന്റെ മറ്റു ഭാഗങ്ങൾ അവരുടെ മൂല്യങ്ങളും ആദർശങ്ങളുമനുസരിച്ച് ജീവിക്കുകയായിരുന്നു എന്ന കാര്യം നാം മറക്കുന്നു. മറ്റൊരർത്ഥത്തിൽ, പാശ്ചാത്യർ മറ്റു ജനങ്ങളെക്കാൾ കൂടുതൽ പരിണമിച്ചിരിക്കുന്നു എന്നാണ് നാം ഇപ്പോൾ വിശ്വസിക്കുന്നത്.

മാറുന്ന കാലാവസ്ഥയെക്കാൾ കൂടുതൽ സ്വാഭാവികമായാണ് നാം സാങ്കേതികമാറ്റങ്ങളെ കാണുന്നത്, ശാസ്ത്രീയമായ കണ്ടെത്തലുകൾ എന്തുതന്നെയായാലും അവയെ കണ്ണടച്ച് സ്വീകരിക്കണമെന്നാണ് നാം കരുതുന്നത്. മനുഷ്യന്റെ പ്രകൃതത്തിന് ഇരുണ്ട വശങ്ങളുണ്ടെന്നതും വികസനം കൊണ്ട് നന്മകൾ ഉണ്ടായിട്ടുണ്ട് എന്നതും ഞാൻ ഒട്ടും നിഷേധിക്കുന്നില്ല. പക്ഷേ ഈ പുതിയ വ്യവസ്ഥിതി അത്യാഗ്രഹം, മത്സരബുദ്ധി, ആക്രമണോത്സുകത എന്നിവയെ തീക്ഷ്ണമാക്കുകയും സർവ്വനാശത്തിനുള്ള സാദ്ധ്യതയെ വൻതോതിൽ വർദ്ധിപ്പിക്കുകയും ചെയ്യുന്നു എന്നതാണ് എന്റെ ലഡാക്ക് അനുഭവപാഠം. മുൻപൊന്നും നമുക്ക് ഇതുപോലെ കാലാവസ്ഥയെ തകിടം മറിക്കാനോ കടലിനെ വിഷം തീണ്ടാനോ കാടിനെയും ജന്തുവർഗ്ഗങ്ങളെയും സംസ്കാരങ്ങളെയും വരെ തുടച്ചുനീക്കാനോ സാധിക്കുമായിരുന്നില്ല. നമ്മുടെ വിനാശകശക്തിയുടെ അളവും വേഗതയും ഇന്ന് പൂർവ്വാധികം വർദ്ധിച്ചിരിക്കുകയാണ്. ഇതിന് ചരിത്രത്തിൽ ഒരു ദൃഷ്ടാന്തവുമില്ല. വളരെ സവിശേഷമാണ് നമ്മുടെ ഇന്നത്തെ അവസ്ഥ, നമ്മുടെ പക്ഷലോകട്ടെ സമയമൊട്ടില്ല താനും.

വൻതോതിലുള്ള പരിസ്ഥിതിനാശം, പണപ്പെരുപ്പം, തൊഴിലില്ലായ്മ എന്നിവയാണ് ഈ പുതിയ സാങ്കേതിക-സാമ്പത്തിക മാറ്റങ്ങളുടെ അനന്തരഫലങ്ങൾ, അതിന് ഇടത്-വലത് രാഷ്ട്രീയവുമായി ബന്ധമൊന്നുമില്ല. അടിസ്ഥാനപരമായി പറഞ്ഞാൽ, നമ്മുടെ ലോകം ഇന്ന്

ഒരേയൊരു വികസനമാതൃക മാത്രമേ തിരിച്ചറിയുന്നുള്ളൂ, ശാസ്ത്ര-സാങ്കേതിക വഴികളിൽ അധിഷ്ഠിതമാണത്. അതിന്റെ ഫലമായി സംഭവിച്ചിട്ടുള്ള കേന്ദ്രവത്കരണവും പ്രത്യേക മേഖലകൾക്ക് നൽകപ്പെടുന്ന ശ്രദ്ധയും ജീവിതത്തെ നാടകീയമായ രീതികളിൽ മാറ്റിയിരിക്കുന്നു, ഒരർത്ഥത്തിൽ അത് കമ്യൂണിസവും മുതലാളിത്തവും തമ്മിലുള്ള വ്യത്യാസങ്ങളെപ്പോലും നിഴലിലാഴ്ത്തിയിരിക്കുകയാണ്.

ലഡാക്കിൽ ഞാൻ കണ്ട സമൂഹത്തിൽ ചവറും മാലിന്യങ്ങളുമില്ല, കുറ്റകൃത്യങ്ങളില്ല, ജനങ്ങൾ ശക്തരും ആരോഗ്യമുള്ളവരുമാണ്. കൗമാരപ്രായത്തിലുള്ള ഒരു ആൺകുട്ടിക്ക് അവന്റെ അമ്മയോടൊ അമ്മൂമ്മയോടൊ സൌമ്യമായ രീതിയിൽ സ്നേഹം പ്രകടിപ്പിക്കാൻ മടിയൊന്നുമില്ല. അങ്ങനെയുള്ള ഒരു സമൂഹം ഇന്നത്തെ ആധുനികവത്കരണത്തിന്റെ സമ്മർദ്ദത്തിൽ തകർന്നടിയാൻ തുടങ്ങുമ്പോൾ, ആ പാഠങ്ങളുടെ പ്രസക്തി ലഡാക്കിനു പുറത്തേയ്ക്ക് വ്യാപിക്കുന്നു.

ഇന്നത്തെ വ്യാവസായിക സമൂഹത്തിന് റ്റിബറ്റൻ പീഠഭൂമിയിലെ ഒരു "പ്രാകൃത" സംസ്കാരത്തിൽ നിന്ന് എന്തെങ്കിലും പഠിക്കാനുണ്ടെന്നത് വെറും അസംബന്ധമായി തോന്നാം. എങ്കിലും നമ്മുടെ സങ്കീർണ്ണ സംസ്കാരത്തെ മുഴുവനായി മനസ്സിലാക്കണമെങ്കിൽ നമുക്ക് ഒരു അടിസ്ഥാനം, ഒരു മാതൃക വേണം. ലഡാക്കിൽ പുരോഗതി മനുഷ്യനെ പ്രകൃതിയിൽ നിന്നും അന്യരിൽ നിന്നും ഒടുവിൽ അവനവനിൽ നിന്നു തന്നെയും വേർതിരിക്കുന്നതിന് ഞാൻ സാക്ഷ്യം വഹിച്ചു. പുതിയ രീതിക്കനുസരിച്ച് ജീവിക്കാൻ തുടങ്ങിയപ്പോൾ അതുവരെ സന്തുഷ്ടരായിരുന്ന മനുഷ്യരുടെ സ്വച്ഛത തന്നെ നഷ്ടപ്പെടുന്നത് ഞാൻ കണ്ടു. അതിൽ നിന്ന്, ഒരു വ്യക്തിയെ സ്വാധീനിക്കുന്നതിൽ സംസ്കാരത്തിന് മുൻപ് കരുതിയിരുന്നതിനെക്കാൾ അടിസ്ഥാനപരമായ ഒരു പങ്കുണ്ടെന്ന നിഗമനത്തിൽ ഞാൻ എത്തിച്ചേർന്നു.

ഇന്ന് നമ്മുടെ സങ്കുചിതമായ കാഴ്ചപ്പാട് പല പ്രശ്നങ്ങളുടെയും വേരുകൾ കണ്ടെത്തുന്നതിൽ നിന്ന് നമ്മെ തടയുന്നു; നാം മരങ്ങൾ കാണുന്നു, എന്നാൽ കാട് നമ്മുടെ കണ്ണിൽ പെടുന്നില്ല. പെട്ടെന്ന് ഫലം കണ്ടെത്താവുന്ന പ്രത്യേകമേഖലകളിൽ ശ്രദ്ധ കേന്ദ്രീകരിച്ചിരിക്കുന്ന വിദഗ്ധരെ ആശ്രയിച്ചാണ് പാശ്ചാത്യസംസ്കാരം നിലകൊള്ളുന്നത്, അതിന് വിശാലമായ ഒരു ദീർഘവീക്ഷണമില്ല. പുതിയ സാമ്പത്തിക ശക്തികൾ ലോകത്തെ കൂടുതൽ സവിശേഷമേഖലകളിലേക്കും കേന്ദ്രീകരണത്തിലേക്കും മൂലധനത്തിലും ഊർജ്ജത്തിലും അധിഷ്ഠിതമായ ജീവനമാതൃകയിലേക്കും നയിക്കുകയാണ്.

എത്രയും പെട്ടെന്ന് ഒരു സുസ്ഥിരമാതൃകയിലേക്ക് നാം ചുവടു മാറ്റേണ്ടതുണ്ട് – നഗരം-ഗ്രാമം, പുരുഷൻ-സ്ത്രീ, പ്രകൃതി-സംസ്കാരം, ഇവ തമ്മിലുള്ള ഒരു സന്തുലനമാണ് നമുക്കിന്ന് ആവശ്യം. നമ്മുടെ സമൂഹത്തെ രൂപപ്പെടുത്തുന്ന വ്യത്യസ്തശക്തികൾ തമ്മിലുള്ള അദൃശ്യബന്ധങ്ങളെക്കുറിച്ച് ഉൾക്കാഴ്ച നൽകുന്നതിലൂടെ നമുക്ക് ഒരു നേർവഴി കാണിച്ചുതരാൻ ലഡാക്കിന് സാധിക്കും. നമ്മെയും നമ്മുടെ ഗ്രഹത്തെയും രക്ഷപെടുത്തുന്നതെങ്ങനെ എന്ന് മനസ്സിലാക്കാൻ ഈ വിശാലമായ പരിപ്രേക്ഷ്യം അനിവാര്യമാണെന്നാണ് എന്റെ വിശ്വാസം.

ഭാഗം 1
പൈതൃകം

1
കുഞ്ഞു റ്റിബറ്റ്

ഒരു പ്രദേശം ഏതെന്ന് മനസ്സിലായില്ലെങ്കിൽ
അവിടെ നിന്നുവേണം
ആ പ്രദേശത്തെ മുഴുവനോടെ നോക്കിക്കാണുവാൻ
ഗേസർ സാഗാ

ശ്രീനഗറിൽ നിന്ന് ചുറ്റിവളഞ്ഞു പോകുന്ന റോഡ് പഴയ ലഡാക്ക് സാമ്രാജ്യത്തിന്റെ തലസ്ഥാനമായ ലേ-യിൽ എത്തിച്ചേരും. കശ്മീരിലെ പായൽപച്ചനിറമുള്ള പൈൻമരക്കാടുകൾക്കിടയിലൂടെയുള്ള ആ റോഡ് സോജി മലയിടുക്ക് (Zoji-La) വരെ നീണ്ടുകിടക്കുന്നു, അവിടെയാണ് രണ്ട് ലോകങ്ങളെ തമ്മിൽ വേർതിരിക്കുന്ന അതിർത്തി. അവിടെനിന്നിങ്ങോട്ട് ഹിമാലയത്തിന്റെ വരണ്ട മഴനിഴൽ പ്രദേശം ആരംഭിക്കുകയാണ്, ഭൂമി ശൂന്യമായി കാണപ്പെടും. ഓരോ ദിശയിലും പർവ്വതങ്ങളാണ്, വിശാലമായ പീഠഭൂമിയിലെങ്ങും പലനിറങ്ങളിലുമുള്ള കയറ്റങ്ങൾ. അവയ്ക്കു മുകളിൽ, മഞ്ഞണിഞ്ഞ ശിഖരങ്ങൾ നിശ്ചലമായ ആകാശത്തിന്റെ നീലയെ തൊട്ടുരുമ്മുന്നു; താഴെ, ചുവന്ന മുന്തിരിച്ചാറിന്റെ നിറമുള്ള കിഴക്കാം തൂക്കായ പാറക്കൂട്ടങ്ങൾ ഇരുണ്ട താഴ്വരയിൽ അലിഞ്ഞുചേരുന്നു.

ഈ വന്യതയുടെ നടുവിൽ എങ്ങനെ ജീവൻ നിലനിൽക്കുന്നു? എവിടെയും തരിശുനിലമാണ്; ഓരോ കാൽവെയ്പ്പും മണ്ണും പൊടിയും ഉയർത്തുന്നു. എങ്കിലും, നിങ്ങൾ നോക്കുമ്പോൾ കണ്മുന്നിൽ കാണുന്നത് മനോഹരമായ പച്ച നിറത്തിലുള്ള ഒരു ശാദ്വലഭൂമിയാണ്, വിശാലമായ മരുഭൂമിയുടെ മദ്ധ്യത്തിൽ നിന്ന് ലഭിക്കുന്ന മരതകം പോലെ സുന്ദരം.

നിരനിരയായി ബാർലി വയലുകൾ തുടങ്ങുകയാണ്, അരികിൽ കാട്ടുപൂക്കളും മരുന്നു ചെടികളും മഞ്ഞുരുകിവരുന്ന തെളിഞ്ഞ നീരൊഴുക്കുകളും. വയലുകൾക്ക് തൊട്ടുമീതെ വരിവരിയായി കെട്ടിയിരിക്കുന്ന വീടുകൾ. മൂന്നു നിലയിൽ കുത്തനെ തീർത്ത വെള്ള നിറത്തിലുള്ള വീടുകൾക്ക് മനോഹരമായ കൊത്തുപണികളുള്ള ബാൽക്കണിയുണ്ട്. വീടുകൾക്കു മുകളിൽ കടുത്ത വർണ്ണങ്ങളിലുള്ള പ്രാർത്ഥനക്കൊടികൾ പാറുന്നു. കുറച്ചുകൂടി മുകളിൽ, മലഞ്ചെരുവിൽ നിന്ന് ഒരു ബുദ്ധവിഹാരം ഗ്രാമത്തെ ഉറ്റുനോക്കുന്നു.

വയലുകൾക്കു നടുവിലൂടെ നടന്നു പോകുമ്പോൾ, അല്ലെങ്കിൽ വീടുകൾക്കിടയിലൂടെ വളഞ്ഞു പോകുന്ന ഇടുങ്ങിയ പാതകളിലൂടെ നടക്കുമ്പോൾ, എവിടെയും ചിരിക്കുന്ന മുഖങ്ങൾ നിങ്ങളെ സ്വാഗതം ചെയ്യും. ആ ശൂന്യതയിൽ മനുഷ്യർക്ക് സമൃദ്ധിയോടെ ജീവിക്കാൻ കഴിയുമെന്നത് അസാദ്ധ്യമായി തോന്നാം, പക്ഷേ അതിന്റെ എല്ലാ സൂചനകളും അവിടെ കാണാൻ സാധിക്കും. എല്ലാം വളരെ കരുതലോടെയാണ് ചെയ്തിരിക്കുന്നത്; മലഞ്ചെരിവുകളിൽ നിന്ന് കാർന്നെടുത്ത പടിപടിയായുള്ള വയലുകൾ; ഒരു ചിത്രകാരന്റെ കരവിരുതിനെ ഓർമ്മിപ്പിക്കുന്ന വടിവിൽ ഇടതിങ്ങിയ, കരുത്തുള്ള വിളവുകൾ.

ഓരോ വീടിനു ചുറ്റിലും പച്ചക്കറികളും ഫലവൃക്ഷങ്ങളും നട്ടുപിടിപ്പിച്ചിട്ടുണ്ട്, അവയെ ആടുകളിൽ നിന്ന് സംരക്ഷിക്കാൻ ചുറ്റിലും ചെറിയ കന്മതിൽ, അതിനു മുകളിൽ അടുപ്പ് കത്തിക്കാൻ ഉപയോഗിക്കുന്ന ചാണകം ഉണക്കാനിട്ടിരിക്കുന്നു. പരന്ന മട്ടുപ്പാവിൽ കാലിത്തീറ്റ അടുക്കടുക്കായി സൂക്ഷിച്ചിരിക്കുന്നു, തണുപ്പുകാലത്തെ ഉപയോഗത്തിനു വേണ്ടി. യാക്കിന്റെ രോമം കൊണ്ടു നെയ്ത കമ്പിളിപ്പുതപ്പിൽ ഉണക്കാനിട്ടിരിക്കുന്ന ബദാം പരിപ്പുകളും ചട്ടിയിൽ വെച്ചിരിക്കുന്ന ജമന്തിപ്പൂക്കളും ഒന്നു ചേർന്ന് ഓറഞ്ച് നിറത്തിൽ തിളങ്ങുന്നു.

ലഡാക്ക് എന്ന പേര് ഒരുപക്ഷേ റ്റിബറ്റൻ ഭാഷയിൽ “മലയിടുക്കുകളുടെ നാട്” എന്നർത്ഥം വരുന്ന ലാ-ജാഗ്സ് എന്ന വാക്കിൽ നിന്ന് വന്നതാവണം. ഹിമാലയത്തിന്റെ നിഴലിൽ കിടക്കുന്ന ലഡാക്ക് വലിയ പർവ്വതപംക്തികൾക്കിടയിൽപെട്ടു കിടക്കുന്ന ഉയർന്ന മരുപ്രദേശമാണ്. അവിടെ ആദ്യം എത്തിയ മനുഷ്യവംശജർ വടക്കെ ഇന്ത്യയിൽ നിന്നുള്ള മോൺ വർഗ്ഗക്കാരും ഗിൽജിറ്റിൽ നിന്നുള്ള ദാർദ് വർഗ്ഗക്കാരും അടങ്ങുന്ന ആര്യന്മാരായിരുന്നു എന്നാണ് നിഗമനം. ഏതാണ്ട് ക്രിസ്തുവിനു 500 വർഷങ്ങൾ മുൻപ് റ്റിബറ്റിൽ നിന്നുള്ള അനേകം മംഗോളിയൻ വംശജരും അവരോടൊപ്പം ചേർന്നു. അങ്ങനെ ആ മൂന്ന് വർഗ്ഗങ്ങളും ചേർന്നുണ്ടായ വംശത്തിന്റെ പിന്തുടർച്ചക്കാരാണ് ഇന്നത്തെ ലഡാക്കിലെ മനുഷ്യർ.

സാംസ്കാരികമായി ലഡാക്ക് ടിബറ്റിന്റെ ഭാഗമാണ്, കുഞ്ഞു ടിബറ്റ് എന്നാണ് ലഡാക്ക് അറിയപ്പെടുന്നത്. ഭാഷ, കല, വാസ്തുവിദ്യ, വൈദ്യം, സംഗീതം എല്ലാം ആ പൈതൃകത്തെ പ്രതിഫലിപ്പിക്കുന്നു. ടിബറ്റിലെ മഹായന ബുദ്ധമതമാണ് അവിടുത്തെ പ്രധാന മതം, സംപൂജ്യ ദലൈ ലാമയാണ് മതാചാര്യൻ. നൂറ്റാണ്ടുകളോളം ലഡാക്കിലെ സന്യാസി മാർ ടിബറ്റിലെ ബുദ്ധവിഹാരങ്ങളിലാണ് ശിക്ഷണം നേടിയിരുന്നത്, അതിനാൽ ആ ദേശങ്ങൾ തമ്മിൽ നിരന്തരമായ വാണിജ്യബന്ധവും ആശയങ്ങളുടെ കൈമാറ്റവും നടന്നിരുന്നു.

ടിബറ്റുമായി അടുത്ത സാംസ്കാരികബന്ധമുണ്ടായിരുന്നെങ്കിലും, ക്രിസ്തുവിനു ശേഷം ഏതാണ്ട് 950 മുതൽ 1834 വരെ ലഡാക്ക് ഒരു സ്വതന്ത്ര സാമ്രാജ്യമായിരുന്നു. അതിനു ശേഷമാണ് ഹിന്ദു ദോഗ്രമാർ ലഡാക്ക് കൈയ്യടക്കിയത്. കാശ്മീർ ദോഗ്രമാരുടെ അധീനത്തിലായ പ്പോൾ ലഡാക്കും അടുത്തുള്ള ബാൾട്ടിസ്ഥാനും ജമ്മു-കാശ്മീർ ഭരിച്ചി രുന്ന മഹാരാജാവിന്റെ കീഴിലായി. 1947-ലെ ഇന്ത്യാ-പാകിസ്ഥാൻ യുദ്ധത്തിനു ശേഷം ബാൾട്ടിസ്ഥാൻ പാകിസ്ഥാന്റെയും, ലഡാക്കിന്റെ ബാക്കി ഭാഗം ഇന്ത്യൻ സംസ്ഥാനമായ ജമ്മു-കാശ്മീരിന്റെയും ഭാഗമായി. ഇന്ത്യയും പാകിസ്ഥാനും തമ്മിലുള്ള വർദ്ധിച്ചുവരുന്ന സംഘർഷങ്ങൾ, 1950-ലെ ചൈനയുടെ ടിബറ്റ് കൈയ്യടക്കൽ, 1962-ലെ അക്സായ്-ചിൻ പ്രദേശത്തെ ചൈനയുടെ അധിനിവേശം എന്നീ കാരണങ്ങൾ കൊണ്ട് ലഡാക്ക് ഇന്ത്യയുടെ ഏറ്റവും തന്ത്രപ്രമുഖമായ പ്രദേശങ്ങളിൽ ഒന്നായി തീർന്നു.

ഋതുക്കളാണ് ലഡാക്കിലെ ജീവിതത്തിന്റെ ഗതി നിർണ്ണയിക്കു ന്നത് – ലോകത്തിലെ ജനവാസമുള്ള മറ്റേതൊരു രാജ്യത്തെക്കാളും ഇവിടെയാണ് ഋതുഭേദങ്ങൾ കൂടുതൽ അന്വർത്ഥമാകുന്നത്. വേനലിൽ സൂര്യന്റെ ചൂടിൽ വെന്തുപോകുന്ന ഭൂപ്രദേശം മുഴുവനും ശൈത്യത്തിൽ മഞ്ഞുമൂടിക്കിടക്കും. അന്തരീക്ഷത്തിലെ താപമാനം അപ്പോൾ -40 ഡിഗ്രി വരെ താഴും. കാലാവസ്ഥയുടെ തീക്ഷ്ണമായ പ്രതിഫലനങ്ങളാണ് അനുഭവപ്പെടുന്നത്: മരുഭൂമിയിലെ ശൂന്യതയിൽ നൃത്തം വെയ്ക്കുന്ന ചുഴ ലിക്കാറ്റ്; അപൂർവ്വമായി പോലും മഴ പെയ്യുന്ന മട്ടില്ല.

ലഡാക്കിലെ ഭൂരിപക്ഷവും സ്വാശ്രിതകർഷകരാണ്, ഉയർന്ന മരു ഭൂമിയിൽ അങ്ങിങ്ങായി പടർന്നു കിടക്കുന്ന ഗ്രാമങ്ങളിലാണ് അവർ അധിവസിക്കുന്നത്. ഓരോ ഗ്രാമത്തിന്റെയും വലുപ്പം പർവ്വതങ്ങളിലെ മഞ്ഞുരുകി വരുന്ന ജലത്തിന്റെ ലഭ്യതയെ ആശ്രയിച്ചാണിരിക്കുന്നത്. മലമുകളിൽ നിന്ന് ഉരുകിയെത്തുന്ന ജലത്തെ കൃഷിയിടങ്ങളിലേക്ക് ഒഴു കുന്ന നീർച്ചാലുകൾ തലമുറകൾക്കു മുൻപുതന്നെ നിർമ്മിക്കപ്പെട്ടിരുന്നു.

കുത്തനെയുള്ള പാറക്കൂട്ടങ്ങൾക്കിടയിലൂടെ ഒഴുകിവരുന്ന നീർച്ചാലുകൾക്ക് അനേകം മൈലുകൾ ദൈർഘ്യമുണ്ടാകും. വലിയ നീർച്ചാലിൽ നിന്ന് പിരിഞ്ഞൊഴുകുന്ന ചെറുചാലുകളുടെ ശൃംഖല ഓരോ ഗ്രാമത്തെയും ബന്ധിപ്പിക്കുന്നു.

10000 അടിയ്ക്കു മുകളിൽ, വർഷത്തിൽ നാലു മാസം മാത്രം കൃഷി ചെയ്യാൻ അനുകൂലമായ കാലാവസ്ഥയുള്ള സ്ഥലത്ത് എന്ത് കൃഷി ചെയ്യണമെന്ന തീരുമാനമെടുക്കാൻ ലഡാക്കിലെ ജനങ്ങൾക്ക് അധികം കഷ്ടപ്പെടേണ്ടി വരില്ല. റ്റിബറ്റൻ പീഠഭൂമിയിലെവിടെയും പോലെ ബാർലി തന്നെയാണ് പ്രധാന വിള. ബാർലി പൊടിച്ച വറുത്ത മാവു കൊണ്ടുണ്ടാക്കുന്ന വിഭവങ്ങളാണ് മുഖ്യാഹാരം. കൃഷിയിടത്തിന്റെ മൂന്നിൽ രണ്ട് ഭാഗം ബാർലിയും ബാക്കി പെട്ടെന്ന് വിളയുന്ന ഇനം ഗോതമ്പുമാണ്. അതിനു പുറമെ മിക്ക കർഷകരും ചെറിയ നിലത്തിൽ പയറും മധുരമുള്ളങ്കിയും വളർത്തുന്നു. 11000 അടിയ്ക്ക താഴെയുള്ള താഴ്വരയിൽ ആപ്രികോട്ടും വാൾനട്ടും കായ്ക്കുന്ന വലിയ മരങ്ങളുടെ തോട്ടങ്ങൾ. ഏറ്റവും ഉയരത്തിൽ ബാർലി പോലും വളരാത്ത ഗ്രാമങ്ങളിൽ ജനങ്ങൾ കന്നുകാലികളെ ആശ്രയിച്ചാണ് ജീവിക്കുന്നത്.

ശരാശരി ഒരു കുടുംബത്തിന് അഞ്ചേക്കർ ഭൂമി ഉണ്ടായിരിക്കും; വളരെ അപൂർവ്വമായി ചില കുടുംബങ്ങൾക്ക് പത്തും. കുടുംബത്തിലെ അംഗങ്ങളുടെ എണ്ണമനുസരിച്ചാണ് ഭൂമിയുടെ അളവ്, പണിയെടുക്കുന്ന ഓരോ ആൾക്കും ഒരേക്കർ എന്ന കണക്കിൽ. അതിനുമേൽ എത്ര ഭൂമിയുണ്ടെങ്കിലും പ്രയോജനമില്ല. പണിയെടുക്കാൻ സാധിക്കാത്ത നിലം കൈവശം വെയ്ക്കുന്നതുകൊണ്ട് നേട്ടം ആർക്കുമില്ല. ലഡാക്കിലെ ജനങ്ങൾ നിലം അളക്കുന്നത് അത് ഉഴാനെടുക്കുന്ന സമയത്തിന്റെ കണക്കനുസരിച്ചാണ് – കൃഷിസ്ഥലത്തിന്റെ അളവ് "ഒരു ദിവസം", "രണ്ട് ദിവസം" എന്നിങ്ങനെയാണ് പറയപ്പെടുന്നത്.

ലഡാക്കിലെ സമ്പദ്‌വ്യവസ്ഥയുടെ കേന്ദ്രബിന്ദുവാണ് മൃഗങ്ങൾ. അവയാണ് പ്രധാന ഇന്ധനമായ ചാണകം നൽകുന്നത്, കൂടാതെ ഗതാഗതം, കൃഷിപ്പണി, കമ്പിളി, പാൽ എന്നിവയ്ക്കൊക്കെ ജനങ്ങൾ അവയെ ആശ്രയിക്കുന്നു. ആട്, ചെമ്മരിയാട്, കഴുത, കുതിര, പശു, കൂടാതെ പ്രശസ്തമായ യാക് എന്നിവയാണ് ഏറ്റവും കൂടുതൽ കണ്ടുവരുന്ന വളർത്തുമൃഗങ്ങൾ. കന്നുകാലിയും യാക്കും ഇണചേർന്നുണ്ടായ *സോ* ആണ് ഉഴാനും ഭാരം വലിക്കാനും ഉപയോഗിക്കപ്പെടുന്ന ഏറ്റവും പ്രധാനപ്പെട്ട വളർത്തുമൃഗം.

15000 മുതൽ 18000 അടിവരെയുള്ള ഉയരത്തിൽ ഹിമാനികൾക്കരികിലായി കാണപ്പെടുന്ന പുൽമേടുകളാണ് മേച്ചിൽപ്രദേശങ്ങൾ.

സൻസ്കാറിലെ ഫോടോസ്കാർ എന്ന ഗ്രാമം.

അവിടെ വേനൽക്കാലത്ത് കാട്ടുചെടികളും മലമ്പ്രദേശങ്ങളിൽ മാത്രം കാണുന്ന പൂക്കളും പെട്ടെന്ന് തിങ്ങി വളരും. യൂറോപ്പിലെ മിതശീതോഷ്ണ പ്രദേശങ്ങളിൽ നിന്ന് വ്യത്യസ്തമായി അവിടുത്തെ ഉയരം കൂടിയ ഊഷര ഭൂമിയിൽ കൂടുതൽ പച്ചപ്പ് കണ്ടുവരുന്നു. അതിനു പുറമെ നീലനിറമുള്ള ചെമ്മരിയാട്, അപൂർവ്വമായി മാത്രം കാണാൻ സാധിക്കുന്ന ഹിമപ്പുലി, ചെന്നായ തുടങ്ങി പലതരം വന്യമൃഗങ്ങളും അവിടെയുണ്ട്. മൃഗങ്ങളെ ശുശ്രൂഷിച്ചും അവയുടെ ചാണകം ശേഖരിച്ചും ശൈത്യകാലത്തേക്കു വേണ്ടി പാൽക്കട്ടിയും വെണ്ണയും മറ്റുമുണ്ടാക്കിയും ജൂലായ് മുതൽ സെപ്റ്റംബർ വരെ ചില കുടുംബാംഗങ്ങൾ അവിടെ പാർത്തുവരുന്നു.

ലണ്ടനിലെ സ്കൂൾ ഓഫ് ഓറിയന്റൽ ആൻഡ് ആഫ്രിക്കൻ സ്റ്റഡീസിനു വേണ്ടി ലഡാക്കിലെ പ്രാദേശികഭാഷയെക്കുറിച്ച് പഠനം നടത്തിയും നാടോടിക്കഥകൾ ശേഖരിച്ചുമാണ് അവിടുത്തെ എന്റെ ആദ്യവർഷങ്ങൾ ഞാൻ ചിലവിട്ടിരുന്നത്. റ്റിബറ്റൻ ഭാഷയാണ് എല്ലാ മതഗ്രന്ഥങ്ങളിലും ഉപയോഗിച്ചിരിക്കുന്ന എഴുത്തുഭാഷ. എന്നാൽ റ്റിബറ്റൻ ഭാഷയുടെ ഒരു വകഭേദമായി കണക്കാക്കപ്പെടുന്നെങ്കിലും പ്രാദേശിക ലഡാക്കി സംസാരഭാഷ ഒരു തനിഭാഷ എന്ന നിലയിൽ വ്യത്യസ്ത പുലർത്തുന്നു. പരമ്പരാഗതമായി അത് ഒരു വാമൊഴി ഭാഷയായി തുടരുകയായിരുന്നു. വളരെക്കാലം ഗെയ്ലോങ്ങ് പൽദാൻ എന്ന ബുദ്ധസന്ന്യാസിയോടൊപ്പം ഞാൻ ഒരു ലഡാക്കി-ഇംഗ്ലീഷ് ഡിക്ഷ്ണറി തയ്യാറാക്കുന്ന ശ്രമത്തിലേർപ്പെട്ടിരുന്നു, അതിനുവേണ്ടി ആദ്യമായി

മന്ഗ്യൂ എന്ന ഗ്രാമം. ഒരു വീട് മുതൽ നൂറിലധികം വീടുകൾ വരെയുള്ള ചെറിയ ഗ്രാമങ്ങളാണ് ലഡാക്കിലുള്ളത്.

ഞാൻ ലഡാക്കി ഭാഷയ്ക്ക് ടിബറ്റൻ ലിപി ഉപയോഗിച്ചു. ലോകത്തിലെ ഏറ്റവും കഷ്ടതയേറിയ ഭാഷകളിലൊന്നിന്റെ സങ്കീർണ്ണമായ വ്യാകരണത്തിന്റെ കുരുക്കഴിക്കുന്നതിൽ ലഡാക്കിലെ പ്രശസ്ത പണ്ഡിതനായ താഷി റബ്ഗ്യസ് ആണ് എനിക്ക് വഴികാട്ടിയത്. അവർ രണ്ടുപേരും പെട്ടെന്നുതന്നെ എന്റെ ഉറ്റസുഹൃത്തുക്കളുമായി തീർന്നു.

കാഴ്ചയ്ക്ക് ഗൌരവമുള്ള, സൌമ്യമായി സംസാരിക്കുന്ന, സൂക്ഷ്മമായ നർമ്മബോധമുള്ള പൽദാന് മുപ്പതിന് മേലെയാണ് പ്രായം. ശ്രീലങ്കയിൽ ബുദ്ധസന്ന്യാസിയായി കുറച്ചുകാലം ചിലവിട്ടതിനു ശേഷം അദ്ദേഹം പല വർഷങ്ങൾ മദ്ധ്യ ടിബറ്റിലെ ആശ്രമങ്ങളിൽ വസിച്ചിരുന്നു. താഷിക്ക് പൽദാനെക്കാൾ പതിനഞ്ച് വയസ്സ് കൂടുതലുണ്ടായിരുന്നു. ഒരു സന്ന്യാസിയായിരുന്നില്ലെങ്കിലും അദ്ദേഹം ലഡാക്കിലെ ഏറ്റവും ബഹുമാന്യനായ ബുദ്ധചിന്തകനായിരുന്നു. ഓജസ്സുറ്റ താഷിയുടെ മുഖം എപ്പോഴും ഹാർദ്ദമായ ചിരികൊണ്ട് പ്രകാശിച്ചിരുന്നു. താഷിക്ക് ഒന്നും വിരസമായിരുന്നില്ല; ഐൻസ്റ്റീന്റെ ആപേക്ഷികതാസിദ്ധാന്തം മുതൽ ലഡാക്കി ഭാഷയിലെ ക്രിയാരൂപങ്ങൾ വരെയുള്ള വിഷയങ്ങളെക്കുറിച്ചുള്ള ചർച്ചകളെ താഷി തന്റെ ആവേശവും ആനന്ദവും കൊണ്ട് അർത്ഥപൂർണ്ണമാക്കിയിരുന്നു. ഒരു പണ്ഡിതനെന്നതിനു പുറമെ അദ്ദേഹം തന്റെ കവിതകളും ഗാനങ്ങളും വഴി ലഡാക്കികൾക്ക് പ്രിയങ്കരനായി. ഞങ്ങൾ

സഹപ്രവർത്തകരായതിനുശേഷം അദ്ദേഹം എനിക്കായി ലഡാക്കി ഭാഷയിലെഴുതിയ ഒരു ഗീതം പിന്നീട് ഇംഗ്ലീഷിലേക്ക് തർജ്ജമ ചെയ്യപ്പെടുകയുണ്ടായി:

നിന്റെ ജന്മഗേഹമാം യൂറോപ്പിലെങ്ങും സമൃദ്ധി,
ഭൌതികാഭിവൃദ്ധി, വ്യവസായ-സാങ്കേതികത്തികവ്
ഐഹികസുഖമാണെങ്ങും, കൂടെ
തിരക്ക്, സാഹിതി, ശാസ്ത്രമഭ്യുന്നതി
ഇവിടെ പുരോഗതിയില്ലൊട്ടുമേ, യാകിലും
മാനസോല്ലാസം സമാധാനം നിശ്ചയം
സാങ്കേതികത അറിഞ്ഞവരല്ല ഞങ്ങൾ,
ശ്രദ്ധധർമ്മത്തിൻ പാതയറിയുവോർ
ബുദ്ധ-ലാമമാർതൻ വിവേകമിയന്ന മൊഴി-
ക്കൊപ്പമില്ലൊരു വാക്കുമീയുലകിൽ
അലങ്കാരത്തിൻ വർണ്ണപ്പൊലിമയ്ക്കു
പിന്നിൽ ആരുമറിവീലയുണ്മയെ
സുഖസമൃദ്ധിയും സമ്പത്തധികാരവും
വേണ്ടുവോളമുള്ളോനും നിത്യസത്യമേ മൃതി
ആ നേരം കർമ്മമൊന്നുതാൻ തുണയാവതേവർക്കും
സുഖദുഃഖങ്ങൾ നന്മതിന്മകളാൽ സൃഷ്ടം
ധാർമ്മിക സത്യമറിയാമനസ്സിൽ
മതിഭ്രമദ്വന്ദ്വം ബാക്കി
ഇന്നു നീ ശ്രദ്ധയാർത്ഥി
ചെയ്തീടുക നിൻ കർമ്മം
എൻ വാക്കിൽ മറവാകും സത്യം
പുറത്തുവന്നീടുമൊരുനാൾ നിശ്ചയം.

എന്റെ പ്രഥമശ്രദ്ധ ലഡാക്കി ഭാഷയിൽത്തന്നെ കേന്ദ്രീകരിച്ചിരുന്നപ്പോഴും, അവിടുത്തെ മനുഷ്യരും അവരുടെ മൂല്യങ്ങളും ലോകത്തെക്കുറിച്ചുള്ള അവരുടെ കാഴ്ചപ്പാടുകളും എന്നെ കൂടുതൽ കൂടുതൽ ആകർഷിച്ചുകൊണ്ടിരുന്നു. എന്തുകൊണ്ട് അവർ എല്ലായ്പ്പോഴും പുഞ്ചിരിതൂകുന്നു? ഇത്ര കഠിനമായ പരിസ്ഥിതിയിൽ പോലും അവർ എങ്ങനെ സുഖവും സന്തോഷവും കണ്ടെത്തുന്നു?

ലഡാക്കിലെ പരമ്പരാഗത ജീവിതത്തെക്കുറിച്ചുള്ള എന്റെ ആദ്യപരിചയം ഹെമിസ് ശുക്പചൻ എന്ന ഗ്രാമത്തിൽ നിന്നുള്ള സോനം എന്ന ചെറുപ്പക്കാരനിലൂടെയായിരുന്നു. അഞ്ചടി രണ്ടിഞ്ച് മാത്രം ഉയരമുള്ള അയാളെ എല്ലാവരും ഉയരം കുറഞ്ഞവൻ എന്നർത്ഥത്തിൽ ബാല്യ

എന്നു വിളിച്ചിരുന്നു. വിദ്യാഭ്യാസവകുപ്പിൽ ക്ലർക്കായി ജോലി ചെയ്തിരുന്ന സോനത്തിന്റെ കുടുംബം ഗ്രാമത്തിലായിരുന്നു താമസിച്ചിരുന്നത്. ഞാൻ ലഡാക്കിലെത്തി കുറച്ചു ദിവസങ്ങൾക്കുള്ളിൽ സോനത്തിന് വീട്ടിലേയ്ക്ക് പോകേണ്ടിയിരുന്നു, അപ്പോൾ അയാൾ എന്നെയും ഒപ്പം വരാൻ ക്ഷണിച്ചു.

ഞങ്ങൾ ആദ്യം സന്ദർശിച്ച സ്ഥലം റിഡ്സോങ്ങ് എന്ന ബുദ്ധവിഹാരമായിരുന്നു, അവിടുത്തെ താക്കോൽ സൂക്ഷിപ്പുകാരനായ തണ്ഡുപ് സോനത്തിന്റെ സഹോദരനായിരുന്നു. ലഡാക്കിലെ ബുദ്ധവിഹാരങ്ങളിൽ വച്ചേറ്റവും മതിക്കപ്പെട്ടുന്നത് റിഡ്സോങ്ങായിരുന്നു. റ്റിബറ്റൻ മഹായാനാ ബുദ്ധമതക്കാർക്കിടയിൽ *മഞ്ഞത്തൊപ്പി* എന്നറിയപ്പെട്ടുന്ന വിഭാഗക്കാരുടെ പിന്തുടർച്ചക്കാരായിരുന്നു റിഡ്സോങ്ങിലെ സന്ന്യാസിമാർ. സാമൂഹികപരിഷ്കർത്താവായ സോങ്ങ്കാപാ പതിനാറാം നൂറ്റാണ്ടിൽ സ്ഥാപിച്ച വിഭാഗമായിരുന്നു അത്. അതിനു മുൻപുണ്ടായിരുന്ന *ചുവന്നതൊപ്പി*ക്കാരെക്കാൾ പൊതുവെ കൂടുതൽ അച്ചടക്കമുള്ളവരെന്നാണ് അവർ അറിയപ്പെട്ടിരുന്നത്. അക്കൂട്ടത്തിൽ ഏറ്റവും വിട്ടുവീഴ്ചയില്ലാത്ത ആശ്രമം എന്ന ഖ്യാതിയും റിഡ്സോങ്ങിനായിരുന്നു.

അമ്പരപ്പുളവാക്കുന്ന ഒരു കെട്ടിടത്തിലായിരുന്നു ആശ്രമം സ്ഥിതി ചെയ്തിരുന്നത്. വരണ്ട പർവ്വതത്തിനുള്ളിലേക്ക് ആഴത്തിൽ ഇറക്കിക്കെട്ടിയിരുന്ന ആശ്രമത്തിന്റെ ഭാരിച്ച ചുമരുകൾക്കുള്ളിൽ നിശ്ശബ്ദത തളംകെട്ടിനിന്നിരുന്നു. ചുമരുകളുടെ ചുമന്ന നിറം പാറകളോട് അലിഞ്ഞു ചേർന്നിരുന്നു. താഴ്വാരത്തിൽ നിന്ന് ആശ്രമകവാടത്തിലേക്കു നയിക്കുന്ന മലഞ്ചെരുവിലെ കുത്തനെ പോകുന്ന വളഞ്ഞുപുളഞ്ഞ പാതയിലെങ്ങും വരിവരിയായി ചുവന്ന അങ്കി ധരിച്ച രൂപങ്ങൾ ദൃശ്യമായിരുന്നു. ദൂരെ നിന്ന് ഒരു ജാഥ പോലെ തോന്നിയെങ്കിലും, അടുത്തെത്തിയപ്പോൾ കണ്ടത് സന്ന്യാസിമാർ കല്ലെടുത്തു മാറ്റുന്നതും, ചെമ്മണ്ണും പാറകളും നീക്കി വഴിവെട്ടുന്നതുമായിരുന്നു; ഒരു കൊടുങ്കാറ്റ് പാതയുടെ പല ഭാഗങ്ങളിലും നാശം വിതച്ചിരുന്നു. അതുവരെ അവരുടെ കഠിനവ്രതത്തെക്കുറിച്ചു മാത്രമെ ഞാൻ കേട്ടിരുന്നുള്ളൂ, എന്നാൽ അവിടെ അവർ പണിയെടുക്കുന്നതിനിടയിൽ പാട്ടു പാടുകയും തമാശപറയുകയുമൊക്കെ ചെയ്യുന്നതു കണ്ടപ്പോൾ എനിക്ക് അത്ഭുതം തോന്നി.

റിഡ്സോങ്ങിൽ നിന്ന് ഹെമിസ് ശുക്പചാനിലേക്ക് നാലു മണിക്കൂർ നടക്കാനുള്ള ദൂരമുണ്ടായിരുന്നു. ഹെമിസിൽ നിന്നു തന്നെയുള്ള നോർബു എന്നു പേരുള്ള മറ്റൊരു വൃദ്ധനായ സന്ന്യാസിയും ഞങ്ങളോടൊപ്പം വന്നു. അല്പം കഷണ്ടികയറിയ തലയും തിളങ്ങുന്ന പല്ലുകൾ കാട്ടിയുള്ള മനോഹരമായ ചിരിയുമായിരുന്നു അദ്ദേഹത്തിന്റെ

പ്രത്യേകത. ഞങ്ങൾ സഞ്ചരിച്ച വഴിയിൽ 13000 അടി ഉയരത്തിൽ ഒരു മലയിടുക്ക് ഉണ്ടായിരുന്നു; തരിശുനിലങ്ങളിലെ മണ്ണും പാറകളും സൂര്യന്റെ ചൂടേറ്റ് എരിയുകയായിരുന്നു. തലവേദനയുണ്ടായിരുന്നെങ്കിലും അത് വകവെയ്ക്കാതെ നോർബു തന്റെ സ്വതസിദ്ധമായ ചിരിയോടെ മന്ത്രങ്ങളും വിശുദ്ധ അശ്വത്തിന്റെ പടവും രേഖപ്പെടുത്തിയ പ്രാർത്ഥനക്കൊടി മലയിടുക്കിനു മുകളിലെ വഴിയടയാളത്തിൽ കെട്ടിവെയ്ക്കുന്നതിൽ വ്യാപൃതനായി. ഊതനിറമുള്ള പാറക്കെട്ടുകൾ നിറഞ്ഞ പർവ്വതനിരകൾക്കിടയിൽ ഗ്രാമത്തിലെ പാടങ്ങൾ പച്ചനിറത്തിൽ ചുരുണ്ടുകിടക്കുന്ന പാമ്പിനെപ്പോലെ തോന്നി.

കുത്തനെ പാറക്കെട്ടുകൾ തിങ്ങിയ വഴിയിൽക്കൂടി ലഡാക്കികൾ കല്ലുപാകിയ നിരത്തിലെന്നതു പോലെ നടന്നു കയറിക്കൊണ്ടിരുന്നു. കുറച്ച് പിന്നിട്ടപ്പോൾ ഹെമിസ് ഗ്രാമം കാഴ്ചയിൽ തെളിഞ്ഞു വന്നു; നെട്ടുകെ നീണ്ടുനിവർന്നു നിൽക്കുന്ന പോപ്ലാർ മരങ്ങൾ, സായാഹ്നസൂര്യന്റെ വെളിച്ചത്തിൽ സ്വർണ്ണനിറമാർന്ന വെള്ളതേച്ച വീടുകൾ, ചുറ്റിലും പച്ചനിറത്തിൽ വിളവുകൾ നിറഞ്ഞ പാടങ്ങൾ. മണ്ണൊലിപ്പ തടയാൻ വേണ്ടി തലമുറകളുടെ പ്രയത്നം കൊണ്ട് നിർമ്മിക്കപ്പെട്ട ഉണങ്ങിയ കന്മതിലുകൾക്കരികിലൂടെ ഞങ്ങൾ നടന്നു. റ്റിബറ്റൻ ആചാരപ്രകാരം ബുദ്ധമതത്തിന്റെ അടയാളമായി കരുതപ്പെടുന്ന ചോർറ്റൻ എന്ന പ്രവേശദ്വാരത്തെ ചുറ്റിവളഞ്ഞ് വേണം ഗ്രാമത്തിനുള്ളിൽ കടക്കാൻ.

ചതുരംഗത്തിലെ കാലാൾപടയാളിയുടെ രൂപത്തിലുള്ള ഭീമാകാരങ്ങളായ ചോർറ്റനുകൾ ഓരോ ഗ്രാമത്തിന്റെയും അതിർത്തിയെ അലങ്കരിക്കുന്നു. കളിമണ്ണും കല്ലും കൊണ്ട് നിർമ്മിച്ച് വെള്ളതേച്ച ആ പ്രവേശദ്വാരങ്ങൾ ഇരുപതടിയോളം ഉയരത്തിൽ മുകളിലേക്ക് കൂർത്ത് ഒരു ഗോപുരത്തിന്റെ രൂപത്തിൽ നിലകൊള്ളുമ്പോൾ മണ്ണിൽ നിന്ന് പർവ്വതങ്ങൾ ഉയർന്നു വരുന്നത് പോലെ തോന്നും. സവിശേഷതയുള്ള ആ ഘടന ബുദ്ധന്റെ അടിസ്ഥാനപ്രമാണങ്ങളെയാണ് പ്രതിനിധാനം ചെയ്യുന്നത്. സൂര്യനെ താങ്ങിനിറുത്തുന്ന ചന്ദ്രക്കല ജീവിതത്തിന്റെ ഏകത്വത്തെയും ദ്വന്ദ്വത്തിന്റെ അന്ത്യത്തെയും ബിംബവത്കരിക്കുന്നു. തമ്മിൽ വളരെ അകന്നിരിക്കുന്നവർ എന്നു തോന്നിപ്പിക്കുന്ന സൂര്യചന്ദ്രന്മാർ പോലും ഇണപിരിയാത്തവിധം ബന്ധപ്പെട്ടിരിക്കുന്നുവെന്ന് അത് നമ്മെ ഓർമ്മിപ്പെടുത്തുന്നു.

ഗ്രാമത്തിലെത്തിയ ഞങ്ങൾ പരന്ന മട്ടുപ്പാവുള്ള വലിയ വീടുകൾക്കിടയിലൂടെയുള്ള ഇടുങ്ങിയ വഴികളിലൂടെ നടന്നു, ആപ്രിക്കോട്ടും പച്ചക്കറികളും വളർന്നു നിൽക്കുന്ന തോട്ടങ്ങൾ കടന്ന് മുകളിലേക്ക് കയറി. ഭയലേശമന്യേ, സൌഹാർദ്ദഭാവത്തോടെ ധാരാളം കുട്ടികൾ

ചോർറ്റനുകൾ, അഥവാ സ്തൂപങ്ങൾ, ടിബറ്റൻ ബുദ്ധമതത്തിന്റെ സർവ്വവ്യാപിയായ അടയാളങ്ങളാണ്

ഞങ്ങളുടെ അരികിലേക്ക് ഓടിയെത്തി. സ്ത്രീകൾ ഉത്സാഹത്തോടെ സംസാരിച്ചുകൊണ്ട് കമ്പിളി നെയ്തുകൊണ്ടിരുന്നു, ചുവന്നുതുടുത്ത കുഞ്ഞുങ്ങൾക്ക് ചില അമ്മമാർ മുലയൂട്ടിക്കൊണ്ടിരുന്നു. ചുളിവുകൾ വീണ മുഖമുള്ള വൃദ്ധന്മാർ, നീളത്തിൽ പിന്നിയിട്ട കറുത്ത മുടിയുള്ള ചെറിയ പെൺകുട്ടികൾ, അമ്മയാടിനെ മൂക്ക് കൊണ്ടുരുമ്മി നിൽക്കുന്ന കുഞ്ഞാട് ഇത്തരം ഗ്രാമദൃശ്യങ്ങൾ കണ്ടുകൊണ്ട് ഞങ്ങൾ നടന്നു നീങ്ങി. ചിലർ "നമസ്കാരം, സുഖമാണോ?" അല്ലെങ്കിൽ "എവിടെ പോകുന്നു" എന്നൊക്കെ കുശലം അന്വേഷിക്കുന്നുണ്ടായിരുന്നു.

സോനത്തിന്റെ വീട്ടിലെത്തിയ ഞങ്ങൾ കല്ലുകൊണ്ടുള്ള പടികൾ കയറി വീടിന്റെ ഒന്നാം നിലയിലെത്തി. സോനം എന്നെ അടുക്കളയിലേക്കാണ് ആദ്യം കൊണ്ടുപോയത്. പുറത്തെ വെളിച്ചത്തിൽ നിന്നു വന്ന എനിക്ക് അല്പനേരം അടുക്കളയിലെ ഇരുട്ടിൽ ഒന്നും വ്യക്തമായി കാണുവാൻ കഴിഞ്ഞില്ല. കുറഞ്ഞത് മുപ്പത് അടിയെങ്കിലും നീളമുള്ള ആ മുറിയുടെ കനത്ത ചുമരുകളിൽ ചെറിയ ദ്വാരങ്ങൾ പോലെ അവിടവിടെ ജനാലകൾ. എരിഞ്ഞുകൊണ്ടിരുന്ന അടുപ്പിൽ നിന്നുള്ള പുക മുറിയിൽ

പടർന്നിരുന്നു. പിച്ചളയും ചെമ്പും കൊണ്ട് നിർമ്മിച്ച കുടങ്ങൾ വരിവരിയായി ഇരുണ്ട ചുമരിന്റെ പശ്ചാത്തലത്തിൽ തിളങ്ങിക്കൊണ്ടിരുന്നു.

സോനത്തിന്റെ അമ്മ സെറിങ് ദോൽക്കർ അടുപ്പിനു മുകളിൽ വെച്ച ഒരു വലിയ ചരുവത്തിൽ എന്തോ ഇളക്കിക്കൊണ്ടിരുന്നു. തല ചെരിച്ചുകൊണ്ടുള്ള ഒരു പ്രത്യേക ആംഗ്യവും ഹാർദ്ദവമായ ചിരിയും കൊണ്ട് അവർ ഞങ്ങളെ സ്വാഗതം ചെയ്തു. സോനം എന്നെ അവർക്ക് പരിചയപ്പെടുത്തി, എന്നിട്ട് അവരുടെ ആചാരമര്യാദയ്ക്കനുസൃതമായി വീട്ടിലെ മുതിർന്ന വ്യക്തിക്കു വേണ്ടി നീക്കിവെച്ചിരിക്കുന്ന അടുപ്പിന്റെ തൊട്ടടുത്തുള്ള സ്ഥലത്ത് എന്നോട് ഇരിക്കാൻ പറഞ്ഞു. ചുമരരികിലായി നിലത്ത് വിരിക്കപ്പെട്ട മെത്തപ്പായകൾക്കു മീതെയാണ് ഞങ്ങൾ ഇരുന്നത്. മുന്നിൽ ഉയരം കുറഞ്ഞ മേശകൾ. ആദ്യമായി ഉപ്പുരസം കലർന്ന വെണ്ണച്ചായയാണ് കുടിച്ചത് – അത്യപൂർവ്വമായ സ്വാദ്! പലതരം ചിത്രപ്പണികളാൽ അലങ്കൃതമായ പിച്ചള കൊണ്ടുണ്ടാക്കിയ ചായക്കോപ്പിന്റെ ഉൾവശം വെള്ളിപൂശിയതായിരുന്നു. വ്യാളിയുടെ രൂപത്തിൽ തീർത്ത പിടിയും മൂക്കും. സോനത്തിന്റെ അമ്മാവൻ ഹുന്റ്സോഗ് ഒരു ചെറിയ പെൺകുട്ടിയെ തുണിക്കുള്ളിൽ വെച്ച് ചുമലിൽ ചുറ്റിക്കൊണ്ട് മുന്നോട്ടും പിന്നോട്ടും നടന്ന് താരാട്ടി ഉറക്കുന്നു. അമ്മൂമ്മ (അബി-ലെ) കൈയിലെ പഴകിത്തേഞ്ഞ ജപമാലയിലൂടെ വിരലുകളോടിച്ച് ഒരു മന്ത്രം ജപിച്ചുകൊണ്ടിരുന്നു, "ഓം മണിപദ്മേഹം, ഓം മണിപദ്മേഹം..." അവിടെയുണ്ടായിരുന്ന എല്ലാവരുമായും ഞാൻ വളരെ പെട്ടെന്ന് ഇണങ്ങിച്ചേർന്നു, കാരണം വളരെ ശാന്തവും കാര്യമാത്രപ്രസക്തവുമായ അടുപ്പത്തോടെയാണ് അവർ തികച്ചും അപരിചിതയായ എന്നെ സ്വീകരിച്ചത് – ആ അടുക്കളയിൽ മുൻപ് പലവട്ടം ഇരുന്നിരുന്നു എന്ന് എനിക്ക് തോന്നി.

2
ഭൂമിയോടൊത്തുള്ള ജീവനം

വിളവ് നിറഞ്ഞ് ഭാരത്താൽ ഉഴവുചാലിൽ വീഴട്ടെ
നൂറ് യുവാക്കൾക്ക് കൊയ്യാനാകാത്തത്ര കനത്തിൽ വിളയട്ടെ.
നൂറ് യുവതികൾക്ക് ചുമക്കാൻ കഴിയാത്തവിധം
ഫലനമുള്ളതാകട്ടെ.
ലഡാക്കിലെ കൊയ്ത്തുപാട്ട്

കൃഷിഭൂമി സ്ഥിതിചെയ്യുന്ന സ്ഥലത്തിന്റെ ഉയരമനുസരിച്ച് ഫെബ്രുവരി മുതൽ ജൂൺ വരെയാണ് ലഡാക്കിൽ കൃഷി ആരംഭിക്കുന്ന സമയം. കാവ്യചാരുത നിറഞ്ഞതാണ് ആ കാലം. സൂര്യന്റെ രേഖ മുകളിലേയ്ക്കുയരും തോറും താഴ്വര സജീവമായിക്കൊണ്ടിരിക്കും. ഗ്രാമത്തിന്റെ കിഴക്കുഭാഗത്ത് ഏറ്റവും ഉയരമുള്ള പ്രദേശത്തിൽ കല്ലുകൾ കൂട്ടി സ്ഥാപിക്കപ്പെട്ട ഒരു സ്മാരകസ്തംഭമാണ് കൃഷിയുടെ കാലഗണനയ്ക്ക് സഹായകരമായി വർത്തിക്കുന്നത്. അതിന്റെ നിഴൽ പ്രത്യക്ഷപ്പെടാൻ തുടങ്ങുന്ന ദിവസം മുതൽ പ്രാരംഭപ്രവർത്തനങ്ങൾ ആരംഭിക്കും. വിത, നന, കൊയ്ത്ത് എന്നിവയ്ക്കുള്ള സമയങ്ങൾ നിഴലിന്റെ പാതയുടെ വ്യതിയാനത്തെ അടിസ്ഥാനമാക്കി പല സ്ഥലങ്ങളിൽ അടയാളപ്പെടുത്തിയിട്ടുണ്ട്. വിതയ്ക്കുള്ള സമയമെത്തുമ്പോൾ ഗ്രാമത്തിലെ ജ്യോത്സ്യനുമായി ബന്ധപ്പെട്ട് ഭൂമിയുടെയും ജലത്തിന്റെയും ഭൂതഗണങ്ങളുടെ ചേർച്ച നോക്കി ഒരു നല്ല ദിവസം കുറിക്കും. ആ ദിവസം തിരഞ്ഞെടുക്കപ്പെട്ട അനുയോജ്യനായ ഒരു വ്യക്തിയാണ് ആദ്യത്തെ വിത്ത് വിതയ്ക്കുക.

അടുത്തതായി മണ്ണിരകൾ, മീനുകൾ, ഭൂതഗണങ്ങൾ എന്നിങ്ങനെ ഭൂമിയുടെയും ജലത്തിന്റെയും ദേവതകളെ പ്രസാദിപ്പിക്കലാണ്.

അവർക്ക് പെട്ടെന്ന് കോപം വരാനിടയുണ്ട്; മൺവെട്ടി കൊണ്ട് കിളയ്ക്കുന്നതും പാറ പൊട്ടിക്കുന്നതും മുതൽ വെറുതെ മണ്ണിനു മുകളിലൂടെ നടക്കുന്നതു വരെ അവരുടെ ശാന്തി നഷ്ടപ്പെടുത്തുന്നു എന്നാണ് വിശ്വാസം. വിതയ്ക്കുന്നതിനു മുൻപ് അവരെ തൃപ്തിപ്പെടുത്താനായി ഗ്രാമത്തിൽ ഒരു സദ്യ ഒരുക്കും. ഒരു ദിവസം മുഴുവനും ഒരു സംഘം സന്യാസിമാർ പ്രാർത്ഥനാമന്ത്രങ്ങൾ ഉരുവിടും; ആ സമയം ആരും മദ്യവും മാംസവും കഴിക്കുകയില്ല. ഗ്രാമാതിർത്തിയിലെ വൃക്ഷത്തോട്ടത്തിൽ കളിമണ്ണുകൊണ്ട് നിർമ്മിച്ച ചെറിയ കുനയ്ക്ക് മീതെ ദേവതകൾക്കായി പാൽ അർപ്പിക്കും; സായാഹ്നത്തിൽ മറ്റ് നിവേദ്യങ്ങളും നീർച്ചാലിൽ ഒഴുക്കും.

കഴുതപ്പുറത്തു കയറ്റി കൊണ്ടു വന്ന ജൈവവളം ഏതാനും ആഴ്ചകൾക്കു മുൻപ് തന്നെ വയലരികിൽ അടുക്കിവെച്ചിട്ടുണ്ടാകും. നിശ്ചയിക്കപ്പെട്ട ദിവസം അതിരാവിലെ ആദ്യം സ്ത്രീകൾ ആ വളമെടുത്ത് ഉഴവുചാലിൽ വിതറാൻ തുടങ്ങും. സൂര്യനുദിക്കുമ്പോഴേക്കും മറ്റു കുടുംബാംഗങ്ങളും വയലിൽ എത്തിച്ചേരും. ആണുങ്ങൾ രണ്ടു പേർ കലപ്പയേന്തി നിൽക്കും; മുന്നിൽ ഒരു ജോടി *സോ* കന്നുകാലികൾ നിൽക്കുന്നുണ്ടാകും, അവയെ നയിക്കുന്ന കുട്ടികൾ ആ വലുപ്പത്തിനു മുന്നിൽ തീരെ ചെറിയവരായി തോന്നും. ജോലിയും ആഘോഷവും ഒന്നാണ് അവിടെ. വെള്ളിപൂശിയ കോപ്പകളിൽ നിന്ന് ആളുകൾ ഛാങ്ങ് എന്നു പേരുള്ള വാറ്റിയ ബാർലി വെള്ളം കുടിക്കുമ്പോൾ കാറ്റിൽ ആഘോഷത്തിന്റെ മർമ്മരം അലിഞ്ഞു ചേരും. തവിട്ടുകലർന്ന ചുവപ്പുനിറമുള്ള വസ്ത്രമണിഞ്ഞ് ഒരു സന്യാസി ഏതോ മതഗ്രന്ഥത്തിലെ ശ്ലോകങ്ങൾ ഉരുവിട്ടുകൊണ്ടിരിക്കും. വയലുകളിലെങ്ങും അലയടിക്കുന്ന ചിരിയും പാട്ടും; ശൈത്യത്തിന്റെ സംഹാരത്തിന് അന്ത്യമായി എന്നതിന്റെ അടയാളമാണത്.

നുകം വെച്ചിട്ടുള്ള *സോ-യ്ക്ക്* അല്പം പരുക്കൻ സ്വഭാവമുണ്ടെങ്കിലും അവ പെട്ടെന്ന് ഇണങ്ങും; ഒരു ധൃതിയും പ്രകടിപ്പിക്കുകയില്ല. ഒട്ടും പ്രയാസപ്പെടാതെ അവ കലപ്പ വലിച്ചു തുടങ്ങുമ്പോൾ പിന്നിൽ നടക്കുന്നവർ പാട്ടുപാടിക്കൊണ്ട് വിത്തെറിഞ്ഞു തുടങ്ങും:

മഞ്ജുശ്രീ, ജ്ഞാനസ്വരൂപിണീ, കേൾക്ക നീ
ദൈവങ്ങളേ, ആത്മാക്കളേ, ഭൂദേവകളേ, കേൾക്ക
ഒരു വിത്തിൽ നിന്നു വളരട്ടെ നൂറ് തൈകൾ
രണ്ടിൽ നിന്നായിരവും
യുഗ്മങ്ങളായിടട്ടെ ധാന്യമണികളത്രയും.
നൽകീടുകാവോളം, ബുദ്ധ-
ബോധിസത്വരെ ധ്യാനിക്കാൻ പ്രാപ്തരാകട്ടെ ഞങ്ങൾ,
സംഘമിത്രങ്ങൾക്കും നിസ്വർക്കും ആശ്രയമേകമാറാകട്ടെ!

വിത്ത് വിതച്ചു കഴിഞ്ഞാൽ പിന്നെ കൃഷിക്ക് ഉടനടി കൂടുതൽ ശ്രദ്ധയുടെ ആവശ്യമില്ല, പൊതുവെ ഓരോരുത്തരായി ഊഴമെടുത്ത് നനയ്ക്കുക മാത്രമേ വേണ്ടൂ. ഓരോ ഗ്രാമത്തിൽ നിന്നും തിരഞ്ഞെടുക്കപ്പെട്ട *ചർപ്പൻ* എന്നയാൾക്കായിരിക്കും ജലസേചനത്തിനുള്ള ഉത്തരവാദിത്തം. വെള്ളത്തിന്റെ ഒഴുക്ക് നിയന്ത്രിക്കുക, ചാലുകൾ അടയ്ക്കുകയും തുറക്കുകയും ചെയ്യുക എന്നീ കാര്യങ്ങളുടെ ചുമതല അയാൾക്കാണ്. ഓരോ വീട്ടുകാർക്കും ആഴ്ചതോറും ചാലുകളെ തങ്ങളുടെ പാടങ്ങളിലേക്ക് തിരിച്ചുവിടാനുള്ള സമയം നേരത്തെ നിശ്ചയിക്കപ്പെട്ടിരിക്കും.

ഒരു അമ്മയും അവരുടെ രണ്ടു പെൺമക്കളും ചേർന്ന് നീർച്ചാലുകൾ തുറക്കുന്നതും അവരുടെ നിലത്ത് ജലം നിറഞ്ഞുകഴിഞ്ഞപ്പോൾ മണ്ണുകൊണ്ട് ചാലുകൾ അടയ്ക്കുന്നതും ഞാൻ കണ്ടു; തങ്ങിനിൽക്കുന്ന ജലത്തെ തുല്യമായി എല്ലായിടത്തേക്കും ഒഴുക്കിവിടുന്നതിനായി ഒരിടത്തുനിന്ന് മണ്ണെടുത്ത് മറ്റൊരിടത്തിടുകയും ചാലുകളുടെ വഴിതടഞ്ഞു നിൽക്കുന്ന ചെറിയ പാറകളെ അല്പം നീക്കിക്കൊടുത്തും കൃത്യതയോടെ അവർ തങ്ങളുടെ പ്രവൃത്തിയിൽ ഏർപ്പെട്ടു. ഇടയ്ക്കിടെ ജലത്തിന്റെ ഒഴുക്കിൽ ശ്രദ്ധിച്ചുകൊണ്ടുതന്നെ മൺവെട്ടിയിൽ ചാരിനിന്നുകൊണ്ട് അയൽക്കാരുമായി കുശലാന്വേഷണത്തിലേർപ്പെടുകയും ചെയ്തു.

കൊയ്ത്തുകാലം ആഘോഷത്തിനുള്ള മറ്റൊരു അവസരമാണ്. പ്രായം ചെന്നവരും ചെറുപ്പക്കാരും പുരുഷന്മാരും സ്ത്രീകളുമടങ്ങുന്ന കൊയ്ത്തുകാർ വരിവരിയായി നിന്ന് ചെറിയ വെട്ടുകത്തികൊണ്ട് നിലത്തോട് ചേർത്ത് വിള വെട്ടി കൊയ്തെടുക്കും. വൈകുന്നേരം എല്ലാവരും ഒത്തുചേർന്നുള്ള പാട്ടും നൃത്തവും ആഘോഷവുമാണ്. അടുക്കളയിലെരിയുന്ന ഒരു വെണ്ണവിളക്ക്. തടികൊണ്ടുള്ള തൂണുകൾ ഗോതമ്പും ബാർലിയും പയറും ചേർത്ത് നിർമ്മിച്ച മാലകളാൽ ചുറ്റപ്പെട്ടിരിക്കും.

കൊയ്തെടുത്ത കറ്റകൾ ചെറിയ കെട്ടുകളാക്കി ചുമന്നാണ് മെതിക്കളത്തിൽ എത്തിക്കുക. ഏകദേശം മുപ്പതടി വ്യാസത്തിൽ വൃത്താകൃതിയിലുള്ള ഇടമാണ് മെതിക്കളം. അതിന്റെ നടുക്ക് നാട്ടിയിരിക്കുന്ന അച്ചുതണ്ടിൽ വരിയായി കെട്ടിയിട്ട വിവിധ മൃഗങ്ങൾ കറ്റകളുടെ മേൽ ചവിട്ടി മെതിച്ചും ഇടയ്ക്കിടെ അതിൽ നിന്ന് വരുന്ന ധാന്യങ്ങൾ ഭക്ഷിച്ചുകൊണ്ടു നടക്കുന്നതും കാണാം. *സോ(Tzo)*-യാണ് അതിനു ഏറ്റവും അനുയോജ്യമായ മൃഗം. വലിയ ശരീരവും ഭാരവും ഉണ്ടെന്നു മാത്രമല്ല, ഒരിക്കൽ ഒന്നിളക്കി വിട്ടുകഴിഞ്ഞാൽ മണിക്കൂറുകളോളം അവയ്ക്ക് ചുറ്റിച്ചുറ്റി പതുക്കെ നടക്കാൻ സാധിക്കും. പലപ്പോഴും ഒന്നിലധികം മൃഗങ്ങളുണ്ടാകും. *സോ* അച്ചുതണ്ടിനോടടുത്തും, കുതിരകളും കഴുതകളും അകന്നുമായിരിക്കും നടക്കുന്നത്. അവയ്ക്കു പിന്നിൽ അവയെ തെളിച്ചുകൊണ്ട് ഒരു കുട്ടിയോ

മുതിർന്ന വ്യക്തിയോ അവയെ പ്രോത്സാഹിപ്പിക്കാനായി ഉച്ചത്തിൽ എന്തെങ്കിലും പാടിക്കൊണ്ട് അകമ്പടിയായി ഉണ്ടാകും: "*ഹാ-ലോ ബാൽദ്ദർ, ഹാ-ലോ ബാൽദ്ദർ...*". അവയുടെ ചാണകം വീഴുമ്പോൾ അത് നിലത്തെത്തുന്നതിനു മുൻപ് അയാൾ തന്റെ കയ്യിലുള്ള കുട്ടയിൽ അതിനെ കൈയ്യടക്കത്തോടെ പിടിച്ചെടുക്കും. ഒരു *സോ* തന്റെ ഊഴവും കാത്ത് കളത്തിനു പുറത്ത് നില്ക്കുമ്പോൾ, മറ്റ് മൃഗങ്ങൾ കൊയ്ത്തുകഴിഞ്ഞ വയലിലെ പുൽത്തണ്ടുകൾ ഭക്ഷിക്കുകയായിരിക്കും. മെതി കഴിഞ്ഞുള്ള പാറ്റലും ആകർഷണീയമാണ്. ഒരു പ്രത്യേക താളത്തിൽ ധാന്യത്തെ മുകളിലേയ്ക്ക് എറിയുമ്പോൾ, പതിര് കാറ്റിൽ പറന്നുപോവുകയും ധാന്യം തിരികെ നിലത്ത് വീഴുകയും ചെയ്യും. രണ്ടുപേർ വീതം മുഖാമുഖം നിന്ന് ചൂളം വിളിച്ചും പാട്ടുപാടിയുമാണ് ജോലി ചെയ്യുന്നത്.

നിർമ്മലേ, അനിലാദേവീ, മനോഹരീ
പതിരെല്ലാം പാറ്റീടുക നീ
നെല്ലിൽ നിന്നുമിയെ നീക്കുക
മാനുഷർക്കാകാ വേളയിൽ
ദൈവങ്ങളേ തുണയല്ലോ
ഹേ ദേവീ, മനോഹരീ!

അടുത്തപടി ധാന്യം അരിച്ചെടുത്ത് ചാക്കിൽ നിറയ്ക്കലാണ്. ആദ്യത്തെ ചാക്കു നിറയ്ക്കുന്നതിനു മുൻപ് കൊയ്ത്തിന്റെ അനുഗ്രഹാർത്ഥം ഒരു പ്രാർത്ഥനാരൂപമോ ചിത്രമോ ഒരു കൂനയുടെ മേൽ ആചാരപ്രകാരം പ്രതിഷ്ഠിക്കുന്ന രീതിയുമുണ്ട്.

കൊയ്ത്തുകാലത്തെ ഉത്സവാഘോഷങ്ങളിൽ (സ്കാങ്ങ്സോൾ) പങ്കെടുക്കാനാണ് സോനം എന്നെ ക്ഷണിച്ചത്. ചൂരൽ എരിയുന്നതിന്റെ സുഗന്ധം ആസ്വദിച്ചുകൊണ്ടാണ് ഞാൻ രാവിലെ ഉറക്കമുണർന്നത്. കത്തിച്ച ഒരു ധൂപക്കുറ്റിയുമായി സോനത്തിന്റെ അമ്മാവൻ എല്ലാ മുറികളിലും കയറിയിറങ്ങിക്കൊണ്ടിരുന്നു, അതിന്റെ സുഗന്ധം എല്ലാ മുക്കിലും മൂലയിലും ഒഴുകിപ്പരന്നു. ബുദ്ധമതവിശ്വാസികളുടെ വീടുകളിൽ ദിവസേന അനുഷ്ഠിക്കുന്ന ഈ ആചാരം അവരിൽ ഒരു ആത്മീയശുദ്ധി ഉറപ്പുവരുത്തുന്ന ക്രിയയാണ്.

ഞാൻ വീടിന്റെ മട്ടുപ്പാവിലിറങ്ങി നോക്കിയപ്പോൾ കുടുംബാംഗങ്ങളെല്ലാവരും വയലുകളിൽ പണിയെടുക്കുന്നതാണ് കണ്ടത്. കറ്റകൾ അടുക്കുന്നതും, വെട്ടുന്നതും, പാറ്റുന്നതും തുടങ്ങിയ ജോലികളിൽ മുത്തച്ഛന്മാർ മുതൽ കുഞ്ഞുങ്ങൾ വരെ എല്ലാവരും പങ്കെടുത്തിരുന്നു. അനുയോജ്യമായ പാട്ടിന്റെ അകമ്പടിയോടെയാണ് ഓരോ പ്രവൃത്തിയും ചെയ്യപ്പെട്ടിരുന്നത്. ധാന്യം നിറച്ച ചാക്കുകൾ വയലുകളിൽ

ശരത്കാലത്തിന്റെ ആരംഭത്തിലെ ഉരുളക്കിഴങ്ങ് കൃഷി. യാക്കും പശുവും ഇണ ചേർന്നുണ്ടായ *സോ*-യാണ് ലഡാക്കിൽ ഏറ്റവും വിലമതിക്കപ്പെടുന്ന ഉഴവുമൃഗം.

അടുക്കിയിരുന്നു. തെളിഞ്ഞ വെളിച്ചത്തിൽ ജ്വലിച്ചു നിൽക്കുകയാണ് താഴ്വാരം. വിലക്ഷണമായ ഒരുതരം ജ്യാമിതീയതകളും ആ പ്രദേശത്തിലെങ്ങും മുദ്രിതമായിരുന്നില്ല, ഒരിടത്തും വരകളുടെ ആവർത്തനവിരസത കാണപ്പെട്ടില്ല. അത്യന്തം സുഖദമായ ദൃശ്യവിരുന്നായിരുന്നു എല്ലാം, അവ ഹൃദയത്തിന് ശാന്തിയേകുകയും ചെയ്തു. ദൂരെ താഴ്വരയിൽ നിന്ന് ഒഴുകിവരുന്ന ഏതോ ഉഴവുപാട്ട്.

വമ്പന്മാരാം മൂരികളെ, വന്യനാം
മലങ്കാള തൻ മക്കളല്ലോ നിങ്ങൾ
അമ്മ ധേനുവാകിലും,
വ്യാഘ്ര-സിംഹങ്ങൾക്ക് തുല്യർ
പക്ഷിരാജനാം ഗരുഡനു സമാനർ
മേരുശിഖരങ്ങളിൽ നൃത്തമാടുവോർ
പർവ്വതങ്ങളെ മടിയിൽ താങ്ങുവോർ
ഒരിറുക്കിൽ സമുദ്രം വറ്റിപ്പോർ
വമ്പന്മാരാം മൂരികളെ,
ആഞ്ഞുവലിച്ചീടുകീ നുകങ്ങളെ!

മുകളിലത്തെ നിലയിൽ നിന്ന് ചടങ്ങുകൾ ആരംഭിക്കാറായി എന്നറിയിച്ചുകൊണ്ടുള്ള വിളി കേട്ടു. മതപരമായ എല്ലാ ചടങ്ങുകളെയും പോലെ ഒരു സാമൂഹിക ചടങ്ങ് തന്നെയാണ് ഇതും, പല അതിഥികളും

എത്തിക്കഴിഞ്ഞിരുന്നു. പുരുഷന്മാരെയും സ്ത്രീകളെയും വെവ്വേറെ മുറിക ളിലാണ് സ്വീകരിക്കുക. എല്ലാവരും മനോഹരമായ കൊത്തുപണികൾ ചെയ്ത ഉയരം കുറഞ്ഞ മേശകൾക്കു മുന്നിൽ ഇരിക്കും. ചുമരുകളിൽ തലമുറകൾക്ക് മുൻപേയുള്ള ചിത്രമെഴുത്ത് കാണാമായിരുന്നു. നീള ത്തിലുള്ള കൈത്തറിവസ്ത്രങ്ങൾ ധരിച്ച പുരുഷന്മാർ; പലർക്കും നീല നിറത്തിലുള്ള രത്നം പതിച്ച കമ്മലുകൾ ഉണ്ടായിരുന്നു. ചിലർ തലയുടെ മുൻവശം വടിച്ച് പുറകിൽ നീണ്ട മുടി പിന്നിയിട്ടിരുന്നു. മുഴുവനായ വസ്ത്രങ്ങളും ചിത്രപ്പണികൾ ചെയ്ത മേൽക്കുപ്പായവുമാണ് സ്ത്രീകൾ അണിഞ്ഞിരുന്നത്. കൈവളകൾ, മോതിരങ്ങൾ, മാലകൾ, തലയിൽ ചൂടാൻ അപൂർവ്വങ്ങളായ കല്ലുകൾ പതിച്ച ക്ലിപ്പുകൾ തുടങ്ങിയവ ധരിച്ച സ്ത്രീകൾ അതിമനോഹരികളായിരുന്നു. ഒരു പ്രായം ചെന്ന മനുഷ്യൻ എന്നെ കൈവീശി അടുത്തിരിക്കാൻ ക്ഷണിക്കുകയും "എന്റെ പുതിയ മരുമകളാണ് ഇത്" എന്ന് പറഞ്ഞ് മറ്റുള്ളവർക്ക് എന്നെ പരിചയപ്പെ ടുത്തുകയും ചെയ്തു. അയാളുടെ കണ്ണുകളിൽ അപ്പോൾ കുസൃതിനിറഞ്ഞ ഒരു തിളക്കമുണ്ടായിരുന്നു, അതു കണ്ട് എല്ലാവരിലും ഒരു ചിരി പടർന്നു.

സോനം എല്ലാവർക്കും വീണ്ടും വീണ്ടും ചായയും *ചാങ്ങും* വിളമ്പിക്കൊ ണ്ടിരുന്നു. നിങ്ങളുടെ കൈയിലുള്ള ഗ്ലാസ് കാലിയാകുമ്പോൾ അയാൾ വീണ്ടും വീണ്ടും നിർബന്ധപൂർവ്വം അതു നിറയ്ക്കാനൊരുങ്ങും, നിങ്ങൾ പല തവണ വേണ്ട എന്നു പറഞ്ഞ് അത് നിരസിക്കുകയും ഗ്ലാസ് പിന്നി ലേക്ക് മാറ്റുകയും ചെയ്യുമ്പോൾ മാത്രമെ അയാൾ പിൻവാങ്ങുകയുള്ളൂ.

വീടിന്റെ അകത്തുള്ള പൂജാമുറിയിലാണ് സന്യാസിമാർ ചടങ്ങ് നിർവ്വഹിച്ചിരുന്നത്. ബാർലി പൊടിച്ച മാവുകൊണ്ടുണ്ടാക്കിയ സൂചിസ്തം ഭാകാരമുള്ള ബിംബങ്ങളെ പൂക്കളും വെണ്ണയും കൊണ്ടലങ്കരിച്ചിരിക്കും. അതാണ് ബുദ്ധമതവിശ്വാസികളുടെ ആരാധനാപാത്രങ്ങളായ അഞ്ച് ധർമ്മപാലന്മാർക്കുള്ള അവരുടെ നേർച്ചദ്രവ്യം. ഇനിയുള്ള രണ്ടു ദിവ സങ്ങൾ സോനത്തിന്റെ കുടുംബം ആഘോഷത്തിലായിരിക്കും; കൊയ്ത്തു കഴിഞ്ഞു, കൃഷിക്കാരന്റെ പുതിയ വർഷം ആരംഭിക്കുകയാണ്. അവരുടെ കുടുംബത്തിനു മാത്രമല്ല, പ്രപഞ്ചത്തിലെ എല്ലാ ജീവജാലങ്ങളുടെയും ആനന്ദത്തിനും ക്ഷേമത്തിനും വേണ്ടിയാണ് പ്രാർത്ഥനകൾ നടത്തു ന്നത്. സന്യാസിമാരുടെ പതിഞ്ഞ ശബ്ദത്തിലുള്ള മന്ത്രോച്ചാരണവും ഇടയ്ക്കിടെ താളത്തിലുള്ള കൊട്ടും നേരമിരുളുന്നതു വരെ ഗ്രാമത്തിലെ ങ്ങും മുഴങ്ങിക്കൊണ്ടിരിക്കും.

ലഡാക്കിലെത്തി ഏതാനും ദിവസങ്ങൾക്കുള്ളിൽ ഞാൻ ഒരു അരുവിയിൽ എന്റെ തുണികൾ കഴുകുകയായിരുന്നു. അഴുക്കുപുരണ്ട എന്റെ തുണി ഞാൻ വെള്ളത്തിൽ മുക്കാനൊരുങ്ങുന്നതു കണ്ട് മുകളിലെ

ഗ്രാമത്തിൽ നിന്ന് നടന്നു വരികയായിരുന്ന ഏഴുവയസ്സ് പ്രായമുള്ള ഒരു ചെറിയ കുട്ടി എന്റെ അരികിലേക്ക് വന്ന്, ഒരു മൈൽ താഴെയുള്ള ഒരു ഗ്രാമത്തെ ചൂണ്ടിക്കാട്ടിക്കൊണ്ട് നാണത്തോടെ ഇപ്രകാരം പറഞ്ഞു, "അഴുക്കുപുരണ്ട വസ്ത്രങ്ങൾ ഇവിടെ കഴുകാൻ പാടില്ല, താഴെയുള്ള ഗ്രാമത്തിലെ ആളുകൾ കുടിക്കാനുപയോഗിക്കുന്ന വെള്ളമാണിത്. നിങ്ങൾക്ക് കഴുകാൻ അങ്ങേവശത്തുള്ള നീർച്ചാലിലെ വെള്ളമെടുക്കാം, അത് വയലിലെ ആവശ്യങ്ങൾക്കുള്ളതാണ്."

വിഷമകരമായ ആ പരിസ്ഥിതിയിൽ ലഡാക്കിലെ ജനങ്ങൾ എങ്ങനെ അതിജീവിക്കുന്നു എന്ന് ഞാൻ മനസ്സിലാക്കാൻ തുടങ്ങുകയായിരുന്നു, അതോടൊപ്പം *മിതവ്യയം* എന്ന വാക്കിന്റെ അർത്ഥവും. പാശ്ചാത്യലോകത്ത് മിതവ്യയം എന്ന് വാക്ക് കേൾക്കുമ്പോൾ വയസ്സായ അമ്മൂമ്മമാരും താഴിട്ടുപൂട്ടിയ കുശിനിയുമായിരിക്കും ഓർമ്മയിലെത്തുക. എന്നാൽ ലഡാക്കിലെ ജനങ്ങളുടെ സമൃദ്ധിക്ക് അടിസ്ഥാനകാരണമായ മിതവ്യയം തികച്ചും വ്യത്യസ്തമാണ്. പരിമിതമായ വിഭവങ്ങളുടെ കരുതലോടുകൂടിയ ഉപയോഗത്തിന് പിശുക്കുമായി യാതൊരു ബന്ധവുമില്ല; അതാണ് ഫലക്ഷമത എന്ന അർത്ഥത്തിലുള്ള ശരിയായ മിതവ്യയത്വം: കുറഞ്ഞ അളവിൽ നിന്ന് കൂടുതൽ ലഭ്യമാക്കുക.

ഉപയോഗം കഴിഞ്ഞു എന്ന് നാം കരുതുന്ന വസ്തുക്കൾക്കെല്ലാം ലഡാക്കിലെ ജനങ്ങൾ എന്തെങ്കിലും പുനരുപയോഗം കണ്ടെത്താതിരിക്കില്ല. അവരെ സംബന്ധിച്ച് ഒന്നും ഉപേക്ഷിക്കാവുന്നതല്ല. മനുഷ്യന് ഭക്ഷിക്കാൻ സാധിക്കാത്തത് മൃഗങ്ങൾക്ക് ആഹാരമാകും; ഇന്ധനമായി ഉപയോഗിക്കാൻ സാധിക്കാത്തത് ഭൂമിക്ക് വളമാകും.

സോനത്തിന്റെ മുത്തശ്ശി, ആബി-ലേ, ബാർലിയിൽ നിന്ന് *ചാങ്ങ്* ഉണ്ടാക്കിയശേഷം ബാക്കിയുള്ളത് പാഴാക്കുകയില്ല. തിളച്ച വെള്ളമൊഴിച്ച് നാലുതവണ വാറ്റെടുത്ത് ബാക്കിവരുന്ന ധാന്യത്തെ ഉണക്കി പൊടിച്ച് ഭക്ഷിക്കാനായി ഉപയോഗിക്കുന്നു. അതുപോലെ ബദാം പരിപ്പിന്റെ പൊടിഞ്ഞ കഷണങ്ങൾ പിഴിഞ്ഞ് എണ്ണയെടുത്തശേഷം വരുന്ന മിശ്രിതം കൊണ്ട് നൂല് ചുറ്റാനായി ചെറിയ കോപ്പയുടെ രൂപത്തിൽ തണ്ടുണ്ടാക്കും. പാത്രം കഴുകുന്ന വെള്ളം അതിലടങ്ങുന്ന ഭക്ഷ്യപദാർത്ഥങ്ങളോടുകൂടി ശേഖരിച്ച് മൃഗങ്ങൾക്ക് ആഹാരമാക്കും.

സ്വന്തമായി നൂൽനൂറ്റ് നിർമ്മിക്കുന്ന കൈത്തറി വസ്ത്രങ്ങളിലെ ചെറിയ കീറലുകൾ അവർ ആവുന്നത്ര തവണ വീണ്ടും വീണ്ടും തുന്നിച്ചേർക്കും. രണ്ടും മൂന്നും കുപ്പായങ്ങൾ മേൽക്കുമേലണിഞ്ഞാണ് ശൈത്യകാലത്തെ ചെറുക്കുന്നത്. അപ്പോൾ ഏറ്റവും നല്ലത് ഏറ്റവും ഉള്ളിൽ ഉപയോഗിക്കാം. തുന്നിച്ചേർക്കാൻ പറ്റാത്തവിധം കീറിക്കഴിഞ്ഞ

കുപ്പായങ്ങൾ മണ്ണിനോടൊപ്പം ചേർത്ത് നീർച്ചാലുകളിലെ ചോർച്ച തടയാനായി അവർ ഉപയോഗപ്പെടുത്താറുണ്ട്.

വയലോരങ്ങളിലും മലമ്പ്രദേശങ്ങളിലും വളരുന്ന, ഉപയോഗശൂന്യ മെന്ന് നാം കരുതുന്ന ഏതുതരം കുറ്റിച്ചെടികളും കളകളും ശേഖരിച്ച് അവയെ ഏതെങ്കിലും വിധത്തിൽ അവർ ഉപയോഗിക്കുന്നു. ചിലത് വിറകും കാലിത്തീറ്റയും ആകുമ്പോൾ മറ്റ് ചിലത് വീടിന്റെ മേൽക്കൂര പണിയാനും വേലികെട്ടാനും കൊട്ട നെയ്യാനും ഉപകരിക്കും. വേറെ ചിലത് മരുന്നായും ആഹാരമായും സുഗന്ധദ്രവ്യമായും ഉപയോഗിക്കാം.

കാലികളുടെ ചാണകവും മൂത്രവും കലർന്ന തൊഴുത്തിലെ മണ്ണ് കൃഷി ക്കുള്ള വളമായി മാറും. തൊഴുത്തിൽ നിന്നും കോഴിക്കൂടുകളിൽ നിന്നും മാത്രമല്ല, മേച്ചിൽപ്പുറങ്ങളിൽ നിന്നു പോലും ചാണകവും കാഷ്ഠവും ശേഖരിക്കാറുണ്ട്. മനുഷ്യരുടെ മലം പോലും വെറുതെ കളയുകയില്ല. എല്ലാ വീടുകൾക്കും ജൈവദ്രവീകരണസംവിധാനമുള്ള കക്കൂസുകൾ ഉണ്ടായിരിക്കും. ഒരു ദ്വാരത്തിലൂടെ താഴെയുള്ള കുഴിയിൽ പതിച്ച മലത്തിനുമീതെ മണ്ണും ചാരവും ഇട്ടുമൂടും, അത് ദുർഗന്ധമൊഴിവാക്കുകയും ദ്രവീകരണത്തെ ത്വരിതപ്പെടുത്തുകയും ചെയ്യുന്നു. വർഷത്തിലൊരിക്കൽ താഴെയുള്ള കുഴി കാലിയാക്കി അതിൽ നിന്നു ലഭിക്കുന്ന ജൈവവളം വയലിൽ കൃഷിക്കായി ഉപയോഗിക്കും.

അത്തരത്തിൽ ലഡാക്കിലെ ജനങ്ങളുടെ മുഖ്യമായ ഊന്നൽ എല്ലാ വസ്തുക്കളുടെയും പുനഃസംക്രമണമാണ്. അക്ഷരാർത്ഥത്തിൽ അവിടെ ചവറ് എന്നൊന്നില്ല. ദുർല്ലഭമായ വിഭവങ്ങൾ മാത്രമുപയോഗിച്ചുകൊണ്ട് ലഡാക്കിലെ കൃഷിക്കാർ ഏതാണ്ട് പൂർണ്ണമായ സ്വാശ്രയത്വം കൈവ രിച്ചിരിക്കുന്നു. ഉപ്പ്, തേയില, ഉപകരണങ്ങൾക്കും പാത്രങ്ങൾക്കും വേണ്ട ലോഹങ്ങൾ എന്നിവയു മാത്രമാണ് അവർ പുറം ലോകത്തെ ആശ്രയിക്കുന്നത്.

ഓരോ ദിവസം കഴിയുന്തോറും പുതിയ അനുഭവങ്ങളിലൂടെ സ്വാ ശ്രയത്വം എന്തെന്ന് ഞാൻ ആഴത്തിൽ മനസ്സിലാക്കി. ലഡാക്കിലെ ത്തുമ്പോൾ സുസ്ഥിരത, പരിസ്ഥിതിവിജ്ഞാനം എന്നീ ആശയങ്ങൾ എനിക്ക് തികച്ചും അപരിചിതമായിരുന്നു. വർഷങ്ങൾ കഴിഞ്ഞപ്പോൾ ലഡാക്കിലെ ജനങ്ങളുടെ പ്രകൃതിബോധത്തെ ആദരിക്കുക മാത്രമല്ല, അതുവരെ അറിഞ്ഞിരുന്ന പാശ്ചാത്യജീവിതരീതികളെ പുനരവലോ കനം ചെയ്യാനുള്ള ശ്രമവും ഞാൻ ആരംഭിച്ചു.

പ്രകൃതിയോടൊത്ത് ജീവിച്ചതിനെക്കുറിച്ചുള്ള എന്റെ ഏറ്റവും മനോഹരമായ ഓർമ്മകൾ ലഡാക്കിലെ *ഫു* എന്ന് വിളിക്കുന്ന ഉയർന്ന

മേച്ചിൽപ്പുറങ്ങളിൽ നിന്ന് ലഭിച്ച അനുഭവങ്ങളാണ്. മൃഗങ്ങൾക്കും ഫു തന്നെയാണ് വശത്തഭൂമി. ആ മൃഗങ്ങൾ പിന്നീട് അവിടെ അനുഭവി ക്കാൻ പോകുന്ന സുഖങ്ങളെക്കുറിച്ച് വസന്തകാലത്ത് കർഷകർ അവർക്ക് പാടിക്കൊടുക്കും:

ഹേ മൃഗശ്രേഷ്ഠാ, ശക്താ, മനോഹരാ!
വാനം മുട്ടും നെടും കൊമ്പും
നീണ്ട വാലും പകിട്ടേകിയോനെ
ഇന്നീ വയലുകൾ ഭംഗിയിലുഴുതീടുക
പരിശ്രമിച്ചീടുക നീ കഠിനം
കൊണ്ടുപോയിടാമൊരുനാൾ നിന്നെയാ
പച്ചപ്പുൽ സമൃദ്ധം വിളയും മേച്ചിൽപ്പുറങ്ങളിൽ
ഭക്ഷിച്ചിടാം നിനക്കാവോളം, പിന്നെ
വിശ്രമിച്ചീടാം നെടുനാൾ മുഴുവനും
ഹേ ശക്താ, മൃഗശ്രേഷ്ഠാ!

നിയമലിങ് എന്ന പ്രദേശത്തുള്ള *ഫു*-വിലെത്താൻ 17000 അടി ഉയരത്തിൽ ഗോങ്മാരു എന്ന മലയിടുക്ക് കടക്കണം. അവിടേയ്ക്ക് ഒരു ദിവസത്തെ നീണ്ട യാത്രയുണ്ട്. എന്റെ സുഹൃത്ത് സെറിങ്ങും ഞാനും അധികം താമസിയാതെ മടങ്ങും, എന്നാൽ അവളുടെ സഹോദരി ദെസ്കിറ്റും കുട്ടികളും അവരുടെ അമ്മാവൻ നോർബുവിനോടൊപ്പം വെണ്ണയും പാൽക്കട്ടിയും ഉണ്ടാക്കിയും ചുള്ളിക്കമ്പുകൾ, ചാണകം എന്നിവ ശേഖരിച്ചും അവിടെത്തന്നെ തങ്ങും. വേനൽക്കാലം കഴിയാറാകുമ്പോഴേക്കും അവർ പാചകത്തിനും ചൂട് കായുന്നതിനും വേണ്ടി ഏകദേശം ഒരു ടൺ ഉണങ്ങിയ ചാണകമെങ്കിലും ശേഖരിച്ചിട്ടുണ്ടാകും. കുടുംബത്തിലെ മറ്റംഗങ്ങൾ ഇടയ്ക്കിടെ മുകളിലെത്തി അവർക്ക് റൊട്ടി, മാവ്, *ചാങ്* തുടങ്ങിയവ നൽകിയ ശേഷം അതുവരെ ശേഖരിച്ച വസ്തുക്കളുമായി തിരികെ ഗ്രാമത്തിലേക്ക് മടങ്ങും.

യാത്ര തിരിക്കുന്ന ദിവസം ഞാൻ അതിരാവിലെ ഉണർന്നു. തണുപ്പിനെ ചെറുക്കാനുള്ള വസ്ത്രങ്ങൾ, കമ്പിളിപ്പുതപ്പുകൾ, ബാർലിപ്പൊടി, ഉപ്പ്, ചായ, ഉണക്കിയ ആപ്രിക്കോട്ട് എന്നിവ നിറച്ച ചാക്കുകൾ കഴുതപ്പുറത്ത് കയറ്റി മുകളിലേക്കുള്ള യാത്ര തുടങ്ങി. മഞ്ഞുരുകി വരുന്ന ഒരു അരുവിയുടെ കരയിൽ ഉച്ചയോടടുത്ത് വിശ്രമിച്ചു. പാതയുടെ ഇരുവശത്തും ഉയർന്നുനിന്ന മലനിരകളാണ് രാവിലത്തെ സൂര്യന്റെ ചൂടിൽ നിന്ന് ഞങ്ങളെ സംരക്ഷിച്ചിരുന്നത്. എന്നാൽ ഇപ്പോൾ ചൂടനുഭവപ്പെടാൻ തുടങ്ങിയിരുന്നതിനാൽ എല്ലാവർക്കും വിശ്രമം അത്യാവശ്യമായിരുന്നു. പരിസരങ്ങളിൽ നിന്ന് ചുള്ളിക്കമ്പുകളും ചാണകവും ശേഖരിച്ച്

സെറിങ്ങ് തീ പൂട്ടി. ഉപ്പുരസമുള്ള വെണ്ണച്ചായയുടെ സ്വാദ് ഞാനും രസിച്ചു തുടങ്ങിയിരുന്നു. വരണ്ട ചൂടിലെ നീണ്ട നടത്തത്തിനുശേഷം ശരീരത്തിന് ഉപ്പ് ആവശ്യമാണ്, ഉണങ്ങിയ ചുണ്ടുകൾ ദാഹത്തോടെ തേടുന്നത് വെണ്ണയുടെ നനവിനുവേണ്ടിയാണ്.

ഉച്ചതിരിഞ്ഞ് നേരെ മുകളിലേക്ക് കയറുന്ന വഴിയിലെ നിശ്ശബ്ദമായ പ്രകൃതിദൃശ്യങ്ങൾ എന്നിൽ അഗാധമായ ആനന്ദവും ഉന്മേഷവും പകർന്നു. എങ്കിലും ഉയർന്ന പ്രദേശത്ത് ശ്വാസോച്ഛ്വാസം പ്രയാസകരമായിരുന്നു, കൂടെ ചെറിയ തലചുറ്റലുമുണ്ട്, അതിനാൽ ഇടയ്ക്കിടയ്ക്ക് എനിക്ക് വിശ്രമം വേണ്ടിവന്നു. സെറിങ്ങിനും ദെസ്കിത്തിനും കുട്ടികൾക്കും ആ കയറ്റം ഓടിക്കയറാമായിരുന്നിട്ടു പോലും അവർ എന്റെ കൂടെ പതുക്കെയാണ് നടന്നത്. സൂര്യാസ്തമയസമയത്ത് ഞങ്ങൾ മലയിടുക്കിന്റെ ഏറ്റവും മുകൾ ഭാഗത്തെത്തി. സൂര്യന്റെ സായാഹ്നരശ്മികൾ മനോഹരമാക്കിയ അനന്തമായ പർവ്വതനിരകളും കൊടുമുടികളും നിറഞ്ഞ കാഴ്ചയുടെ വശ്യതയിൽ മയങ്ങി ഞങ്ങൾ അല്പനേരം അവിടെ നിന്നു. മുറപ്രകാരം "*കികി സോസോ, ലഹാർ ഗ്യാലൊ*" (ദൈവങ്ങളെ സ്തുതിക്കുന്ന രീതി) എന്ന് ഉച്ചത്തിൽ വിളിച്ചു പറഞ്ഞതിനു ശേഷം പ്രാർത്ഥനക്കൊടികൾ കെട്ടിയ വഴിയടയാളത്തിനരുകിൽ നിന്ന് അല്പം വിശ്രമിച്ചതിനു ശേഷം യാത്ര തുടർന്നു.

ഹ-വിലെ ആദ്യത്തെ വീടുകൾക്കരുകിൽ എത്തുമ്പോൾ നേരം ഏതാണ്ട് ഇരുണ്ടുതുടങ്ങിയിരുന്നു; സൂര്യൻ അസ്തമിച്ചിരുന്നെങ്കിലും അകലെ പിന്നെയും ഒരു അരുണശോഭ പടർന്നു നിന്നിരുന്നു. നൂറു മൈൽ അകലെ സൻസ്കാറിലെ കൊടുമുടികളുടെ നിഴലിനു പിന്നിൽ വെളിച്ചം മങ്ങിക്കൊണ്ടിരുന്നു. ഇരുൾ പടർന്നു തുടങ്ങുന്നതിനൊപ്പം നക്ഷത്രങ്ങളും തെളിയുകയായി. വാതിൽപ്പടിക്കൽ നിന്ന് നോർബു അമ്മാവൻ ആടുകളെല്ലാം തൊഴുത്തിൽ കയറുന്നത് ഉറപ്പ് വരുത്തുകയായിരുന്നു.

ന്യിമാലിങ്ങ് കൊടുമുടികളിലായിരിക്കും ആട്, പശു, ചെമ്മരിയാട്, യാക്ക്, *സോ* എന്നീ മൃഗങ്ങളെല്ലാം വേനൽ ചിലവഴിക്കുന്നത്. ആടുകളെയും ചെമ്മരിയാടുകളെയും താഴ്വരയുടെ മുകളിലുള്ള മലഞ്ചെരുവുകളിൽ മേയാൻ കൊണ്ടുപോകും. ഓരോ ദിവസം ഓരോ ദിക്കിലായിരിക്കും മേച്ചിൽ. പശുക്കൾ മേയുന്നത് സാധാരണയായി താഴ്വരയിലാണ്. സോയും യാക്കും സ്വതന്ത്രജീവികളാണ്, മുകളിലെ ഹിമാനികൾക്കരികെ എവിടെയെങ്കിലുമായിരിക്കും അവയെ കാണാനാവുക. വലുപ്പമുണ്ടെങ്കിലും പ്രൌഢിയുള്ള ഈ മൃഗങ്ങൾക്ക് കുത്തനെയുള്ള മലഞ്ചെരിവുകൾ അനായാസം കയറാനും അതിശയിപ്പിക്കുന്ന വേഗത്തിൽ ഓടാനുമുള്ള

ലഡാക്കി സമ്പദ്ഘടനയുടെ കേന്ദ്രസ്ഥാനത്താണ് മൃഗങ്ങളുടെ സ്ഥാനം. അവയിൽ നിന്നാണ് മാംസം, ക്ഷീരോല്പന്നങ്ങൾ, കമ്പിളി, അദ്ധ്വാനം, ഇന്ധനം എന്നിവ ലഭിക്കുന്നത്.

കഴിവുണ്ട്. വേനൽക്കാലത്ത് മലമുകളിലൂടെ വഴിതെറ്റി അനേകദൂരം അലഞ്ഞുനടക്കുന്ന സ്വഭാവമുള്ളതിനാൽ അവയെ തിരഞ്ഞുപിടിക്കുന്നതിനുതന്നെ ധാരാളം സമയം ചിലവാകും. ചിലപ്പോൾ കളഞ്ഞുപോയ വഴി സ്വയം കണ്ടെത്തി ഒരു ദിവസം അവ താഴെയുള്ള ഗ്രാമത്തിൽ ത്തന്നെ തിരിച്ചെത്തും. വിളവ് നശിപ്പിക്കാതിരിക്കാൻ വേണ്ടി അവയെ ഉടൻ തന്നെ *ഹ്യ*-വിലേക്ക് തിരിച്ച് കൊണ്ടുപോകേണ്ടതുണ്ട്. ദൂരെ നിന്ന് നോക്കുമ്പോൾ മലയുടെ ഊതനിറമുള്ള പാറക്കൂട്ടങ്ങളുടെയിടയിൽ അവ കറുത്ത പൊട്ടുകൾ പോലെ കാണപ്പെട്ടു. എന്നാൽ ദെസ്കിത്തിന്റെ പത്തുവയസ്സുകാരനായ മകൻ ആങ്ച്ചുക്കിന് ദൂരെ നിന്നുതന്നെ അവ *സോ* ആണെന്നു മനസ്സിലാക്കാനും അക്കൂട്ടത്തിൽ അവരുടെ മൃഗങ്ങൾ ഏതൊക്കെയാണെന്ന് തിരിച്ചറിയാനും സാധിച്ചു.

താഴ്വരയുടെ മുകളിൽ 21000 അടി ഉയരത്തിൽ നിൽക്കുന്ന കൊടുമുടിയാണ് ന്യിമാലിങ്. പച്ചനിറത്തിൽ കൃഷിചെയ്യപ്പെട്ട ചെറുവയലുകൾ, പലതരം വനപുഷ്പങ്ങൾ തീർത്ത പരവതാനികൾ, ചൂളം വിളിച്ചു കളിക്കുന്ന പെരുച്ചാഴികൾ, ഓടക്കുഴൽ നാദവും ഇടയന്മാരുടെ പാട്ടും അലയടിക്കുന്ന കാറ്റ്, എന്നിവയൊക്കെയാണ് ന്യിമാലിങിന്റെ പ്രത്യേകതകൾ. *ഹ്യ*-വിൽ ചിലവഴിച്ച ആ ദിവസങ്ങൾ ഭൂമിയിൽ ആയിരക്കണക്കിനു വർഷങ്ങൾക്ക് മുൻപുള്ള ജീവിതം എങ്ങനെയായിരുന്നിരിക്കും എന്ന്

എനിക്ക് കാട്ടിത്തന്നു. ഭൂമിയും മനുഷ്യരും മൃഗങ്ങളും തമ്മിലുള്ള അടുപ്പം എന്നെ ആഴത്തിൽ സ്പർശിച്ചു – മുൻപൊരിക്കലും അത് എന്റെ ജീവിതത്തിന്റെ ഭാഗമായിരുന്നിട്ടില്ല, എങ്കിലും ആ സ്ഥലത്തുവച്ച് അവയൊക്കെ എനിക്ക് വളരെ പരിചിതമെന്ന് തോന്നി.

വേനൽക്കാല വസതിയെന്നു വിളിക്കാവുന്ന കല്ലുകൊണ്ടുള്ള കുടിലിലാണ് ഞങ്ങൾ താമസിച്ചത്. ഗ്രാമത്തിലെ വീടുകളുമായി താരതമ്യപ്പെടുത്തുമ്പോൾ വളരെ ലളിതം. ഉയരം കുറഞ്ഞ വാതിലിനുള്ളിൽ ഒരു ചെറിയ ഇരുണ്ട അടുക്കള, അതിനുപിന്നിൽ ഞങ്ങൾ കൊണ്ടുവന്ന ധാന്യങ്ങളും മറ്റു വസ്തുക്കളും സൂക്ഷിക്കാനുള്ള കലവറ. ഉണങ്ങിയ കല്ലുകൊണ്ടുള്ള ചുമരുകളും അഞ്ചടി മാത്രം ഉയരമുള്ള മുകൾത്തട്ടും ഒരു ഗുഹയുടെ അന്തരീക്ഷത്തെ ഓർമ്മിപ്പിച്ചു. എങ്കിലും സായന്തനങ്ങളിൽ ഇരുണ്ട് പുകമറയാൽ ആവൃതമായ മുറിയുടെ അകവും ആൾക്കാരുടെ മുഖം കാണുവാൻ മാത്രമുതകുന്ന റാന്തൽ വിളക്കിന്റെ വെളിച്ചവും പ്രസരിപ്പിച്ച ഇളം ചൂടും ഉണർവ്വും ഞങ്ങളെയും ഉന്മേഷഭരിതരാക്കി. ഒരുമിച്ചിരുന്ന് പാട്ട് പാടി, കുട്ടികൾ നൃത്തം ചവിട്ടി, കൂട്ടിന് കഥകളും ഉണ്ടായിരുന്നു.

പെട്ടെന്ന് പുറത്ത് ഒരു വലിയ ശബ്ദം കേട്ടു, ഒപ്പം നോർബു അമ്മാവന്റെ ഉച്ചത്തിലുള്ള "*ശാങ്ക്! ശാങ്ക്!*" എന്ന വിളിയും. ഞങ്ങളെല്ലാവരും ഉടനെ പുറത്തേക്ക് ഓടിയെത്തി. തൊഴുത്തിന്റെ ഭാഗത്തുനിന്ന് ഒരു കറുത്ത നിഴൽ ഇരുട്ടിൽ ഓടിമറയുന്നു. ഒരു ചെന്നായ! നോർബു ഉള്ളിൽ നിന്ന് വിളക്കെടുത്തുകൊണ്ട് ആ വശത്തുള്ള ആട്ടിൻകുട്ടിയുടെ പക്കലെത്തി. മറ്റു മൃഗങ്ങളെല്ലാം തൊഴുത്തിന്റെ മറുവശത്തായിരുന്നു. ആട്ടിൻകുട്ടിയുടെ പിൻഭാഗത്തുനിന്ന് ഒരു വലിയ കഷണം മാംസം പിച്ചാത്തി കൊണ്ടെന്നപോലെ ചീന്തിയെടുക്കപ്പെട്ടിരിക്കുന്നു, അത് അധികനേരം ജീവിക്കാനിടയില്ല എന്നു തോന്നി. ഞാൻ ഭയം കൊണ്ട് വിറയ്ക്കുകയായിരുന്നു, പല്ലുകൊണ്ട് എങ്ങനെ ഇത്ര ആഴത്തിൽ ചെത്തിയെടുക്കാൻ സാധിച്ചു എന്നതിൽ അത്ഭുതപരവശയായി.

ലഡാക്കികളെല്ലാവരും ശാന്തരായിരുന്നു. അതിന്റെ അന്ത്യനിമിഷങ്ങൾ സമാധാനപൂർവ്വം ചിലവഴിക്കട്ടെ എന്നു കരുതിയാകണം നോർബു ആട്ടിൻകുട്ടിയെ തൊഴുത്തിലേക്ക് കൊണ്ടുപോയി. അടുക്കളയിൽ തിരിച്ചെത്തിയ ശേഷം അദ്ദേഹം കഥ വിശദീകരിച്ചു. ആട്ടിൻകുട്ടത്തെ കെട്ടാൻ തൊഴുത്തിൽ കൊണ്ടുപോകുമ്പോൾ ഒരു ചെന്നായ തൊഴുത്തിനു പുറത്ത് മതിലിനരികിൽ നിൽക്കുന്നത് കണ്ടു. ഒരു കല്ലെറിഞ്ഞെങ്കിലും അതു കൊണ്ടില്ല, അത് അവിടെത്തന്നെ പതുങ്ങിനിന്ന് ആട്ടിൻകുട്ടിയെ ആക്രമിക്കുകയായിരുന്നു. മതിലിനുമീതെക്കൂടി ഒരു

വടിയെടുത്ത് അടിച്ചപ്പോൾ മാത്രമാണ് അത് ഇരയെ വിട്ട് ഇരുട്ടിലേക്ക് ഓടിമറഞ്ഞത്.

ഹ്യ-വിലെ ചെറിയ മൃഗങ്ങളായ ആടുകൾക്കും ചെമ്മരിയാടുകൾക്കും ചെന്നായ്ക്കൾ ഒരു നിരന്തര ഭീഷണിയാണ്. മുന്നൂറോളം വരുന്ന ആട്ടിൻ കൂട്ടത്തെ മുകൾ ഭാഗത്തുള്ള മേച്ചിൽ പ്രദേശങ്ങളിലേക്ക് കൊണ്ടു പോകുമ്പോൾ പകൽ സമയത്തുപോലും ഇടയന്മാർ വളരെ ജാഗ്രത പാലിക്കേണ്ടതുണ്ട്. ഞങ്ങൾ സംസാരിക്കുന്നതിനിടെ ആങ്ചുക് അവന്റെ കൈയ്യിലുള്ള കവണ പരിശോധിക്കുന്നതു ഞാൻ ശ്രദ്ധിച്ചു. മലമ്പ്രദേശങ്ങളിൽ ഇത്തരത്തിലുള്ള ആക്രമണങ്ങൾ സാധാരണമാണ് എന്ന് എനിക്കറിയാം, എങ്കിലും ലഡാക്കിലെ മനുഷ്യരുടെ മനോഭാവം ശ്രദ്ധേയമാണ്. ഒരു തരത്തിലുള്ള കയ്പോ ആത്മാനുകമ്പയോ അവരിൽ കണ്ടില്ല. യാതൊന്നിനും ഇളക്കാനാവാത്തതാണ് അവരുടെ സമചി ത്തത എന്നു തോന്നി.

ഒരിക്കൽ *ഹ്യ*-വിനരികെയുള്ള ഒരു ഇടവഴിയിലൂടെ ഏതാനും ആടുകളെ മേച്ചുകൊണ്ടു പോയപ്പോൾ തനിക്കുണ്ടായ അനുഭവം സെറിങ് വിവരിക്കുകയുണ്ടായി. പാതയുടെ മുകളറ്റത്തു നിന്ന് ഗോളാ കൃതിയിലുള്ള ഒരു വസ്തു പാറക്കൂട്ടങ്ങൾക്കു മുകളിലൂടെ ഉരുണ്ടുവരുന്നു. കാഴ്ചയ്ക്ക് കുറ്റിച്ചെടികളുടെ കൂട്ടമാണെന്നു തോന്നിയെങ്കിലും പാറകൾക്ക് മുകളിലൂടെ അത് തടസ്സം കൂടാതെ മന്ദഗതിയിൽ തെന്നി ഉരുണ്ടുവരുക യാണ്. സെറിങിന് അത്ഭുതം തോന്നി, കാരണം അതു പോലെ ഒന്നിനെ അവൾ അതിനുമുൻപ് കണ്ടിട്ടുണ്ടായിരുന്നില്ല. അതിനാൽ അത് ഉരുണ്ട് അടുത്തെത്തുന്നതു വരെ അവൾ അവിടെത്തന്നെ നിന്നു. ആട്ടിൻകൂട്ടത്തി നടുത്തെത്തിയപ്പോൾ അത് പെട്ടെന്ന് നിന്നു, എന്നിട്ട് അവളുടെ നേരെ നോക്കി, ആ കുറ്റിച്ചെടി – പെട്ടെന്ന് അവൾക്ക് പിടികിട്ടി, അത് ഒരു ഹിമപ്പുലിയായിരുന്നു (snow leopard). അപൂർവ്വമായ ആ ജീവിയുടെ വേഷപ്പകർച്ച നടത്താനുള്ള കഴിവ് പ്രശസ്തമാണ്, മാത്രമല്ല അത് പുറ ത്തെങ്ങും വരാത്തവിധത്തിൽ ലജ്ജാശീലമുള്ള മൃഗവുമാണ്. എന്നാൽ അതിന്റെ ആക്രമണങ്ങൾ മയമില്ലാത്തവയായിരിക്കും: ഏതാനും ദിവ സങ്ങൾക്കു മുൻപാണ് അയൽപക്കക്കാർക്ക് മൂന്ന് ചെമ്മരിയാടുകൾ നഷ്ടമായത്. അവരുടെ തൊഴുത്തിലെ ഒരു ചെറുദ്വാരത്തിലൂടെ ഒരു പുലി ഉള്ളിൽ നുഴഞ്ഞുകയറിയതിന്റെ തെളിവായി അതിന്റെ കാല്പാടുകൾ പിന്നീട് കണ്ടെത്തി.

പലരും വിടർന്ന ചിരിയോടെ എന്നോട് ചോദിക്കാറുണ്ട്, "നിങ്ങൾ ഞങ്ങളുടെ വിഭവങ്ങളെല്ലാം രുചിച്ചു നോക്കിയിട്ടുണ്ടോ – *സ്ക്യു, ചുടാഗി...?*" ചോദ്യം കേട്ടാൽ അവർക്ക് ഒരുപാട് വിഭവങ്ങളുണ്ടെന്ന് തോന്നും.

എന്നാൽ ലഡാക്കിലെ ജനങ്ങൾക്ക് വളരെ കുറവ് വിഭവങ്ങളേയുള്ളു എന്നാണ് ഞാൻ മനസ്സിലാക്കിയത് – ബാർലികൊണ്ടുള്ള ഏതാനും വിഭവങ്ങൾ, അതുപോലെ ഗോതമ്പ് കൊണ്ട് ചിലത്.

ലഡാക്കിലെ ജനങ്ങൾക്ക് അവരുടെ ആഹാരം പ്രിയങ്കരമാണ്. ലളിതമെങ്കിലും പോഷകഗുണമുള്ളതാണ് അവരുടെ ആഹാരം. ധാന്യങ്ങളും വെണ്ണച്ചായയുമാണ് മുഖ്യാഹാരം. വറുത്ത് പൊടിച്ച ബാർലി ചായ, *ചാങ്ങ്*, വെള്ളം എന്നിവയോട് ചേർത്താൽ പെട്ടെന്ന് കഴിക്കാവുന്ന ആഹാരമാകും. വറുക്കാത്ത ബാർലി വേവിച്ച് സൂപ്പിൽ ചേർക്കുകയോ ഉണക്കപ്പയറിന്റെ പൊടിയോട് ചേർത്ത് റൊട്ടിയുണ്ടാക്കുകയോ ചെയ്യും. ഗോതമ്പ് കൊണ്ട് കനം കുറഞ്ഞ ദോശയോ കനലിൽ വേവിക്കുന്ന റൊട്ടിയോ ഉണ്ടാക്കുന്നു. അധികം വരുന്ന ബാർലി *ചാങ്ങ്* ആയി മാറുന്നു. കുഞ്ഞുങ്ങൾക്കു പോലും വീര്യം കുറഞ്ഞ വാറ്റ് നൽകുന്നു. ബാർലിയും അതിൽ നിന്നുള്ള പുളിപ്പും ചേർന്ന് വിറ്റാമിൻ-ബി യുടെ പ്രധാന സ്രോതസ്സായി അത് മാറുന്നു എന്നതാണ് കാരണം.

ഒരു തരം ചായയിൽ നിന്നാണ് വെണ്ണച്ചായ ഉണ്ടാക്കുന്നത്. ഉപ്പും കാരവും ചേർത്ത് തേയില ഏകദേശം ഒരു മണിക്കൂർ തിളപ്പിച്ച ശേഷം അതിൽ ആവശ്യത്തിന് വെണ്ണ ചേർക്കുന്നു. ആ മിശ്രിതത്തെ തടികൊണ്ട് നിർമ്മിച്ച ഒരു പാത്രത്തിലേക്ക് പകരും. എല്ലാവർക്കും ആ ചായ പ്രിയമുള്ളതാണ്, വയലിൽ ജോലി ചെയ്യുമ്പോൾ പോലും ഒരു പാത്രത്തിൽ അത് കരിയടുപ്പിനു മുകളിൽ ചൂടായിക്കൊണ്ടിരിക്കും.

പാലിന്റെ ഏറിയപങ്കും വെണ്ണയാക്കി മാറ്റും. ലഡാക്കിലെ മൃഗങ്ങൾ ഒരുപാട് പാൽ നൽകുന്നവയല്ല, എങ്കിലും പാലിന് നല്ല കൊഴുപ്പുണ്ടായിരിക്കും. യാക്കിന്റെ പാലിനാണ് ഏറ്റവും കൊഴുപ്പ്, അതിന്റെ വെണ്ണയ്ക്ക് ഇളം മഞ്ഞനിറമായിരിക്കും. ബാക്കിവരുന്ന മോരിൽ നിന്ന് കൊഴുപ്പ് കുറഞ്ഞ പാൽക്കട്ടി ഉണ്ടാക്കി അതിനെ സൂര്യന്റെ ചൂടിൽ ഉണക്കിയെടുക്കുന്നു. ആ പാൽക്കട്ടിയും ചില പച്ചക്കറികളും ആപ്രിക്കോട്ടും ഉണങ്ങിയ ഇറച്ചിയും മറ്റും ഏകദേശം ഒരു വർഷം വരെ കേടുകൂടാതെ സൂക്ഷിക്കാം. ഉരുളക്കിഴങ്ങ്, മുള്ളങ്കി തുടങ്ങിയ ചില പച്ചക്കറികൾ വീടിന്റെ അരികിൽ ഒരു വലിയ കുഴിയെടുത്ത് അതിൽ സൂക്ഷിക്കുന്നു.

ശൈത്യകാലത്ത് ലഡാക്കിലെ ജനങ്ങൾക്ക് മാംസം കഴിക്കേണ്ടിവരുന്നു. പ്രധാനമായും ആട്, യാക്ക്, *സോ* എന്നിവയുടെ ഇറച്ചിയാണ് ഭക്ഷിക്കുന്നത്. അവർ ഒരിക്കലും മത്സ്യം കഴിക്കുകയില്ല. ഭക്ഷണത്തിനുവേണ്ടി കൊല്ലുന്നെങ്കിൽ അത് ധാരാളം പേർക്ക് ഭക്ഷണമേകാൻ പര്യാപ്തമായ ഒരു വലിയ മൃഗത്തെ തന്നെയാവട്ടെ എന്നാണ് അവർ കരുതുന്നത്. മൃഗഹത്യയെ അവർ ഒരിക്കലും ലഘുവായി കാണുന്നില്ല,

പ്രാർഥിച്ച്, ക്ഷമ ചോദിച്ച ചെയ്ത ശേഷം മാത്രമേ ആ കർമ്മത്തിന് അവർ ഒരുങ്ങുകയുള്ളൂ.

എനിക്കായ് ഭാരമുന്തും മൃഗങ്ങൾ,
എനിക്കന്നമായ് തീരാൻ
മൃതിപൂകിയ മൃഗങ്ങൾ,
ബുദ്ധത്വം പ്രാപിച്ചീടട്ടെ അവരേവരും
അമാന്തമേതുമേയില്ലാതെ!

ഹെമിസ് ഗ്രാമത്തിൽ തന്റെ വീട്ടിനു പുറത്തുള്ള വലിയ വാൾനട്ട് മരത്തിന്റെ തണലിൽ ഫുന്റ്സോഗ് അമ്മാവൻ എപ്പോഴും നെയ്തുകൊണ്ടിരിക്കുന്നത് കാണാം. തറിയുടെ ചവിട്ടുപടികൾ ചലിപ്പിച്ചുകൊണ്ട് അനേകം ചെറുപ്പക്കാർ ചുറ്റുമിരുന്ന് അദ്ദേഹത്തിന്റെ വാക്കുകൾ ശ്രവിക്കാറുണ്ട്. അദ്ദേഹം കഥകൾ ചൊല്ലുകയും പാട്ടുകയും ചെയ്യുമ്പോൾ കൂടെയുള്ളവർ നിരന്തരം ചായയും *ചാങ്ങും* ഒഴിച്ചുകൊടുത്തുകൊണ്ടിരിക്കും. തടസ്സങ്ങൾ വകവെയ്ക്കാതെ അദ്ദേഹം തന്റെ ജോലി തുടർന്നുകൊണ്ടേയിരിക്കും, ഒരു ദിവസം കൊണ്ട് നെയ്തുതീരുന്നത് ഒരു മുഴനീളവസ്ത്രമായിരിക്കും.

കമ്പിളിവസ്ത്രങ്ങൾ നെയ്യുന്നതിന് ലഡാക്കികൾ ഒന്നുകിൽ സ്വന്തം മൃഗങ്ങളിൽ നിന്ന് രോമങ്ങൾ വെട്ടിയെടുക്കും, അല്ലെങ്കിൽ കമ്പിളി ലഭ്യമാക്കുന്നത് തങ്ങളുടെ പക്കൽ അധികമുള്ള ധാന്യം കൈമാറ്റം ചെയ്താണ് – പത്തു റാത്തൽ ബാർലിക്ക് ഒരു റാത്തൽ കമ്പിളി എന്ന തോതിൽ. പിന്നീടത് കഴുകി നൂൽനൂറ്റ് തുണി നെയ്ത് ചായം മുക്കി സ്വയം വസ്ത്രം തുന്നുകയും ചെയ്യുന്നു. നൂൽനൂല്പ് എപ്പൊഴുമുള്ള പ്രവൃത്തിയാണ്. പുരുഷന്മാരും സ്ത്രീകളും ചുമലിൽ ഭാരമേന്തി നടക്കുമ്പോഴും നൂൽനൂൽക്കുന്നതു കാണാം. അത് വിശ്രമത്തിനുള്ള ഉപാധിയാണെന്നു തോന്നും, ഒരുതരം ധ്യാനം തന്നെയാണത്. ആടിന്റേയും യാക്കിന്റേയും കട്ടിയുള്ള രോമം കൊണ്ടാണ് പുരുഷന്മാർ നൂൽനൂൽക്കുന്നത്, അത് കമ്പിളി, പാദുകങ്ങൾ, ചാക്കുകൾ, കയറ് എന്നിവ നിർമ്മിക്കാൻ ഉപയോഗിക്കുന്നു. സ്ത്രീകൾ ചെമ്മരിയാടിന്റെ നേർത്ത രോമം കൊണ്ടാണ് നൂൽനൂൽക്കുന്നത്, അവ വസ്ത്രങ്ങൾ നിർമ്മിക്കാനാണ് ഏറെയും ഉപയോഗിക്കുക. ചില ഗ്രാമങ്ങളിൽ ഓരോ വീട്ടിലും കുറഞ്ഞത് ഒരാളെങ്കിലും നെയ്തുപണിയിൽ ഏർപ്പെട്ടിരിക്കുന്നത് കാണാം. ചില ഗ്രാമങ്ങളിൽ നെയ്തുകാർ കുറവായിരിക്കും, നെയ്ത തുണി കൈമാറി അവിടെ നെയ്ത്തുകാരൻ വെണ്ണ, ധാന്യം, കടല, കമ്പിളി എന്നിവ സ്വന്തമാക്കും.

ലഡാക്കിലെ മനുഷ്യരോടൊത്ത് മണിക്കൂറുകളോളം ചിരിച്ചും സംസാരിച്ചും ഞാൻ ചിലവഴിക്കാറുണ്ട്, അപ്പോഴൊക്കെ അവരുടെ

കൈകൾ എന്തെങ്കിലും ജോലി ചെയ്യുകയാവും. പുരുഷന്മാർക്കുള്ള നീളൻ കുപ്പായങ്ങളും സ്ത്രീകൾക്കുള്ള പാവാടകളും കമ്പിളി കൊണ്ട് ഉണ്ടാക്കപ്പെടുന്നത് അങ്ങനെയാണ്. എല്ലാവരും ആട്ടിൻതോൽ കൊണ്ട് തുന്നിയ നീളൻ തൊപ്പികളും യാക്കിന്റെ രോമം കൊണ്ട് നിർമ്മിച്ച പ്രത്യേകരൂപത്തിലുള്ള പാദുകങ്ങളും ധരിക്കാറുണ്ട്.

ആഭരണങ്ങൾ പുറത്തുനിന്ന് ഇറക്കുമതി ചെയ്യുകയാണ് പതിവ്. വ്യാപാരത്തിനായി അവർ ഉപയോഗിക്കുന്ന കൈവശമുള്ള അധികവിഭവങ്ങളെ പ്രതിനിധീകരിക്കുന്ന അവരുടെ പക്കലുള്ള കല്ലും പവിഴവും. ഓരോ കുടുംബത്തിലും വിലപിടിച്ച കല്ലുകളും വെള്ളിയും സ്വർണ്ണവും കൊണ്ട് നിർമ്മിക്കപ്പെട്ട അനേകം ആഭരണങ്ങളുമുണ്ടായിരിക്കും.

ഗ്രാമത്തിലെ വീടുകൾ മിക്കവയും രണ്ടോ മൂന്നോ നിലയിൽ കുറഞ്ഞത് നാലായിരം ചതുരശ്ര അടിയിൽ തീർത്തവയായിരിക്കും. വെള്ളതേച്ച ചുമരുകൾ ഉള്ളിലേക്ക് അല്പം വളഞ്ഞ് മുകളിലെ മേൽക്കൂരയിൽ ചെന്നുമുട്ടും, അത് കോട്ട പോലെ വലുപ്പമുള്ള വീടിന് ഒരു പ്രത്യേക ഭംഗി ചേർക്കും. ഭൂദേവതകളുടെ സമ്മതം വാങ്ങാതെ ഒരിക്കലും അവർ ഒരു പുതിയ വീട് പണിയുകയില്ല. ആദ്യം തന്നെ ഉന്നതനായ ഒരു ലാമ വന്ന് സ്ഥലത്തെ പൂജിച്ച്, ഒരു പിച്ചളക്കണ്ണാടിയിൽ ചുറ്റുപാടുകളെ പ്രതിഫലിപ്പിച്ച് ഭൂദേവതകളെ ആവാഹിക്കും. വീടുനിർമ്മാണത്തിനിടെ അവർക്ക് ഉപദ്രവമേൽക്കാതെ സംരക്ഷണം നൽകാനാണ് അപ്രകാരം ചെയ്യുന്നത്. വീടുനിർമ്മാണം പൂർത്തിയാകുന്നതുവരെ ഒരു പെട്ടിയിൽ ആ കണ്ണാടി സൂക്ഷിച്ചുവെക്കും. ഒടുവിൽ ഗൃഹപ്രവേശം നടക്കുന്ന സന്ദർഭത്തിൽ ലാമ പെട്ടി തുറന്ന് ഭൂദേവതകളെ സ്വതന്ത്രമാക്കും.

വീടുപണിക്ക് പ്രധാനമായും ഉപയോഗിക്കുന്നത് കളിമണ്ണാണ്, മുകളിലത്തെ നിലകൾക്ക് കല്ലും ഉപയോഗിക്കാറുണ്ട്. കളിമണ്ണുകൊണ്ട് ഇഷ്ടികക്കട്ടകൾ നിർമ്മിക്കുന്ന പ്രവൃത്തിയിൽ കുടുംബാംഗങ്ങളെല്ലാവരും പങ്കുചേരാറുണ്ട്; ചെറിയ കുഞ്ഞുങ്ങൾ പോലും തടികൊണ്ടുള്ള അച്ചിൽ മണ്ണ് നിറച്ച് സഹായിക്കും. ഓരോ ഗ്രാമത്തിലെയും മണ്ണിന്റെ സ്വഭാവമനുസരിച്ച് രീതിയിൽ അല്പം വ്യത്യാസം വരും. ചിലർ വലിയ കട്ടകൾ നിർമ്മിക്കും, ചിലയിടങ്ങളിൽ മണ്ണിനോടൊപ്പം വയ്ക്കോൽ ചേർക്കുന്ന പതിവുമുണ്ട്. കട്ടകൾ രണ്ടാഴ്ചയോളം സൂര്യന്റെ കീഴെ ഉണങ്ങിക്കഴിയുമ്പോൾ ഉപയോഗിക്കാനുള്ള പാകമെത്തും. മർക്കല എന്നു വിളിക്കുന്ന ചെളി മിനുക്കിത്തേച്ചൊരുക്കി അതിനുമീതെ ചുണ്ണാമ്പ് കൊണ്ട് വെള്ള പൂശിയ ചുമരുകൾക്ക് സാധാരണയായി മൂന്നടി കനമുണ്ടാകും. പോപ്ലാർ മരത്തിന്റെ തടിയിൽ തീർത്ത കഴുക്കോലിനു കുറുകെ അരളികൊണ്ടുള്ള ശിഖരങ്ങൾ ഘടിപ്പിച്ചാണ് മോന്തായം തീർക്കുന്നത്. നൂറിലേറെ വർഷം

ഹെമിസ്-ഷുക്പചാൻ എന്ന ഗ്രാമത്തിലെ ഒരു സാധാരണ വീട്. ഗ്രാമത്തിലെ ആശാരിയാണ് മനോഹരമായ കൊത്തുപണികൾ കൊണ്ടലങ്കൃതമായ ബാൽക്ക ണികൾ നിർമ്മിക്കുന്നത്

നിലനിൽക്കുന്ന യാഗ്സാസ് എന്നു പേരുള്ള ഒരിനം കുറ്റിച്ചെടി പരന്ന മേൽക്കൂരയ്ക്കു മുകളിൽ ചേർത്ത് നിരത്തി മണ്ണും ചെളിയും കൊണ്ട് നിറയ്ക്കുന്നു. ജലപാതവും മഴയും വിരളമായതിനാൽ ചോർച്ച ഉണ്ടാവുകയില്ല, മഞ്ഞു മുകളിൽ വീഴുന്നത് ഇടയ്ക്കിടെ തള്ളിനീക്കണമെന്നേയുള്ളു.

വെറും നിർവ്വഹണപരമായ ഉദ്ദേശത്തോടെ മാത്രല്ല ലഡാക്കിലെ വീടുകൾ നിർമ്മിക്കാറ്,. സൌന്ദര്യപരമായ വിശദാംശങ്ങളും കലാപരമായ ആകർഷണീയതയും അവയ്ക്കുണ്ടായിരിക്കും. വാതിലുകൾക്കും ജനാലകൾക്കും പ്രത്യേകശ്രദ്ധ നൽകപ്പെടുന്നു. അലങ്കാരപൂർവ്വം കൊത്തുപണികൾ ചെയ്ത ജനാലപ്പടികളും വാതിൽപ്പടികളും ചിലയിടങ്ങളിൽ കാണാം, ഗ്രാമത്തിലെ ആശാരിയുടെ കരവിരുതിന്റെ അടയാളമാണത്. വെള്ളതേച്ച ചുമരുകൾക്ക് താഴെ കരിയും കളിമണ്ണും ചേർത്ത് പത്തിഞ്ച് വീതിയിൽ കറുത്ത പട്ട തീർത്തിരിക്കും. മുകളിലത്തെ നിലകൾക്ക് ചെറുതെങ്കിലും മനോഹരമായി നിർമ്മിച്ച ബാൽക്കണികളുമുണ്ടാകും.

കിഴക്കോട്ട് ദർശനമായാണ് വീടിന്റെ പ്രധാനവാതിൽ നിർമ്മിക്കുന്നത്, അത് മംഗളകരമെന്ന് കരുതപ്പെടുന്നു. കല്ലുകൊണ്ടുള്ള പടികൾ കയറി നേരെ ഒന്നാം നിലയിലേക്ക് എത്താം. താഴത്തെ നില പൊതുവെ മൃഗങ്ങൾക്കുള്ള തൊഴുത്തായാണ് ഉപയോഗിക്കപ്പെടുന്നത്.

അകത്തേക്കുള്ള വാതിൽ കടന്നാൽ അടുക്കള, അതിനോട് ചേർന്ന കലവറ, ഇത്രമായാൽ ഏകദേശം ഒന്നാം നില പൂർണ്ണമായി. മുകളിലത്തെ നിലയിലുള്ള വലിയ മട്ടുപ്പാവിൽ നിന്ന് വെളിച്ചം ഉള്ളിലേക്ക് പ്രസരിക്കുന്നുണ്ടാകും.

വീടിന്റെ ഹൃദയസ്ഥാനത്താണ് അടുക്കള; അവിടെയാണ് കുടുംബം ഏറ്റവും കൂടുതൽ സമയം ചിലവഴിക്കുന്നത്. ഒരറ്റത്തു നിന്ന് മറ്റെ അറ്റത്തുള്ള ആളോട് സംസാരിക്കാൻ കഴിയാത്തത്ര വിധത്തിൽ അടുക്കള വലുപ്പമേറിയതായിരിക്കും. ഏതാനും ഉയരം കുറഞ്ഞ മേശകളും ഇരിക്കാനുള്ള പായകളുമൊഴിച്ചാൽ മറ്റ് സാമഗ്രികളൊന്നുമില്ല, മുറിയുടെ മൂന്നിൽ രണ്ട് ഭാഗം ഒഴിഞ്ഞുകിടക്കുകയായിരിക്കും. ഒരു വശത്തുള്ള ചുമരിന്റെ ഓരം ചേർന്ന് വരിവരിയായി ഷെൽഫുകളിൽ പല വലുപ്പത്തിലുള്ള തിളങ്ങുന്ന കുടങ്ങൾ നിരത്തിയിരിക്കും. ഇരുമ്പുകൊണ്ട് നിർമ്മിച്ചതെന്ന് തോന്നിപ്പിക്കുമെങ്കിലും കളിമണ്ണു കൊണ്ടുണ്ടാക്കിയ കറുത്ത അടുപ്പ് അടുക്കളയുടെ കേന്ദ്രസ്ഥാനത്താണ്. അതിന്റെ വശങ്ങളിൽ ഭാഗ്യചിഹ്നങ്ങളും ബുദ്ധമതാചാരപ്രകാരമുള്ള അലങ്കാരങ്ങളും കാണാം, ചിലതിൽ നീലക്കല്ലുകളും പവിഴവും പതിച്ചിട്ടുണ്ടാകും. ഉണങ്ങിയ ചാണകം കൊണ്ടായിരിക്കും തീപൂട്ടുന്നത്, ആട്ടിൻതോലു കൊണ്ടുള്ള ഉല ഉപയോഗിച്ച് ഇടയ്ക്കിടെ തീ പടർത്തിക്കൊടുക്കും.

വർഷത്തിൽ ആറുമാസത്തോളം ലഡാക്കിൽ ഒന്നും വളരാത്തതുകൊണ്ട്, അവിടുത്തെ വീടുകൾക്കുള്ളിലെ സ്ഥലത്തിന്റെ ഭൂരിഭാഗവും ഉപയോഗിക്കുന്നത് സാധനങ്ങൾ ശേഖരിച്ചു സൂക്ഷിക്കാൻ വേണ്ടിയാണ്. അടുക്കളയുടെ തൊട്ടടുത്തായാണ് പ്രധാന കലവറ. അതിന്റെ കനത്ത ചുമരുകൾ വേനലിന്റെ കൊടും ചൂടിൽ പോലും ഉള്ളിലെ തണുപ്പ് നിലനിറുത്തും. മരം കൊണ്ടുള്ള വലിയ വീപ്പകളിൽ *ചാങ്ങ്*, പാലും തൈരും നിറച്ച മൺകുടങ്ങൾ, ബാർലിയും ഗോതമ്പും നിറച്ച വലിയ പത്തായങ്ങൾ തുടങ്ങിയവ ആ സ്ഥലം കൈയ്യടക്കിയിരിക്കും. മുകളിലത്തെ മച്ചിൽ കാലിത്തീറ്റയ്ക്കുള്ള പുല്ലും ഇന്ധനമായി ഉപയോഗിക്കുന്ന ചുള്ളിക്കമ്പുകളും ചാണകവും മറ്റും അടുക്കിവെച്ചിരിക്കും. യാക്കിന്റെ രോമം കൊണ്ടുള്ള കമ്പിളിയും പച്ചക്കറികളും ആപ്രിക്കോട്ടും പാൽക്കട്ടിയുമൊക്കെ പുരപ്പുറത്താണ് ഉണക്കാനിടുന്നത്.

മുകളിലത്തെ നിലയിൽ മട്ടുപ്പാവിലാണ് അതിഥികൾക്കായുള്ള മുറിയും വേനൽക്കാലത്തുള്ള കിടപ്പുമുറിയും. കൂടാതെ, വിശാലമായ ഒരു പ്രാർത്ഥനാമുറിയും അതോടൊപ്പം ഒരുക്കിയിരിക്കും. മറ്റാവശ്യങ്ങൾക്ക് മുറികൾ വേറെയുമുണ്ടാകും. റ്റിബറ്റൻ രീതിയിൽ നെയ്ത്ത പരവതാനി വിരിച്ച് സമൃദ്ധമായി അലങ്കരിക്കപ്പെട്ടതായിരിക്കും പ്രധാന സൽക്കാരങ്ങൾ

നടക്കുന്ന അതിഥികൾക്കായുള്ള മുറി. പ്രാർത്ഥനാമുറിയിലായിരിക്കും തലമുറകളായി കൈമാറിയ മതഗ്രന്ഥങ്ങളും മറ്റുവസ്തുക്കളും സൂക്ഷിക്കുക. നിശ്ശബ്ദത തളം കെട്ടിനിൽക്കുന്ന ഇരുണ്ട മുറിയിൽ ആപ്രിക്കോട്ട് എണ്ണയുടെ ഗന്ധം നിറഞ്ഞു നിൽക്കും. മതപരമായ ചിത്രങ്ങൾ വരച്ച തുണികൊണ്ട് അലങ്കരിച്ച ചുമരുകൾ, മുകളിൽ നിന്ന് താഴേയ്ക്ക് ഒരു മദ്ദളം തൂക്കിയിട്ടിരിക്കും. സൂക്ഷ്മമായ കൊത്തുപണികൾ ചെയ്തലങ്കരിച്ച പൂജാപീഢത്തിൽ നിറയെ വെള്ളിക്കിണ്ണങ്ങളും വെണ്ണകത്തിച്ചുവെച്ച വിളക്കുകളും വരിയായി നിരത്തിയിട്ടുണ്ടാകും. ബുദ്ധപഞ്ചാംഗമനുസരിച്ചുള്ള വിശേഷദിവസങ്ങളിൽ മതാചാര്യന്മാർ ഒത്തുചേർന്ന് പൂജാവിധികൾ അനുഷ്ഠിക്കാറുണ്ട്. എല്ലാ ദിവസവും രാവിലെയും വൈകുന്നേരവും കുടുംബാംഗങ്ങളിലൊരാൾ എണ്ണവിളക്കുകൾ കത്തിച്ച്, കിണ്ണങ്ങളിൽ ജലം നിറച്ച് പ്രാർത്ഥനാമന്ത്രങ്ങൾ ചൊല്ലും.

രൂക്ഷമായ കാലാവസ്ഥ, വസ്തുക്കളുടെ ദൌർലഭ്യം എന്നിങ്ങനെയുള്ള വിപരീതഘട്ടങ്ങളിൽപോലും ലഡാക്കിലെ ജനങ്ങൾ വെറും ഉപജീവനത്തിൽക്കവിഞ്ഞ ജീവിതനിലവാരം ആസ്വദിക്കുന്നു. കലപ്പയും നെയ്ത്തുയന്ത്രവും കഴിഞ്ഞാൽ ജലം കൊണ്ട് പ്രവർത്തിക്കുന്ന ധാന്യം പൊടിക്കുന്ന യന്ത്രം മാത്രമാണ് സാങ്കേതികം എന്നു വിളിക്കാവുന്ന ഒരേയൊരു വസ്തു. ലളിതമെങ്കിലും മേൽനോട്ടം കൂടാതെ പ്രവർത്തിക്കുന്ന വിദഗ്ധമായ യന്ത്രത്തിന്റെ ഒരു മാതൃകയാണത്. അതിനുപുറമേ സാധാരണ മമ്മട്ടി, അരിവാൾ, ചുറ്റിക, അരം തുടങ്ങിയ ഉപകരണങ്ങളുമുണ്ട്. അതിനെക്കാൾ സങ്കീർണ്ണതയുള്ള ഒന്നും അവർക്ക് ആവശ്യമില്ല. നാം യന്ത്രങ്ങൾ ഉപയോഗിക്കുന്ന പല കൃത്യങ്ങളും ലഡാക്കിൽ ജനങ്ങൾ ഒത്തുചേർന്ന് മൃഗങ്ങളുടെ സഹായത്തോടെയാണ് ചെയ്തു തീർക്കുന്നത്.

യാക്ക്, *സോ,* കഴുത, കുതിര എന്നീ മൃഗങ്ങൾ വലിക്കുന്ന വണ്ടികൾ മിക്കവാറും ചരക്കുകൾ കയറ്റാൻ ഉപയോഗിക്കാറുണ്ട്. കല്ലും കട്ടയുമെല്ലാം ഏതാനും പേർ വരിവരിയായി നിന്ന് കൈമാറും. കൂടുതൽ പേരടങ്ങുന്ന സംഘങ്ങൾ ഒത്തുചേർന്നാണ് വലിയ മരത്തടി പോലെയുള്ള ഭാരമേറിയ വസ്തുക്കൾ കൈകാര്യം ചെയ്യുന്നത്.

ലളിതമായ ഉപകരണങ്ങളുടെ സഹായത്തോടെ ഏറെ സമയമെടുത്താണ് അവർ ഓരോ കൃത്യവും ചെയ്തു തീർക്കുന്നത്. ചെമ്മരിയാടുകളെ മേയ്ക്കാനും കമ്പിളിക്കായി അവയുടെ മേലുള്ള രോമങ്ങൾ കൈകൊണ്ട് കത്രിച്ചെടുക്കാനും അതു കഴുകി അതിൽ നിന്ന് നൂൽ നൂറ്റ് തുണിനെയ്തെടുക്കാനുമൊക്കെ ഒരുപാട് സമയം ചിലവഴിക്കണം. അതുപോലെ ഭക്ഷ്യസാധനങ്ങൾ ഉത്പാദനത്തിനായി വിത്തു

വിതയ്ക്കുന്നതുമുതൽ മേശപ്പുറത്ത് ആഹാരം വിളമ്പുന്നതുവരെയുള്ള ജോലികൾ ആയാസകരം തന്നെയാണ്. എങ്കിലും ലഡാക്കിലെ മനുഷ്യർക്ക് സമയം ധാരാളമുള്ളതു പോലെ എനിക്കു തോന്നി. ഒരു തിരക്കും കൂട്ടാതെ സാവധാനം ജോലിചെയ്യുന്നതുകൊണ്ടാവണം അവർക്ക് ധാരാളം ഒഴിവു സമയം ലഭിക്കുന്നത്.

ഏകദേശമായ അളവിലാണ് സമയം കണക്കാക്കുന്നത്, കൃത്യമായി നിമിഷങ്ങൾ എണ്ണിത്തിട്ടപ്പെടുത്തേണ്ട ആവശ്യമില്ല. "ഞാൻ ഉച്ചയോടെ നിന്നെക്കാണാൻ എത്താം" അല്ലെങ്കിൽ "ഞാൻ വൈകുന്നേരം നിന്നെ ക്കാണാൻ വരാം", ഇങ്ങനെ ഏതാനും മണിക്കൂറുകളുടെ സാവകാശം നൽകിക്കൊണ്ടാണ് അവർ സമയം പറയുന്നത്. ലഡാക്കികൾക്ക് സമയത്തെ നിർവ്വചിക്കാൻ ഹൃദ്യമായ ചില പദങ്ങളുണ്ട്: *ഗോങ്ഗ്രോട്* എന്ന പദത്തിന് "ഇരുട്ടിക്കഴിഞ്ഞ് ഉറങ്ങുന്നതുവരെയുള്ള സമയം" എന്നാണർത്ഥം, *ന്യിറ്റ്സെ* എന്നു പറഞ്ഞാലർത്ഥം "സൂര്യൻ പർവ്വതത്തിനു മുകളിൽ" എന്നാണ്, *ചിപ്പെ-ചിറിറ്റ്* എന്നാൽ കിളികളുടെ പാട്ട്, അതായത് "രാവിലെ സൂര്യനുദിക്കുന്നതിനു മുൻപ് കിളികൾ ചിലച്ചു തുടങ്ങുന്ന സമയം".

ധാരാളം സമയം പണിയെടുക്കേണ്ടി വരുന്ന കൊയ്ത്തുകാലത്തു പോലും വളരെ സാവകാശമായിരിക്കും അവർ ജോലി ചെയ്യുന്നത്, ഒരു ചെറിയ കുട്ടിക്കും എൺപതു വയസ്സുള്ള വൃദ്ധയ്ക്കും ഒരുപോലെ ചേർന്ന് സഹായിക്കാൻ കഴിയുന്ന തരത്തിലായിരിക്കും ജോലികൾ. എല്ലാവരും കഠിനമായി അദ്ധ്വാനിക്കും, എന്നാൽ അവരുടേതായ വേഗത്തിൽ ചിരിച്ചും പാട്ടുപാടിയുമായിരിക്കും പങ്കെടുക്കൽ. ജോലിയും വിനോദവും തമ്മിൽ അത്ര കർക്കശമായ വ്യത്യാസമില്ല.

വർഷത്തിൽ നാലു മാസമേ അവർ ശരിക്ക് ജോലിചെയ്യുന്നുള്ളൂ എന്നതാണ് എടുത്തുപറയാനുള്ള ഒരു സവിശേഷത. പാചകം ചെയ്യുക, മൃഗങ്ങൾക്ക് ഭക്ഷണം നൽകുക, ജലം നിറയ്ക്കുക എന്നിങ്ങനെ ചെറിയ ജോലികളേ ബാക്കിയുള്ള എട്ടുമാസങ്ങളിൽ ചെയ്യാനുണ്ടാവുകയുള്ളൂ. ശൈത്യകാലം മുഴുവനും വേനൽക്കാലമേറെയും ആൾക്കാർ സമയം ചിലവഴിക്കുക ഉത്സവങ്ങൾക്കായിരിക്കും. ഏതെങ്കിലും ഉത്സവമോ ആഘോഷമോ കൂടാതെ ഒരാഴ്ച പോലും കടന്നുപോകാറില്ല. ശൈത്യകാലത്താകട്ടെ ആഘോഷങ്ങൾ ഒഴിഞ്ഞ സമയം തന്നെ ഉണ്ടാവുകയില്ല.

കഥപറച്ചിലിനുള്ള സമയവും കൂടെയാണ് ശൈത്യകാലം. ലഡാക്കിൽ ഒരു ചൊല്ലുണ്ട്: "ഭൂമിയിൽ പച്ചപ്പുള്ള കാലത്ത് ഒരു കഥയും പറയരുത്." കൃഷിചെയ്യാനുള്ള ഏതാനും മാസങ്ങളിൽ അതിൽത്തന്നെ ശ്രദ്ധിക്കണം എന്നതാണ് അതിന്റെ അന്തരാർത്ഥം. *ഗേസർ* എന്ന

ഐതിഹ്യഗാഥയിലെ വീരനായകൻ പർവ്വതങ്ങളും മലയിടുക്കുകളും കടന്ന് ദൈവങ്ങളുടെ സഹായത്തോടെ രാക്ഷസന്മാരെ കൊന്നൊടുക്കി ജനങ്ങളുടെ ജീവൻ രക്ഷിച്ച കഥയാണ് അവരെല്ലാവരും തീയ്ക്കുചുറ്റുമിരുന്ന് കേട്ടുകൊണ്ടിരിക്കുന്നത്, പരിചയമുള്ള പാട്ടുകൾ വരുന്ന ഭാഗങ്ങളിൽ എല്ലാവരും കൂടെച്ചേർന്ന് പാടും.

3
വൈദ്യനും മന്ത്രവാദിയും

അറിവില്ലായ്മയാണ് അസുഖങ്ങൾക്ക് കാരണം
– ലഡാക്കിലെ വൈദ്യൻ

ലഡാക്കിലെ മനുഷ്യർ പൊതുവെ നല്ല ഉണർവ്വും ഊർജ്ജസ്വലതയും ഉന്മേഷവുമുള്ളവരാണ്. ശരീരഘടനയിൽ എല്ലാവരും മെലിഞ്ഞ് അരോഗദൃഢഗാത്രരായിരിക്കും – വളരെ അപൂർവ്വം ചിലർക്ക് ഭാരക്കുറവുണ്ടാകും, അമിതവണ്ണമുള്ളവർ അതിലും അപൂർവ്വമായിരിക്കും. ഒരിക്കൽ ഒരു സ്ത്രീ വൈദ്യനോട് തന്റെ വയറിലെ മടക്കുകളെക്കുറിച്ച് പരാതിപറയുന്നതു കേട്ടു, അമിതവണ്ണം അത്രത്തോളം അസാധാരണമാണ്. പ്രകടമായ മാംസപേശികളില്ലെങ്കിലും ലഡാക്കിലെ പുരുഷന്മാരും സ്ത്രീകളും നല്ല കരുത്തുള്ളവരാണ്, കൂടാതെ പർവ്വതങ്ങളിൽ വസിക്കുന്ന മറ്റു മനുഷ്യരെപ്പോലെ തന്നെ അളവിൽക്കവിഞ്ഞ ഓജസ്സുള്ളവരുമാണ്.

പ്രായമായവർ പോലും മരിക്കുന്നതുവരെ പ്രസരിപ്പോടെ തങ്ങളുടെ കർമ്മങ്ങൾ നിർവഹിച്ചുകൊണ്ടിരിക്കും. ഒരു ദിവസം ഞാൻ താമസിച്ചിരുന്ന വീട്ടിലെ മുത്തച്ഛൻ മുകളിൽ നിന്ന് താഴേയ്ക്ക് ഓടിയിറങ്ങുന്നതു കണ്ടു. വളരെ ഉത്സാഹത്തോടെ അദ്ദേഹം എന്നോട് കാലാവസ്ഥയെക്കുറിച്ച് സംസാരിക്കുകയും ചെയ്തു. ആ ദിവസം ഉച്ചകഴിഞ്ഞ് മൂന്നു മണിയോടടുത്ത് അദ്ദേഹം മരിച്ചു, ശാന്തനായി ഇരുന്ന് ഉറങ്ങുകയാണോ എന്ന് തോന്നും.

ശ്വാസകോശസംബന്ധമായതും ദഹനത്തെ സംബന്ധിച്ചതുമായ അസുഖങ്ങൾ സാധാരണയാണ്, അതുപോലെ തന്നെ ത്വക്‌രോഗങ്ങളും

നേത്രരോഗങ്ങളും കണ്ടുവരുന്നു. അതികഠിനമായ ശൈത്യത്തിൽ ചിലപ്പോൾ ശിശുമരണങ്ങളും സംഭവിക്കാറുണ്ട്, എന്നാൽ നിർണ്ണായകമായ ആ ആദ്യവർഷങ്ങൾ കടന്നുകഴിഞ്ഞാൽ പിന്നീടുള്ള ആരോഗ്യസ്ഥിതി പൊതുവെ മെച്ചപ്പെട്ടതായിരിക്കും.

പരമ്പരാഗതമായി ജനങ്ങൾക്ക് സംഘർഷം നിറഞ്ഞ അനുഭവങ്ങൾ കുറവായിരിക്കും, പൊതുവെ അവർ സമാധാനപരമായ ജീവിതം നയിക്കുന്നവരാണ്. സ്വസ്ഥവും അനായാസവുമായ ജീവിതഗതി. ശുദ്ധവായു, സമ്പൂർണ്ണാഹാരം എന്നിവ അവർക്ക് അവിടെ എപ്പോഴും സുലഭമാണ്, കൃത്യമായ വ്യായാമം അവരുടെ ജീവിതശൈലിയിൽ തന്നെയുണ്ട്. തങ്ങൾ ഭാഗമായിരിക്കുന്ന പ്രകൃതിയിൽ നിന്ന് അന്യമായ വസ്തുക്കളൊന്നും തന്നെ അവർക്ക് ശരീരത്തിലേക്ക് സ്വീകരിക്കേണ്ടിവരുന്നില്ല. ജൈവരീതികൾ ഉപയോഗിച്ച് അവിടെത്തന്നെ കൃഷിചെയ്യുന്ന ഉത്പന്നങ്ങളാണ് അവർ ഭക്ഷിക്കുന്നത്. ഈയടുത്ത കാലം വരെ അവിടെ അന്തരീക്ഷമലിനീകരണം തീരെയുണ്ടായിരുന്നില്ല.

പാശ്ചാത്യസിദ്ധാന്തമനുസരിച്ച് നോക്കിയാൽ സസ്യഫലാദികൾ അധികമില്ലാത്ത ലഡാക്കി ആഹാരം ഒട്ടും സമീകൃതമല്ലെന്ന് തോന്നാം. അവർ ഉപയോഗിക്കുന്ന ഉപ്പിന്റെയും വെണ്ണയുടെയും അളവ് കണക്കനുസരിച്ച് അപായകരമാം വിധം കൂടുതലാണ്. എന്നാൽ പാശ്ചാത്യരാജ്യങ്ങളിൽ കണ്ടുവരുന്ന പല രോഗങ്ങളും അവിടെയില്ല. ഉദാഹരണത്തിന്, അത്യധികം കൊഴുപ്പ് നിറഞ്ഞ ആഹാരം കഴിച്ചിട്ടു പോലും അവിടെ ഹൃദ്രോഗം തീരെയില്ല. അതിന് രണ്ട് വിശദീകരണങ്ങളുണ്ട്. പോഷണത്തെക്കുറിച്ച് നാം ധരിച്ചുവെച്ചിരുന്ന ശരി-തെറ്റുകൾ പരിപൂർണ്ണമല്ല എന്നും അത് വ്യായാമം, മാനസികസംഘർഷം തുടങ്ങിയ മറ്റു പല ഘടകങ്ങളെയും ആശ്രയിച്ചാണിരിക്കുന്നതെന്നും നാം ഇപ്പോഴാണ് മനസ്സിലാക്കിവരുന്നത്. രണ്ടാമതായി, മനുഷ്യർ ജീവിക്കുന്ന പരിസ്ഥിതിയുടെ സ്വഭാവമനുസരിച്ച് അവർക്കു വേണ്ടുന്ന പോഷണമൂല്യത്തിൽ വലിയ തോതിലുള്ള വ്യത്യാസങ്ങളുണ്ടാകാൻ സാദ്ധ്യതയുണ്ട്, അങ്ങനെ പ്രകൃതിക്ക് നൽകാൻ കഴിയുന്നതുമായി പൊരുത്തപ്പെട്ടുപോകുന്നവയാണ് ശരീരത്തിന്റെ ആവശ്യങ്ങൾ. ധാന്യങ്ങളേയില്ലാതെ മീനും ഇറച്ചിയും മാത്രം കഴിച്ച് എസ്കിമോകൾ ആരോഗ്യം പരിപാലിക്കുന്നതുപോലെ, ലഡാക്കിലെ ജനങ്ങൾ ബാർലിയും ക്ഷീരോല്പന്നങ്ങളും മാത്രം കഴിച്ച് ആരോഗ്യം നിലനിറുത്തുന്നു.

രോഗികളെ സംബന്ധിച്ച എല്ലാ ഉത്തരവാദിത്വവും ആംചി അഥവാ വൈദ്യൻ ഏറ്റെടുക്കും. എല്ലാ ഗ്രാമങ്ങളിലും കുറഞ്ഞത് ഒരു വൈദ്യനെങ്കിലും ഉണ്ടാവും, ചിലയിടങ്ങളിൽ ഒന്നിലധികവും. സമൂഹത്തിലെ ഏറ്റവും

ലഡാക്കികളുടെ ശരാശരി ആയുസ്സ് പാശ്ചാത്യരുടെതിനേക്കാൾ കുറവായിരിക്കു മെങ്കിലും, ജനങ്ങൾ പൊതുവെ ആരോഗ്യമുള്ളവരും പ്രായം ചെന്നവർ പോലും കർമ്മോദ്യുക്തരും ആയിരിക്കും

ബഹുമാനിക്കപ്പെടുന്ന വ്യക്തികളിൽ ഉൾപ്പെടുന്നവരാണ് വൈദ്യന്മാർ. പൊതുവെ അവർ തങ്ങളുടെ അച്ഛൻ-മുത്തച്ഛന്മാരിൽ നിന്ന് പരമ്പരാഗ തമായി ചികിത്സയെക്കുറിച്ചുള്ള അറിവ് സമ്പാദിക്കുന്നു. വൈദ്യത്തിനു വേണ്ടി മാത്രമായിരിക്കില്ല അവർ മുഴുവൻ സമയവും ചിലവഴിക്കുന്നത്, മറ്റുള്ളവരെ പോലെ അവരും സ്വന്തം വയലിൽ കൃഷി ചെയ്യും.

അടുത്തിടെയായി പാശ്ചാത്യരാജ്യങ്ങളിൽ പോലും പ്രചാരം സിദ്ധി ച്ചുവരുന്ന ടിബറ്റൻ വൈദ്യശാസ്ത്രം എട്ടാം നൂറ്റാണ്ടിലാണ് ആരംഭിച്ചത്. ബുദ്ധമതവുമായി അടുത്ത ബന്ധമുള്ള രീതികളെക്കുറിച്ചുള്ള പ്രതിപാദനം

അവരുടെ വൈദ്യഗ്രന്ഥങ്ങളിലുണ്ട്. അടിസ്ഥാനപരമായി ശരീരഘടന, ജീവിതചര്യ, രോഗനിർണ്ണയം, ചികിത്സാമുറ എന്നിവയെ വിശദമായി വിവരിക്കുന്ന നാലു വിഭാഗങ്ങളാണ് അവരുടെ ഗ്രന്ഥങ്ങളിലുള്ളത്. മറ്റു വിഭാഗങ്ങൾ മരുന്നു തയ്യാറാക്കുന്നതിനെക്കുറിച്ചും അവയുടെ ഫലങ്ങളെന്തെന്നുമുള്ള നിശ്ചിതവിവരങ്ങൾ നൽകുന്നു. അതിനു പുറമെ രോഗത്തെയും ചികിത്സയെയും സംബന്ധിച്ചുള്ള വാക്കുകളുടെ അർഥങ്ങളടങ്ങുന്ന ഒരു നിഘണ്ടുവുമുണ്ട്. രോഗപ്രതിരോധത്തിനാണ് അവർ ഏറെ ഊന്നൽ നൽകുന്നത്; സ്വന്തം ആരോഗ്യസംരക്ഷണം, ഗർഭകാലത്തുള്ള പഥ്യാഹാരം, ശിശുസംരക്ഷണം തുടങ്ങിയ കാര്യങ്ങൾക്ക് വളരെയേറെ പ്രാധാന്യമുണ്ട്.

എല്ലാ പരമ്പരാഗത വൈദ്യരീതികളെയും പോലെ രോഗനിർണ്ണയത്തിന് രോഗിയുടെ പൂർണ്ണമായ പരിശോധന ആവശ്യമാണ്. രോഗത്തെ ഒരു ശരീരഭാഗത്തിന്റെ പ്രവർത്തനരാഹിത്യമായല്ല കാണുന്നത്, മറിച്ച് പൊതുവായ അസന്തുലിതാവസ്ഥയെന്ന നിലയിലാണ് കരുതപ്പെടുന്നത്. അസുഖങ്ങളെ പൊതുവെ വിശാലമായ കാഴ്ചപ്പാടിലൂടെ അവർ കാണുന്നു. ശരീരം, മനസ്സ്, ആത്മാവ് എന്നിവ ഒരേ സത്തയുടെ അവിഭാജ്യഘടകങ്ങളായി വിലയിരുത്തപ്പെടുന്നു. അതിനാൽ, ചികിത്സാവിധികളിൽ മന്ത്രോച്ചാരണം, നമസ്കാരം തുടങ്ങിയ ആത്മീയഘടകങ്ങളും ഉൾപ്പെടുന്നു. വൈദ്യന്റെ പരിജ്ഞാനത്തിന് വളരെയേറെ, ഒരുപക്ഷേ പാശ്ചാത്യവൈദ്യത്തിലുള്ളതിനെക്കാളധികം, പ്രാധാന്യമുണ്ട്. രോഗികൾ അയാളുടെ ഗ്രാമത്തിൽ ഒപ്പം വസിക്കുന്നവരാണ്, അതിനാൽ അവരുടെ സ്വഭാവരീതികളെയും ശീലങ്ങളെയും കുറിച്ച് അയാൾക്ക് ആഴത്തിലുള്ള അറിവുണ്ടായിരിക്കും.

നാഡിപരിശോധനയാണ് രോഗനിർണ്ണയത്തിനുള്ള പ്രധാന മാർഗ്ഗം, അതിന് ഏറെ വർഷങ്ങളുടെ പരിശീലനം ആവശ്യമാണ്. രക്തധമനികളുടെ ചലനം മാത്രമല്ല അവയവങ്ങളുടെ പ്രവർത്തനങ്ങളുമായി ബന്ധപ്പെട്ട ഊർജ്ജപ്രവാഹവും നാഡിപരിശോധനയിലൂടെ അവർ മനസ്സിലാക്കുന്നു. അതിനു പുറമെ നാവിന്റെയും കണ്ണിന്റെയും പല ഭാഗങ്ങളിലുള്ള നിറഭേദങ്ങളും അവർക്ക് സൂചനകളായിത്തീരും. രോഗിയുടെ മുഖഭാവം, ശബ്ദത്തിന്റെ വ്യതിയാനം, വികാരവിക്ഷോഭങ്ങൾ എന്നിവയെ കണക്കിലെടുത്തായിരിക്കും ചികിത്സകൾ നിർണ്ണയിക്കുക.

ഒരു അയൽക്കാരന്റെ കുട്ടിയുടെ കാൽമുട്ടിന് പരിക്ക് പറ്റിയപ്പോൾ ഞാൻ അവരോടൊപ്പം ഒരു വൈദ്യനെക്കാണാൻ പോയിരുന്നു. വൈദ്യൻ അല്പനേരം കുട്ടിയുടെ നാഡിമിടിപ്പ് നോക്കി, നാക്കും കണ്ണും പരിശോധിച്ചശേഷം തന്റെ മുറിയിലേക്ക് പോയി. പലതരം മരുന്നുകളും

പുസ്തകക്കെട്ടുകളും കിഴികളുമൊക്കെ കൊണ്ട് നിറഞ്ഞിരുന്ന മുറിയായിരുന്നു അത്. പലതരം പൊടികൾ, പഴച്ചാറുകൾ, കല്ലുകൾ, ഔഷധസസ്യങ്ങൾ എന്നിവ കൂടാതെ മണികൾ, പ്രാർഥനായന്ത്രങ്ങൾ, വിശുദ്ധജലം നിറച്ച പാത്രങ്ങൾ തുടങ്ങി വൈദിക ആചാരാനുഷ്ഠാനങ്ങൾക്കു വേണ്ട സാമഗ്രികളും അവിടെ സജ്ജമായിരുന്നു. വൈദ്യൻ ചില ഔഷധസസ്യങ്ങളും ഒരു കറുത്ത പൊടിയും ചേർത്തരച്ച ഒരു ലേഹ്യം പരിക്കു പറ്റിയ സ്ഥലത്ത് പുരട്ടി ഒരു തുണികൊണ്ട് അത് കെട്ടി വെച്ചു. ആ സമയം മുഴുവൻ അദ്ദേഹം ഏതോ മന്ത്രങ്ങൾ ഉരുവിട്ടുകൊണ്ടിരുന്നു. ഏതാനും ദിവസങ്ങൾക്കുള്ളിൽ പരിക്ക് പൂർണ്ണമായും ഭേദമാവുകയും ചെയ്തു.

പ്രകൃതിയിൽ നിന്നുള്ള വസ്തുക്കൾ ഉപയോഗിച്ചാണ് പൊതുവെ കഷായങ്ങളും പൊടികളും ഗുളികകളുമൊക്കെ ഉണ്ടാക്കുന്നത്. രോഗലക്ഷണങ്ങൾക്ക് ഉടനടി ശമനം വരുത്താനായി കഷായങ്ങൾ നൽകുന്നു. പൊടികളും ഗുളികകളും അസുഖത്തിന്റെ ഹേതുവിനെ ചികിത്സിക്കാനുള്ള ഉപാധികളാണ്. അതിനുപുറമെ പഥ്യവും നിർദ്ദേശിക്കപ്പെടാറുണ്ട്. ഒരിക്കൽ ആധുനിക വൈദ്യശാസ്ത്രത്തിന്റെ രോഗനിർണ്ണയത്തിൽ കരൾവീക്കം എന്ന് വിളിക്കപ്പെടുന്ന ഒരു അസുഖം ബാധിച്ച ഒരു സ്ത്രീക്ക് സൻസ്കാർ ഗ്രാമത്തിലെ ഒരു വൈദ്യൻ ആരോഗ്യപ്രദമായ ലൈംഗികബന്ധമാണ് പരിഹാരമായി നിർദ്ദേശിച്ചത്, ഏതാനും ദിവസങ്ങൾ കഴിഞ്ഞപ്പോൾ ആ സ്ത്രീക്ക് ഗണ്യമായ പുരോഗതി സംഭവിച്ചിരുന്നു! രോഗബാധിതമായ ശരീരഭാഗങ്ങളിൽ ചുട്ടുപഴുത്ത ഇരുമ്പ് കമ്പി വെച്ചു കൊണ്ടുള്ള ചികിത്സയാണ് മറ്റൊരു വിചിത്രമായ രീതി. അത് വളരെ ഫലപ്രദവും വേദനാരഹിതവുമാണെന്നാണ് അനുഭവിച്ചറിഞ്ഞവർ എന്നോട് പറഞ്ഞത്.

ലഡാക്കിൽ സാധാരണയായി ശസ്ത്രക്രിയകൾ നടത്താറില്ല. ആ ദേശത്തിലെ രാജകുടുംബത്തിലെ മുപ്പത്തിയെട്ടാമത് രാജ്ഞി അബദ്ധത്തിൽ ഒരു സർജന്റെ കത്തി കൊണ്ട് മരിച്ചതാണ് കാരണം എന്ന് പറയപ്പെടുന്നു. വലിയ മുറിവുകൾ പോലും തുന്നിച്ചേർക്കാറില്ല, പകരം മരുന്നുപൊടി കൊണ്ട് ശുദ്ധീകരിച്ച് രക്തം കട്ടപിടിക്കാനുള്ള ഗുളികകൾ നൽകും. മുളച്ചീളുകൾ കൊണ്ട് അനങ്ങാത്ത വിധത്തിൽ ഒടിവുകൾ കെട്ടിവെയ്ക്കുന്ന രീതിയുമുണ്ട്. ലഡാക്കിൽ അടിയന്തരചികിത്സയ്ക്കുള്ള ആവശ്യങ്ങൾ കുറവാണ്. അപായകരമായ യന്ത്രങ്ങളും വേഗതയേറിയ വാഹനങ്ങളും ഇല്ലാത്തതിനാൽ അപകടങ്ങൾ വളരെ അപൂർവ്വം തന്നെ. ഒടിവ് പോലെയുള്ള ഗുരുതരമല്ലാത്ത കുറഞ്ഞ പരിക്കുകൾ പോലും അസാധാരണമെന്നുവേണം പറയാൻ.

പരമ്പരാഗത ലഡാക്കി സമൂഹത്തിൽ മനോരോഗത്തിന്റെ ലക്ഷണങ്ങളും വിരളമാണ്. എങ്കിലും വൈദ്യശാസ്ത്രഗ്രന്ഥങ്ങളിൽ അതിനെക്കുറിച്ചുള്ള പരാമർശമുണ്ട്. മാനസികാസ്വാസ്ഥ്യമുള്ള രണ്ട് രോഗികളുടെ ഉദാഹരണങ്ങൾ ഒരു വൈദ്യൻ ഒരിക്കൽ വിവരിച്ചിരുന്നു. ഒരാൾക്ക് ഭയം കൊണ്ട് സംസാരിക്കാൻ പോലും സാധിക്കാത്ത അവസ്ഥ. എപ്പോഴും സംസാരിച്ചുകൊണ്ടിരിക്കുക, ആക്രമണോത്സുകത പ്രദർശിപ്പിക്കുക, പെട്ടെന്ന് ചാടിയെഴുന്നേറ്റ് മുറിക്കു പുറത്തേക്ക് പോവുക തുടങ്ങിയവയായിരുന്നു മറ്റൊരാളുടെ രോഗലക്ഷണങ്ങൾ. രോഗിയുടെ അടുത്ത സുഹൃത്തിനോടൊപ്പം വീട്ടിനുള്ളിൽ അടച്ചിടുകയായിരുന്നു ചികിത്സാമുറ. സുഹൃത്ത് രോഗിക്ക് കഥകളും സന്തോഷകരമായ കാര്യങ്ങളും പകർന്നു കൊടുക്കുന്നു. അത്തരം ലക്ഷണങ്ങൾ നേരിട്ട് കണ്ടിട്ടില്ലെങ്കിലും, ഗ്രന്ഥങ്ങളിൽ വായിച്ച അറിവേയുള്ളു എന്നാണ് വൈദ്യൻ പറഞ്ഞത്.

വൈദ്യനെക്കൂടാതെ മറ്റു രണ്ടു പേർ കൂടി ഗ്രാമവാസികളുടെ അസുഖങ്ങളെ ചികിത്സിക്കാറുണ്ട്. ഒന്ന് ലാഭാ എന്നു വിളിക്കുന്ന മന്ത്രവാദി, മറ്റൊന്ന് *ഓൺപോ* എന്നു വിളിക്കുന്ന ജ്യോതിഷിയുമാണ് അവർ. ഈ മൂന്നു ചികിത്സകരിൽ ആരെ സമീപിക്കണമെന്ന് തീരുമാനിക്കപ്പെടുന്നത് നേരിടുന്ന പ്രശ്നത്തിന്റെ സ്വഭാവവും രോഗിയുടെ താത്പര്യവും അനുസരിച്ചാണ്. പൊതുവെ എല്ലാവരും വൈദ്യനെയാണ് ആദ്യം കാണുക, എന്നാൽ വന്ധ്യത പോലെയുള്ള ചില പ്രത്യേക പ്രശ്നങ്ങൾക്ക് മറ്റുരണ്ടു പേരിൽ ഒരാളെയായിരിക്കും സമീപിക്കുന്നത്.

പഞ്ചാംഗം പോലെയുള്ള പുസ്തകങ്ങളെയാണ് ജ്യോതിഷി ആശ്രയിക്കുന്നത്. വീടുവെയ്ക്കാനുള്ള സ്ഥലം കണ്ടെത്തുക, വിതയ്ക്കാനും കൊയ്യാനുമുള്ള ദിവസം തീരുമാനിക്കുക, വിവാഹത്തിനു വേണ്ടി വരന്റെയും വധുവിന്റെയും പൊരുത്തം നോക്കുക, ശവമടക്കാനുള്ള സമയം നിശ്ചയിക്കുക എന്നിങ്ങനെ ഗ്രാമജീവിതത്തിന്റെ എല്ലാ വശങ്ങളെയും സ്പർശിക്കുന്നതായിരിക്കും അദ്ദേഹത്തിന്റെ ജോലി. അടിസ്ഥാനപരമായി ജ്യോതിഷികൾക്ക് എട്ടു ഗ്രന്ഥങ്ങളാണ് ആധാരം. അവയിൽ ഒരെണ്ണം രോഗത്തെക്കുറിച്ചു മാത്രം സംസാരിക്കുന്നു. എല്ലാ വർഷവും പ്രസിദ്ധീകരിക്കുന്ന പഞ്ചാംഗത്തിന്റെ സഹായത്തോടെ രോഗംനിർണ്ണയത്തിനും പ്രതിവിധി നിർദ്ദേശിക്കാനും അദ്ദേഹത്തിനു കഴിയും. മതഗ്രന്ഥങ്ങളുടെ പാരായണവും പ്രാർഥനയും അടങ്ങുന്നതാണ് സാധാരണഗതിയിൽ പ്രതിവിധിയിൽ ഉൾപ്പെടുക. പ്രശ്നംവെച്ചു നോക്കലും ചിലപ്പോൾ പ്രയോഗിക്കപ്പെടാറുണ്ട്.

ലഡാക്കിൽ ചിലവഴിച്ച ആദ്യവർഷങ്ങളിൽ ഞാൻ പല പാശ്ചാത്യസംഘങ്ങളെയും സിനിമാനിർമ്മാണത്തിൽ സഹായിച്ചിരുന്നു. ബുദ്ധമതപ്രകാരമുള്ള വിവിധയിനം വേഷവിധാനങ്ങളും മുഖംമൂടികളുടെ സാന്നിദ്ധ്യമുള്ള സംഗീതനൃത്തബദ്ധമായ ആഘോഷങ്ങളോടുമായിരിക്കും അവരിൽ മിക്കവർക്കും താത്പര്യം. ടിബറ്റൻ രാജവംശത്തിന്റെയും മന്ത്രവാദികളുടെയും മറ്റും രംഗങ്ങളോടായിരുന്നു ചിലർക്ക് താത്പര്യം.

മന്ത്രവാദികളാണ് ലഡാക്കിൽ ഏറ്റവും അത്ഭുതകരമായ രീതിയിൽ ചികിത്സ നടത്തുന്നവർ. ഭാവാവസ്ഥയിലായിരിക്കുമ്പോൾ അവരിലേക്ക് ആത്മാവുകൾ ആവാഹിക്കപ്പെടുന്നു, ആ ആത്മാവുകൾ പലതരത്തിലുള്ള ക്രിയകൾ നടത്തുകയും ചെയ്യുന്നു. 1975-ൽ ഞാൻ ഒരു ജർമൻ ചലച്ചിത്രനിർമാതാവിന്റെ കൂടെ പ്രവർത്തിച്ചുകൊണ്ടിരുന്നപ്പോൾ ഞങ്ങളുടെ ഗൈഡിന്റെ സഹായത്തോടെ ലേ-യ്ക്കടുത്തുള്ള ഒരു മന്ത്രവാദിയെ ചിത്രീകരിക്കാനുള്ള ഒരു അവസരം കൈവന്നു.

ലേ-യിൽ നിന്ന് ഞങ്ങളുടെ സംഘം അതിരാവിലെ ഉപകരണങ്ങളുമായി ജീപ്പിൽ യാത്ര തിരിച്ച്, ഒരു മണിക്കൂറിനു ശേഷം തിക്സെ എന്ന സ്ഥലത്തുള്ള ഒരു സാധാരണ വീട്ടിലെത്തിയപ്പോൾ സെവാങ്ങ് എന്നു പേരുള്ള *ലാഭാ*(മന്ത്രവാദി)-യും അദ്ദേഹത്തിന്റെ ഭാര്യയും മട്ടുപ്പാവിൽ വിത്തുകൾ തരം തിരിച്ചുകൊണ്ടിരിക്കുകയായിരുന്നു. പരമ്പരാഗതവേഷമണിഞ്ഞിരുന്ന അദ്ദേഹം തലമുടി സാമ്പ്രദായികരീതിയിൽ മുൻവശം വടിച്ച് പുറകിൽ പിന്നിയിട്ടിരുന്നു. ഏകദേശം എഴുപതു വയസ്സു തോന്നിച്ചിരുന്നെങ്കിലും അദ്ദേഹത്തിന്റെ കണ്ണുകൾ ജ്വലിച്ചുകൊണ്ടിരുന്നു. ആദ്യസംഭാഷണത്തിൽ തന്നെ ആ ഊർജ്ജസ്വലതയും ഹാസ്യത്തിലുള്ള വ്യുത്പത്തിയും എന്നെ ആകർഷിച്ചു, ഞങ്ങൾ വളരെ പെട്ടെന്ന് സുഹൃത്തുക്കളായി.

വീടിന്റെ ഉള്ളിൽ ചെന്നയുടൻ അദ്ദേഹം ആചാരക്രിയയ്ക്കുള്ള തയ്യാറെടുപ്പുകൾ ആരംഭിക്കുകയും കൈയും മുഖവും കഴുകിയ ശേഷം അർച്ചനയ്ക്കുള്ള വസ്തുക്കൾ ഒരുക്കിവെക്കുകയും ചെയ്തു. രോഗശാന്തിക്കായി വന്ന പത്തോ പന്ത്രണ്ടോ പേർ മുറിയിലുണ്ടായിരുന്നു. നിലത്ത് കാത്തിരിക്കുകയായിരുന്ന ഞങ്ങൾക്ക് അല്പം പരിഭ്രമമില്ലാതിരുന്നില്ല. അല്പനേരം കഴിഞ്ഞ് ലാഭാ അഞ്ചുവശങ്ങളുള്ള കിരീടവും മുഖം മറച്ചുകൊണ്ടുള്ള ഒരു വസ്ത്രവും അണിഞ്ഞുകൊണ്ട് ഉള്ളിൽ പ്രവേശിച്ചു. അദ്ദേഹം ഒരു ഢമരു കയ്യിലേന്തിയിരുന്നു. വളരെ സാവധാനം അതു മുഴക്കി ശരീരത്തെ മുന്നോട്ടും പിന്നോട്ടും ആട്ടി അദ്ദേഹം താളത്തിൽ മന്ത്രങ്ങൾ ചൊല്ലാൻ തുടങ്ങി. ഞാൻ പിന്നിലുള്ള ചിത്രങ്ങളിലെ ബുദ്ധന്മാരെയും ബോധിസത്വന്മാരെയും തിരിച്ചറിയാൻ ശ്രമിച്ചുകൊണ്ടിരിക്കെ മന്ത്രത്തിന്റെ പ്രഭാവം

എന്നിലും ചലനങ്ങൾ ഉളവാക്കിയതുപോലെ. ചുറ്റും നോക്കിയപ്പോൾ കൂടെയുണ്ടായിരുന്ന സംഘത്തിലുള്ളവരെയും അതു ബാധിച്ചതു പോലെ തോന്നി. തുടിയുടെ താളം മുറുകാൻ തുടങ്ങിയപ്പോൾ ഞങ്ങൾ എല്ലാവരും അതിൽ മതിമറന്ന് ലയിച്ചതു പോലെയായി. മന്ത്രോച്ചാരണങ്ങളുടെ സ്ഥായിയും വേഗതയും വർദ്ധിച്ചു തുടങ്ങിയപ്പോൾ അഭൗമമായ ഒരു സമ്മോഹനാവസ്ഥയിലേക്ക് ഞങ്ങൾ പ്രവേശിച്ചു. ഞാൻ വിറച്ചു തുടങ്ങിയിരുന്നു, ഞാൻ മാത്രമല്ല, എല്ലാവരും.

പെട്ടെന്ന് അദ്ദേഹത്തിന്റെ ശബ്ദം ഉച്ചസ്ഥായിയിലുള്ള ഒരു അലർച്ചയായി മാറി. "ഇവിടെ വരൂ" എന്ന് ആദ്യത്തെ രോഗിയോട് അദ്ദേഹം ആജ്ഞാപിച്ചു. രോഗിയായ കുട്ടിയോടൊപ്പം അമ്മയും അദ്ദേഹത്തിനടുത്തേക്ക് നീങ്ങിയിരുന്നു, അവരും വിറയ്ക്കുന്നുണ്ടായിരുന്നു. ലാഭാ അലറിക്കൊണ്ട് ആ സ്ത്രീയോട് ഇപ്രകാരം പറഞ്ഞു, "നീ നല്ല രീതിയിൽ പെരുമാറുന്നില്ല. ആത്മാക്കളെ വേണ്ടരീതിയിൽ ബഹുമാനിക്കുന്നില്ല; ആചാരങ്ങൾ അനുഷ്ഠിക്കുന്നില്ല, അതവരെ അസ്വസ്ഥരാക്കിയിരിക്കുന്നു. അതിനുള്ള പരിഹാരം ചെയ്യാതെ കുട്ടിക്ക് സുഖമാവുകയില്ല."

അടുത്തതായി എഴുപതു വയസ്സുള്ള ഒരു സ്ത്രീ അവരുടെ ചെറുമകന്റെ ഭാവിയെക്കുറിച്ചറിയാനാണ് അവിടെ എത്തിയത്. അവന്റെ അച്ഛന്റെ പാത പിന്തുടർന്ന് ഒരു വൈദ്യനാകണോ അതോ അവനെ ആധുനികവൈദ്യം പഠിക്കാൻ അയക്കണോ എന്നതായിരുന്നു അവരുടെ ചോദ്യം. തന്റെ ഢമരു മേശപ്പുറത്ത് വെച്ച ശേഷം മാന്ത്രികൻ ഏതാനും അരിമണികൾ മുകളിലേക്കെറിഞ്ഞു. മാന്ത്രികന്റെ നിർദ്ദേശിച്ചതനുസരിച്ച് ഢമരുവിനു മേൽ വീണ ഒരു അരിമണിയെ ആ സ്ത്രീ ചൂണ്ടിക്കാണിച്ചു. മൂന്നടി അകലെ നിന്ന് മാന്ത്രികൻ മന്ത്രങ്ങളുരുവിടാൻ തുടങ്ങിയപ്പോൾ ആ അരിമണി അതിശയകരമായ രീതിയിൽ ഒരു വശത്തേക്ക് തിരിഞ്ഞു. അതു കണ്ട് സ്ത്രീ കരഞ്ഞു തുടങ്ങവെ മാന്ത്രികൻ തന്റെ തീരുമാനം അറിയിച്ചു – അവരുടെ ചെറുമകനെ ആധുനിക വൈദ്യം പഠിക്കാൻ തന്നെ അയക്കണം.

ഞങ്ങളുടെ ഡ്രൈവർ അപ്പോൾ ഒരു സിഗരറ്റെടുത്ത് കത്തിക്കാൻ തുടങ്ങി. അതു കണ്ട ലാഭാ ഉടൻ അയാളുടെ പക്കൽ ചാടിയെത്തി ദേഷ്യത്തോടെ അലറി: "പുകവലിക്കുന്നത് ചീത്തയാണെന്നും ആത്മാക്കൾ കോപിക്കുമെന്നും നിനക്കറിയില്ലേ?" അതു കേട്ടയുടനെ ഡ്രൈവർ ഭയന്ന് പുറത്തേയ്ക്ക് ഇറങ്ങിയോടി. അപ്പോഴത്തെ ലാഭായുടെ ശക്തിയും ഭാവവ്യതിയാനവും കണ്ട് ചലച്ചിത്രപ്രവർത്തകരും സംഭ്രമിച്ചിരുന്നു. ചലച്ചിത്രം പിടിക്കുന്നതും ചീത്തയാണെന്ന് കരുതി അദ്ദേഹം ഞങ്ങളെ എല്ലാവരേയും പുറത്താക്കുമോ എന്നതായി എന്റെ ഭയം. അദ്ദേഹത്തിന്

വലുപ്പം കുറവായിരുന്നെങ്കിലും അപാരമായ ശക്തിയുണ്ടായിരുന്നു.

അപ്പോഴേക്കും ലാഭായുടെ മുന്നിൽ ചിലർ മുട്ടുകുത്തി നിന്നിരുന്നു. ആദ്യത്തെയാൾക്ക് നെഞ്ചിൽ രോഗബാധയുണ്ടായിരുന്നു. ലാഭാ അയാളുടെ നെഞ്ചിൽ മുഖം താഴ്ത്തി ആഭിചാരം ചെയ്ത ശേഷം തന്റെ വായിൽ നിന്ന് ഒരു കറുത്ത ദ്രാവകം സമീപത്തുള്ള തന്റെ ഭാര്യയുടെ കൈയ്യിലുള്ള പാത്രത്തിലേക്ക് തുപ്പി.

കൂടെയുണ്ടായുള്ള ഗൈഡിനോട് ഞങ്ങളുടെ നിർമാതാവ് അദ്ദേഹം എന്താണ് ചെയ്തതെന്നു ചോദിച്ചു.

"ആ കറുത്ത ദ്രാവകമാണ് രോഗം. ലാഭാ രോഗിയുടെ ശരീരത്തിൽ നിന്നും അതിനെ ഊറ്റിയെടുത്തു."

ഓരോരുത്തരും ലാഭയുടെ പക്കൽ തങ്ങളെ സ്വയം സമർപ്പിക്കുകയാണ്, അദ്ദേഹം അവരുടെ നേർക്ക് നോക്കി അലറും, ചിലരെ തള്ളും, ചിലർക്ക് മന്ത്രങ്ങളും അരിമണികളും നൽകും, ചിലരുടെ ശരീരത്തിൽ നിന്ന് അസുഖത്തെ ഊറ്റിയെടുത്ത് കറുത്ത ദ്രാവകമാക്കി തുപ്പിക്കളയും.

വിചിത്രമായ ഈ രംഗങ്ങളെല്ലാം ഞങ്ങളുടെ സംഘത്തിലുള്ളവർ ക്യാമറയിൽ പകർത്തിക്കൊണ്ടിരുന്നു, എന്നാൽ ഞങ്ങൾക്കെല്ലാം പൊതുവെ പ്രയാസം തോന്നുന്നുണ്ടായിരുന്നു. ലാഭായുടെ കൃത്യങ്ങളുടെ തീക്ഷ്ണത അത്രയ്ക്ക് സഹനീയമല്ലായിരുന്നു. അവസാനത്തെ രോഗിയെയും പറഞ്ഞയച്ച ശേഷം ലാഭാ തിരിഞ്ഞ് ബലിപീഠത്തിനു നേരെ നിന്ന് മന്ത്രങ്ങൾ ഉരുവിടുകയും പെട്ടെന്ന് തളർന്ന് നിലത്തു വീഴുകയും ചെയ്തു. അതോടെ അന്നത്തെ ആചാരങ്ങൾ അവസാനിച്ചു. ക്ഷീണിതനായ ലാഭായോട് നന്ദി പറഞ്ഞുകൊണ്ട് ഞാൻ പുറത്ത് കാത്തുനിന്ന സംഘത്തിനോടൊപ്പം ചേർന്നു.

"അദ്ദേഹം പറഞ്ഞതെല്ലാം മനസ്സിലായോ?" സംഘത്തിലെ ഒരാൾ എന്നോട് ചോദിച്ചു.

"ഇല്ല, പറഞ്ഞതേറെയും ലഡാക്കി ഭാഷ പോലുമായിരുന്നില്ല എന്നു തോന്നുന്നു."

"ആത്മാവ് ടിബറ്റിൽ നിന്നു വന്നതാണെന്നാണ് ഈ ഗ്രാമത്തിലുള്ളവരുടെ വിശ്വാസം. അതുകൊണ്ടാണ് ലാഭായുടെ മേൽ ആത്മാവ് ആവേശിക്കുമ്പോൾ അദ്ദേഹം ടിബറ്റൻ ഭാഷ സംസാരിക്കുന്നത്." ഗൈഡ് വിശദീകരിച്ചു.

ഞങ്ങൾ മൌനമായി ജീപ്പിന്റെ അരികിലേക്ക് നടന്നു. ആരും പ്രതീക്ഷിക്കാത്ത വിധത്തിലുള്ള തീക്ഷ്ണമായ ഒരനുഭവം; അതിനെ എങ്ങനെ ഉൾക്കൊള്ളണമെന്ന് ഞങ്ങൾക്കറിയില്ലായിരുന്നു.

4
സഹവർത്തിക്കേണ്ടവർ

നൂറു കുതിരകളുള്ള ഒരുവനും ചാട്ട വേണമെങ്കിൽ
ചിലപ്പോൾ മറ്റൊരാളോട് ചോദിക്കേണ്ടിവരും
ഒരു ലഡാക്കി പഴമൊഴി

“എന്തുകൊണ്ട് ഞങ്ങൾക്ക് നിങ്ങൾ മുറി നൽകുകയില്ല? ന്യായമായ വാടക തരാമല്ലോ.“

ആങ്ച്ചുക്കും ഡോൽമയും താഴേക്ക് നോക്കി നിന്നു, അവർ തങ്ങളുടെ നിലപാട് മാറ്റാൻ തയ്യാറല്ല എന്നതിന്റെ സൂചനയായിരുന്നു അത്. അവർ ആവർത്തിച്ചു പറഞ്ഞു, “നിങ്ങൾ ഗവാങിനോട് സംസാരിക്കൂ.”

“ഞങ്ങൾ അയാളുടെ മുറികളും വാടകയ്ക്കെടുത്തിട്ടുണ്ട്. അവിടെ ആകെ ശബ്ദമുഖരിതമാണ്. ഒരു മുറി കൂടി അയാളിൽ നിന്നും വാടകയ്ക്കെടുക്കണമെന്ന് തോന്നുന്നില്ല.”

“നിങ്ങൾ ഇപ്പോൾ ഗവാങിനോടൊപ്പമാണല്ലോ താമസിക്കുന്നത്. ഞങ്ങൾ നിങ്ങൾക്ക് ഒരു മുറി തന്നാൽ അത് അയാൾക്ക് ഇഷ്ടപ്പെടുമോ എന്നറിയില്ല.“

“അങ്ങനെയൊരു കടുത്ത നിലപാട് അയാൾ സ്വീകരിക്കുമെന്ന് തോന്നുന്നില്ല. ദയവായി ഒരു മുറി തരൂ.”

“നിങ്ങൾ ആദ്യം അയാളോട് സംസാരിക്കൂ – ഞങ്ങൾ ഒരുമിച്ച് കഴിയേണ്ടവരാണ്.”

1983-ൽ സൻസ്കാർ ഗ്രാമത്തിലെ ടോങ്ടെ എന്ന സ്ഥലത്ത് സാമൂഹിക-പാരിസ്ഥിതിക ഗവേഷണം നടത്തുകയായിരുന്ന ഒരു സംഘം

അദ്ധ്യാപകരോടൊപ്പം താമസിക്കുകയായിരുന്നു ഞാൻ. ഏതാണ്ട് ഒരു മാസം കഴിഞ്ഞപ്പോൾ അവരിൽ ചിലർക്ക് കുറച്ചുകൂടി ശാന്തമായ ഒരു മുറി കൂടി വേണമെന്നു തോന്നി. ഞങ്ങൾ താമസിച്ചിരുന്ന വീട്ടിൽ നിറയെ ബഹളക്കാരായ കുട്ടികൾ ഉണ്ടായിരുന്നതിനാൽ അയല്പക്കത്തെ വീടുകളിൽ അന്വേഷിക്കാമെന്ന് കരുതി. ആൺച്ചുക്കിന്റെയും ഡോൽമയുടെയും ഉറച്ച തീരുമാനത്തിൽ എനിക്ക് ആദ്യം അല്പം നീരസം തോന്നി. നമ്മുടെ വ്യക്തിപരമായ അവകാശങ്ങളുടെ പക്ഷത്തു നിന്ന് നോക്കിയപ്പോൾ എനിക്ക് അത് ഒട്ടും ന്യായമായി തോന്നിയില്ല. പക്ഷേ അവരുടെ "ഞങ്ങൾ ഒരുമിച്ച് കഴിയേണ്ടവരാണ്" എന്ന വാചകം എന്നെ ചിന്തിപ്പിച്ചു. ലഡാക്കിലെ ജനങ്ങൾക്ക് സഹജീവനമാണ് ഏറ്റവും പ്രധാനമെന്ന് ഞാൻ മനസ്സിലാക്കി. കുറച്ച് പണമുണ്ടാക്കുന്നതിനെക്കാൾ മുഖ്യം അയല്പക്കത്തുള്ളവരുമായി നല്ല ബന്ധം നിലനിറുത്തുകയാണെന്നതായിരുന്നു അവരുടെ കാഴ്ചപ്പാട്.

പിന്നീടൊരിക്കൽ സോനവും അയാളുടെ അയൽക്കാരനും ഏതാനും ജനാലപ്പടികൾ നിർമ്മിക്കുന്നതിനു വേണ്ടി ഗ്രാമത്തിലെ ആശാരിയെ ഏർപ്പാടു ചെയ്തിരുന്നു; അവർ രണ്ടുപേരുടെയും വീട്ടിൽ ചില പണികൾ നടക്കുന്ന സന്ദർഭമായിരുന്നു അത്. പണിതീർന്ന ജനാലപ്പടികൾ ആശാരി സോനത്തിന്റെ അയൽക്കാരന്റെ വീട്ടിൽ എത്തിച്ചു. ഏതാനും ദിവസങ്ങൾക്കു ശേഷം ജനാലപ്പടികളെടുക്കാൻ സോനത്തിനോടൊപ്പം ഞാനും അയൽക്കാരന്റെ വീട്ടിലെത്തി. അപ്പോഴാണ് ഏതാനും പടികളുടെ കുറവ് ശ്രദ്ധയിൽ പെട്ടത്. അതെക്കുറിച്ച് അന്വേഷിച്ചപ്പോൾ അയൽക്കാരൻ ആവശ്യപ്പെട്ടിരുന്നതിനെക്കാൾ കൂടുതൽ പടികൾ ഉപയോഗപ്പെടുത്തിയതായി മനസ്സിലാക്കി. പുതിയ പടികൾ നിർമ്മിച്ച് വരുന്നതുവരെ പണി തടസ്സപ്പെടുന്നതുകൊണ്ട് സോനത്തിന് അത് വളരെ ബുദ്ധിമുട്ടുണ്ടാക്കിയേക്കും, പണി തീരാൻ ഏതാനും ആഴ്ചകളും മാസങ്ങളുമെടുത്തേക്കാം. അത് മനസ്സിലാക്കിയിട്ടും സോനം ഒരു വിധത്തിലുള്ള വിരോധമോ ദേഷ്യമോ പ്രകടിപ്പിക്കുകയുണ്ടായില്ല. അയൽക്കാരന്റെ പെരുമാറ്റം മോശമായിപ്പോയി എന്ന് ഞാൻ സൂചിപ്പിച്ചപ്പോൾ സോനം പറഞ്ഞു, "അയാൾക്ക് ഒരുപക്ഷേ എന്നെക്കാൾ തിരക്കുണ്ടായിരുന്നിരിക്കും." "നിങ്ങൾക്ക് ഒരു വിശദീകരണമെങ്കിലും ആവശ്യപ്പെടാമായിരുന്നില്ലേ" എന്ന് ഞാൻ ആരാഞ്ഞു. സോനം തന്റെ ചുമലുകൾ കുലുക്കി ചിരിച്ചുകൊണ്ട് പറഞ്ഞു, "അതുകൊണ്ടെന്തു കാര്യം? എന്തായാലും ഞങ്ങൾ ഒരുമിച്ച് ജീവിക്കേണ്ടവരല്ലേ."

തങ്ങളുടെ ഓരോ പ്രവൃത്തിയും മറ്റുള്ളവരിൽ നീരസം ജനിപ്പിക്കുകയും അവരെ അസ്വസ്ഥരാക്കുകയും ചെയ്യുമോ എന്നത് ലഡാക്കിലെ

ജനങ്ങളുടെ ശ്രദ്ധമൂലമായ ഉത്കണ്ഠയാണ്; അതിനാൽ സംഘർഷങ്ങളും ഉരസലുകളും ഉണ്ടാക്കാനിടയുള്ള സന്ദർഭങ്ങൾ അവർ പാടെ ഒഴിവാക്കും. ഒരിടത്തും എഴുതിവെയ്ക്കപ്പെട്ടിട്ടില്ലാത്ത ആ നിയമത്തെ സോനത്തിന്റെ അയൽക്കാരനെപ്പോലെ ആരെങ്കിലും ലംഘിക്കുകയാണെങ്കിൽ പരമാവധി സഹിഷ്ണുതയായിരിക്കും അതിനോടുള്ള പ്രതികരണം. എങ്കിലും നാം കരുതാനിടയുള്ളതുപോലെ അന്യരെപ്പറ്റിയുള്ള ആശങ്ക ആർക്കും ഒരു ഭാരമായി തീരുന്നില്ല. മറിച്ച്, ഗാഢമായ അടുപ്പം വെച്ചുപുലർത്തുന്ന ഒരു സമുദായത്തിന്റെ ഭാഗമാകുന്നത് അവരിൽ അഗാധമായ ഒരു സുരക്ഷിതത്വബോധം സൃഷ്ടിക്കുന്നുവെന്ന് ഞാൻ തിരിച്ചറിഞ്ഞു.

ലഡാക്കിൽ പരമ്പരയാ ആക്രമണോത്സുകത അതിവിരളമാണ്; ഏതാണ്ട് ഇല്ലെന്നു തന്നെ പറയാം. നിങ്ങൾ ഒരു ലഡാക്കി ഗ്രാമവാസിയോട് അയാൾ അവസാനം വഴക്കുകൂടിയത് എപ്പോഴാണെന്ന് എന്നു ചോദിച്ചാൽ, "എപ്പോഴും എന്റെ അയൽക്കാരനുമായി അടിപിടി കൂടിക്കൊണ്ടിരിക്കുകയല്ലേ. ഇന്നലെ ഞാൻ അയാളെ മരത്തിൽ കെട്ടിയിട്ട് കാതുകൾ രണ്ടും മുറിച്ചു കളഞ്ഞതേയുള്ളൂ." എന്ന കുസൃതി നിറഞ്ഞ ഉത്തരമായിരിക്കും ലഭിക്കുക. ഗൌരവമായ ഉത്തരമാണ് നിങ്ങൾ പ്രതീക്ഷിക്കുന്നതെങ്കിൽ, "എന്റെ ഓർമ്മയിൽ ഗ്രാമത്തിൽ വഴക്കുകളൊന്നും ഉണ്ടായിട്ടില്ല" എന്ന് മറുപടി ലഭിക്കും. തർക്കങ്ങൾ വളരെയേറെ വിരളം. മൃദുവായ ചില അഭിപ്രായവ്യത്യാസങ്ങളൊഴിച്ചാൽ മറ്റൊന്നുമില്ല. പാശ്ചാത്യലോകവുമായി തട്ടിച്ചു നോക്കുമ്പോൾ തീർച്ചയായും അവ എത്രയോ കുറവ്. ലഡാക്കിലെ ജനങ്ങൾ അവരുടെ വികാരങ്ങളെ ഒളിക്കുകയോ അമർത്തിവെയ്ക്കുകയോ ചെയ്യുന്നുണ്ടോ?

"പാശ്ചാത്യലോകത്ത് ഞങ്ങൾ എപ്പോഴും തമ്മിൽ തർക്കിക്കാറുണ്ട്, പലകാര്യങ്ങൾക്കും. ലഡാക്കിൽ ഒരിക്കലും വാദപ്രതിവാദങ്ങൾ ഉണ്ടാകാറില്ലേ?" - ഞാൻ ഒരിക്കൽ സോനത്തിനോട് ചോദിച്ചു.

അയാൾ അല്പനേരം ആലോചിച്ചശേഷം മറുപടി പറഞ്ഞു, "ഗ്രാമങ്ങളിൽ പൊതുവെ തർക്കങ്ങൾ കുറവാണ്, ഒരുപക്ഷേ വല്ലപ്പോഴും ഉണ്ടായേക്കാമെന്ന് മാത്രം."

"അതെങ്ങനെ സാധ്യമാകുന്നു?" ഞാൻ ചോദിച്ചു.

അയാൾ ചിരിച്ചു, "അതെന്ത് ചോദ്യം. ഞങ്ങൾ ഒരുമിച്ചു ജീവിക്കുന്നു, അത്രയേയുള്ളൂ."

"രണ്ടുപേർ തമ്മിൽ അഭിപ്രായവ്യത്യാസമുണ്ടായെന്നിരിക്കട്ടെ - ഉദാഹരണത്തിന് അവരുടെ നിലത്തിന്റെ അതിർത്തിയെക്കുറിച്ച് എന്നു കരുതുക – എന്തു സംഭവിക്കും?"

"അവർ തമ്മിൽ സംസാരിക്കും, തീർച്ചയായും ചർച്ച ചെയ്യും. വേറെ എന്തു ചെയ്യണമെന്നാണ് നിങ്ങൾ ഉദ്ദേശിക്കുന്നത്?"

ഞാൻ മറുപടിയൊന്നും പറഞ്ഞില്ല.

ലഡാക്കിലെ ജനങ്ങൾ തമ്മിൽ ഉരസലുകൾ ഒഴിവാകുന്നതിനുള്ള പരമപ്രധാനമായ കാരണം അവിടെ എപ്പോഴും "യദൃശ്ചയാ വന്നുചെരുന്ന മദ്ധ്യസ്ഥർ" ഉണ്ടായിരിക്കുമെന്നതാണെന്ന് എനിക്ക് തോന്നുന്നു. അഭിപ്രായവ്യത്യാസം ഉണ്ടാകുന്ന സന്ദർഭത്തിൽ, ഏത് സാഹചര്യത്തിലും, ആരു തമ്മിലായാലും, മൂന്നാമതൊരാൾ മദ്ധ്യസ്ഥം വഹിക്കാൻ അവിടെ എപ്പോഴും ഉണ്ടാവും. ഒരു പ്രേരണയും കൂടാതെ അതു തനിയെ സംഭവിക്കുന്നതാണ്; ആരും ഒരു മദ്ധ്യസ്ഥനെ അന്വേഷിച്ചു പോകേണ്ടതില്ല, ആ പരിസരത്തു തന്നെയുള്ള മുതിർന്ന സഹോദരിയോ അയല്പക്കക്കാരനോ വഴിപോക്കനോ ആരുമാകാം ആ ഇടനിലക്കാരൻ. കുട്ടികൾക്കിടയിൽ പോലും അത്തരം മദ്ധ്യസ്ഥത പ്രാവർത്തികമാകുന്നത് ഞാൻ കണ്ടിട്ടുണ്ട്. ഒരു അഞ്ചു വയസ്സുകാരൻ തന്റെ രണ്ട് സുഹൃത്തുക്കൾ തമ്മിലുള്ള അഭിപ്രായവ്യത്യാസം തീർക്കുന്നത് ഞാൻ ഓർക്കുന്നു. അവൻ പറയുന്നത് അവർ എതിർപ്പുകൂടാതെ അനുസരിക്കുകയുണ്ടായി. സംഘർഷത്തെക്കാൾ സമാധാനമാണ് നല്ലത് എന്ന ദൃഢവിശ്വാസം എല്ലാവരിലും ആഴത്തിൽ പതിഞ്ഞിരിക്കുന്നതിനാൽ സ്വമേധയാ അവർ ഒരു മൂന്നാമന്റെ ഇടപെടലിനെ അംഗീകരിക്കുന്നു.

ഈ സമ്പ്രദായം പ്രശ്നങ്ങളുടെ ഉത്ഭവത്തെത്തന്നെ തടയുന്നു. പ്രശ്നങ്ങളിലേക്ക് നയിക്കാനിടയുള്ള എല്ലാ സാഹചര്യങ്ങളിലും യാദൃശ്ചികമായി മദ്ധ്യസ്ഥരുടെ ഇടപെടൽ ഉണ്ടായിരിക്കും. ഉദാഹരണത്തിന് രണ്ടു പേർ തമ്മിൽ ഒരു കച്ചവടം നടക്കുമ്പോൾ അവിടെ മൂന്നാമതൊരാൾ അവരെ സഹായിക്കാനായി ഉണ്ടായിരിക്കും. അങ്ങനെ അവർ തമ്മിൽ നേരിട്ടുള്ള ഒരു സംഘർഷം ഒഴിവാക്കപ്പെട്ടും. മിക്ക സന്ദർഭങ്ങളിലും ഇരുകൂട്ടർക്കും പരിചയമുള്ള ആരെങ്കിലുമായിരിക്കും മദ്ധ്യസ്ഥം വഹിക്കുന്നത്, എന്നാൽ അങ്ങനെയല്ലാത്തവരും സ്വീകരിക്കപ്പെടാറുണ്ട്.

ഒരു വസന്തകാലത്ത് ഞാൻ കാർഗിലിൽ നിന്ന് സൻസ്കാറിലേക്ക് ഒരു ട്രക്കിൽ യാത്ര ചെയ്യുകയായിരുന്നു. റോഡിൽ മഞ്ഞു വീണിരുന്നതുകൊണ്ട് യാത്രയ്ക്ക് ഉദ്ദേശിച്ചതിലും കൂടുതൽ സമയമെടുത്തിരുന്നു. കഠിനവും ദുഷ്കരവുമായ ആ യാത്ര ഞാൻ ആസ്വദിക്കുന്നുണ്ടായിരുന്നു. ഞങ്ങളുടെ ട്രക്ക് ഓടിച്ചിരുന്ന, സാധാരണയിൽക്കവിഞ്ഞ വലുപ്പമുള്ള ഡ്രൈവറെ നിരീക്ഷിക്കുന്നത് രസകരമായിരുന്നു. ആ റോഡ് നിർമ്മിക്കപ്പെട്ടതിനു ശേഷം അതുകൊണ്ടുതന്നെ അയാൾ ലഡാക്കികൾക്കിടയിൽ ഒരു ഹീറോ ആയി മാറിയിരുന്നു. പോകുന്നിടത്തെല്ലാം

ആൾക്കാർക്ക് അയാളെ അറിയാമായിരുന്നു. ഏതാനും ആഴ്ചകൾ കൂടുമ്പോൾ ഒരിക്കൽ അതുവഴി യാത്ര ചെയ്തുവന്നിരുന്ന അയാൾ ഗ്രാമവാസികൾക്ക് വളരെ പ്രധാനപ്പെട്ട വ്യക്തിയായിരുന്നു – സന്ദേശങ്ങൾ കൈമാറുക, സാധനങ്ങൾ അയയ്ക്കുക, യാത്രക്കാരെ അവരവരുടെ സ്ഥലങ്ങളിൽ എത്തിക്കുക തുടങ്ങിയ കാര്യങ്ങൾക്ക് അവർ അയാളെ ആശ്രയിച്ചു.

അയാൾ കൊണ്ടുവന്നിരുന്ന ഒരു ചാക്ക് അരിക്ക് പകരമായി പ്രശസ്തമായ സൻസ്കാരി വെണ്ണ വാങ്ങണമെന്ന് അയാൾ ആഗ്രഹിച്ചു. അതിനായി അയാൾ ഒരു വൃദ്ധയെ സമീപിച്ചപ്പോൾ ഒരു ചെറിയ ആൾക്കൂട്ടം തന്നെ അവരുടെ ചുറ്റിലും കൂടി. പെട്ടെന്ന് ഒരു പന്ത്രണ്ട് വയസ്സുകാരൻ കാര്യങ്ങളുടെ ചുമതല ഏറ്റെടുത്തു. അയാൾ ന്യായമായി പ്രതീക്ഷിക്കുന്നതെന്തെന്ന് അവൻ ചോദിച്ചറിഞ്ഞു. ആ പയ്യനെ മദ്ധ്യസ്ഥനാക്കി ഡ്രൈവറും വൃദ്ധയും തമ്മിൽ നടത്തിയ കച്ചവടം പതിനഞ്ച് മിനുട്ടോളം നീണ്ടുനിന്നു. കുറ്റനായ ഒരു മനുഷ്യൻ ഇത്തിരിപ്പോന്ന ഒരു ചെറിയ പയ്യന്റെ വാക്കുകൾ അനുസരിക്കുന്നത് കണ്ട് ഞാൻ അത്ഭുതപ്പെട്ടെങ്കിലും അവർക്ക് അത് വളരെ സ്വാഭാവികമായിരുന്നു.

ലഡാക്കിലെ ഗ്രാമങ്ങൾ പരമ്പരാഗതമായി ജനാധിപത്യരീതിയാണ് പിന്തുടരുന്നത്. മിക്കവാറും എല്ലാ കുടുംബങ്ങൾക്കും സ്വന്തമായ കൃഷിനിലമുണ്ടായിരിക്കും. സാമ്പത്തികമായ അസമത്വം ഏതാണ്ട് ഇല്ല എന്നു തന്നെ പറയാം. ജനസംഖ്യയുടെ 95 ശതമാനത്തോളം മദ്ധ്യവർത്തി എന്നു വിളിക്കാവുന്ന വർഗ്ഗത്തിൽ പെടും. ബാക്കിയുള്ളവരെ ധനികരും പാവപ്പെട്ടവരുമായി തരം തിരിക്കാം. ലഡാക്കിലെ ആദ്യത്തെ കുടിയേറ്റക്കാരായ ആശാരിമാരും കൊല്ലന്മാരുമടങ്ങുന്ന മോൺ വർഗ്ഗത്തിലുള്ളവരാണ് പാവപ്പെട്ടവർ. പ്രകൃതിയിൽ നിന്ന് ലോഹങ്ങളും മറ്റും കുഴിച്ചെടുക്കുന്നതുകൊണ്ട് അവർ ഭൂതഗണങ്ങളുടെ അപ്രീതിക്ക് കാരണമായിതീരുന്നു, അതാണ് അവരുടെ മോശപ്പെട്ട സ്ഥിതിക്ക് വഴിയൊരുക്കുന്നതെന്നും വിശ്വസിക്കപ്പെടുന്നു.

ഈ മൂന്ന് വർഗ്ഗങ്ങളും തമ്മിൽ വ്യത്യാസങ്ങൾ ഉണ്ടെങ്കിലും ഒരിക്കലും അത് സാമൂഹികമായ സംഘർഷം സൃഷ്ടിക്കുന്നില്ല. യൂറോപ്പിലൊക്കെ കാണപ്പെടാറുള്ള സാമൂഹിക വിഭജനങ്ങൾക്ക് വിപരീതമായി, ഇവിടെ പല വർഗ്ഗത്തിലുള്ളവർ തമ്മിൽ ദിവസേന ഇടപഴകാറുണ്ട്. ഉദാഹരണമായി, രാജകുടുംബത്തിലെ ഒരു അംഗവുമായി മോൺ വർഗ്ഗത്തിലുള്ള ഒരാൾ തമാശപറഞ്ഞ് ചിരിക്കുന്നത് അസാധാരണമായ ഒരു കാഴ്ചയല്ല.

കർഷകരെല്ലാവരും സ്വയം പര്യാപ്തതയുള്ളവരും സ്വതന്ത്രരും ആയതിനാൽ കൂട്ടായ തീരുമാനങ്ങളെടുക്കേണ്ട സന്ദർഭങ്ങൾ വളരെ

വിരളമായേ വരാറുള്ളൂ. ഓരോ വീട്ടും അവരവരുടെ സ്വന്തം വിഭവങ്ങൾ ഉപയോഗിച്ച് തങ്ങളുടെ തന്നെ സ്വന്തം കൃഷിസ്ഥലത്തു പണിയെടുക്കുന്നു. ഗ്രാമത്തിലെ എല്ലാവരും ചേർന്ന് തീരുമാനിക്കേണ്ട കാര്യങ്ങൾ പല തലമുറകൾക്കു മുൻപ് തന്നെ തീരുമാനിക്കപ്പെട്ടിരിക്കും; ഉദാഹരണമായി ഗ്രാമത്തിലെ ബുദ്ധവിഹാരത്തിന് ചായം പൂശുക, പുതുവർഷാഘോഷങ്ങൾക്കുള്ള ഒരുക്കങ്ങൾ നടത്തുക തുടങ്ങിയവ. ഓരോ കുടുംബവും തങ്ങളുടെ ഊഴമനുസരിച്ച് ആ കൃത്യം നിർവഹിക്കുന്നുണ്ടാകും. എന്നിരുന്നാലും, ചിലപ്പോൾ ചില കാര്യങ്ങൾ ഗ്രാമത്തിലെ എല്ലാവരും ചേർന്ന് തീരുമാനിക്കേണ്ടതായി വരും. വലിയ ഗ്രാമങ്ങളെ പത്തു വീടുകൾ വീതമുള്ള ചെറിയ സംഘങ്ങളായി തിരിച്ച് ഓരോ സംഘത്തിൽ നിന്നും കുറഞ്ഞത് ഒരു പ്രതിനിധിയെ വീതമെങ്കിലും ഗ്രാമസഭയിലേക്ക് തിരഞ്ഞെടുക്കും. *ഗോബ* എന്നു വിളിക്കപ്പെടുന്ന ഗ്രാമത്തലവന്റെ കീഴിലാണ് കൃത്യമായ ഇടവേളകളിൽ ഗ്രാമസഭകൾ കൂടുക.

ഊഴമനുസരിച്ചാണ് *ഗോബ* നിയമിതനാകുന്നത്. സാധാരണഗതിയിൽ, ഓരോ വർഷവും ഓരോ കുടുംബത്തിൽ നിന്നുള്ളവരായിരിക്കും ആ സ്ഥാനത്തേക്ക് എത്തുക. എന്നാൽ എല്ലാവർക്കും സമ്മതമെങ്കിൽ, ഒരാൾ തന്നെ പലവർഷങ്ങൾ ആ പദവിയിൽ തുടരുകയും ചെയ്യും. ഗ്രാമത്തലവന്റെ ചുമതലകളിലൊന്ന് മദ്ധ്യസ്ഥം വഹിക്കുക എന്നതാണ്. ഗ്രാമത്തിൽ പൊതുവെ തർക്കങ്ങൾ സാധാരണമല്ലായെങ്കിലും വല്ലപ്പോഴുമൊരിക്കലുണ്ടാകുന്ന അഭിപ്രായവ്യത്യാസങ്ങൾ ഒത്തുതീർപ്പാക്കേണ്ടിവരാറുണ്ട്.

ഔപചാരികതയുടെ മറവില്ലാതെ, സമാധാനത്തോടെ *ഗോബ*യെ സന്ദർശിക്കാനാകും. പലപ്പോഴും ഇരുകൂട്ടരും അടുക്കളയിലിരുന്ന് ചായയോ ചാങ്ങോ കുടിച്ചുകൊണ്ടായിരിക്കും പ്രശ്നം ചർച്ച ചെയ്യുന്നത്. തോങ്ടെ ഗ്രാമത്തിലെ *ഗോബ*യായ പാൽജോറിന്റെ വീട്ടിൽ അദ്ദേഹം തർക്കങ്ങൾ ഒത്തുതീർപ്പാക്കുന്നത് കാണാൻ എനിക്ക് അവസരമുണ്ടായിട്ടുണ്ട്. തോങ്ടെയിൽ എന്റെ ഗവേഷണവിഷയം ശിശുപരിപാലനമായിരുന്നതിനാൽ, ആയിടെ മാത്രം പ്രസവിച്ചിരുന്ന പാൽജോർ-ന്റെ ഭാര്യ സെറിങ്ങിനോടൊപ്പം പല അവസരങ്ങളിലും എനിക്ക് അടുക്കളയിൽ സമയം ചിലവഴിക്കേണ്ടി വന്നിരുന്നു. ഇടയ്ക്കിടെ അവിടെ പാൽജോറിനെ കാണാൻ ആൾക്കാർ എത്തുമായിരുന്നു.

ഒരിക്കൽ നാംഗ്യാൽ, ചോസ്പൽ എന്ന് പേരുള്ള രണ്ടു ഗ്രാമവാസികൾ ഒരു പ്രശ്നവുമായി അവിടെ എത്തി. നാംഗ്യാൽ ഇപ്രകാരം പറഞ്ഞുതുടങ്ങി: “ഒരു വലിയ കല്ലിൽ കെട്ടിയിട്ടിരുന്ന റോംപോ എന്ന

എന്റെ കുതിര ഇന്നു രാവിലെ കയറു പൊട്ടിച്ചു. അപ്പോൾ ഞാൻ നോർബുവിന്റെയടുത്ത് പോയിരിക്കുകയായിരുന്നു. അവൾ എങ്ങനെ കയറു പൊട്ടിച്ചു എന്ന് എനിക്കറിയില്ല." അപ്പോൾ ചോസ്പൽ ഇടപെട്ടു: "അവൾ സുഖമായി എന്റെ ബാർലി തിന്നുന്നതാണ് ഞാൻ വീടിനു മുകളിൽ നിന്നു നോക്കിയപ്പോൾ കണ്ടത്; വയലിന്റെ ഒരു മൂല അപ്പോഴേക്കും അവൾ തിന്നുതീർത്തിരുന്നു. ഞാൻ അവളെ വിരട്ടാനായി കല്ലെറിഞ്ഞു, എന്നാൽ പെട്ടെന്ന് അവൾ മറിഞ്ഞു വീണു. ഒരുപക്ഷേ എന്റെ കല്ല് അവളെ മുറിവേൽപ്പിച്ചിരിക്കാം."

യാക്കിന്റെ രോമം കൊണ്ടുണ്ടാക്കിയ കവണ കൊണ്ട് കല്ലെറിഞ്ഞാണ് പൊതുവെ ലഡാക്കിലെ ജനങ്ങൾ മൃഗങ്ങളെ വിരട്ടി അകറ്റുന്നത്. കല്ലെറിയുമ്പോൾ അവർക്ക് നല്ല ഉന്നവും ഉണ്ടായിരിക്കും. അരമൈൽ അകലെ മേയുന്ന ആട്ടിൻപറ്റത്തെ ഏതാനും കല്ലുകൾ ഏറ്റി നിയന്ത്രിക്കുന്നത് ഞാൻ കണ്ടിട്ടുണ്ട്. എന്നാൽ ചോസ്പലിന്റെ ഉന്നം ഇത്തവണ പിഴച്ചുപോയതുകൊണ്ട് കുതിരയുടെ കാലിന്റെ കീഴ്ഭാഗത്ത് കല്ല് തറയ്ക്കുകയും അതിന് മുറിവേൽക്കുകയും ചെയ്തു.

ആര് ആർക്കാണ് നഷ്ടപരിഹാരം നൽകേണ്ടത്? എത്ര കൊടുക്കണം? കുതിരയുടെ പരിക്ക് ബാർലിയുടെ നഷ്ടത്തെക്കാൾ ഗൌരവമേറിയതാണെങ്കിലും നാംഗ്യാലിന്റെ കുറ്റവും അവഗണിക്കാവുന്നതായിരുന്നില്ല. മൃഗങ്ങളിൽ നിന്ന് തങ്ങളുടെ വിളവ് സംരക്ഷിക്കാൻ വേണ്ടി ലഡാക്കിലെ ജനങ്ങൾ വളരെ കർശനമായ ചട്ടങ്ങൾ രൂപപ്പെടുത്തിയിരുന്നു. ഓരോ ഗ്രാമത്തിലും നിയമനിർവ്വഹണത്തിന് മേൽനോട്ടം വഹിക്കാൻ ഒരാളെ ചുമതലപ്പെടുത്തിയിരിക്കും, വിളവ് നശിപ്പിക്കുന്ന മൃഗങ്ങളെ പിടിച്ച് അവയുടെ ഉടമസ്ഥനിൽ നിന്ന് പിഴ ഈടാക്കുന്നത് അയാളുടെ ജോലിയാണ്. നീണ്ട ചർച്ചയ്ക്കൊടുവിൽ രണ്ടു കൂട്ടരും അന്യോന്യം നഷ്ടപരിഹാരം നൽകേണ്ടതില്ല എന്ന തീരുമാനമാണ് അവിടെ ഉണ്ടായത്. പാൽജോർ നാംഗ്യാലിനോട് പറഞ്ഞു: "റോംപോയുടെ കാലിന് പരിക്കേറ്റത് യാദൃശ്ചികമാണെന്ന് കരുതാം, അതുപോലെ അവളുടെ കയറിന്റെ കാര്യത്തിൽ നിങ്ങളും അശ്രദ്ധനായിരുന്നു."

തർക്കത്തിലേർപ്പെട്ടവരുമായി ഒരു രീതിയിലും ബന്ധമില്ലാത്ത ഒരാളായിരിക്കും ഏറ്റവും നല്ല വിധികർത്താവ് എന്നായിരുന്നു ലഡാക്കിലെത്തുന്നതിനു മുൻപ് ഞാൻ വിചാരിച്ചിരുന്നത്. അത്തരം സമഭാവവും അകൽച്ചയുമാണ് ശരിയായ നീതി നടപ്പാക്കുന്നതിനുള്ള ഏക വഴി എന്നും ധരിച്ചുവെച്ചിരുന്നു. ഒരുപക്ഷേ നമ്മുടേതു പോലെ വലിയ ഒരു സമൂഹത്തിന്റെ കാര്യമെടുത്താൽ അത് ശരിയായിരിക്കും.

എന്നാൽ ലഡാക്കിൽ ജീവിച്ച നീണ്ട വർഷങ്ങൾ എന്റെ കാഴ്ചപ്പാട് മാറ്റിയിരിക്കുന്നു. ഒരു നീതിന്യായവ്യവസ്ഥയെയും കുറ്റമറ്റതായി കരുതാനാവില്ല എന്നത് ശരിതന്നെ. എങ്കിലും, ഒരു ചെറുസമൂഹത്തിൽ വളരെ അടുപ്പമുള്ള ജനങ്ങൾ പരസ്പരം തങ്ങൾക്കിടയിൽ നടത്തുന്ന ചർച്ചയുടെ അടിസ്ഥാനത്തിൽ പ്രശ്നങ്ങൾക്ക് പരിഹാരമുണ്ടാക്കുന്ന വ്യവസ്ഥയോളം മറ്റൊന്നും ഫലപ്രദമല്ല. തർക്കത്തിലേർപ്പെട്ട ഇരുകൂട്ടരെയും അടുത്ത് അറിയുന്നവർ ഒത്തുതീർപ്പിൽ ഇടപെടുമ്പോൾ അവരുടെ വിധിനിർണ്ണയം മുൻവിധികളിൽ നിന്ന് മുക്തമായിരിക്കും എന്ന് ഞാൻ ഇപ്പോൾ തിരിച്ചറിയുന്നു; കാരണം ആ അടുപ്പം തന്നെയാണ് അവരെ കൂടുതൽ ന്യായപൂർണ്ണവും യുക്തിസഹവുമായ തീരുമാനങ്ങളെടുക്കാൻ സഹായിക്കുന്നത്. അപ്രകാരം കൂടുതൽ മാനുഷികമായ നീതിന്യായവ്യവസ്ഥ നടപ്പിലാക്കാൻ ചെറുസമൂഹങ്ങൾക്ക് അവസരം കൈവരുന്നു, അതോടൊപ്പം വലിയ സമൂഹങ്ങളിൽ കണ്ടുവരുന്ന തരത്തിലുള്ള സംഘർഷങ്ങളെ ഒഴിവാക്കാനും സാധിക്കുന്നു.

ലഡാക്കിൽ കൂടുതൽ സമയം ചിലവഴിക്കുന്തോറും വലിപ്പത്തിന്റെ പ്രാധാന്യത്തെക്കുറിച്ച് എനിക്ക് കൂടുതൽ ബോധ്യം വന്നു. ആദ്യഘട്ടങ്ങളിൽ ലഡാക്കിലെ ജനങ്ങളുടെ മതത്തിന്റെയും ധാർമ്മികമൂല്യങ്ങളുടെയും അടിസ്ഥാനത്തിൽ അവരുടെ സന്തുഷ്ടിയെ വിശദീകരിക്കാനും ക്രോധത്തിന്റെയും സമ്മർദ്ദത്തിന്റെയും അഭാവത്തെ മനസ്സിലാക്കുവാനും ഞാൻ ശ്രമിച്ചിരുന്നു. അവ പ്രധാനപ്പെട്ട ഒരു പങ്ക് വഹിക്കുന്നു എന്നതിൽ സംശയമില്ല. എന്നാൽ, സമൂഹത്തെ രൂപപ്പെടുത്തുന്ന ബാഹ്യഘടനകൾക്ക് - പ്രത്യേകിച്ച് അവയുടെ തോതനുസരിച്ച് – അതുപോലെ തന്നെ പ്രാധാന്യമുണ്ട് എന്ന് ഞാൻ വഴിയെ മനസ്സിലാക്കി. ലഡാക്കിലെ ജനങ്ങളെ ആഴത്തിൽ സ്വാധീനിക്കുകയും അവരുടെ വിശ്വാസങ്ങളെയും മൂല്യങ്ങളെയും ദൃഢീകരിക്കുകയും ചെയ്യുന്ന ഘടകങ്ങളാണവ.

ലഡാക്കിലെ ഗ്രാമങ്ങളിൽ വീടുകളുടെ എണ്ണം മിക്കവാറും നൂറിൽ താഴെയായിരിക്കും, അതുകൊണ്ട് ജനങ്ങൾ തമ്മിലുള്ള പരസ്പരാശ്രിതത്വത്തെ അവർക്ക് നേരിട്ട് അനുഭവിച്ചറിയാനാവുന്ന വിധത്തിലായിരിക്കും ആ ജീവിതത്തിന്റെ വ്യാപ്തി. അവർ ഭാഗഭാക്കായ ഘടനകളെയും ശൃംഖലകളെയും നിരീക്ഷിക്കാനും ഗ്രഹിക്കാനുമുള്ള കഴിവ് അവർക്കുണ്ടായിരിക്കും. സ്വന്തം പ്രവൃത്തിയുടെ പരിണതഫലങ്ങളെ നേരിട്ട് കാണാനും അതിന്റെ ഫലമായി സ്വയം ഒരു ഉത്തരവാദിത്വബോധം വളർത്താനുമുള്ള അവസരം അവർക്ക് ലഭിക്കുന്നു. അവരുടെ പ്രവൃത്തികൾ മറ്റുള്ളവർക്ക് കൂടുതൽ ദൃശ്യമാകുന്നതിനാൽ അവർക്ക് പലപ്പോഴും വിശദീകരണങ്ങൾ നൽകേണ്ടതായും വരും.

സാമ്പത്തികവിനിമയങ്ങളും രാഷ്ട്രീയ ഇടപെടലുകളും മുഖാമുഖമായിട്ടാണ് നടക്കുന്നത്; വാങ്ങുന്നവനും വിൽക്കുന്നവനും തമ്മിൽ വ്യക്തിപരമായ ബന്ധം ഉണ്ടായിരിക്കും, ഇരുപക്ഷത്തുമുള്ള അനാസ്ഥയും വഞ്ചനയും ഒഴിവാക്കുവാൻ ആ ബന്ധം സഹായിക്കുന്നു. അതിന്റെ ഫലമായി അഴിമതിയും അധികാരം ദുരുപയോഗപ്പെടുത്തലും വളരെ വിരളമെന്നു തന്നെ പറയാം. കുറഞ്ഞ വ്യാപ്തി ഒരു വ്യക്തിയിൽ തന്നെ നിക്ഷിപ്തമായിരിക്കുന്ന അധികാരത്തിന്റെ ശതമാനത്തെ പരിമിതപ്പെടുത്തുന്നു. ഒരു രാഷ്ട്രത്തലവനും ഒരു ലഡാക്കി ഗ്രാമത്തിലെ *ഗോബ*യും തമ്മിലുള്ള അന്തരത്തെ ഇങ്ങനെ വിവരിക്കാം: താൻ ഒരിക്കലും കാണാത്ത, തന്നോട് ഒരിക്കലും സംസാരിക്കാൻ അവസരം ലഭിക്കാത്ത ലക്ഷക്കണക്കിന് ജനങ്ങളുടെ മേൽ ആദ്യത്തെ ആൾക്ക് അധികാരമുണ്ടായിരിക്കുമ്പോൾ, രണ്ടാമത്തെയാൾ താൻ അടുത്തറിയുകയും ദിവസേന ഇടപഴകുകയും ചെയ്യുന്ന നൂറിൽ പരം മനുഷ്യരുടെ കാര്യങ്ങൾ കൈകാര്യം ചെയ്തുവരികയാണ്.

ഒരു പരമ്പരാഗത ലഡാക്കി ഗ്രാമത്തിലെ ജനങ്ങൾക്ക് സ്വന്തം ജീവിതത്തിനുമേൽ വലിയ അളവിലുള്ള നിയന്ത്രണം ഉണ്ടായിരിക്കും. ദൂരെയെങ്ങോ നിലനിൽക്കുന്ന ഉദ്യോഗസ്ഥമേധാവിത്വത്തിന്റെയും ചാഞ്ചാടിക്കൊണ്ടിരിക്കുന്ന വിപണിയുടെയും കരുണയ്ക്കു കീഴ്പ്പെടാതെ, ഒരു വലിയ പരിധിവരെ അവർ സ്വന്തമായ തീരുമാനങ്ങളെടുക്കുന്നു. സാഹചര്യത്തിന്റെ ആവശ്യതകൾക്കനുസരിച്ച് ഉടനടി തീരുമാനമെടുത്ത് പ്രവർത്തിക്കുവാൻ വ്യാപ്തിയുടെ അഭാവം അവരെ സഹായിക്കുന്നു. കർക്കശമായ നിയമനിർമ്മാണത്തിന്റെ ആവശ്യം തീരെയില്ല, അതിനു പകരം, ഓരോ സന്ദർഭവും ഒരു പുതിയ പ്രതികരണത്തെ സൃഷ്ടിക്കുന്നു.

വ്യക്തിയുടെ ക്ഷേമം സമുദായത്തിന്റെ ക്ഷേമത്തിന് വിരുദ്ധമായി കരുതപ്പെടാത്ത ഒരു സമൂഹവ്യവസ്ഥിതി പൈതൃകമായി ലഭിച്ച ലഡാക്കിലെ ജനങ്ങൾ ഭാഗ്യശാലികളാണ്; അവിടെ ഒരു വ്യക്തിയുടെ ലാഭം മറ്റൊരു വ്യക്തിയുടെ നഷ്ടമല്ല. സ്വന്തം കുടുംബക്കാരെയും അയൽക്കാരെയും മാത്രമല്ല അന്യഗ്രാമങ്ങളിലുള്ളവരെയും തികച്ചും അപരിചിതരായവരെ കൂടിയും സഹായിക്കേണ്ടത് തങ്ങളുടെ നന്മയ്ക്കും ആവശ്യമാണെന്ന ബോദ്ധ്യം അവർക്കുണ്ട്. ഒരു കൃഷിക്കാരന് നല്ല വിളവ് ലഭിക്കാൻ മറ്റൊരാളുടെ വിളവ് കുറയണമെന്നില്ല. മത്സരത്തെക്കാൾ പരസ്പരസഹകരണമാണ് സാമ്പത്തികവ്യവസ്ഥയെ രൂപപ്പെടുത്തുന്നത്. മറ്റൊരു രീതിയിൽ പറഞ്ഞാൽ, ഒരു സംശ്ലേഷിത സമൂഹമാണ് ലഡാക്ക്.

ലഡാക്കിലെ ഒട്ടുമിക്ക സമൂഹികസ്ഥാപനങ്ങളിലും സഹകരണം രൂപീകൃതമായിട്ടുണ്ട്. ഏറ്റവും പ്രധാനപ്പെട്ടവയിൽ ഒന്നാണ് *പസ്പൻ.* ജനനം, വിവാഹം, മരണം തുടങ്ങിയ അവസരങ്ങളിൽ വേണ്ട സഹായങ്ങൾ ചെയ്തുകൊടുക്കുന്ന ഒരു കൂട്ടം കുടുംബങ്ങൾ ചേർന്ന ആ കാർമ്മികസംഘത്തിന്റെ കീഴിലായിരിക്കും ലഡാക്കിലെ ഓരോ കുടുംബവും. ഒരേ ഗ്രാമത്തിൽ നിന്നോ പല ഗ്രാമങ്ങളിൽ നിന്നോ ഉള്ള, നാലു മുതൽ പന്ത്രണ്ടു വരെ കുടുംബങ്ങൾ അടങ്ങുന്നതായിരിക്കും ഓരോ കാർമ്മികസംഘവും. പൊതുവെ അവർക്ക് ഒരേ ഉപാസനാമൂർത്തിയായിരിക്കും ഉണ്ടാവുക. അവരുടെ കീഴിലുള്ള കുടുംബങ്ങളെ രോഗങ്ങളിൽ നിന്നും ആപത്തുകളിൽ നിന്നും സംരക്ഷിക്കുന്നത് ആ ഉപാസനാമൂർത്തിയാണെന്നാണ് അവർ വിശ്വസിക്കുന്നു. പുതുവത്സരദിനത്തിൽ ഓരോ വീട്ടിനുമുകളിലും കെട്ടിയൊരുക്കിയ ബലിപീഢത്തിൽ ദേവതയ്ക്കായി നേർച്ച നൽകപ്പെടും. ശവസംസ്കാരച്ചടങ്ങുകളിലായിരിക്കും *പസ്പൻ* സംഘം ഏറ്റവും കർമ്മോദ്യുക്തമാകുന്നത്. മരണമടഞ്ഞ വ്യക്തിയുടെ മൃതശരീരം ദഹിപ്പിക്കുന്നതു വരെ, ഏകദേശം ഒരാഴ്ചയോളം കുടുംബഭവനത്തിൽ സൂക്ഷിച്ചിരിക്കും, എന്നാൽ കുടുംബത്തിലുള്ള ആർക്കും അതിനെ സ്പർശിക്കേണ്ടിവരുന്നില്ല. മരണം സംഭവിക്കുന്നതു മുതൽ ദഹിപ്പിക്കുന്നതുവരെ അതിനെ കഴുകി പരിചരിച്ച് സംരക്ഷിക്കുന്നതിനുള്ള ഉത്തരവാദിത്വം ബന്ധപ്പെട്ട *പസ്പൻ* അംഗങ്ങളുടേതായിരിക്കും. അത്തരം അവസരങ്ങളിൽ നേരിടേണ്ടിവരുന്ന അനാവശ്യക്ലേശങ്ങളിൽ നിന്ന് ബന്ധുക്കൾ പാടെ മുക്തരാക്കപ്പെടുന്നു.

ശവസംസ്കാരത്തിനു മുൻപ് ടിബറ്റിലെ മരിച്ചവരുടെ പുസ്തകമായ ബാർഡോ തോഡോലിൽ നിന്ന് പ്രസക്തഭാഗങ്ങൾ വായിക്കാനായി എത്തിച്ചേരുന്ന പുരോഹിതൻ മരണാനന്തരജീവിതത്തിൽ നേരിടേണ്ടി വരുന്ന അനുഭവങ്ങളെക്കുറിച്ച് മരിച്ച വ്യക്തിയുടെ ആത്മാവിന് വേണ്ട നിർദ്ദേശങ്ങൾ നൽകും. പിശാചുക്കളെ ഭയക്കേണ്ടതില്ലെന്നും ശുദ്ധമായ വെളുത്ത പ്രകാശത്തെ – "ശൂന്യതയുടെ തെളിഞ്ഞ വെളിച്ചത്തെ" – ലക്ഷ്യമാക്കി നീങ്ങുക എന്ന ഉദ്ബോധനവും നൽകും.

ശവസംസ്കാരത്തിനായി നിശ്ചയിക്കപ്പെട്ട ദിവസം നൂറുകണക്കിന് ആളുകൾ മരണവീട്ടിലെത്തി ആചാരമനുസരിച്ച് റൊട്ടിയും ബാർലിപ്പൊടിയും സമർപ്പിക്കും. മരിച്ച വ്യക്തിയുടെ ബന്ധുക്കൾ, പ്രത്യേകിച്ച് സ്ത്രീകൾ, അടുക്കളയിലിരുന്ന് കണ്ണുനീർ വാർത്തുകൊണ്ട് വിലാപസ്തുതികൾ ഉരുവിടുന്ന കാഴ്ചയും കാണാം. അയൽക്കാരും സുഹൃത്തുക്കളും അരികിലെത്തി അനുതാപമറിയിക്കുകയും അവരെ സമാധാനപ്പെടുത്തുകയും ചെയ്യുന്നു. പുരോഹിതന്മാരുടെ മന്ത്രധ്വനികളും സംഗീതവും വീട്ടിനുള്ളിൽ മുഴങ്ങിക്കേൾക്കും.

സ്റ്റോക് എന്ന ഗ്രാമത്തിൽ ഒരു സുഹൃത്തിന്റെ മുത്തച്ഛന്റെ ശവസംസ്കാരച്ചടങ്ങിലാണ് ഞാൻ ആദ്യം പങ്കെടുത്തത്. ഉച്ചതിരിഞ്ഞയുടൻ ഞങ്ങൾക്ക് ഭക്ഷണം വിളമ്പി. *പസ്പൻ* സംഘത്തിലെ അംഗങ്ങളായിരുന്നു ആതിഥേയത്വം ഏറ്റെടുത്തിരുന്നത്. അടുപ്പിലെ വലിയ കലത്തിൽ വെണ്ണച്ചായ തിളപ്പിക്കുന്നതിനിടയിൽ പോലും അവർ എല്ലാവർക്കും ഭക്ഷണം എത്തിക്കുന്നതിലുള്ള ഉത്സാഹത്തിലായിരുന്നു. വൈകുന്നേരത്തിന് മുൻപ് പുരോഹിതന്മാർ നയിച്ച വിലാപയാത്ര ശ്മശാനത്തിലേയ്ക്ക് നീങ്ങി. സ്ത്രീജനങ്ങൾ വീട്ടിൽ തന്നെ തങ്ങും. കടുത്ത നിറങ്ങളിൽ ചിത്രപ്പണികൾ ചെയ്ത വസ്ത്രങ്ങളും ഉയർന്ന തലപ്പാവുകളും ധരിച്ച് ഭ്രമാത്മകമായ പെരുമ്പറധ്വനിയുടെ അകമ്പടിയോടെ അവർ പ്രാർഥനാലയത്തിൽ നിന്ന് പുറത്തേയ്ക്ക് കടന്ന്, സാവധാനം ഗ്രാമാതിർത്തിയെ ലക്ഷ്യമാക്കി നടന്നുതുടങ്ങി. *പസ്പൻ* അംഗങ്ങളിൽ നാലുപേർ മൃതശരീരത്തെ ഒരു മഞ്ചത്തിൽ വഹിച്ചും, മറ്റുള്ളവർ ദഹനത്തിനുള്ള വിറകുകൾ ചുമന്നും അവരെ പിന്തുടർന്നിരുന്നു. അവർക്കു പിന്നിൽ നീണ്ടവരിയായി ബന്ധുമിത്രാദികളായ പുരുഷജനങ്ങൾ. ദഹനച്ചടങ്ങുകൾ നിർവഹിക്കുമ്പോൾ പുരോഹിതന്മാർക്ക് അകമ്പടി സേവിച്ചുകൊണ്ടും ചിതയൊരുക്കിക്കൊണ്ടും *പസ്പൻ* സംഘാംഗങ്ങൾ മാത്രം അവർക്കരികിൽ നിന്നു.

ഒരു കൂട്ടം ആൾക്കാരെ പൊതുവായ ഒരു ലക്ഷ്യത്തിൽ ഒരുമിപ്പിച്ച് ജീവിതകാലം മുഴുവനും അടുപ്പത്തോടെ ഇടപഴകാനും അവർ തമ്മിൽ ഒരു ആത്മബന്ധം സൃഷ്ടിക്കാനും ഉതകുന്ന ഒരു സംഘമാണ് *പസ്പൻ.* പരമ്പരാഗത ലഡാക്കി സമൂഹത്തിൽ ജനങ്ങൾ സ്വന്തം കുടുംബത്തോടും അയൽക്കാരോടും മാത്രമല്ല, ഗ്രാമത്തിലെ മറ്റു കുടുംബക്കാരോടും സവിശേഷബന്ധം പുലർത്തുന്നു.

അവിടെയും വ്യാപ്തിയുടെ അഭാവം വഴക്കത്തിന് സഹായകരമാകുന്നു. ഉദാഹരണമായി, ഒരു *പസ്പൻ* സംഘാംഗം കൊയ്ത്തിന്റേയോ മറ്റേതെങ്കിലും പ്രധാനപ്പെട്ട ജോലിയിലോ മുഴുകിയിരിക്കുമ്പോൾ ഒരു സംസ്കാരച്ചടങ്ങിൽ പങ്കെടുക്കേണ്ട സാഹചര്യം വരികയാണെങ്കിൽ, അയാൾ ആ ജോലി അവിടെ അവസാനിപ്പിക്കേണ്ടതില്ല എന്നാണ് നിയമം. അയാൾ മറ്റ് *പസ്പൻ* സംഘാംഗങ്ങളോട് ചർച്ചചെയ്ത് പകരം മറ്റൊരാളെ ഏർപ്പാടു ചെയ്താൽ മതിയാകും.

കൃഷിപ്പണിയുടെ ഏറിയപങ്കും എല്ലാവരും ഒരുമിച്ചോ ചുട്സോ എന്നു വിളിക്കപ്പെടുന്ന ചെറുസംഘങ്ങളോ ചേർന്നായിരിക്കും പങ്കിടുന്നത്. ഉദാഹരണത്തിന്, കൊയ്ത്തിന്റെ സമയമാകുമ്പോൾ കൃഷിക്കാർ അന്യോന്യം സഹകരിച്ചുകൊണ്ടായിരിക്കും വിളവെടുക്കുന്നത്. ഒരേ ഗ്രാമത്തിൽത്തന്നെ പല കൃഷിസ്ഥലങ്ങളിലും വിളവ് പാകമാകുന്നത്

16000-അടി ഉയരത്തിലുള്ള ന്യിയാംലിംഗ് എന്ന ഫൂ-വിലെ ഒരു ഇടയബാലിക. കുട്ടികൾ ചെറുപ്രായത്തിൽ തന്നെ ഉത്തരവാദിത്വങ്ങൾ ഏറ്റെടുക്കാൻ പഠിക്കുന്നു.

വ്യത്യസ്ത കാലയളവിലാണെന്നത് അന്യോന്യസഹകരണത്തിന് അവസരമൊരുക്കും. എല്ലാവരും ഒരുമിച്ച് ചേർന്നാണ് പണിയെടുക്കുന്നത്, അതുകൊണ്ടുതന്നെ വിളവ് പാകമാകുമ്പോൾ എളുപ്പത്തിൽ കൊയ്തെടുക്കാനും കഴിയുന്നു.

ഇത്തരം സഹകരണാടിസ്ഥാനത്തിലുള്ള പ്രവർത്തനത്തെ *ബേസ്* എന്നാണ് വിളിക്കുന്നത്. പൊതുവെ ഒന്നിലധികം ഗ്രാമങ്ങൾ ഇതിൽ പങ്കുചേരാറുണ്ട്, അതിനുള്ള കാരണം എപ്പോഴും സാമ്പത്തികമാവണമെന്നില്ല. രണ്ട് പാടങ്ങളിൽ ഒരുമിച്ച് വിളവ് പാകമാകുമ്പോൾ ഒന്നിച്ച് പണിയെടുക്കാൻ വേണ്ടി കർഷകർ ഒരു പാടത്തിലുള്ള കൊയ്ത്ത് മാറ്റിവെയ്ക്കും. ഒരിക്കലും ആരും തനിച്ച് വിളവ് കൊയ്യുന്നത് കാണാൻ സാധിക്കുകയില്ല; പുരുഷന്മാരും സ്ത്രീകളും കുട്ടികളും സംഘംചേർന്ന് പാട്ടു പാടി തമാശകൾ പങ്കുവെച്ച് ആനന്ദത്തോടെയാണ് പാടങ്ങൾ കൊയ്യുന്നത്.

മറ്റൊരു ഉദാഹരണം ഊഴമെടുത്തുള്ള ആടുമേയ്ക്കലാണ്. ദിനേന എല്ലാ വീട്ടിൽ നിന്നും ഒരാൾ വീതം മൃഗങ്ങളെ മേയ്ക്കാൻ കൊണ്ടുപോകേണ്ടതില്ല. അതിനു പകരം ഒന്നോ രണ്ടോ പേർ പല വീടുകളിൽ നിന്നുള്ള

ആടുകളെ ഒന്നിച്ച് മേയ്ക്കാൻ കൊണ്ടുപോകും, മറ്റുള്ളവർക്ക് അപ്പോൾ അവരവരുടെ ജോലികളിൽ മുഴുകാൻ സാധിക്കും.

സ്വകാര്യ വസ്തുവകകളും പങ്കുവെയ്ക്കപ്പെടും. ഹ്യ-വിലെ കല്ലുകൊണ്ടു നിർമ്മിച്ച ചെറുഭവനങ്ങൾ ഏതെങ്കിലും ഒരു വീട്ടുകാർക്ക് സ്വന്തമാണെങ്കിലും, പൊതുവെ അദ്ധ്വാനത്തിനു പകരമായോ, പാല്, വെണ്ണ തുടങ്ങിയവയുള്ള പ്രതിഫലമെന്ന നിലയ്ക്കോ മറ്റു പലർക്കും ഉപയോഗിക്കാം. അതുപോലെ ജലം കൊണ്ടു പ്രവർത്തിക്കുന്ന ധാന്യം പൊടിക്കുന്ന മില്ലുകളും എല്ലാവർക്കും പ്രയോജനപ്പെടുത്താം. ഒരു കുടുംബത്തിന് സ്വന്തമായി മില്ല് ഇല്ലെങ്കിൽ മറ്റാരുടെയെങ്കിലും മില്ല് ഉപയോഗപ്പെടുത്താവുന്നതാണ്. ശരത്കാലങ്ങളിൽ ജലക്ഷാമം രൂക്ഷമായി അനുഭവപ്പെടുന്ന വേളയിൽ എല്ലാവരും ശീതകാലത്തേക്ക് സംഭരിച്ചുവെക്കാനായി ധാന്യങ്ങൾ പൊടിക്കുന്നതിൽ വ്യാപൃതരാകുന്നു. അതിനായി മറ്റാരുടെയെങ്കിലും മില്ല് ഉപയോഗിക്കേണ്ടി വരുമ്പോൾ അതിന്റെ ഉടമസ്ഥന് കുറച്ച് ധാന്യപ്പൊടി പ്രതിഫലമായി നൽകിയാൽ മതിയാകും.

കൃഷിയുടെ തിരക്കേറിയ സമയങ്ങളിൽ കാർഷികോപകരണങ്ങളും ഉഴവുമൃഗങ്ങളും പങ്കുവെയ്ക്കപ്പെടാറുണ്ട്. നീണ്ട ശൈത്യത്തിനു ശേഷം നിലം സജ്ജമാക്കുവാൻ കർഷകർക്ക് കഠിനമായി അദ്ധ്വാനിക്കേണ്ടി വരുമ്പോൾ, പ്രത്യേകിച്ച് വിത്ത് വിതയ്ക്കുന്ന വേളകളിൽ, എത്രയും പെട്ടെന്ന് കാര്യങ്ങൾ ചെയ്തു തീർക്കാൻ വേണ്ടി കുടുംബങ്ങൾ അവരുടെ വിഭവങ്ങളെ ഒരുമിച്ച് സഞ്ചയിക്കും. ഇഹാങ്സെ എന്ന് വിളിക്കപ്പെടുന്ന ഈ രീതിക്ക് ഔപചാരികമായ ഒരു ഘടനയുണ്ട്, എന്നാൽ അതിനുള്ളിലും ആവശ്യത്തിനനുസരിച്ചുള്ള വഴക്കം സാധ്യമായിരിക്കും.

ഒരിക്കൽ ശക്തി എന്നു പേരുള്ള ഒരു ഗ്രാമത്തിൽ കൃഷിയിറക്കുന്ന വേളയിൽ ഞാനും ഉണ്ടായിരുന്നു. ഉഴാനുള്ള ഉപകരണങ്ങളെയും മൃഗങ്ങളെയും മറ്റും പങ്കിട്ട് ഉപയോഗിക്കാനുള്ള തീരുമാനത്തിലെത്തിയിരുന്നു അവിടുത്തെ രണ്ട് വീട്ടുകാർ. അവരുടെ അയൽക്കാരനായിരുന്ന സോനം സെറിങ് എന്ന എന്റെ സുഹൃത്ത് ആ കൂട്ടായ്മയുടെ ഭാഗമായിരുന്നില്ല. തന്റെ നിലം ഉഴുതുകൊണ്ടിരിക്കുന്ന വേളയിൽ അയാളുടെ ഉഴവുമൃഗങ്ങളിൽ ഒരു *സോ* നിലത്തേക്ക് ഇരുന്നു പോയി, പിന്നീട് അതിന് എഴുന്നേൽക്കുവാനായില്ല. ആദ്യം അത് വെറുതെ വാശിപിടിക്കുകയാണെന്ന് ഞാൻ കരുതി, എന്നാൽ അതിന്റെ വയ്യായ്മ ഒരുപക്ഷേ ഗുരുതരമായിരിക്കുമെന്ന് സെറിങ് വിശദീകരിച്ചു. വയലരികിൽ എന്തു ചെയ്യണമെന്നറിയാതെ ഇരിക്കുന്ന ഞങ്ങളുടെ അരികിലേക്ക് അടുത്ത പാടത്തിൽ പണിയെടുത്തിരുന്ന കൃഷിക്കാരൻ ഓടിയെത്തി.

കാര്യമെന്തെന്ന് മനസ്സിലാക്കിയ അയാൾ ഉടൻതന്നെ ഒരു മടിയും കൂടാതെ തന്റെയും തന്റെ സംഘത്തിലുള്ള മറ്റുള്ളവരുടെയും സഹായം വാഗ്ദാനം ചെയ്തു. അന്ന വൈകുന്നേരം അവരുടെ വയലിലെ പണി കഴിഞ്ഞപ്പോൾ, എല്ലാവരും അവരവരുടെ *സോ*-യുമൊത്ത് സെറിങ്ങിന്റെ കൃഷിസ്ഥലത്തെത്തി. എന്നിട്ട് പതിവുപോലെ, പാട്ടുപാടിക്കൊണ്ട് പണിയെടുത്തു തുടങ്ങി. നേരം വളരെ ഇരുട്ടിയതിനു ശേഷം, അവരെ കാണാൻ സാധിച്ചില്ലെങ്കിലും എനിക്ക് അവരുടെ പാട്ട് കേൾക്കാമായിരുന്നു.

5
ആസൂത്രിതമല്ലാത്ത ഒരു നൃത്തം

ലഡാക്കി വനിതകളാണ് അവരുടെ ഗൃഹത്തിന്റെ പൂർണ്ണ മേധാവിത്വം വഹിക്കുന്നത്, പുരുഷന്മാർ അവരുടെ മികവുറ്റ നേതൃത്വത്തിന്റെ അധീനതയിലായിരിക്കും. വനിതകളുടെ പക്കൽ അവരുടേതായ ധനമുണ്ടായിരിക്കും, അവർ സ്വന്തമായി തൊഴിൽ വ്യവഹാരങ്ങളിലേർപ്പെടും, അവരുടെ വാക്ക് തന്നെയാണ് നിയമം.

മേജർ എം. എൽ. എ. ഗോംപെർട്സ്,
മാജിക് ലഡാക്ക്, 1928

ഡോൾമയ്ക്ക് ഇരുപത്തിയഞ്ച് വയസ്സുള്ളപ്പോളാണ് അവൾ തന്നെക്കാൾ രണ്ടു വയസ്സിന് ഇളപ്പമുള്ള ആങ്ചുക്കിനെ വിവാഹം കഴിച്ചത്. ടോങ്ടെ എന്ന ഗ്രാമത്തിൽ നിന്ന് അല്പം ഉയരെയുള്ള ശാദി എന്ന ചെറു ഗ്രാമത്തിലായിരുന്നു അവളുടെ വീട്. രണ്ടു ഗ്രാമങ്ങളും തമ്മിൽ പല വിധത്തിലും അടുത്ത ബന്ധം പുലർത്തിയിരുന്നു. ടോങ്ടെയിലെ ഒരു വലിയ ശതമാനം ആൾക്കാർ ശാദി ഗ്രാമത്തിൽ നിന്നാണ് വിവാഹം കഴിക്കുന്നത്. താഴ്ന്ന പ്രദേശമായ ടോങ്ടെയിൽ ധാന്യവിളയും ഉയർന്ന പ്രദേശമായ ശാദിയിൽ മൃഗങ്ങളും അധികമുള്ളതിനാൽ, അവർ അന്യോന്യം കച്ചവടത്തിലും ഏർപ്പെട്ടിരുന്നു.

ലഡാക്കിൽ പൊതുവെ കണ്ടുവരുന്ന ബഹുഭർത്തൃത്വ സമ്പ്രദായപ്രകാരമാണ് ഡോൾമയുടെ വിവാഹം നടന്നത്. ആങ്ചുക്കിന്റെ സഹോദരനായ ആങ്ദസിന്റെയും ഭാര്യയാണ് അവൾ. മൂന്നാമത്തെ

സഹോദരൻ ടോങ്ടെയിലെ മഠത്തിൽ സന്യാസിയാണ്. മൂന്ന് സഹോദന്മാരും ഒന്നിച്ച് ചേർന്ന ചില വിവാഹങ്ങളെക്കുറിച്ചും ഞാൻ കേട്ടിട്ടുണ്ട്, പക്ഷേ അവ അത്യപൂർവ്വമായിരിക്കും.

മൂത്ത സഹോദരനായ ആങ്ച്ചുക്കാണ് ഗൃഹനാഥനും ജ്യേഷ്ഠഭർത്താവും. എന്നാൽ കർക്കശമായ അധികാരക്രമമൊന്നുമില്ലാത്തതിനാൽ മിക്ക സന്ദർഭങ്ങളിലും അയാളാണ് തലവൻ എന്ന് തോന്നുകയുമില്ല. ഡോൾമയാകട്ടെ അവളുടെ ഭർത്താക്കന്മാരെ ഇരുവരെയും ഏതാണ്ട് ഒരേ രീതിയിലാണ് കണ്ടിരുന്നത്; "മൂത്ത സഹോദരൻ" എന്നർത്ഥം വരുന്ന *അസാത്ചോ* എന്നാണ് രണ്ടുപേരെയും അവൾ വിളിച്ചിരുന്നത്, ഒരാളെക്കാൾ കൂടുതൽ ചായ്‌വ് മറ്റെയാളോടുള്ളതായി തോന്നുകയില്ല.

ഞാൻ ടോങ്ടെയിലായിരുന്നപ്പോൾ പലപ്പോഴും അവരെ സന്ദർശിച്ചിരുന്നു, അപ്പോൾ ഡോൾമയെ കൂടുതൽ അടുത്തറിയാനുള്ള അവസരം ലഭിച്ചു. മണിക്കൂറുകളോളം ഒരുമിച്ചിരുന്ന് ഞങ്ങൾ സൻസ്കാറിലെ ജിവിതവും പാശ്ചാത്യജീവിതവും തമ്മിലുള്ള അന്തരത്തെക്കുറിച്ച് ചർച്ച ചെയ്യാറുണ്ടായിരുന്നു. ബഹുഭർത്തൃത്വത്തിന്റെ വൈകാരികവശം എന്നെ ആകർഷിക്കുകയുണ്ടായി. ഒന്നിൽക്കൂടുതൽ ഭർത്താക്കൻമാരുണ്ടാകുമ്പോൾ ഒരു സ്ത്രീക്ക് എന്തായിരിക്കും തോന്നുക? അവരിലൊരാളെ മറ്റൊരാളെക്കാൾ കൂടുതൽ സ്നേഹിക്കുന്നുണ്ടോ എന്ന എന്റെ ചോദ്യം കേട്ട് അവൾ അമ്പരന്നുപോയി, കാരണം ഭാര്യയും ഭർത്താവും തമ്മിലുള്ള സ്നേഹം അവിടെ പരസ്യമായി പുറത്തുകാണിക്കപ്പെട്ടിരുന്നില്ല. ഭാര്യാഭർത്താക്കൻമാർ തമ്മിൽ കൈകൾ കോർത്തു നടക്കുന്നതു തന്നെ അപൂർവമായിരുന്നു, അവർ തമ്മിൽ ചുംബിക്കുന്നത് നമുക്ക് കാണാൻ സാധിക്കുകയേയില്ല.

"ആങ്ദസാണ് കൂടുതൽ സൌമ്യൻ, എന്നാൽ എനിക്ക് രണ്ടുപേരോടും ഒരുപോലെ അടുപ്പമാണ്" അവൾ നാണംകുണുങ്ങിക്കൊണ്ട് പറഞ്ഞു. അവൾ സ്നേഹം എന്ന വാക്ക് ഉപയോഗിച്ചില്ല, കാരണം, പാശ്ചാത്യരീതികളിലേതുപോലെ തീക്ഷ്ണവും വികാരതീവ്രവുമായ കാൽപനിക പ്രണയബന്ധത്തെ വിവരിക്കാൻ ലഡാക്കി ഭാഷയിൽ ഒരു വാക്കുമില്ല.

ഡോൾമയോടുള്ള ആങ്ച്ചുക്കിന്റെയും ആങ്ദസിന്റെയും ബന്ധത്തെക്കുറിച്ച് അവരോട് സംസാരിച്ചപ്പോൾ അവരും അമ്പരന്നുപോയി, പ്രത്യേകിച്ചും സംഭാഷണം ലൈംഗികതയെക്കുറിച്ചായപ്പോൾ. അവർ സാധാരണയായി ഊഴമെടുത്താണ് ഡോൾമയോടൊത്ത് ഉറങ്ങിയിരുന്നത്. എന്നാൽ ആങ്ദസ് മിക്കപ്പോഴും യാത്ര ചെയ്തിരുന്നതിനാല്

ആങ്ച്ചുക്കിനാണ് കൂടുതൽ അവസരങ്ങൾ ലഭിച്ചിരുന്നത്. ചിലപ്പോഴൊക്കെ ഡോൾമയെ മദ്ധ്യത്തിൽ കിടത്തി അവർ മൂവരും ഒരുമിച്ച് ഉറങ്ങാറുണ്ടത്രേ – അടക്കിച്ചിരിച്ചുകൊണ്ടാണ് അത് പറഞ്ഞത് എന്നതിനാൽ അവരുടെ വാക്കുകൾ വിശ്വസിക്കാമോ എന്ന് എനിക്കറിയില്ല.

പരസ്യമായി അടുപ്പം പ്രകടിപ്പിച്ചിരുന്നില്ലെങ്കിലും അവർ ലൈംഗികമായി നിഷ്ക്രിയരായിരുന്നു എന്നർത്ഥമില്ല – തങ്ങളുടെ വികാരങ്ങളെ അടിച്ചമർത്തുകയോ അടക്കമില്ലാതെ രതിക്രീഡയിൽ ഏർപ്പെടുകയോ ചെയ്തിരുന്നില്ല എന്നുമാത്രം. വിവാഹേതരബന്ധങ്ങൾ പ്രോത്സാഹിപ്പിക്കപ്പെട്ടിരുന്നില്ല, എങ്കിലും "അതൊക്കെ സംഭാവിക്കാവുന്നതാണ്" എന്നായിരുന്നു പൊതുവേയുള്ള മനോഭാവം. ഭർത്താവില്ലാതെ പ്രസവിച്ച സ്ത്രീകൾക്ക് സമൂഹം ഭ്രഷ്ട് കല്പിച്ചിരുന്നില്ല. പാതിവ്രത്യമില്ലാത്തവരെക്കാൾ മുൻകോപമുള്ളവരെയാണ് അവർ തിരസ്കരിച്ചിരുന്നത്. ഒരു ലഡാക്കിയെ വിളിക്കാവുന്നതിൽ ഏറ്റവും ശക്തമായ അസഭ്യമാണ് "മുൻശുണ്ഠിക്കാരൻ" എന്നത്. പാതിവ്രത്യം ലംഘിക്കാനിടവന്ന ഒരു സ്ത്രീയുടെ ഭർത്താവ് അവളുമായി കലഹിക്കുന്നത് അയാളെ മോശപ്പെട്ടവനാക്കും എന്നാണ് നാടോടിക്കഥകൾ വിവർത്തനം ചെയ്യാൻ എന്നെ സഹായിച്ചിരുന്ന ആങ്ച്ചുക്ക് ദാവാ എന്ന വിദ്യാർത്ഥി വിശദീകരിച്ചത്. "അവരോട് ദേഷ്യപ്പെട്ട് കലഹം കൂടിയാൽ അയാളുടെ സ്വഭാവമായിരിക്കും കൂടുതൽ രൂക്ഷമായി വിമർശിക്കപ്പെടുന്നത്, അവരുടേതല്ല".

ബഹുഭർതൃത്വമാണ് പല ശതാബ്ദങ്ങളായി ലഡാക്കിലെ ജനസംഖ്യാനിരക്ക് ഒരുപോലെ നിലനിർത്തുന്നതിൽ പ്രധാന പങ്ക് വഹിച്ചുവരുന്ന ഒരു ഘടകം. ഈ സ്ഥിരത പരിസ്ഥിതിയുടെ സന്തുലനത്തിലേയ്ക്കും സാമൂഹിക ഐക്യത്തിലേയ്ക്കും നയിക്കുന്നു എന്നാണ് എന്റെ വിശ്വാസം. പരിസ്ഥിതിയുടെ നിലനില്പിന് ജനസംഖ്യാനിയന്ത്രണം ഒരു പ്രധാനഘടകമാണ് എന്നതിൽ സംശയമൊന്നുമില്ല. സാമൂഹിക ഐക്യവുമായി അതിനുള്ള ബന്ധം ഒരുപക്ഷേ അത്ര വ്യക്തമല്ലായിരിക്കാം. എന്നാൽ ഒരു നിശ്ചിത അളവിൽ മാത്രം ലഭ്യമായ വിഭവങ്ങളെ ആശ്രയിച്ച് കഴിയുന്ന ജനങ്ങളുടെ എണ്ണം തലമുറകളായി ഒരുപോലെ തുടർന്നാൽ സാമൂഹികസംഘർഷങ്ങൾ കുറയും എന്നാണ് തോന്നുന്നത്. അത്തരം സാഹചര്യങ്ങളിൽ, നിലനില്പിനു വേണ്ടിയുള്ള പിടിയും വലിയും മത്സരവും തീർച്ചയായും ഏറ്റവും കുറഞ്ഞിരിക്കും.

ലഡാക്കിലെ സ്ത്രീ-പുരുഷ അനുപാതം ഏതാണ്ട് തുല്യമായിരിക്കുന്നതുകൊണ്ട് ഒന്നിലധികം പുരുഷന്മാർ ഒരു സ്ത്രീയെ വിവാഹം കഴിച്ചാൽ ഏതാനും സ്ത്രീകൾക്ക് വിവാഹം കഴിക്കാൻ പറ്റാത്ത സ്ഥിതി വരും.

വിവാഹിതരായ സ്ത്രീകൾ കുറയുമ്പോൾ കുഞ്ഞുങ്ങളുടെ എണ്ണവും കുറയുന്നു. അവിവാഹിതരായ സ്ത്രീകളിൽ ചിലർ സന്യാസിനിമാരാകുന്നു, അതോടൊപ്പം ധാരാളം പുരുഷന്മാരും, പ്രത്യേകിച്ച് ഒന്നോ അതിലധികമോ ഉള്ള അവിവാഹിതരായ ഇളയ സഹോദരന്മാരും സന്യാസം സ്വീകരിക്കാറുണ്ട്. അപ്രകാരം, ബഹുഭർതൃത്വത്തോടൊപ്പം ടിബറ്റൻ ബുദ്ധമതത്തിന്റെ ആശ്രമജീവിതസമ്പ്രദായവും അവർക്ക് അനുകൂലമായി വർത്തിക്കുന്നു.

1942-നു ശേഷം നിയമവിരുദ്ധമാക്കപ്പെട്ട ബഹുഭർതൃത്വം ഞാൻ ലഡാക്കിലെത്തുമ്പോൾ മുൻപത്തെ അപേക്ഷിച്ച് വളരെ അപൂർവ്വമായി ക്കഴിഞ്ഞിരുന്നു. അത് നിലനിന്നിരുന്ന കാലത്ത് എത്ര വ്യാപകമായിരുന്നു എന്നതിന് രേഖകളൊന്നുമില്ലാത്തതിനാൽ പിന്നീട് എത്രത്തോളം കുറഞ്ഞു എന്നത് നിർണ്ണയിക്കുക എളുപ്പമല്ല; എന്നാൽ ജനസംഖ്യാനിരക്കിനെ ഫലപ്രദമായ രീതിയിൽ നിയന്ത്രിക്കാൻ തക്കവണ്ണം തീർച്ചയായും സാർവ്വജനീനമായിരുന്നു അതെന്നുവേണം കരുതുവാൻ.

ബഹുഭർതൃത്വത്തമാണ് വിവാഹങ്ങൾക്ക് പൊതുവെ സ്വീകാര്യമായ രീതിയെങ്കിലും അത് മാത്രമല്ല ഉള്ളത് എന്നതാണ് രസകരമായ വസ്തുത. അതോടൊപ്പം ബഹുഭാര്യാത്വവും ഏകഭാര്യാത്വവും നിലനിൽക്കുന്നുണ്ട്. ദുർലഭമായ വിഭവങ്ങൾക്ക് അനുസൃതമായി അവർ ഇണങ്ങിച്ചേരുന്ന അവസ്ഥയെയാണ് ഇത് പ്രതിഫലിപ്പിക്കുന്നത്. സാമൂഹികബന്ധങ്ങളെ വേണ്ടവിധത്തിൽ വഴക്കപ്പെടുത്തുന്നതിലൂടെ ഭൂമിയുമായുള്ള ബന്ധം ഏറ്റവും അനുയോജ്യമായ രീതിയിൽ നിലനിർത്തപ്പെടുന്നു. മറ്റൊരു രീതിയിൽ പറഞ്ഞാൽ, അവരവർക്ക് അനുകൂലമെന്ന് തോന്നുന്ന വിവാഹരീതി സ്വീകരിക്കാനും, ലഭ്യമായ ഭൂമിയുടെ അളവിനനുസരിച്ച് പങ്കാളികളുടെയും കുട്ടികളുടെയും എണ്ണം തീരുമാനിക്കാനുമുള്ള സ്വാതന്ത്ര്യം അതാതു കുടുംബങ്ങൾ തലമുറകളായി അനുഭവിച്ചുപോന്നിരുന്നു.

ഒരു സ്ത്രീക്ക് പ്രസവം സാദ്ധ്യമല്ലാതാകുന്ന സാഹചര്യങ്ങളിലാണ് ബഹുഭാര്യാത്വം സ്വീകരിക്കപ്പെടുന്നത്. അത്തരം സന്ദർഭങ്ങളിൽ മറ്റൊരു സ്ത്രീയെ, മിക്കവാറും ആദ്യഭാര്യയുടെ സഹോദരിയെത്തന്നെ, കുടുംബത്തിലേയ്ക്ക് വിവാഹം ചെയ്തുകൊണ്ടുവരുന്നു. എന്നാൽ ചിലപ്പോൾ മറ്റു കാരണങ്ങളുമുണ്ടാകാം. സൻസ്കാറിൽ വെച്ച് ഞാൻ പരിചയപ്പെട്ട ദസ്കിത്തിന്റെയും ആങ്ങ്മോയുടെയും സാഹചര്യം തികച്ചും വ്യത്യസ്തമായിരുന്നു. അവർ ബന്ധുക്കളായിരുന്നില്ല എന്ന് മാത്രമല്ല ആങ്ങ്മോ വരുന്നതിനു മുൻപ് ദസ്കിത്തിന് അവളുടെ ഭർത്താവായ നംഗ്യാലിൽ നിന്ന് ഒന്നിലേറെ കുഞ്ഞുങ്ങളുമുണ്ടായിരുന്നു. നംഗ്യാൽ ആങ്ങ്മോയുമായി പ്രേമബന്ധത്തിൽ ഏർപ്പെടാനിടയായി. ആങ്ങ്മോ ഗർഭം ധരിച്ചപ്പോൾ

അവളെയും കുഞ്ഞിനെയും വീട്ടിലേയ്ക്ക് വിളിച്ചുകൊണ്ടുവരാനും തന്റെ രണ്ടാം ഭാര്യയായി അവളെ സ്വീകരിക്കാനും ആഗ്രഹിക്കുന്നുവെന്ന് നംഗ്യാൽ ദസ്കിത്തിനോട് പറഞ്ഞു.

ആങ്ങ്മോയും കുഞ്ഞും വീട്ടിൽ വരുന്നതിനെക്കുറിച്ച് എന്തു തോന്നി എന്ന് ഞാൻ ദസ്കിത്തിനോട് ചോദിക്കുകയുണ്ടായി. അവളുടെ മറുപടി ഇപ്രകാരമായിരുന്നു, “ആദ്യം എനിക്ക് ഒട്ടും ഇഷ്ടമായിരുന്നില്ല. ഞാൻ ആകെ അസ്വസ്ഥയായിരുന്നു. എന്നാൽ നംഗ്യാലും ആങ്ങ്മോയും അത്രത്തോളം ഇഷ്ടപ്പെട്ട സ്ഥിതിക്ക് എല്ലാവരും ഒരുമിച്ച് ജീവിക്കാമെന്നു തന്നെ ഞാനും കരുതി. എന്തുചെയ്യാൻ? എല്ലാവർക്കും സന്തോഷമായി കഴിയണമല്ലോ.” കഴിഞ്ഞ പന്ത്രണ്ട് വർഷങ്ങളായി അവർ ഒരുമിച്ച് സമാധാനപൂർവ്വം ജീവിക്കുന്നു. ആങ്ങ്മോയുടെ വാക്കുകളനുസരിച്ച് തുടക്കം മുതൽക്കുതന്നെ ദസ്കിത് അവളോട് സ്നേഹത്തോടെയാണ് പെരുമാറിയത്. “ഞങ്ങൾ ഒരിക്കലും കലഹിച്ചിട്ടില്ല. വല്ലപ്പോഴും ഞങ്ങൾ ഇരുവരും നംഗ്യാലിനെക്കുറിച്ചോർത്ത് വിഷമിക്കും – അദ്ദേഹം ചിലപ്പോൾ മടിപിടിച്ചിരിക്കും, അപ്പോൾ ഞങ്ങൾക്ക് അദ്ദേഹത്തെ നിർബന്ധിച്ച് ജോലിക്ക് തള്ളിവിടേണ്ടിവരും; എന്നാൽ ഞങ്ങൾ രണ്ടുപേരും തമ്മിൽ ഈ പന്ത്രണ്ടു വർഷങ്ങൾക്കിടയിൽ ഒരിക്കലും വഴക്കു കൂടിയിട്ടില്ല.”

പരമ്പരാഗത ലഡാക്കി സമൂഹത്തിൽ സ്ത്രീകൾക്ക് ശക്തമായ സ്ഥാനമുണ്ടായിരുന്നു. ദസ്കിത് ആങ്ങ്മോയെ സ്വീകരിച്ചതുകൊണ്ട് അവൾ അടിച്ചമർത്തപ്പെട്ടു എന്ന് അർത്ഥമില്ല. ബഹുഭർതൃത്വം നടപ്പിലായിരുന്ന അടുത്ത വീട്ടിൽ നേരെ തിരിച്ചായിരുന്നു സ്ഥിതി. അവിടെ നോർബുവിന്റെയും അയാളുടെ ഇളയ സഹോദരനായ സെവാങ്ങിന്റെയും ഭാര്യയായിരുന്നു പാൽമോ. സെവാങ് *ലെ*-യിൽ ഒരു കട നടത്തിയിരുന്നു, അതിനാൽ അയാൾക്ക് ഏറെ സമയം ടോങ്ങ്ടെയിൽ നിന്ന് അകന്നു കഴിയേണ്ടിവന്നു. എന്നാൽ തിരിച്ചു വീട്ടിലെത്തുമ്പോഴൊക്കെ നോർബു അയാൾക്ക് ഒരു വിരുന്നൊരുക്കും, അതിനുശേഷം സെവാങ്ങും പാൽമോയും ഒരുമിച്ച് ഉറങ്ങുകയും ചെയ്യും.

വിവാഹത്തിന്റെ രീതി എന്തുതന്നെയായാലും കുടുംബത്തിന്റെ കൈവശമുള്ള ഭൂമി സുരക്ഷിതമായി നിലനിർത്തപ്പെടും, അത് വീതിക്കപ്പെടാതെ ഒന്നായിത്തന്നെ നിലനിൽക്കണം എന്നതായിരുന്നു തലമുറകൾ തമ്മിലുള്ള ഭൂമികൈമാറ്റത്തിന്റെ അടിസ്ഥാനനിയമം. എന്തു സംഭവിച്ചാലും, കുട്ടികളുടെ എണ്ണം എത്ര തന്നെയായിരുന്നാലും, ഭൂമി ഒരു വ്യക്തിക്ക് മാത്രമായിട്ടേ കൈമാറ്റം ചെയ്യപ്പെട്ടിരുന്നുള്ളൂ.

കുട്ടികളേയില്ലാത്ത സാഹചര്യത്തിലും അപ്രകാരം തന്നെ; അപ്പോൾ ആരെങ്കിലും അനന്തരാവകാശിയായി സ്വീകരിക്കപ്പെടും.

സാധാരണയായി കുടുംബത്തിന്റെ സ്വത്തുക്കൾ മൂത്ത മകനാണ് കൈമാറ്റം ചെയ്യപ്പെടുന്നത്. ഭൂമി വാങ്ങുകയോ വിൽക്കുകയോ ചെയ്യപ്പെടാറില്ലാത്തതിനാലും അതിനുമേൽ സ്വകാര്യ ഉടമസ്ഥാവകാശം ആർക്കും ഇല്ലാത്തതുകൊണ്ടും അയാൾ ഭൂമിയുടെ അവകാശി ആകുന്നില്ല, മറിച്ച് രക്ഷകർത്താവ് മാത്രമാണ്. കുടുംബത്തിൽ ആൺമക്കളില്ലാതെ വരുമ്പോഴോ മറ്റ് സാഹചര്യങ്ങൾ മൂലമോ, സ്വത്തുക്കൾ മൂത്ത മകൾക്ക് കൈമാറ്റം ചെയ്യപ്പെടും, അവൾ സ്വത്തവകാശമില്ലാത്ത ഒരുവനെ വിവാഹം കഴിക്കുകയും ചെയ്യും.

ആങ്ച്ചുക്കിന്റെ സാഹചര്യം സവിശേഷമായിരുന്നു. ഔദ്യോഗികമായി ഭൂമി അയാൾക്ക് അവകാശപ്പെട്ടതാണ്; വിവാഹസമയത്ത് അയാൾക്ക് അത് കൈമാറ്റം ചെയ്യപ്പെട്ടു. ആചാരപ്രകാരം, അയാളുടെ മാതാപിതാക്കൾ അടുത്തു തന്നെയുള്ള ഒരു ചെറിയ വീട്ടിലേയ്ക്ക് താമസം മാറി. അങ്ങനെ ആങ്ച്ചുക് ചെറുപ്രായത്തിൽ തന്നെ കുടുംബത്തിന്റെ നാഥനും പ്രതിനിധിയുമായി ചുമതലയേറ്റെടുത്തു. മുത്തശ്ശിയും അമ്മാവനും അയാളോടൊപ്പം താമസിച്ചപ്പോൾ മുത്തശ്ശനും സന്യാസിനിമാരായ രണ്ടു സഹോദരിമാരും അയാളുടെ മാതാപിതാക്കൾക്കൊപ്പം അടുത്ത വീട്ടിലായിരുന്നു താമസം. ചെറിയ വീടിനോടു ചേർന്നുള്ള കൃഷിസ്ഥലത്ത് അവർ കൃഷിയും സ്വന്തം അടുക്കളയിൽ തന്നെ പാചകവും ചെയ്തു വന്നിരുന്നു. കുടുംബാംഗങ്ങൾ തമ്മിൽ ഒരുമിച്ച് ധാരാളം സമയം ചിലവിട്ടിരുന്നു, തുടർച്ചയായ സഹകരണവും ഉണ്ടായിരുന്നു, അതേസമയം രണ്ടു വീടുകൾക്കും അവരവരുടേതായ സ്വാതന്ത്ര്യം നിലനിർത്താനും സാധിച്ചിരുന്നു.

വിവാഹങ്ങൾ മിക്കവാറും ശൈത്യത്തിലാണ് നടക്കാറുള്ളത്, കാരണം അപ്പോഴാണ് ആഘോഷത്തിന് കൂടുതൽ സമയം ലഭ്യമാവുക. വരന് അനുയോജ്യപങ്കാളിയെ തിരയുന്നതിൽ കുടുംബാംഗങ്ങളും സുഹൃത്തുക്കളും പങ്കുചേരുന്നു. ഒത്തുവരുന്ന ആലോചനകൾ ജ്യോത്സ്യൻ പരിശോധിച്ച് പൊരുത്തമുണ്ടോ എന്ന് തീരുമാനിക്കും. ജ്യോത്സ്യന്റെ സമ്മതം ലഭിച്ചാലുടനെ വരന്റെ വീട്ടുകാർ ദീർഘമായ വിവാഹപൂർവ ആചാരങ്ങൾക്ക് തുടക്കമിടും. സുഹൃത്തുക്കളോ ബന്ധത്തിൽപ്പെട്ട ആരെങ്കിലുമോ പലതരം സമ്മാനങ്ങളുമായി വധുഗൃഹത്തിലേയ്ക്ക് യാത്രയാകുന്നു. സമ്മാനങ്ങൾ സ്വീകരിക്കപ്പെട്ടാൽ അവരുടെ ബന്ധുക്കളടക്കമുള്ളവരെ ക്ഷണിച്ചുവരുത്തി വിവാഹച്ചടങ്ങുകളെപ്പറ്റിയുള്ള ചർച്ചകൾ ആരംഭിക്കുകയായി. സുഹൃത്തുക്കൾ, കുടുംബാംഗങ്ങള്, പസ്പൻ

സംഘാംഗങ്ങൾ എന്നിവർ ചുമതലകൾ വീതിച്ചെടുക്കുന്നു. ഒടുവിൽ ജ്യോത്സ്യൻ വിവാഹത്തിനുള്ള മുഹൂർത്തം കുറിക്കും.

വിവാഹത്തിന്റെ തലേദിവസം വധുവിനെ ആനയിച്ചുകൊണ്ടുവരുവാനുള്ള ആളുകൾ വരന്റെ വീട്ടിൽ ഒത്തുചേരും. പാട്ടും നൃത്തവും അറിയുന്നവരായിരിക്കും അവർ. വിവാഹദിവസം നീണ്ട പട്ടുവസ്ത്രങ്ങളും കൂർത്ത തലപ്പാവുകളും ധരിച്ച് ഒരുങ്ങി വൈകുന്നേരത്തോടെ കൈകളിൽ ഒരു അമ്പും ആടിന്റെ കണങ്കാലിൽ നിന്നുള്ള എല്ലിന്റെ കഷണവുമേന്തി അവർ വധുവിന്റെ വീട്ടിൽ എത്തിച്ചേരും. അമ്പ് വധു താമസിക്കാൻ പോകുന്ന ഗൃഹത്തിന്റെ ദേവതയെ പ്രതിനിധാനം ചെയ്യുന്നു, എല്ലിൻകഷണമാകട്ടെ, അവിടുത്തെ ഐശ്വര്യത്തെയും. വീട് മുഴുവനും അതിഥികളെക്കൊണ്ട് നിറഞ്ഞിരിക്കും, ചായയും *ചാങ്ങും* നൽകി അവരെ സത്കരിക്കുന്നുണ്ടാകും. വാതിലിനു പുറത്ത് കാത്തുനിൽക്കുന്നവരുടെ ഉച്ചത്തിലുള്ള വിളികളുടെ നിർബന്ധത്തിനു വഴങ്ങി, വധു ആചാരമനുസരിച്ചുള്ള കണ്ണുനീർ പൊഴിക്കലോടെ ഒടുവിൽ പുറത്തേക്ക് വരും.

ലെ-യിൽ നിന്ന് ഒരു ദിവസത്തെ യാത്രയുടെ ദൂരത്തിൽ സ്ഥിതി ചെയ്യുന്ന മൻഗ്യൂ എന്ന ഗ്രാമത്തിൽ വെച്ചാണ് ഏറ്റവും അസാധാരണമായ വിവാഹത്തിന് ഞാൻ സാക്ഷ്യം വഹിച്ചത്. മുന്നൂറിലേറെ അതിഥികൾ മൂന്നു ദിവസം പകലും രാത്രിയുമായി തിമിർത്ത് ആഘോഷിച്ച വിവാഹച്ചടങ്ങായിരുന്നു അത്. നാലാം ദിവസം വരനായ സെരിംഗ് വൻഗ്യാൽ വൈദ്യനാകുവാനുള്ള കടുത്ത പരീക്ഷ നേരിടുന്നത് കാണുവാൻ എല്ലാവരും ഒത്തുചേർന്നു. സാധാരണയായി പരീക്ഷയൊന്നും കൂടാതെ തന്നെ വൈദ്യന്റെ അറിവ് അച്ഛനിൽ നിന്ന് മകനിലേക്ക് പകർന്നു നല്കപ്പെടുകയാണ് ചെയ്യാറ്. എന്നാൽ വൻഗ്യാലിന്റെ അച്ഛൻ വൈദ്യനായിരുന്നില്ല, മൂന്നു വർഷങ്ങൾക്ക് മുൻപ് അദ്ദേഹം മരിച്ചുപോയിരുന്നു. “നിങ്ങൾ ഭാഗ്യവതിയാണ്”, താഷി റബ്ഗ്യസ് എന്നോട് പറഞ്ഞു. “ഇത്തരം ചടങ്ങുകൾ വളരെ അപൂർവമായിരിക്കും, ഒരു നൂറ്റാണ്ടിൽ ഏറിയാൽ എട്ടോ പത്തോ മാത്രമേ ഉണ്ടാവുകയുള്ളൂ”.

വികാരവിവശയായി വധു എത്തിച്ചേർന്നു. ജീവിതത്തിലാദ്യമായി, അവൾ നീലരത്നങ്ങൾ പതിച്ച് ചുമലിനും അല്പം താഴെവരെ എത്തുന്ന ഒരു ശിരോവസ്ത്രം അണിഞ്ഞിരുന്നു. ആചാരമനുസരിച്ച് മൂത്ത മകളുടെ വിവാഹസമയത്ത് അമ്മ തന്റെ ശിരോവസ്ത്രം അവൾക്ക് കൈമാറും. കുടുംബസ്വത്തിന്റെ ഈ ശേഖരം വധുവിന്റെ കൈവശം നിലനിർത്തുന്നു എന്നത് ലഡാക്ക് സമൂഹത്തിൽ പരമ്പരാഗതമായി സ്ത്രീകൾക്ക് നൽകപ്പെട്ടിരുന്ന സ്ഥാനത്തെ സൂചിപ്പിക്കുന്നു.

വരന്റെ ആൾക്കാർ പാട്ടും നൃത്തവുമായി വധുവിനെ ആനയിച്ചു കൊണ്ടുവന്നു. വൻഗ്യാലിന്റെ സഹോദരൻ ദോർജെ എറിഞ്ഞുകൊടുക്കുന്ന നാണയങ്ങൾക്കും നോട്ടുകൾക്കും പിന്നിൽ കുട്ടികൾ ആർത്തുവിളിച്ചുകൊണ്ടു പാഞ്ഞു. വീടിനു മുന്നിലെത്തിയപ്പോൾ ഒരു പുരോഹിതൻ ദുർഭൂതങ്ങളെ അകറ്റുവാൻ വേണ്ടി ഒരു മൺകലം ഉടച്ചു, കഷണങ്ങൾ എത്രയും കുറയുന്നുവോ വിവാഹജീവിതം അത്രയും സന്തുഷ്ടമായിരിക്കും എന്നാണ് വിശ്വാസം.

കൊയ്ത്തുകഴിഞ്ഞ് നേർത്ത മഞ്ഞ് മൂടികിടന്ന പാടത്തായിരുന്നു ചടങ്ങിന്റെ ഭൂരിഭാഗവും നടന്നത്. ഉച്ചതിരിഞ്ഞ് മൂന്നു മണിയോടെയാണ് ആഘോഷങ്ങൾ ആരംഭിച്ചത്, അൽപസമയത്തിനുള്ളിൽ സൂര്യൻ മലകൾക്ക് പിന്നിൽ മറഞ്ഞുവെങ്കിലും രാത്രി ഒൻപതുമണി കഴിഞ്ഞും ആഘോഷം തുടർന്നു. *ചാങ്* നിറച്ച പന്ത്രണ്ട് വലിയ ഭരണികൾക്കിരുവശത്തും വിരിച്ച പരവതാനിയിൽ ഞങ്ങൾ ഇരുന്നു. സൽക്കാരപ്രിയരായ ലഡാക്കി ആതിഥേയർ ഞങ്ങളുടെ കപ്പുകൾ ഒരിക്കലും ഒഴിയാൻ അനുവദിച്ചിരുന്നില്ല, എങ്കിലും വീണ്ടും നിറയ്ക്കാനായി ആരെങ്കിലും കൊണ്ടുവരുന്നതിനു മുൻപുതന്നെ ചാങ്ങിന്റെ മേലെ മഞ്ഞിന്റെ പാട രൂപപ്പെട്ടിരിക്കും, തണുപ്പ് അത്രയ്ക്കധികമായിരുന്നു.

എന്റെ ഊഴമെത്തിയപ്പോൾ പരമ്പരാഗതരീതി അനുസരിച്ച് വരനെയും വധുവിനെയും കുടുംബാംഗങ്ങളെയും വെളുത്ത തുവാലകൾ കഴുത്തിലണിയിച്ചുകൊണ്ട് ഞാനും ആശംസിച്ചു. തുവാലകളുടെ എണ്ണം നൂറോളമെത്തുമ്പോൾ അതിൽ നിന്ന് പകുതി എടുത്തുമാറ്റാൻ തയ്യാറെടുത്ത് അവർക്ക് പിന്നിൽ ഒരു സഹായി നിന്നിരുന്നു. അതിഥികളിലൊരാളുടെ കഴുത്തിൽ ഒരു തുവാല അണിയിച്ചുകൊണ്ട് വരന്റെ തോഴൻ നൃത്തത്തിന് തുടക്കമിട്ടു, ക്രമേണ എല്ലാവരും പരമ്പരാഗത രീതിയനുസരിച്ച് ഒരു വൃത്തത്തിൽ വലംവെച്ചുകൊണ്ട്, മന്ദഗതിയിലുള്ള ലഡാക്കി നൃത്തത്തിൽ പങ്കുചേർന്നു. അൽപനേരത്തിനുള്ളിൽ അതിന്റെ സമ്മോഹിപ്പിക്കുന്ന വശ്യതയിൽ ഞങ്ങളെല്ലാവരും മയങ്ങിപ്പോയി.

രാവേറിയപ്പോൾ പാട്ടും നൃത്തവുമായി ആഘോഷത്തിന് കൊഴുപ്പേറി. അതിഥികൾക്ക് നടുവിൽ ഒരുക്കപ്പെട്ട ഇടുങ്ങിയ പാതയിലൂടെ നൃത്തസംഘം മന്ദമന്ദം ഒഴുകി നീങ്ങി, അവരുടെ നേതാവ് വിളിച്ചുപറഞ്ഞു, “ഓ! ഞാനിപ്പോൾ മദോന്മത്തനായിരിക്കുന്നു!” ഒരു മണിയോടെ താഷി റബ്ഗ്യസ് ഉറങ്ങാനായി തന്റെ മുറിയിലേക്ക് പോയി. ഒന്നര മണിക്കൂറിനു ശേഷം നൃത്തസംഘത്തിൽ നിന്നുള്ളവർ അദ്ദേഹത്തിന്റെ സ്വപ്നത്തിന്റെ സ്വകാര്യതയെ ഭഞ്ജിച്ചുകൊണ്ട് മുറിയിൽ ചെന്നുകയറി, “താഷി, വരൂ! പണ്ഡിതന്മാർക്കും പാട്ടും നൃത്തവുമൊക്കെ ആകാം!”

സാധാരണ മദ്യത്തിന്റെ പിൻഫലമായ മന്ദത ചാങ്ങിന് ഇല്ലായിരുന്നു എന്നത് ഞങ്ങളുടെ ഭാഗ്യം.

വൻഗ്യാലിന്റെ കുടുംബം മുന്നൂറിലധികം വരുന്ന അവരുടെ അതിഥികളെ അനായാസം സത്കരിച്ചതു കണ്ട് ഞാൻ അത്ഭുതപ്പെട്ടുപോയി. രാവിലെ എല്ലാവർക്കും കുളിക്കാൻ ചൂടുവെള്ളവും സോപ്പും ടവലും നൽകി (അവരുടെ വീട്ടിൽ ജലമൊഴുകുന്ന ടാപ്പ് ഇല്ലായിരുന്നുവെന്നത് ഓർക്കേണ്ടതുണ്ട്); ഭക്ഷണവേളകളിലും കുടിക്കാനായി തിളപ്പിച്ച ജലം നൽകപ്പെട്ടു. കുടുംബാംഗങ്ങളും പസ്സൻ സംഘത്തിലെ അംഗങ്ങളും തുടർച്ചയായി ഭക്ഷണം പാകം ചെയ്തുകൊണ്ടിരുന്നു. പ്രഭാതഭക്ഷണം ലളിതമായിരുന്നു: *ഘംബിർ* എന്ന് അറിയപ്പെടുന്ന റൊട്ടിയും വെണ്ണച്ചായയും. ഉച്ചയൂണും അത്താഴവും വിസ്തരിച്ചുള്ളതായിരുന്നു: വലിയ കുട്ടകങ്ങളിൽ വേവിച്ച ചോറും, പച്ചക്കറികളും ഇറച്ചിയും. ആരെങ്കിലും ഈ സത്കാരത്തിന്റെ മൊത്തം ചുമതല ഏറ്റെടുത്തതായി കാണുവാൻ സാധിച്ചില്ല, എങ്കിലും എരിഞ്ഞു തീരുന്ന ഒരു മെഴുകുതിരി തൽക്ഷണം മാറ്റി വെയ്ക്കുന്നതിനും ഒരാളുണ്ടായിരുന്നു.

കർക്കശമായ ഔപചാരികതകളില്ലാത്ത ചടങ്ങുകൾ നടന്ന സമയമത്രയും വൻഗ്യാൽ ശാന്തനായി കാണപ്പെട്ടു. അയാളും നവവധുവും ഭാര്യാഭർത്താക്കൾ ആയത് ഞാൻ അറിഞ്ഞതേയില്ല. ഒരുപക്ഷേ, ബാർലി കൊണ്ട് സ്വസ്തികയുടെ രൂപത്തിൽ തീർത്ത മംഗളചിഹ്നത്തിനരികിലിരുന്ന് അവർ ഇരുവരും ഒരേ പാത്രത്തിൽ നിന്ന് ഭക്ഷണം കഴിച്ചപ്പോഴായിരിക്കും അത് സംഭവിച്ചത്.

നാലാം ദിവസം പ്രഗത്ഭരായ എട്ട് വൈദ്യന്മാർ അടങ്ങിയ സംഘത്തിനു മുന്നിൽ ഇരിക്കുമ്പോഴും വൻഗ്യാൽ അക്ഷോഭ്യനായിരുന്നു. ആദ്യത്തെ നാല്പതു മിനുട്ട് അയാൾ ഏതോ വിഖ്യാതമായ വൈദ്യഗ്രന്ഥത്തിലെ ഭാഗങ്ങൾ ഓർമ്മയിൽ നിന്ന് ഉരുവിട്ടു. തുടർന്ന് വെളുപ്പും കറുപ്പും നിറമുള്ള കല്ലുകൾ കൊണ്ട് ഒരു പായയിൽ ജീവിതവൃക്ഷത്തെ സദൃശ്യപ്പെടുത്തുന്ന ഒരു ചിത്രം വരച്ച് അതിൽ വിവിധ ശരീരഭാഗങ്ങളും അവയ്ക്കുണ്ടാകാവുന്ന വ്യത്യസ്ത രോഗങ്ങളും അടയാളപ്പെടുത്തി. അതിനുശേഷം വൈദ്യന്മാരുടെ സംഘം ആവശ്യപ്പെട്ടത് പ്രകാരം കൂട്ടത്തിൽ നിന്ന് ഒരു കുട്ടിയെ അടുത്ത് വിളിച്ച് നാഡിപരിശോധന നടത്തുകയും ശരീരത്തിന്റെ ആരോഗ്യസ്ഥിതി നിർണ്ണയിക്കുകയും ചെയ്തു. അത് മറ്റു വൈദ്യന്മാർ പുനഃപരിശോധന നടത്തി ഉറപ്പുവരുത്തി. ഒടുവിൽ തുടർച്ചയായി ഉന്നയിക്കപ്പെട്ട ചോദ്യങ്ങൾക്ക് മറുപടി നൽകുകയും കൂടിയായപ്പോൾ വൻഗ്യാലിനെ അവർ തങ്ങളിൽ ഒരുവനായി സ്വീകരിച്ചു.

ചൂടുകൂടുതലുള്ള ഗ്രീഷ്മകാലത്താണ് ലഡാക്കിൽ പൊതുവെ പുതിയ പ്രസവങ്ങൾ നടക്കുന്നത്. ജനനത്തിനു ശേഷം ഏഴു ദിവസങ്ങൾ കഴിഞ്ഞ് ജ്യോത്സ്യന്റെ നിർദ്ദേശപ്രകാരം മാത്രമേ അയൽക്കാരും സുഹൃത്തുക്കളും ആദ്യമായി കുഞ്ഞിനെ കാണാൻ ക്ഷണിക്കപ്പെടുകയുള്ളൂ. ഒരുമാസത്തിനു ശേഷം നടക്കുന്ന ആഘോഷങ്ങളിൽ മുഴുവൻ ഗ്രാമവും പങ്കുചേരും. രണ്ടോ മൂന്നോ മാസങ്ങൾ കഴിയുമ്പോൾ, അനുഗ്രഹം വാങ്ങുവാനായി ബുദ്ധവിഹാരത്തിലേയ്ക്ക് കുഞ്ഞിനെ കൊണ്ടുപോകുന്നു, അനുഗ്രഹത്തിനു ശേഷം കുഞ്ഞിന്റെ സംരക്ഷണത്തിനായി ഒരു പ്രാർത്ഥനാ- പതാകയും നൽകപ്പെടുന്നു. ആ സമയത്ത് തന്നെയാണ് അവിടുത്തെ ഉയർന്ന ലാമയായ റിൻപോച്ചെയിൽ നിന്ന് കുഞ്ഞിന്റെ ആദ്യനാമവും സ്വീകരിക്കപ്പെടുന്നത്. രണ്ടാം നാമത്തിന്റെ സ്ഥാനത്ത് വീട്ടുപേരാണ് സാധാരണയായി ഉപയോഗിക്കുന്നത്, ഭൂമിയുമായി അവർക്കുള്ള ആഴമേറിയ ബന്ധത്തിന്റെ അടയാളം കൂടിയാണത്.

ഡോൾമയുടെ കുട്ടികൾ ആങ്ങ്ച്ചുക്കിനെയും ആങ്ങ്ദസിനെയും "അച്ഛൻ" എന്നാണ് വിളിക്കുന്നത്, അച്ഛനാകാൻ പ്രായമുള്ള ഏതൊരാളെയും അപ്രകാരം വിളിക്കാവുന്നതാണ്. കുഞ്ഞിന്റെ അച്ഛൻ ആരെന്ന് തനിക്കറിയാമെന്ന് ഡോൾമ പറയുന്നു. മൂത്ത കുട്ടി ആങ്ങ്ച്ചുക്കിന്റെയും രണ്ടാമത്തേത് ആങ്ങ്ദസിന്റെയും. "നിനക്ക് എങ്ങനെ അറിയാം?", "എനിക്ക് അറിയാം" എന്നായിരുന്നു ഡോൾമയുടെ മറുപടി. ആങ്ങ്ച്ചുക്കിനും ആങ്ങ്ദസിനും ഏതാണ് തന്റെ കുട്ടി എന്നത് ഒരു പ്രശ്നമല്ല: ഇരുവരും ഒരുപോലെ വളർത്തപ്പെടുന്നു.

ഡോൾമയുടെ കുടുംബത്തോടൊപ്പം ചിലവഴിച്ച നാളുകളിൽ അവരുടെ ശിശുപരിപാലനത്തെപ്പറ്റി ചിലത് കണ്ടുമനസ്സിലാക്കാൻ സാധിച്ചു. കുഞ്ഞുങ്ങൾക്ക് മറ്റുള്ളവരുമായി ഉണ്ടാകുന്ന തുടർച്ചയായ ശാരീരികസ്പർശം അവരുടെ വളർച്ചയിൽ പ്രധാനപങ്ക് വഹിക്കുന്നു. ഡോൾമയാണ് ആറുമാസം പ്രായമുള്ള ആങ്ങ്ച്ചുക്കിന്റെ കുഞ്ഞിനോടൊപ്പം ഏറിയസമയവും ചിലവിടുന്നതെങ്കിലും, കുഞ്ഞിനെ നോക്കൽ അവളുടെ മാത്രം ജോലിയായിരുന്നില്ല. എപ്പോഴും ആരെങ്കിലും കുഞ്ഞിനെ കൊഞ്ചാനും താലോലിക്കാനുമായി ഉണ്ടായിരുന്നു. പുരുഷന്മാരും സ്ത്രീകളും മാത്രമല്ല അയൽപക്കത്തുള്ള കൗമാരപ്രായക്കാർ പോലും കുഞ്ഞിനെ കൊഞ്ചാനും താരാട്ടുപാടി ഉറക്കാനും ഒട്ടും മടി പ്രദർശിപ്പിച്ചിരുന്നില്ല.

സാധാരണഗതിയിൽ അമ്മയും കുഞ്ഞുങ്ങളും എപ്പോഴും ഒരുമിച്ചായിരിക്കും. ഗ്രാമവാസികൾ ഒന്നിച്ച് സുപ്രധാനകാര്യങ്ങൾ ചർച്ച ചെയ്യുകയോ ആഘോഷങ്ങൾക്കും മറ്റും ഒത്തുചേരുകയോ ചെയ്യുന്ന

ഏതവസരങ്ങളിലും എല്ലാ പ്രായത്തിലുള്ള കുട്ടികളും മുതിർന്നവരുടെ ഒപ്പമുണ്ടാകും. പാട്ടും നൃത്തവുമൊക്കെയായി രാവേറുന്നതുവരെ നീണ്ടു നിൽക്കുന്ന ആഘോഷവേളകളിൽ പോലും ഉറങ്ങി വീഴുന്നതുവരെ കുട്ടികൾ അവിടവിടെ ഓടിനടക്കും. “മണി എട്ടരയായി, പോയിക്കിടന്ന് ഉറങ്ങ്” എന്ന് അവരോട് ആരും പറയാറില്ല.

പാശ്ചാത്യരാജ്യങ്ങളിൽ കുഞ്ഞുങ്ങൾ പലപ്പോഴും അമ്മമാരിൽ നിന്ന് അകന്ന് കഴിയേണ്ടിവരുന്നതിനെക്കുറിച്ചും, മറ്റൊരു മുറിയിൽ തനിച്ച് ഉറങ്ങുന്നതിനെക്കുറിച്ചും വിശദീകരഞ്ഞില്ലെങ്കിലും സമയമനുസരിച്ച് കുപ്പിയിൽ പാലുനിറച്ച് നൽകുന്നതിനെക്കുറിച്ചുമൊക്കെ ഞാൻ ഡോൾമയോട് വിശദീകരിച്ചപ്പോൾ, അവൾ എന്നോട് ഇപ്രകാരം പറഞ്ഞു: “മാഡത്തിനു കുഞ്ഞുണ്ടാകുമ്പോൾ ദയവായി അതുപോലെ ചെയ്യരുത്. സന്തോഷമുള്ള കുഞ്ഞ് വേണമെന്നുണ്ടെങ്കിൽ ഞങ്ങൾ ചെയ്യുന്നത് പോലെ വളർത്തണം”.

എല്ലാവരും കുഞ്ഞുങ്ങളോട് ശാന്തരായേ പെരുമാറുകയുള്ളൂ, ചെറിയ കുട്ടികൾ വാശിപിടിക്കുമ്പോൾ പോലും അതിൽ മാറ്റമുണ്ടാകാറില്ല. ഒരിക്കൽ ഞാൻ യേഷേ എന്ന വൈദ്യനോടൊപ്പം ഒരു പഴയ ഗ്രന്ഥത്തിൽ നിന്ന് ചില ഭാഗങ്ങൾ വിവർത്തനം ചെയ്തുകൊണ്ടിരിക്കുകയായിരുന്നു. ആ ദിവസം അദ്ദേഹത്തിന് തന്റെ അയൽക്കാരന്റെ പേരക്കുട്ടിയെ പരിപാലിക്കേണ്ട ചുമതലയും ഉണ്ടായിരുന്നു. ആ കുട്ടി ആവർത്തിച്ച് “ഇതെന്ത്? ഇതെന്ത്?” എന്ന് ചോദിച്ചുകൊണ്ട് പുസ്തകം പിടിച്ചു വാങ്ങി, ചിലപ്പോഴൊക്കെ പേജുകൾ വലിച്ചുകീറുകയും ചെയ്തു. ഏർപ്പെട്ടിരുന്ന പ്രവൃത്തിയിൽ ശ്രദ്ധ ചെലുത്താൻ ഞങ്ങൾക്ക് ഒട്ടും സാധിച്ചിരുന്നില്ല, എന്നാൽ യേഷേയ്ക്ക് അനന്തമായ ക്ഷമയുണ്ടായിരുന്നു. ഓരോ തവണ കുട്ടി പുസ്തകത്തിൽ പിടിക്കുമ്പോഴും അദ്ദേഹം പതുക്കെ അവന്റെ കൈ എടുത്തു മാറ്റിക്കൊണ്ട്, “ഇത് ഒരു പുസ്തകമാണ്... ഇത് ഒരു പുസ്തകമാണ്... ഇത് ഒരു പുസ്തകമാണ്...” എന്ന് പറഞ്ഞു കൊണ്ടിരുന്നു. ഒരു നൂറു തവണയെങ്കിലും അദ്ദേഹം ശാന്തനായി അത് ആവർത്തിച്ചിട്ടുണ്ടാകണം, മാത്രമല്ല, ചെയ്തിരുന്ന പ്രവൃത്തിയിൽ ശ്രദ്ധ ചെലുത്താൻ അദ്ദേഹത്തിന് എന്നെപ്പോലെ ഒരു പ്രയാസവുമുണ്ടായിരുന്നില്ല!

ഒരിക്കൽ തന്റെ മൂന്ന് വയസ്സുള്ള കുട്ടി തിളയ്ക്കുന്ന ചായപ്പാത്രത്തിൽ പിടിക്കാൻ തുടങ്ങിയപ്പോൾ ഡോൾമ അവന് ഒരു അടി നൽകി, ഉടൻ തന്നെ അവനെ തന്റെ മാറോട് ചേർത്തണയ്ക്കുകയും ചെയ്തു. ഇതുപോലെ പരസ്പരവിരുദ്ധമായ പെരുമാറ്റങ്ങൾ കുട്ടിയെ കുഴക്കുകയില്ലേ എന്ന് ഞാൻ സംശയിച്ചു. എന്നാൽ പലതവണ അതുപോലുള്ള പെരുമാറ്റങ്ങൾ നിരീക്ഷിച്ചു കഴിഞ്ഞപ്പോൾ, “ഞാൻ നിന്നെ സ്നേഹിക്കുന്നുണ്ട്,

പക്ഷേ നീ അത് ചെയ്യരുത്" എന്നതാണ് അവർ കുഞ്ഞിനു നൽകുന്ന സന്ദേശം എന്നെനിക്ക് മനസ്സിലായി. ഡോൾമയുടെ അപ്രീതി ആ പ്രവൃത്തിയുടെ നേരെയായിരുന്നു, കുട്ടിയോടായിരുന്നില്ല.

ലഡാക്കിൽ കുട്ടികൾക്ക് ചുറ്റുമുള്ളവരിൽ നിന്ന് നിരുപാധികമായ അളവറ്റ സ്നേഹം ലഭിച്ചിരുന്നു. അത് അവരെ "ചീത്തയാക്കും" എന്നാണ് പാശ്ചാത്യദേശങ്ങളിൽ ഞങ്ങൾ കരുതുന്നത്, എന്നാൽ അഞ്ച് വയസ്സാകുമ്പോൾ തന്നെ ലഡാക്കി കുട്ടികൾ ചെറിയ ഉത്തരവാദിത്വങ്ങൾ ഏറ്റെടുക്കാൻ തുടങ്ങുന്നു. ഉദാഹരണത്തിന് കുട്ടികൾ അവരുടെ ശക്തിക്കനുസരിച്ച് അവരെക്കാൾ ചെറിയ കുഞ്ഞുങ്ങളെ ചുമലിലേറ്റി നടക്കുന്നു. അവർ ഒരിക്കലും സമപ്രായക്കാരോട് മാത്രമായി കൂട്ടം ചേരുന്നില്ല; എല്ലായ്പ്പോഴും അവർ ചെറിയ കുഞ്ഞുങ്ങൾ മുതൽ മുത്തുമുത്തശ്ശൻമാർ വരെയുള്ളവരാൽ വലയം ചെയ്യപ്പെട്ടിരിക്കും. പലതരം ബന്ധങ്ങൾ ഉൾപ്പെട്ട, കൊടുക്കൽ-വാങ്ങലുകളുടെ ഒരു ശൃംഖലയുടെ ഭാഗമായാണ് അവർ വളർന്നുവരുന്നത്.

പ്രത്യക്ഷമായ ഒരു പ്രേരണയും കൂടാതെ പെട്ടെന്ന് ഒരു കുട്ടി തന്റെ കൈയ്യിലുള്ള ബിസ്കറ്റ് കഷണങ്ങളായി മുറിച്ച് സുഹൃത്തുക്കളുമായി പങ്കുവെയ്ക്കും. സ്വാഭാവികമായി, സ്വന്തം ഇച്ഛാനുസൃതം സംഭവിക്കുന്നതാണ് അത്, ബോധപൂർവ്വം പ്രകടിപ്പിക്കുന്ന ഔദാര്യമല്ല. ഇക്കഴിഞ്ഞ വർഷങ്ങളിൽ എത്രയോ തവണ ഒട്ടിപ്പിടിക്കുന്ന കുഞ്ഞുവിരലുകൾ എന്റെ കയ്യിൽ കപ്പലണ്ടിയും ചെറിയ റൊട്ടിക്കഷണങ്ങളും ബദാം പരിപ്പുമൊക്കെ വെച്ചുതന്നിരിക്കുന്നു. സ്കാങ്ങ്സോൾ ഉത്സവത്തിന്റെ ആഘോഷങ്ങൾക്കിടയിൽ പത്തുവയസ്സിനു താഴെ പ്രായമുള്ള രണ്ടു കുട്ടികൾ അവരുടെ വീതമായി ലഭിച്ച വിശിഷ്ടഭോജനം കഴിക്കുന്നത് കാണാനിടയായി – ഒരു പ്ലേറ്റ് നിറയെ ചോറും കറിയും ഒരു കഷണം ഇറച്ചിയും. ഇരുവരും ചേർന്ന് സാവധാനം ചോറും കറിയും കഴിച്ചുതീർത്തു. ഒടുവിൽ പ്ലേറ്റിൽ ഇറച്ചിക്കഷണം മാത്രം ബാക്കിയായപ്പോൾ രണ്ടുപേരും കൈയും വായും തുടയ്ക്കുന്നത് കണ്ട് ഞാൻ അത്ഭുതപ്പെട്ടു. രണ്ടുപേരും ലഡാക്കി രീതിയിൽ അത് മറ്റെയാൾ കഴിക്കണം എന്ന് നിർബന്ധം പിടിച്ചുകൊണ്ട് അയാളുടെ മുന്നിലേയ്ക്ക് പ്ലേറ്റ് നീക്കി വെച്ചുകൊണ്ടിരുന്നു.

കുട്ടികൾ വളരുമ്പോൾ അവർക്ക് ചുറ്റുമുള്ള മറ്റ് കുഞ്ഞുങ്ങളുടെ ഉത്തരവാദിത്വം കൂടി ഏറ്റെടുക്കുന്നത് അവരുടെ വളർച്ചയെ ഗാഢമായി സ്വാധീനിക്കും. പ്രത്യേകിച്ച് ജാഗ്രത, സംരക്ഷണം, പരിപാലനം തുടങ്ങിയ കഴിവുകൾ ആൺകുട്ടികൾക്ക് നേടിക്കൊടുക്കാൻ ഇത് സഹായിക്കും. പരമ്പരാഗത ലഡാക്ക് രീതിയനുസരിച്ച് അത്തരം ഗുണങ്ങൾ

പുരുഷന്മാരുടെ വ്യക്തിത്വത്തിന് ഒരിക്കലും ഒരു ഭീഷണിയല്ല, മറിച്ച് അത് ഒരു ഭൂഷണമായാണ് കരുതപ്പെടുന്നത്.

പാശ്ചാത്യരാജ്യങ്ങളെപ്പോലെ ഓരോരുത്തരുടെയും ജോലി കൃത്യമായി നിർവചിക്കപ്പെട്ടിരിക്കുകയില്ല. ജനങ്ങളിൽ ഭൂരിഭാഗവും ഏതെങ്കിലും ജോലിയിൽ പ്രത്യേക വൈദഗ്ദ്ധ്യം നേടിയവരല്ല; മിക്കവരും അവരുടെ ആവശ്യത്തിനനുസരിച്ച് പലതരം കഴിവുകൾ അഭ്യസിച്ചവരായിരിക്കും. പുരുഷന്മാർ മാത്രമോ സ്ത്രീകൾ മാത്രമോ ചെയ്യുന്ന ചില പ്രത്യേക കൃത്യങ്ങൾ - ഉദാഹരണമായി കന്നുപൂട്ടലും നിലമുഴുന്നതും പോലെയുള്ള പുരുഷന്മാരുടെ ജോലികൾ - ഒഴികെയുള്ള പ്രവൃത്തികൾക്ക് പ്രത്യേകിച്ച് നിയമങ്ങളൊന്നുമില്ല. വീട്ടിലായാലും ഗ്രാമത്തിലായാലും മിക്ക ജോലികളും സാവധാനത്തിൽ, തിടുക്കം കൂടാതെ സ്ത്രീപുരുഷഭേദമന്യേ ഏതൊരാളും ചെയ്തുതീർക്കും.

ടോങ്ങ്ടെയിൽ കഴിഞ്ഞിരുന്ന കാലത്ത് പല പ്രവൃത്തികൾ എങ്ങനെ സംഘടിപ്പിക്കപ്പെടുന്നു എന്നതിനെക്കുറിച്ച് മനസ്സിലാക്കാൻ ഞാൻ ശ്രമിച്ചിരുന്നു. പലപ്പോഴും കൃത്യമായ മാതൃകയോ ചർച്ചകളോ ഒന്നും കൂടാതെ കാര്യങ്ങൾ നടത്തപ്പെട്ടിരുന്നു. ഒരിക്കൽ ആങ്ച്ചുക്കിന്റെയും ഡോൾമയുടെയും അടുക്കളയിൽ ഇരിക്കുമ്പോൾ മുൻകൂട്ടി ആസൂത്രണം ചെയ്യപ്പെടാത്ത ഒരു നൃത്തം കാണുന്നതുപോലെ തോന്നി. “നീ ഇത് ചെയ്യുമോ?”, “ഞാൻ അത് ചെയ്യട്ടെയോ?” എന്ന് ആരും പരസ്പരം ചർച്ച ചെയ്തില്ല. എങ്കിലും വേണ്ടതെല്ലാം ഒരു തടസ്സവും കൂടാതെ ഭംഗിയായി ചെയ്യപ്പെട്ടുകൊണ്ടിരുന്നു. ദാവാ അമ്മാവൻ ഒരു നിമിഷം കുഞ്ഞിനെ കൊഞ്ചിച്ചുക്കൊണ്ടിരുന്നു, അടുത്ത നിമിഷത്തിൽ അടുപ്പിനു മുകളിലിരുന്ന പാത്രത്തിൽ ഒന്ന് ഇളക്കിക്കൊടുത്തു, അതിനു ശേഷം ഉള്ളിൽ നിന്ന് ഗോതമ്പ് പൊടി എടുത്തുകൊണ്ടു വന്നു. കുഞ്ഞിനെ ഡോൾമയുടെ കയ്യിൽ കൊടുത്തു, അവൾ അവനെ മടിയിൽ വെച്ചുകൊണ്ടുതന്നെ കറിക്കരിഞ്ഞു. ആങ്ച്ചുക്ക് അടുപ്പിൽ തീ പിടിപ്പിക്കുന്നതിനിടയിൽ ദാവാ അമ്മാവന്റെ കൈയ്യിൽ നിന്ന് ഗോതമ്പ് പൊടി ഒരു പാത്രത്തിൽ പകർന്നു വാങ്ങി. അയാൾ മാവു കുഴയ്ക്കാൻ തുടങ്ങിയപ്പോൾ ആബി-ലെ മുത്തശ്ശി അടുപ്പ് ഏറ്റെടുത്തു. ഇതിനിടെ ഡോൾമ വീടിനരികിലൂടെ ഒഴുകുന്ന നീർചാലിൽ നിന്ന് ജലമെടുക്കാൻ പോയി. ദാവാ അമ്മാവൻ അടുപ്പിനരികിൽ ഇരുന്ന്, തനിക്കു ചുറ്റും നടക്കുന്ന ചലനങ്ങൾക്ക് താളമിടുന്നത് പോലെ ഏതോ പ്രാർത്ഥനാമന്ത്രമുരുവിട്ടുകൊണ്ടിരുന്നു.

ജീവിതത്തിന്റെ എല്ലാ മണ്ഡലങ്ങളിലും പ്രായം ചെന്നവരും പങ്കുചേരുന്നു. ലഡാക്കിലെ മുതിർന്നവർ ഒരിക്കലും ആർക്കും വേണ്ടാത്തവരായി, ഒറ്റപ്പെട്ട്, അനന്തതയിലേക്ക് കണ്ണുംനട്ട് ഇരിക്കാറില്ല. മരിക്കുന്നതുവരെ

അവർ ആ സമൂഹത്തിലെ പ്രധാനപ്പെട്ട അംഗങ്ങൾ തന്നെയായിരിക്കും. വിലപ്പെട്ട അനുഭവസമ്പത്തിന്റെയും വിവേകത്തിന്റെയും വർഷങ്ങളാണ് വാർദ്ധക്യം. മുത്തശ്ശി-മുത്തശ്ശന്മാർ ശാരീരികമായി ശക്തരല്ലായിരിക്കാം, പക്ഷേ അവർക്ക് സംഭാവന നൽകാൻ മറ്റ് ഗുണങ്ങളുണ്ട്. അവരുടെ ജീവിതത്തിൽ തിരക്കുകൾ ഒന്നുമില്ല, അതിനാൽ വളരെ പതുക്കെ കാര്യങ്ങൾ ചെയ്താലും മതിയാകും. എൺപതുവയസ്സ് കഴിഞ്ഞവർ പോലും പൊതുവെ കുടുംബത്തിന്റെയും സമൂഹത്തിന്റെയും ഭാഗമായി, നല്ല ആരോഗ്യവും തെളിഞ്ഞ മനസ്സുമുള്ളവരായി തുടരും.

മുതിർന്നവരുടെ ഊർജ്ജസ്വലതയ്ക്കും പങ്കുചേരലിനുമുള്ള ഒരു പ്രധാന കാരണം അവർക്ക് ചെറുപ്പക്കാരുമായുള്ള നിരന്തര സമ്പർക്കമാണ്. അച്ഛനും മകനും തമ്മിലുള്ള ബന്ധത്തിൽ നിന്ന് തികച്ചും വ്യത്യസ്തമായിരിക്കും മുത്തശ്ശനും ചെറുമകനും തമ്മിലുള്ള ബന്ധം. ഏറ്റവും പ്രായമുള്ളവരും ഏറ്റവും പ്രായം കുറഞ്ഞവരും തമ്മിലുള്ള ബന്ധത്തിന് ഒരു സവിശേഷതയുണ്ട്; മിക്കവാറും ഉറ്റ സുഹൃത്തുക്കളായിരിക്കും അവർ.

ഡോൾമയുടെ വീട്ടിൽ കുട്ടികൾക്ക് മുറിവേൽക്കുകയോ അവരെ ആരെങ്കിലും ശാസിക്കുകയോ ചെയ്താൽ അവർ ഓടിയെത്തുന്നത് മുത്തശ്ശിയുടെ അടുക്കലാണ്. മുത്തശ്ശി അവരെ താലോലിക്കുകയോ അവരോടൊപ്പം കളിക്കുകയോ ചെയ്യും, അപ്പോൾ അവർ എല്ലാം മറക്കും. അവരുടെ പ്രത്യേക ആനുകൂല്യങ്ങൾക്കായി വാദിക്കുന്നതും, അവർക്ക് ഇടയ്ക്കിടെ കൊറിക്കാൻ ആടിന്റെ രൂപത്തിൽ വെട്ടിയെടുത്ത വെണ്ണക്കഷണങ്ങൾ മാല പോലെ കോർത്ത് നൽകുന്നതും മുത്തശ്ശി തന്നെ.

ഇതെഴുതുന്ന വേളയിൽ എന്റെ കൺമുന്നിൽ മറ്റൊരു ദൃശ്യം അരങ്ങേറുകയായിരുന്നു. അരക്കു നിറത്തിൽ വസ്ത്രമണിഞ്ഞ രണ്ട് രൂപങ്ങൾ ബാർലി വയലുകൾക്കിടയിലൂടെ പതുക്കെ നടന്നുവരുന്നത് ജനാലയിലൂടെ ഞാൻ കണ്ടു. കല്ലുകൾ നിറഞ്ഞ കുത്തനെയുള്ള പാതയിലൂടെ അവർ നടന്ന് അരികിലെത്തിയപ്പോൾ ഒരു ബാലസന്യാസി ഒരു വൃദ്ധസന്യാസിയെ സഹായിക്കുന്നത് എനിക്ക് കാണാനായി. താഴേക്ക് കുനിഞ്ഞ് അല്പം വിറച്ചുകൊണ്ടിരുന്ന, എൺപതു വയസ്സ് തോന്നിച്ച ആ വൃദ്ധസന്യാസി ഓരോ കല്ലിനും വളവിനും മുന്നിൽ മടിച്ചു നിന്നിരുന്നു. ബാലസന്യാസിയുടെ ചെറുരൂപമാകട്ടെ, അദ്ദേഹത്തെ കൈപിടിച്ച് സഹായിക്കുന്നതിനുള്ള ഏറ്റവും ഉചിതമായ സ്ഥാനം നോക്കി മുന്നോട്ടും പിന്നോട്ടുമായി ധൃതിയിൽ ചുവടുമാറിക്കൊണ്ടിരുന്നു.

ലഡാക്കിൽ എത്തിയ എന്നെ ആദ്യം ആകർഷിച്ചത് അവിടുത്തെ സ്ത്രീകളുടെ ഹൃദ്യമായ വിടർന്ന ചിരിയാണ്; ഒരു സങ്കോചവും കൂടാതെ

പുരുഷന്മാരോട് സ്വതന്ത്രമായി ചിരിച്ചും തമാശകൾ പറഞ്ഞും അവർ ഇടപഴകുന്നത് കാണാമായിരുന്നു. ചില പ്രായം കുറഞ്ഞ യുവതികൾ ലജ്ജാവതികളായിരുന്നെങ്കിലും, പൊതുവെ സ്ത്രീകൾ ആത്മവിശ്വാസവും കരുത്തും കുലീനതയും പ്രദർശിപ്പിച്ചു. ലഡാക്ക് ആദ്യമായി സന്ദർശിച്ച മിക്കവരും അവിടുത്തെ സ്ത്രീകളുടെ ശക്തമായ പ്രാതിനിധ്യത്തെക്കുറിച്ച് വിവരിച്ചിരുന്നു.

ലഡാക്കിലെ ഔപചാരിക സാമൂഹികഘടനകളെ പാശ്ചാത്യവീക്ഷണകോണിൽ നിന്ന് നിരീക്ഷിക്കുന്ന നരവംശശാസ്ത്രജ്ഞർക്ക് ചില തെറ്റിദ്ധാരണകൾ ഉണ്ടാകാൻ ഇടയുണ്ട്, കാരണം പുരുഷന്മാരാണ് പൊതുപദവികൾ കൈകാര്യം ചെയ്യുന്നത്, മാത്രമല്ല ചടങ്ങുകളിൽ പൊതുവെ അവർ സ്ത്രീകളിൽ നിന്ന് അകന്നുമാറിയാണ് ഇരിക്കാറ്. എന്നാൽ പല വ്യാവസായിക സമൂഹങ്ങളിൽ നിന്നുള്ള എന്റെ അനുഭവം വെച്ച് നോക്കുകയാണെങ്കിൽ, മറ്റ് ഏത് സംസ്കാരത്തെക്കാളും ലഡാക്കി സമൂഹത്തിൽ സ്ത്രീകൾക്ക് പുരുഷന്മാരെ അപേക്ഷിച്ച് ശക്തമായ സ്ഥാനമുണ്ട് എന്ന് പറയുവാൻ സാധിക്കും. അവർ കൈകാര്യം ചെയ്യുന്ന ഉത്തരവാദിത്വങ്ങളിലുള്ള വ്യത്യാസം അവർ തമ്മിലുള്ള അസമത്വത്തെയല്ല സൂചിപ്പിക്കുന്നതെന്ന് ആ സമൂഹത്തെ അകത്തുനിന്ന് നിരീക്ഷിച്ചപ്പോൾ എനിക്ക് മനസ്സിലായി. ഒരുതരം ചലനാത്മകമായ സന്തുലനം എനിക്ക് അനുഭവപ്പെട്ടു; ആർക്കാണ് കൂടുതൽ അധികാരം – പുരുഷനോ സ്ത്രീയ്ക്കോ – എന്ന് പറയുവാൻ പ്രയാസമായിരിക്കും. തമ്മിൽ വ്യത്യാസങ്ങളുണ്ടെങ്കിലും പുറം ലോകത്തിൽ കാണുന്നതു പോലെ അവ അത്ര ദൃഢമായിരുന്നില്ല. ഉദാഹരണത്തിന് ആണുങ്ങളുടെയും പെണ്ണുങ്ങളുടെയും പേരുകൾ ഏകദേശം ഒരുപോലെയിരിക്കും, മാത്രമല്ല ഇരുവർക്കും ഒരേ സർവ്വനാമമായിരിക്കും ഉണ്ടാവുക.

ലഡാക്കിലെ ഒരു സുഹൃത്ത് ഒരിക്കൽ എന്നോട് പറഞ്ഞു, "എനിക്ക് വിവാഹം കഴിക്കുകയോ കുട്ടികൾ ഉണ്ടാവുകയോ വേണ്ട. സന്യാസിനി ആകുവാനാണ് ഞാൻ ഇഷ്ടപ്പെടുന്നത്". ചിലപ്പോൾ വിവാഹിതരായ സ്ത്രീകളും കുടുംബത്തെ ഉപേക്ഷിച്ച് സന്യാസിനിമാരാകാറുണ്ട്. അതുപോലെ, വിവാഹം കഴിക്കുന്ന സന്യാസിനിമാരും "അവിഹിതബന്ധത്തിൽ" സന്തതികളുണ്ടാകുന്ന സന്യാസിനിമാരുമുണ്ട്. അതിശയകരമാം വിധം അയവുള്ളതും അസാധാരണവുമാണ് സന്യാസിനിമാരുടെ പങ്ക്; മിക്കവരും അവരുടെ സ്വന്തം വീട്ടിലായിരിക്കും താമസിക്കുക. നീളം കുറഞ്ഞ മുടി കാഴ്ചയിൽ അവരെ തിരിച്ചറിയാൻ സഹായിക്കുന്നു. മറ്റ് കുടുംബാംഗങ്ങളെ അപേക്ഷിച്ച് അവർ കൂടുതൽ സമയം പ്രാർത്ഥനയ്ക്കായി ചിലവിടാറുണ്ട്. കുടുംബവും മറ്റുള്ളവരുമായുള്ള അടുത്ത ബന്ധം അവർക്ക് ഒരു താങ്ങാകും. വിവാഹം കഴിച്ചില്ലെങ്കിലും കുഞ്ഞുങ്ങളെ

പരിപാലിക്കുന്നതിൽ അവരും പങ്കുചേരും, അതിനാൽ അവർ കുട്ടിക ളുമായി നല്ല അടുപ്പത്തിലായിരിക്കും.

ഔപചാരികക്രമമനുസരിച്ച് സന്ന്യാസിമാർക്ക് സന്ന്യാസിനിമാരെ ക്കാൾ പ്രാധാന്യമുണ്ടായിരിക്കും, എന്നാൽ ബുദ്ധമതത്തിന്റെ അനുശാ സനങ്ങളിൽ സ്ത്രീയും പുരുഷനും തമ്മിലുള്ള സന്തുലനാവസ്ഥയ്ക്ക് അതീവ പ്രാധാന്യമുണ്ട്. ഒരു സന്ന്യാസി അതിനെ വിവരിച്ചത് ഇപ്രകാരം: 'ഒരു പക്ഷിയ്ക്ക് പറക്കാൻ ഇരുചിറകുകളും തമ്മിലുള്ള ഒരു സന്തുലനം ആവശ്യ മാകുന്നതു പോലെ, വിവേകത്തിനോപ്പം സഹാനുഭൂതിയും ഇല്ലെങ്കിൽ ഒരു വ്യക്തിക്ക് മോക്ഷം ലഭിക്കുക സാദ്ധ്യമല്ല'. വിവേകത്തിന്റെ പ്രതീ കമാണ് സ്ത്രീ, പുരുഷൻ സഹാനുഭൂതിയുടെയും! അവ രണ്ടും ഒരുമിച്ച് ചേർന്നതാണ് ബുദ്ധമതത്തിന്റെ അന്തസ്സത്ത.

"ഔപചാരിക" മേഖലകളെക്കാൾ സ്ത്രീകൾ കേന്ദ്രസ്ഥാനത്ത് നിൽക്കുന്ന "അനൌപചാരിക" മേഖലകൾ വലിയ പങ്ക് വഹിക്കുന്നു എന്നതാണ് ഏറ്റവും പ്രധാനപ്പെട്ട വസ്തുത. കുടുംബമാണ് സാമ്പത്തി കതയുടെ കേന്ദ്രബിന്ദു; അതിനെ ആധാരമാക്കിക്കൊണ്ട് അവരുടെ അടിസ്ഥാന ആവശ്യകതകളെ സംബന്ധിക്കുന്ന എല്ലാ പ്രധാനപ്പെട്ട തീരുമാനങ്ങളും കൈക്കൊള്ളപ്പെടുന്നു. അതിനാൽ, കുട്ടികളോടൊപ്പം സമയം ചിലവഴിക്കുന്നതിനും സാമൂഹിക-സാമ്പത്തിക ജീവിതത്തിൽ സജീവമായി പങ്കെടുക്കുന്നതിനും ഇടയിലുള്ള ഒരു തിരഞ്ഞെടുപ്പിനായി സ്ത്രീകൾ ഒരിക്കലും നിർബന്ധിക്കപ്പെടുന്നതേയില്ല. മുൻപ് സൂചിപ്പിച്ചതു പോലെ സാമുദായികതലത്തിലുള്ള തീർപ്പുണ്ടാക്കലുകൾ വളരെ അപൂർവ്വമായേ വേണ്ടിവരുന്നുള്ളൂ. അതിനാൽത്തന്നെ ആധുനിക വ്യാവസായിക സമൂഹത്തിൽ നിന്ന് വ്യത്യസ്തമായി ലഡാക്കിൽ പുരു ഷന്മാരുടെ നേതൃത്വത്തിലുള്ള പൊതുമേഖലകൾക്ക് വളരെ ചെറിയ സ്ഥാനമാണുള്ളത്.

പൊതുവെ സ്ത്രീകൾ പുരുഷന്മാരെക്കാൾ കൂടുതൽ അദ്ധ്വാനശീലമുള്ള വരാണ്. എന്നാൽ പാശ്ചാത്യരാജ്യങ്ങളിൽ നിന്ന് വ്യത്യസ്തമായി അവർ ചെയ്യുന്ന എല്ലാ പ്രവൃത്തികൾക്കും ഇവിടെ പൂർണ്ണമായ അംഗീകാരം നൽകപ്പെടുന്നു. ലഡാക്കിലെ കർഷകസമൂഹത്തിൽ കുടുംബവും മറ്റുള്ള വരും തമ്മിലുള്ള ബന്ധത്തിന് അതീവ പ്രാധാന്യമുണ്ട്; അതുപോലെ തന്നെ ഭൂമിയെയും മൃഗങ്ങളെയും കുറിച്ചുള്ള അറിവും സുപ്രധാനമാണ്. ഈ മേഖലകളിൽ സ്ത്രീകൾ മികവ് പ്രകടിപ്പിക്കുന്നു.

ഒരു യുവതിയോട് അവളുടെ സഹോദരന്റെ വിവാഹം കഴിഞ്ഞു ള്ള ഏതാനും നാളുകൾക്ക് ശേഷം സംസാരിക്കാനിടായത് ഞാൻ ഓർക്കുന്നു:

ലഡാക്കിലെ വനിതകൾ ശക്തരും ആത്മവിശ്വാസമുള്ളവരുമാണ്. പരമ്പരാഗത കാർഷിക സമ്പദ് വ്യവസ്ഥയിൽ അവരുടെ പ്രവൃത്തികൾ പുരുഷന്മാരുടെയത്രയും തന്നെ വിലമതിക്കപ്പെട്ടിരുന്നു.

“ഇരു കുടുംബങ്ങളും തമ്മിൽ ചേർന്ന് തീരുമാനിച്ച വിവാഹമായിരുന്നോ അത്?” ഞാൻ ചോദിച്ചു.

“അതെ, എന്റെ സഹോദരന്റെ ഇഷ്ടവും അതായിരുന്നു. രണ്ട് കുടുംബങ്ങൾ തമ്മിലുള്ള ഇടപെടലും അത്യാവശ്യമാണ്. ഇതുപോലെ പ്രധാനപ്പെട്ട ഒരു തീരുമാനമെടുക്കാൻ ഇരുപക്ഷത്തുമുള്ള ആൾക്കാരുടെ വിലയേറിയ അറിവും അനുഭവവും സഹായിക്കും.”

“ഒരു വധുവിനെ തിരഞ്ഞെടുക്കുന്നതിന് പ്രത്യേകമായ എന്തെങ്കിലും പരിഗണനകൾ ഉണ്ടോ?”

“പ്രധാനമായി എല്ലാവരുമായും ഒത്തുചേർന്ന് പോകാൻ അവൾക്ക് കഴിയണം, കൂടാതെ ഔചിത്യബോധവും സഹിഷ്ണുതയും ഉണ്ടായിരിക്കണം.”

“മറ്റെന്തെങ്കിലും?”

“അവളുടെ കഴിവുകൾക്ക് പ്രാധാന്യമുണ്ട്, വെറുതെ അലസയായിരിക്കരുത്.”

“അവളുടെ സൌന്ദര്യത്തിന് എന്തെങ്കിലും പ്രാധാന്യമുണ്ടോ?”

“ഏറെയില്ല. ഉള്ളുകൊണ്ട് അവൾ എങ്ങനെ എന്നതാണ് മുഖ്യം – അവളുടെ സ്വഭാവത്തിനാണ് കൂടുതൽ പ്രാധാന്യം. ലഡാക്കിൽ ഞങ്ങൾ പറയാറുണ്ട്: കടുവയുടെ വരകൾ പുറത്താണ്; മനുഷ്യന്റേത് ഉള്ളിലും.”

6
ബുദ്ധമതം: ഒരു ജീവിതരീതി

സർവ്വതുമറിഞ്ഞീടുകീവിധം:
ഒരു മരീചിക, വെറുമൊരു വ്യാമോഹം,
ഒരു മിഥ്യാസ്വപ്നം, മായാരൂപം
ദൃഷ്ടിഗോചരമിവ തൻ ഗുണ-
ഗണങ്ങളൊക്കെയെങ്കിലും
അന്തസ്സാരശൂന്യമെന്നറിയുക;

തെളിവാനിൽ വിളങ്ങും തിങ്കൾ
അച്ഛസ്ഫുടം തടാകത്തിൽ പ്രതിബിംബിക്കിലും,
ആ തിങ്കൾ തടാകത്തിന് നിശ്ചലമെന്നേ കാണൂ;

സംഗീതം, സ്വനം, വിലാപം
ഇവയിൽ നിന്നുരുവാകുന്ന മാറ്റൊലി,
എങ്കിലുമതിനില്ല തെല്ലും ശ്രവണമാധുരി;

അശ്വങ്ങൾ, കാളകൾ, ശകടങ്ങൾ,
സ്ഥാവരജംഗമങ്ങൾ
ഒക്കെയുമുരുവാക്കും മാന്ത്രികൻ ജാലവിദ്യയാൽ,
അക്കാണ്മതൊന്നുമേ നിജമല്ലുണ്മയുമല്ല -
സർവ്വതുമറിഞ്ഞീടുകീവിധം.
-സമാധിരാജസൂത്രം

ലഡാക്കിലെ ഓരോ വസ്തുവും അവരുടെ ധാർമ്മികപൈതൃകത്തെ പ്രതിഫലിപ്പിക്കുന്നു. കൊത്തുപണികൾ ചെയ്ത മന്ത്രസ്തൂപങ്ങൾ,

കാറ്റുമായി രഹസ്യസംഭാഷണം നടത്തുന്ന പ്രാർത്ഥനാപതാകകൾ, വിദൂരതയിൽ ഉയർന്നു കാണപ്പെടുന്ന ബുദ്ധവിഹാരത്തിന്റെ വെള്ളനിറമുള്ള കൂറ്റൻ മതിലുകൾ എന്നിവ ഉൾപ്പെട്ടതാണ് അവിടുത്തെ ഭൂപ്രദേശം. ക്രിസ്തുവിനു ഏകദേശം 200 വർഷങ്ങൾ മുൻപ്, ഇന്ത്യയിൽ ബുദ്ധമതം ആദ്യമായി പ്രചാരം നേടാൻ തുടങ്ങുമ്പോൾ മുതൽക്ക് അതിന്റെ അനുയായികളാണ് ലഡാക്കിലെ ഭൂരിപക്ഷം ജനങ്ങളും. സംപൂജ്യ ദലൈലാമയുടെ ആത്മീയ നേതൃത്വത്തിനു കീഴിൽ, ടിബറ്റൻ മഹായാന ബുദ്ധമതത്തിന്റെ എല്ലാ ശാഖകളും ലഡാക്കിൽ ഇന്ന് ലഡാക്കിൽ പ്രതിനിധീകരിക്കപ്പെടുന്നുണ്ട് .

ഞാൻ വസിച്ചിരുന്ന ഗ്രാമങ്ങളിൽ എല്ലാവരും ബുദ്ധമതക്കാരായിരുന്നു, എന്നാൽ ലഡാക്കിന്റെ തലസ്ഥാനത്ത് പകുതിയോളം പേർ മുസ്ലിം മതവിഭാഗത്തിൽ പെട്ടവരാണ്. കൂടാതെ നൂറിലധികം പേർ ഉൾപ്പെട്ട ക്രിസ്തുമതവിഭാഗവുമുണ്ട്. അടുത്തിടെയായി ഈ മൂന്നു വിഭാഗക്കാരും തമ്മിലുള്ള ബന്ധത്തിന് മാറ്റങ്ങൾ സംഭവിച്ചിട്ടുണ്ട്, എന്നാൽ ഞാൻ അവിടെ ആദ്യമായി എത്തിയ സമയത്ത് അവർ തമ്മിൽ ആഴത്തിലുള്ള പരസ്പരബഹുമാനവും സഹജമായ സഹിഷ്ണുതയും ഉണ്ടായിരുന്നു, അത്ര വിരളമല്ലാതെ നടന്നിരുന്ന മിശ്രവിവാഹങ്ങളും ആ ബന്ധത്തെ ശക്തിപ്പെടുത്തിയിരുന്നു. ഓരോ മതവിഭാഗങ്ങളുടെയും ഉത്സവാഘോഷവേളയിൽ എല്ലാവരും പരസ്പരം സന്ദർശിക്കുകയും ആചാരമനുസരിച്ച് പരസ്പരം വെളുത്ത അംഗവസ്ത്രങ്ങൾ കൈമാറുകയും ചെയ്തിരുന്നു. ലഡാക്കിലെ ആദ്യ ദിനങ്ങളിൽ മുസ്ലിങ്ങളുടെ ഈദ് ആഘോഷങ്ങളിൽ പങ്കു ചേരാൻ എനിക്കും അവസരമുണ്ടായി. അപ്പോൾ അവിടെ മുസ്ലിമുകളും ബുദ്ധമതക്കാരും ഒരുമിച്ചിരുന്ന് പങ്കുവെച്ച സ്നേഹവും സൌഹാർദ്ദവും എനിക്ക് ഒരിക്കലും മറക്കാൻ സാധിക്കുകയില്ല.

ബുദ്ധമതത്തിന്റെ ഒരു പ്രധാനഘടകമാണ് ശൂന്യതയുടെ തത്വശാസ്ത്രം. ഈ ആശയത്തിന്റെ അർത്ഥം ഗ്രഹിക്കാൻ ആദ്യം എനിക്ക് ബുദ്ധിമുട്ടുണ്ടായിരുന്നു, എന്നാൽ താഷി റബ്ഗ്യാസുമായി വർഷങ്ങളായുള്ള സംഭാഷണങ്ങളിലൂടെ എനിക്ക് അല്പം വ്യക്തത ലഭിച്ചു. “അതിനെക്കുറിച്ച് സംസാരിക്കുക എളുപ്പമല്ല, വാക്കുകളിലൂടെ അതിനെ മനസ്സിലാക്കുക അസാദ്ധ്യമാണ്” അദ്ദേഹം ഒരിക്കൽ എന്നോട് പറഞ്ഞു. “സ്വന്തം അനുഭവത്തിലൂടെയും അതിന്റെ പ്രതിഫലനത്തിലൂടെയും മാത്രം ഉൾക്കൊള്ളാൻ സാധിക്കുന്ന ഒന്നാണത്. ഞാൻ അതിനെ ലളിതമായി വിവരിക്കാൻ ശ്രമിക്കാം. ഉദാഹരണത്തിന് ഒരു വൃക്ഷത്തിന്റെ കാര്യമെടുക്കുക. വൃക്ഷത്തെക്കുറിച്ച് ചിന്തിക്കുമ്പോൾ മറ്റ് വസ്തുക്കളിൽ നിന്ന് ഭിന്നവും കൃത്യവുമായി നിർവചിക്കാവുന്ന ഒന്നായാണ്

നാം അതിനെ കരുതുന്നത്, ഒരു രീതിയിൽ നോക്കുമ്പോൾ അത് ശരിയാണുതാനും. എന്നാൽ മറ്റൊരു നിലയിൽ നോക്കുമ്പോൾ ആ വൃക്ഷത്തിന് സ്വതന്ത്രമായി ഒരു നിലനില്പില്ല; അത് ബന്ധങ്ങളുടെ ഒരു വലയത്തിനുള്ളിൽ ലയിച്ച് ചേരുകയാണ്. അതിന്റെ ഇലകളിൽ പതിക്കുന്ന മഴയും, അതിനെ നൃത്തം വെയ്പ്പിക്കുന്ന കാറ്റും, അതിനെ താങ്ങി നിറുത്തുന്ന ഭൂമിയും – എല്ലാം ആ വൃക്ഷത്തിന്റെ ഭാഗമാണ്. ഒന്നുകൂടി ചിന്തിച്ചാൽ, പ്രപഞ്ചത്തിലുള്ള എല്ലാം ചേർന്നാണ് ആ വൃക്ഷത്തെ വൃക്ഷമാക്കുന്നത്. അതിനെ അവയിൽ നിന്ന് വേർപെടുത്താൻ സാധിക്കുകയില്ല; അതിന്റെ സ്വഭാവം അനുനിമിഷം മാറിക്കൊണ്ടിരിക്കും – അത് ഒരിക്കലും ഒരുപോലെയല്ല. 'എല്ലാം ശൂന്യമാണ്' എന്നതുകൊണ്ട് ഇതാണ് നാം അർത്ഥമാക്കുന്നത്, അതായത് ഒന്നിനും സ്വതന്ത്രമായ നിലനിൽപ്പില്ല."

ശൂന്യത എന്ന സങ്കല്പത്തിന്റെ വാച്യാർത്ഥം പാശ്ചാത്യർക്കിടയിൽ ബുദ്ധമതത്തിന് ഒരു നിഷേധാത്മകപരിവേഷം പകർന്നുനൽകിയിരുന്നു. ബുദ്ധമതാനുയായികൾ ജീവിതത്തെയും മരണത്തെയും ഗൌരവമായി കാണാത്ത, ഒരുതരം നിസ്സംഗസ്വഭാവം ഉള്ളവരായാണ് കരുതപ്പെട്ടിരുന്നത്. വിരോധാഭാസമെന്നു തോന്നാം, താഷി ഒരിക്കൽ ക്രിസ്തുമതക്കാരെ സംബന്ധിച്ചും ഇതേ അഭിപ്രായം പ്രകടിപ്പിച്ചു. "നിങ്ങൾക്ക് എല്ലാം മുൻകൂട്ടി തീരുമാനിക്കപ്പെട്ടിരിക്കുന്നു" അദ്ദേഹം പറഞ്ഞു. "എല്ലാം ദൈവത്താൽ നിശ്ചയിക്കപ്പെട്ടതും നിയന്ത്രിക്കപ്പെടുന്നതുമാണ്. അത് നിങ്ങളെ നിസ്സംഗരാക്കും. ബുദ്ധമതത്തിലുള്ളതു പോലെ വ്യക്തിപരമായ വികസനത്തിന് ക്രിസ്തുമതത്തിൽ അധികം സാദ്ധ്യതകളില്ല എന്ന് തോന്നുന്നു. ഞങ്ങൾക്ക് ആത്മീയപരിശീലനത്തിലൂടെ സ്വയം വികസിപ്പിക്കാനുള്ള അവസരമുണ്ട്."

ബുദ്ധമതം ഒന്നിന്റെയും നിലനിൽപ്പിനെ നിരാകരിക്കുന്നില്ല, മാത്രമല്ല അത് അശുഭാപ്തിവിശ്വാസത്തെ പ്രോത്സാഹിപ്പിക്കുന്നുമില്ല. മറിച്ച്, പ്രപഞ്ചത്തിന്റെ സ്വഭാവം മനസ്സിലാക്കിക്കഴിയുമ്പോൾ പുറം ലോകത്തിന്റെ ക്ഷണികമായ ഒഴുക്കിനാൽ ബാധിക്കപ്പെടാത്ത ശാശ്വതമായ ഒരു ആനന്ദത്തെ നാം സാക്ഷാത്കരിക്കും എന്നാണ് അത് പഠിപ്പിക്കുന്നത്. നമ്മുടെ ഇന്ദ്രിയങ്ങളിലൂടെ നമുക്ക് ലഭിക്കുന്ന അനുഭവങ്ങളും അവയെക്കുറിച്ച് നാം സൃഷ്ടിക്കുന്ന ആശയങ്ങളും ചേർന്നുളവാകുന്ന നമ്മുടെ അജ്ഞത, പ്രത്യക്ഷത്തിൽ നാം കാണുന്ന സാധാരണ "ദൈനംദിന" ലോകത്തിനും അപ്പുറത്തുള്ള കാഴ്ചകൾ കാണുന്നതിൽ നിന്ന് നമ്മെ തടയുന്നു, ഇവിടെ എല്ലാം വിഘടിപ്പിക്കപ്പെട്ടതും സ്ഥിരവുമായി കാണപ്പെടുന്നു. അപ്രകാരം അജ്ഞതയുടെ മാർഗ്ഗത്തിലൂടെ ലോകത്തെ

കാണുന്നത് തുടർന്നുകൊണ്ടിരിക്കുവോളം നാം ഈ സംസാര ചക്ര ത്തിൽ കുടുങ്ങി പോകാനിടയുണ്ട്.

ഈ ലോകത്തിന്റെ "നിലനില്പിനെ" നിഷേധിക്കുവാനല്ല, മറിച്ച് അതിനെക്കുറിച്ചുള്ള നമ്മുടെ കാഴ്ചപ്പാടിൽ മാറ്റം വരുത്തുവാനാണ് അത് നമ്മോട് ആവശ്യപ്പെടുന്നത്. നമ്മുടെ പഞ്ചേന്ദ്രിയങ്ങളാൽ സംവേദിക്കപ്പെടുന്നതത്രയും നിലനിൽക്കുന്നുണ്ട്. നമുക്ക് നമ്മുടെ ശരീരമുണ്ട്, അതിനു ശ്വസിക്കാൻ വായു ആവശ്യമാണ്. ഏതിനു പ്രാധാന്യം നൽകണം എന്നതാണ് കാര്യം. ഇന്ദ്രിയങ്ങളാൽ സംവേദിക്കപ്പെടുന്ന ഈ ലോകത്തെ കൈവെടിയുകയല്ല, അതിനെ മറ്റൊരു വെളിച്ചത്തിൽ കാണുകയാണ് വേണ്ടത്. നമ്മുടെ സ്വന്തം ഇന്ദ്രിയങ്ങളും പരിമിതികളും ചേർന്ന് നിർമ്മിച്ചെടുത്ത ഈ ലോകത്തിനും അപ്പുറത്ത് ഒരു ചലനാത്മക പ്രക്രിയയിൽ അലിഞ്ഞു ചേരുന്ന അലൌകിക സത്യമുണ്ട്. വാക്കുകൾക്കും രേഖീയമായ അപഗ്രഥനങ്ങൾക്കും അതീതമാണ് ആ സത്യത്തിന്റെ യഥാർത്ഥ രൂപം.

താഷി പലപ്പോഴും നാഗാർജ്ജുന എന്ന പണ്ഡിതനെ ഉദ്ധരിക്കാറുണ്ട്: "അസ്തിത്വത്തിൽ വിശ്വസിക്കുന്നവർ കാലികളെ പോലെ ബുദ്ധിയില്ലാത്തവരാണ്, അസ്തിത്വമില്ലായ്മയിൽ വിശ്വസിക്കുന്നവരാകട്ടെ, അവരെക്കാൾ ബുദ്ധിശൂന്യരും. ഒന്നും നിലനിൽക്കുന്നില്ല, ഒന്നും നിലനിൽക്കാതെയുമില്ല. സത്യം ഇവ രണ്ടുമല്ല, ഇവ രണ്ടിൽ നിന്ന് വ്യത്യസ്തവുമല്ല."

ഈ പ്രപഞ്ചം അന്തമില്ലാത്ത ഒരു നദി പോലെയാണെന്നാണ് പറയപ്പെടുന്നത്. അതിന്റെ സമഗ്രത, ഏകത, എന്നിവയ്ക്ക് മാറ്റമില്ല, എന്നാൽ അതേസമയം അത് നിരന്തരമായി ഒഴുകിക്കൊണ്ടേയിരിക്കുന്നു. നദി അതിന്റെ പൂർണ്ണതയിൽ നിലനിൽക്കുന്നു, എന്നാൽ അത് ഉൾക്കൊള്ളുന്നതെന്ത് എന്ന് നമുക്ക് പറയുവാൻ സാധിക്കുകയില്ല; അതിന്റെ ഒഴുക്കിനെ തടഞ്ഞു നിറുത്തി പരിശോധിക്കുവാനും ആവുകയില്ല. എല്ലാം വേർപെടുത്താനാവാത്ത വിധം കെട്ടിപ്പിണഞ്ഞ്, ചലിച്ചുകൊണ്ടേയിരിക്കുകയാണ്.

താഷിയുടെ വാക്കുകളിൽ: "പരസ്പരബന്ധത്തിൽ അധിഷ്ഠിതമായ ഉത്പത്തിനിയമങ്ങൾക്ക് വഴങ്ങിയാണ് എല്ലാം നിലകൊള്ളുന്നത്. നാഗാർജ്ജുന പറയുന്നത് പോലെ 'ബന്ധങ്ങളിലൂടെയുള്ള ഉത്പത്തിയാണ് ബുദ്ധന്റെ അമൂല്യവും ഗഹനവുമായ സമ്പത്ത്.' ആ നിലയ്ക്ക് 'നീ' 'ഞാൻ', 'മാനസികം' 'ഭൌതികം', തുടങ്ങിയ വിഭജനങ്ങളും വേർതിരിവുകളും അടയാളങ്ങളും എല്ലാം ഒന്നായി അപ്രത്യക്ഷമാകും. സ്ഥിരമെന്നും ദൃഢമെന്നും നാം കരുതുന്നത് യഥാർത്ഥത്തിൽ അനുനിമിഷം മാറിക്കൊണ്ടിരിക്കുകയാണ്. വൃക്ഷം 'ശൂന്യ'മാകുന്നത് പോലെ തന്നെ

'വ്യക്തി'യും ശൂന്യമാണ്. അതിനെപ്പറ്റി ആഴത്തിൽ ചിന്തിക്കുകയാണെങ്കിൽ നിങ്ങൾ ചുറ്റുമുള്ളവയോട് അലിഞ്ഞുചേർന്ന് ഒന്നാകും. 'സ്വത്വം' അഥവാ 'അഹം' എന്നതിനെ ആത്യന്തികമായി പ്രപഞ്ചത്തിലുള്ള മറ്റെല്ലാ വസ്തുക്കളിൽ നിന്നും ഒരിക്കലും വേർപെടുത്താനാവുകയില്ല."

അഹത്തിന്റെ സ്വതന്ത്രമായ അസ്തിത്വത്തെക്കുറിച്ചുള്ള മിഥ്യാവബോധമാണ് ജ്ഞാനോദയത്തിന്റെ മാർഗ്ഗത്തിൽ നേരിടേണ്ടിവരുന്ന ഏറ്റവും ദുർഘടമായ വിഘ്നം. പരമവും ശാശ്വതവുമായ അസ്തിത്വത്തിലുള്ള വിശ്വാസം നമ്മെ അവസാനിക്കാത്ത ആസക്തിയുടെ വലയത്തിൽ കൊണ്ടു ചെന്നെത്തിക്കുന്നു, ആസക്തി ദുഃഖത്തിന് കാരണമാകുന്നു. നമ്മുടെ സ്വത്വം ചുറ്റുമുള്ളവയിൽ നിന്ന് വിഭിന്നമാണ് എന്ന സങ്കല്പത്തെ മുറുകെ പിടിക്കുന്നത് നമ്മെ പുതിയതെന്തിനോ വേണ്ടിയുള്ള നിരന്തരമായ തിരച്ചിലിൽ ഏർപ്പെടാൻ പ്രേരിപ്പിക്കും. അന്വേഷിച്ചത് ലഭിച്ചുകഴിയുമ്പോൾ അതിന്റെ തിളക്കം നഷ്ടപ്പെട്ടുകയും നമ്മുടെ ദൃഷ്ടി മറ്റെന്തിലേക്കോ നീങ്ങുകയും ചെയ്യും. സംതൃപ്തി വിരളവും ഹ്രസ്വവുമാകുന്നു; നാം എക്കാലവും നിരാശരായി തുടരുന്നു.

സകലജീവനും പ്രീതിയേകുവതൊഴികെ
മാർഗ്ഗമില്ലേതുമേ ബുദ്ധനെ പ്രസാദിപ്പിച്ചീടുവാൻ.

അറിവും അവബോധവും മാത്രം പോര എന്ന് താഷി പലപ്പോഴും ഓർമ്മപ്പെടുത്തും. അവയോടൊപ്പം സഹാനുഭൂതിയും കൂടെയില്ലെങ്കിൽ ചിലപ്പോൾ അപകടകരമാകാം എന്ന് അദ്ദേഹം പറയാറുണ്ട്. "കരുണയാണ് തന്റെ യഥാർത്ഥ മതം എന്ന് ദലൈലാമ പറഞ്ഞിട്ടുണ്ട്. നമ്മുടെ പ്രാർത്ഥനകൾ എപ്പോഴും മറ്റുള്ളവരുടെ ക്ഷേമത്തിനാണ് ഊന്നൽ നൽകുന്നത്."

സത്കർമ്മഫലത്തിൻ ശക്തിയാലെന്നെ
കനിഞ്ഞു വളർത്തിയ രക്ഷിതാക്കൾ,
ബോധിചിത്ത ശിക്ഷണം പകർന്നുതന്നോരെൻ ഗുരുനാഥർ,
സ്നേഹമസൃണർ പ്രിയരാം സോദരർ,
ബന്ധുക്കൾ, ഉറ്റവരുടയവർ, പിന്നെയെൻ തോഴരു-
മേവരും പൂകിടട്ടെ ബുദ്ധത്വമവിളംബം.

ബുദ്ധന്റെ അനുശാസനങ്ങളനുസരിച്ച് സഹാനുഭൂതിയാണ് ജ്ഞാനോദയത്തിനുള്ള മാർഗ്ഗം എന്നാണ് പറയപ്പെടുന്നത്. കവിയും സന്യാസിയുമായ മിലരേപ എഴുതി: "ശൂന്യത എന്ന സങ്കൽപം സഹാനുഭൂതിയെ ഉളവാക്കുന്നു." വ്യക്തികളുടെ അസ്തിത്വത്തിന്റെ അതിരുകൾ ഇല്ലാതെയാകുമ്പോൾ, നീയും ഞാനും രണ്ടു വ്യത്യസ്ത ജീവികൾ എന്നതിന് പകരം ഒരേ ഏകതയുടെ വിവിധ വശങ്ങൾ മാത്രമാകും.

കല, സംഗീതം, സംസ്കാരം, കൃഷി തുടങ്ങിയ ലഡാക്കി ജീവിതത്തിന്റെ എല്ലാ മേഖലകളിലും ആ ജനതയുടെ ധാർമ്മികബോധവുംകൂടി കിനിഞ്ഞിറങ്ങിയിരിക്കും. ജനങ്ങൾ ആഴത്തിലുള്ള ധർമ്മനിഷ്ഠയുള്ളവരാണ്. എന്നാൽ പാശ്ചാത്യവീക്ഷണം വെച്ച് നോക്കിയാൽ അവർ അതിനെക്കുറിച്ച് തീരെ അശ്രദ്ധരാണെന്ന തോന്നും. 1976-ൽ ദലൈലാമ ഒരു സന്ദർശനത്തിനായി വന്നപ്പോളാണ് ഈ വൈരുദ്ധ്യം എനിക്ക് ശക്തമായി അനുഭവപ്പെട്ടത്. മാസങ്ങൾക്കു മുൻപു തന്നെ എങ്ങും പ്രതീക്ഷ ഉണർന്ന കഴിഞ്ഞിരുന്നു. ജനങ്ങൾ വീടുകൾക്ക് പുതിയ ചായം പൂശുകയും പുതിയ പ്രാർത്ഥന പതാകകൾ തൂക്കുകയും പുതുവസ്ത്രങ്ങൾ തുന്നുകയും ചെയ്തു. *ലെ*-യ്ക്ക് പുറത്തുള്ള സിന്ധുനദിക്കരയിൽ വെച്ചായിരുന്ന പ്രധാന ചടങ്ങുകൾ നടക്കേണ്ടിയിരുന്നത്. സന്ദർശനത്തിന് വളരെ നാൾ മുൻപ് തന്നെ മുതൽക്ക് ലഡാക്കിലെ എല്ലാ ഗ്രാമങ്ങളിൽ നിന്നും ജനങ്ങൾ വാഹനങ്ങളിലും കാൽനടയായുമൊക്കെ തലസ്ഥാനത്തിലേയ്ക്ക് പ്രവഹിച്ചു തുടങ്ങിയിരുന്നു.

ഒരാഴ്ച നീണ്ടുനിന്ന സന്ദർശനപരിപാടിയുടെ പകുതിയായപ്പോൾ തന്നെ ആളുകളുടെ എണ്ണം ഏകദേശം നാൽപതിനായിരം കവിഞ്ഞിരുന്നു. അന്തരീക്ഷത്തിൽ ഭക്തി നിറഞ്ഞു നിന്നിരുന്നെങ്കിലും എങ്ങും ഒരു ഉത്സവപ്രതീതി അലയടിച്ചിരുന്നു. എന്റെ മുന്നിലിരുന്ന വ്യക്തി ഒരു നിമിഷം ദലൈലാമയിൽ കാഴ്ച്ചയർപ്പിച്ച് ധ്യാനമഗ്നനാകും; അടുത്ത ക്ഷണത്തിൽ അയാൾ അരികിലിരിക്കുന്നയാളുടെ തമാശ കേട്ട് ചിരിക്കും; അല്പനേരം കഴിയുമ്പോൾ തന്റെ മനസ്സ് മറ്റെങ്ങോ നട്ട് കൈയിലുള്ള പ്രാർത്ഥനാചക്രം തിരിച്ചു കൊണ്ടിരിക്കും. ദലൈലാമയുടെ പ്രഭാഷണം നടന്നു കൊണ്ടിരിക്കുമ്പോളൊക്കെയും ആളുകൾ – ഒരുപക്ഷേ അവരുടെ ജീവിതത്തിലെ ഏറ്റവും പ്രധാനപ്പെട്ട ചടങ്ങായിരുന്നിട്ടു കൂടി - ചിരിച്ചും സംസാരിച്ചും വന്നും പോയുമിരുന്നു. എങ്ങും ഒരു ഉത്സവത്തിന്റെ പ്രതീതിയായിരുന്നു; കുട്ടികൾ ഓടിയും അന്യോന്യം കൂകിവിളിച്ചുമൊക്കെ കളിച്ചുകൊണ്ടിരുന്നു.

ധർമ്മശാലയിൽ നിന്ന് ബുദ്ധമതം സ്വീകരിച്ച, ഫ്രാൻസിൽ നിന്നുള്ള ഒരു ചെറുപ്പക്കാരൻ ചടങ്ങുകളിൽ പങ്കെടുക്കാൻ എത്തിയിരുന്നു. അയാൾ തന്റെ പുതിയ മതത്തെ വളരെ ഗൌരവത്തോടെ കണ്ടിരുന്നു, അതിനാൽ ലഡാക്കിലെ ജനങ്ങളുടെ പെരുമാറ്റം അയാളെ സ്തബ്ധനാക്കി. “ഇവർക്ക് തീരെ ഗൌരവം പോര, ഇവർ ബുദ്ധമതത്തിൽ വിശ്വസിക്കുന്നവരാണെന്ന് ഞാൻ കരുതി” അയാൾ നിന്ദാപൂർവ്വം അഭിപ്രായപ്പെട്ടു. അയാളുടെ പ്രതികരണത്തിൽ എന്തോ അപാകത കണ്ടെങ്കിലും എങ്ങനെ മറുപടി പറയണമെന്ന് എനിക്ക് അറിയില്ലായിരുന്നു.

ഫ്യാൻഗ് ബുദ്ധവിഹാരത്തിലെ ഒരാഘോഷം. പിന്നിൽ കാണുന്ന വലിയ തങ്ക [1][റ്റിബറ്റൻ ബുദ്ധമതപ്രകാരമുള്ള പെയിൻറ്റിംഗ് രീതി] ചിത്രം വർഷത്തിൽ ഒരിക്കൽ മാത്രമേ ചുരുൾ നിവർത്തിയിടപ്പെടുകയുള്ളൂ.

1 റ്റിബറ്റൻ ബുദ്ധമതപ്രകാരമുള്ള പെയിൻറ്റിംഗ് രീതി

മതവും ജീവിതവും രണ്ടായി കരുതപ്പെട്ടിരുന്ന സംസ്കാരത്തിൽ തന്നെയാണല്ലോ ഞാനും ജനിച്ചു വളർന്നത്. ഒരു ചെറിയ വിഭാഗം ജനങ്ങൾ ഞായറാഴ്ച രാവിലെകളിൽ ഭയഭക്തിബഹുമാനത്തോടെ സഗൌരവം അനുഷ്ഠിച്ചിരുന്ന ഒന്നായിരുന്നു മതം, അത്രമാത്രം.

ദിവസേനയുള്ള പ്രാർത്ഥന മുതൽ വാർഷികോത്സവങ്ങൾ വരെയുള്ള വിശ്വാസാനുഷ്ഠാനങ്ങൾ കലണ്ടറിൽ അടയാളപ്പെടുത്തിയിരിക്കും. ടിബറ്റൻ ചാന്ദ്രമാസത്തിലെ പതിനഞ്ചാം നാളിൽ വരുന്ന പൌർണ്ണമി ദിനത്തിലാണ് ബുദ്ധന്റെ ജനനവും ജ്ഞാനോദയവും മരണവും. ഓരോ ആഴ്ചയ്ക്കും അതിന്റേതായ പ്രാധാന്യമുണ്ടാകും. ഉദാഹരണത്തിന് ബുദ്ധമതത്തെ ടിബറ്റിൽ നിന്ന് ഇന്ത്യയിലേയ്ക്ക് കൊണ്ടുവന്ന ഗുരു റിൻപോച്ചെയുടെ ജന്മദിനം പത്താം തിയതിയാണ്. അന്നേദിവസം ഗ്രാമത്തിലെ ജനങ്ങൾ അന്യോന്യം വീടുകൾ സന്ദർശിക്കുകയും ഒരുമിച്ച് ബുദ്ധമതഗ്രന്ഥങ്ങൾ വായിക്കുകയും ചെയ്യും. ടിബറ്റൻ കലണ്ടറിലെ ആദ്യമാസം ജനങ്ങൾ ബുദ്ധവിഹാരത്തിൽ ഒത്തുചേർന്ന് ഉപവാസം അനുഷ്ഠിച്ചുകൊണ്ട് ധ്യാനമിരിക്കും. വിശേഷദിവസങ്ങളിൽ കുടുംബാംഗങ്ങൾ ഒരുമിച്ച് പ്രാർത്ഥനാപതാകകൾ നിർമ്മിക്കും. മഷി പുരട്ടിയ, കൊത്തുപണികൾ ചെയ്ത മര അച്ചുകൾ ചുമപ്പ്, നീല, പച്ച, മഞ്ഞ, വെള്ള എന്നിങ്ങനെ അഞ്ച് പവിത്രനിറങ്ങളിലുള്ള തുണികളിൽ വെച്ചമർത്തിയാണ് പതാകകൾ നിർമ്മിക്കുന്നത്. പുതിയ പതാകകൾ പഴയവയുടെ മേൽ കെട്ടിവയ്ക്കും. പഴയ പതാകകൾ അഴിച്ചു മാറ്റാറുമില്ല. അവ സാവധാനം പൊടിഞ്ഞ് അവയിലെ സന്ദേശം കാറ്റിലൂടെ സംക്രമിപ്പിച്ചുകൊണ്ട് തനിയെ ഇല്ലാതെയാകും.

ഓരോ വീടും അവരുടെ ബുദ്ധധർമ്മ പൈതൃകത്തെ ഓർമ്മപ്പെടുത്തുന്ന അടയാളങ്ങൾ കൊണ്ട് നിറഞ്ഞിരിക്കും. അടുക്കളയിലെ അടുപ്പ് ആദിയും അന്തവുമില്ലാത്ത ഒരുതരം നൂൽകെട്ട് കൊണ്ട് അലങ്കരിച്ചിട്ടുണ്ടാകും – അത് ഐശ്വര്യത്തെ പ്രതിനിധീകരിക്കുന്നു. ടിബറ്റൻ ബുദ്ധമത പ്രകാരമുള്ള ഏട്ട് ഭാഗ്യചിഹ്നങ്ങളിൽ ഒന്നാണ് അത്. അതിഥികളെ സൽകരിക്കുന്ന മുറിയുടെ ചുമർച്ചിത്രങ്ങളിൽ ഈ ചിഹ്നങ്ങൾ രേഖപ്പെടുത്തിയിരിക്കും. പുരപ്പുറത്തിന്റെ ഒരു കോണിൽ നിന്ന് മറ്റൊരു കോൺ വരെ തൂക്കിയിടപ്പെട്ട പ്രാർത്ഥനാപതാകകൾ കൂടാതെ ചില വീടുകളുടെ മുറ്റത്ത് ഒരു വലിയ കൊടിമരവും കാണും. മഹായാന ബുദ്ധമതത്തിന്റെ വിശുദ്ധഗ്രന്ഥമായ പ്രജ്ഞാപരാമിയ-യുടെ പതിനാറ് ഭാഗങ്ങൾ ആ വീടുകളിലെ പൂജാമുറിയിൽ സൂക്ഷിച്ചിരിക്കുന്നു എന്നതാണ് അതുകൊണ്ട് അർത്ഥമാക്കുന്നത്. ചില വീടുകളുടെ പുറം ചുമരിൽ, വിവേകം, കരുത്ത്, സഹാനുഭൂതി എന്നിവയെ പ്രതിനിധാനം ചെയ്യുന്ന മൂന്ന്

താഴികക്കുടങ്ങൾ ഉറപ്പിച്ച ഒരു ചെറിയ ബാൽക്കണിയും കാണാം.

പഴയ കാലത്തിൽ നിന്നുള്ള മറ്റു പല വിശ്വാസങ്ങളും ഇന്നത്തെ ബുദ്ധമതം സ്വംശീകരിച്ചിട്ടുണ്ട്. വീടിന്റെ മേൽക്കൂരയിൽ മരക്കൊമ്പുകളും തടികൊണ്ട് നിർമ്മിച്ച വില്ലും കൊണ്ട് അലങ്കരിച്ച ഒരു ചെറിയ കളിമൺ ചിമ്മിനി ഉണ്ടാകും. ഗൃഹദേവതയ്ക്ക് വേണ്ടിയുള്ളതാണ് അത്. ജലം, ധാന്യങ്ങൾ, സ്വർണ്ണം, വെള്ളി മുതലായ ലോഹങ്ങൾ എന്നിവ നിറച്ച ഒരു പാത്രം അതിൽ വെച്ചിരിക്കും. തുടർച്ചയായ ഐശ്വര്യം ഉറപ്പു വരുത്തുന്നതിന് വേണ്ടി ഓരോ പുതുവർഷത്തിലും അവയെ മാറ്റിക്കൊണ്ടിരിക്കും. തടിക്കഷണവും കമ്പിളിയും കൊണ്ട് ചതുർഭുജാകൃതിയിൽ നിർമ്മിച്ച ചട്ടക്കൂടിനുള്ളിൽ ഗൃഹനാഥരുടെ ചിത്രങ്ങൾ പതിച്ച ശേഷം, ചെമ്മരിയാടിന്റേയോ നായയുടെയോ തലയോട്ടിയിൽ ബന്ധിച്ച് അതിനെ വീടിന്റെ പുറംചുമരിൽ തൂക്കിയിടും. "ഭൂവാതിൽ, ആകാശവാതിൽ" എന്നാണ് അത് അറിയപ്പെടുന്നത്. അതിൽ ഇപ്രകാരം ഒരു ലിഖിതം കാണാം: "ദുർദ്ദേവതകളിൽ നിന്ന് ഈ വാതിലുകൾ സംരക്ഷിക്കപ്പെടട്ടെ." മറ്റു ചില വീടുകൾ ചുവന്ന പുള്ളികളും സ്വസ്തിക പോലെയുള്ള ഭാഗ്യചിഹ്നങ്ങളും കൊണ്ട് അലംകൃതമായിരിക്കും. വെള്ളക്കുതിരയിൽ സഞ്ചരിക്കുന്ന സാൻ എന്ന ദുർദ്ദേവതയുടെ പ്രീതിക്കായാണ് അപ്രകാരം ചെയ്യുന്നത്. മുൻപിൽ നിന്ന് നോക്കുമ്പോൾ ഈ ദേവത സുന്ദരനാണ്, എന്നാൽ കോപിക്കുമ്പോൾ മാത്രം അനാവൃതമാകുന്ന പിൻഭാഗം ഭീകരമായിരിക്കും, അത് കാണുവാൻ ഇടവരുന്നത് അതിയായ ദൌർഭാഗ്യം സൃഷ്ടിക്കും എന്നാണത്രെ വിശ്വാസം.

ലഡാക്കിലെ ജനങ്ങൾക്ക് പൊതുവെ അവരുടെ ദുർദ്ദേവതകളെപ്പറ്റി സ്വതന്ത്രമായ കാഴ്ചപ്പാടാണ് ഉള്ളത്. അവരുടെ പ്രീതിയ്ക്കായി ആചാരങ്ങൾ അനുഷ്ഠിക്കപ്പെടുന്നു, എന്നാൽ അവരെ ഭയന്നല്ല അവിടുത്തെ ജനങ്ങൾ ജീവിക്കുന്നത്. ദുർദ്ദേവതകൾ ഉണ്ടോ ഇല്ലയോ എന്നതിനെക്കുറിച്ച് അവർക്ക് അത്ര ഉറപ്പില്ല എന്ന് തോന്നും. ഒരിക്കൽ സോനത്തിനോട് ഞാൻ ചോദിച്ചു, "ദുർദ്ദേവതകൾ ഉണ്ടെന്നു വിശ്വസിക്കുന്നുവോ?" അയാൾ സാവധാനം മറുപടി പറഞ്ഞു. "ഉണ്ടെന്ന് പറയപ്പെടുന്നു. ഞാൻ കണ്ടിട്ടില്ല ഇതുവരെ, പക്ഷേ ആർക്കറിയാം?"

ടിബറ്റൻ സംസ്കൃതിയിൽ ബുദ്ധവിഹാരങ്ങൾക്കുള്ള പങ്ക് ആ സമൂഹത്തെ നാട്ടുവാഴിവ്യവസ്ഥ എന്ന് വിളിക്കാൻ ആളുകളെ മിക്കവാറും പ്രേരിപ്പിക്കാറുണ്ട്. വിഹാരങ്ങളും സാധാരണജനങ്ങളും തമ്മിലുള്ള ബന്ധം ചൂഷണത്തിൽ അധിഷ്ഠിതമായ ഒന്നാണെന്ന് ആദ്യമൊക്കെ ഞാനും കരുതിയിരുന്നു. ചില വിഹാരങ്ങൾക്ക് ധാരാളം കൃഷിയിടങ്ങൾ സ്വന്തമായിരിക്കും, അവിടുത്തെ ഗ്രാമം ഒന്നാകെ ആ നിലങ്ങളിൽ

പണിയെടുക്കും. സ്വന്തമായി നിലമുള്ള കൃഷിക്കാർ അവരുടെതിനു പുറമേ വിഹാരത്തിന്റെ നിലത്തിലും കൃഷിപ്പണി ചെയ്യാറുണ്ട്.

എന്നാൽ വിശാലമായ സമൂഹത്തെ ഒന്നായി കാണുമ്പോൾ, വിഹാരങ്ങൾ യഥാർത്ഥത്തിൽ സാമ്പത്തികമായി പല മേന്മകളും പ്രദാനം ചെയ്യുന്നു. ആരും വിശന്നിരിക്കുന്നില്ല എന്ന് ഉറപ്പുവരുത്തുന്നതിലൂടെ അത് ആ സമൂഹത്തിന് ഒന്നാകെ ഒരു സാമ്പത്തിക സുരക്ഷ ലഭ്യമാക്കുന്നു. ഒരു കുടുംബത്തിന് താങ്ങാവുന്നതിലധികം അംഗങ്ങൾ ഉണ്ടാകുന്ന പക്ഷം അവിടെ നിന്നുള്ള ഒന്നിലധികം കുട്ടികൾ വിഹാരത്തിൽ ചേരാറുണ്ട്. അവർ നൽകുന്ന മതപരമായ സേവനങ്ങൾക്ക് പകരമായി സമൂഹം അവരെ മഠത്തിൽ ജീവിക്കാനും അനുവദിക്കും. വിഹാരവും ഗ്രാമവും തമ്മിലുള്ള കൊടുക്കൽ-വാങ്ങൽ പ്രക്രിയ അവരുടെ ശ്രേഷ്ഠമായ സാംസ്കാരികവും മതപരവുമായ പൈതൃകത്തെ കാത്തുസൂക്ഷിക്കുന്നു, അതിൽ ആ സമൂഹത്തിലെ എല്ലാ അംഗങ്ങളും പങ്കുചേരുന്നു, അതിന്റെ ഗുണങ്ങൾ എല്ലാവർക്കും ലഭിക്കുകയും ചെയ്യുന്നു. അതിനു പുറമേ, സ്ത്രീപുരുഷഭേദമന്യേ, പ്രായവ്യത്യാസം കണക്കിലെടുക്കാതെ, ആർക്കും സ്വന്തം ഇഷ്ടപ്രകാരം കുടുംബജീവിതമോ പകരം ബ്രഹ്മചര്യമോ ആത്മീയമാർഗ്ഗമോ തിരഞ്ഞെടുക്കാം.

ആങ്ച്ചുകിന്റെ ഇളയ അനുജനായ റിൻചെൻ, ഒരു സന്യാസിയെന്ന നിലയിൽ ആദരിക്കപ്പെട്ടുപോന്നിരുന്നു. എന്നാൽ പ്രത്യേകസിദ്ധികളും അറിവുമുള്ള മറ്റു ചില സന്യാസി ലാമമാർക്കുള്ള സ്ഥാനമോ പദവിയോ അയാൾക്കുണ്ടായിരുന്നില്ല. കൃത്യമായി നിർവചിക്കപ്പെട്ട കർത്തവ്യങ്ങളുണ്ടെങ്കിലും റിൻചെന്നിന് ധാരാളം സ്വാതന്ത്ര്യമുണ്ടായിരുന്നു. ബുദ്ധവിഹാരത്തിൽ സ്വന്തമായി മുറി ഉണ്ടെങ്കിലും അയാൾ ടോങ്ങ്ടെ ഗ്രാമത്തിൽ മാത്രമല്ല, ശാദി, കുമിക് തുടങ്ങിയ അയൽ ഗ്രാമങ്ങളിലെയും വീടുകളിൽ പൂജാദി കർമ്മങ്ങള് ചെയ്യാനാണ് തന്റെ കൂടുതൽ സമയവും ചിലവഴിക്കുന്നത്. വർഷം മുഴുവനും - പ്രത്യേകിച്ച് വിത്തിറക്കുന്ന സമയത്തും കൊയ്ത്തുകാലത്തും - വീടുകളിൽ പ്രധാനപ്പെട്ട ആചാരവിധികൾ നടക്കാറുണ്ട്. അതാണ് അയാളുടെ പ്രധാനവരുമാനം. ഓരോ കുടുംബവും അയാൾക്ക് പ്രതിഫലം നൽകും, അടുത്തകാലത്ത് അത് ഏറെയും പണമായിട്ടാണ് നൽകപ്പെടുന്നത്. വീട്ടിലും അയാൾക്ക് മുറി ഉണ്ടായിരിക്കും, ഇടയ്ക്കിടെ അയാൾ അവിടെ തങ്ങുകയും ചെയ്യും. അവിടെയുള്ളപ്പോൾ അയാൾ വീട്ടുജോലികളിലും പങ്കുചേരും; തുന്നൽപണിയിലാണ് അയാളുടെ വൈദഗ്ദ്ധ്യം.

പലപ്പോഴും ബുദ്ധവിഹാരങ്ങളിൽ ദിവസങ്ങൾ മുതൽ ആഴ്ചകൾ വരെ നീണ്ടു നിൽക്കുന്ന പ്രാർത്ഥനകളും അനുഷ്ഠാനങ്ങളുമുൾപെടുന്ന

സൻസ്കാർ താഴ്വരയിലെ ഫുക്ടൽ ബുദ്ധവിഹാരം. ആത്മീയമായ പങ്കിനോടൊപ്പം വിഹാരങ്ങൾ ജനങ്ങൾക്ക് സാമ്പത്തിക സുരക്ഷിതത്വവും ഉറപ്പു വരുത്തുന്നു.

ചടങ്ങുകളും ആഘോഷങ്ങളും നടക്കാറുണ്ട്. വേനൽക്കാലത്ത് അനുഷ്ഠിക്കപ്പെടുന്ന *യാർനാസ്* എന്ന ആചാരമനുസരിച്ച്, യാദൃച്ഛികമായി പോലും തങ്ങളുടെ കാലടികൾ പതിഞ്ഞ് പ്രാണികൾ കൊല്ലപ്പെടാനിടയാകരുത് എന്ന കാരണത്താൽ ഏകദേശം ഒരുമാസക്കാലത്തോളം സന്യാസിമാർ പുറത്തേയ്ക്ക് ഇറങ്ങാറില്ല. ഏറ്റവും പ്രധാനപ്പെട്ട വാർഷികോത്സവങ്ങളിൽ ഒന്നായ ചാം നൃത്താഘോഷ വേളയിൽ വജ്രയാന ബുദ്ധമതത്തിന്റെ പ്രധാന തത്വങ്ങളെ നാടകരൂപത്തിൽ അവതരിപ്പിക്കുന്നു, അതിന്റെ ഭാഗമായി എല്ലാ മനുഷ്യരുടെയും ശത്രുവായ "അഹ"ത്തിന്റെ കോലം അനുഷ്ഠാനപൂർവ്വം കത്തിക്കുകയും ചെയ്യുന്നു. ടിബറ്റൻ ഗണദേവതകളെ പ്രതിനിധീകരിക്കുന്ന വർണ്ണോജ്ജ്വലമായ ആവരണങ്ങൾ അണിഞ്ഞ് നൃത്തം ചവിട്ടുന്ന സന്യാസിമാരെ കാണാൻ സമീപഗ്രാമങ്ങളിൽ നിന്നെല്ലാം ആയിരക്കണക്കിന് ആളുകൾ എത്തിച്ചേരും. കൊട്ടിന്റെയും കുഴലിന്റെയും മുഴക്കം മന്ത്രങ്ങളുടെയും ചിരിയുടെയുമൊക്കെ ശബ്ദത്തിന്റെകൂടെ ചേർന്ന് ഒന്നാകും.

സ്റ്റക്ന എന്നു പേരുള്ള വിഹാരത്തിലെ സന്യാസി തലവൻ എന്നോട് ഒരിക്കൽ ഇപ്രകാരം പറഞ്ഞു, "അറിവ് ഇല്ലാതിരിക്കുമ്പോളാണ് ആചാരങ്ങൾ ആവശ്യമാകുന്നത്. നമ്മുടെ ആത്മീയവളർച്ച ഒരു നിശ്ചിതനിലവാരം കൈവരിച്ചു കഴിയുമ്പോൾ ഉപേക്ഷിക്കാവുന്ന

ഒരു ഏണിയാണ് ആചാരം." ആചാരങ്ങളും അനുഷ്ഠാനങ്ങളും മതപരമായ സമ്പ്രദായങ്ങളുടെ പ്രധാനഭാഗമാണെന്ന് തോന്നാമെങ്കിലും, ബുദ്ധപ്രമാണങ്ങളനുസരിച്ച് അവയ്ക്ക് മുഖ്യസ്ഥാനമൊന്നും നൽകപ്പെടുന്നില്ല. അങ്ങേയറ്റം എളിയവനായ കൃഷിക്കാരൻ മുതൽ ഏറ്റവും പണ്ഡിതനായ സന്യാസിവരെയുള്ള ലഡാക്കിലെ സർവ്വജനങ്ങളുടെയും ഉള്ളിലുള്ള സൂക്ഷ്മമായ ജീവിതമൂല്യങ്ങളും മനോഭാവവും അവിടുത്തെ ബുദ്ധമതത്തിൽ ആഴത്തിൽ പ്രതിഫലിപ്പിക്കുന്നു എന്നതാണ് എന്റെ നിരീക്ഷണം.

ഒന്നും ശാശ്വതമല്ല, അതിനാൽ ഒന്നിനോടും അമിതമായ ബന്ധം വേണ്ടതില്ല എന്ന സഹജാവബോധത്തോടെയാണ് ലഡാക്കിലെ ജനങ്ങൾ ജീവിതത്തെയും മരണത്തെയും സമീപിക്കുന്നത്. കാര്യങ്ങൾ ഇന്ന രീതിയിൽ തന്നെ വേണം എന്ന വിധത്തിൽ ഒരു ആശയത്തെ മുറുകെപ്പിടിക്കുന്നതിനു പകരം, എല്ലാറ്റിനെയും അതിന്റെ സ്വാഭാവികതയോടെ സ്വീകരിക്കുവാനുള്ള കഴിവ് അവരുടെ അനുഗ്രഹമാണ്. എന്റെ ലഡാക്കി സുഹൃത്തുക്കളിൽ കാണപ്പെടുന്ന ഈ മനോഭാവം വീണ്ടും വീണ്ടും എന്നെ അത്ഭുതപ്പെടുത്താറുണ്ട്. ഉദാഹരണത്തിന്, വിളവെടുക്കുന്ന വേളയിൽ മഴയോ മഞ്ഞോ വീണ് മാസങ്ങൾ ശ്രമപ്പെട്ട് അവർ വിളയിച്ച ധാന്യം പാടെ നശിച്ചു പോകാം. എന്നാൽ നേരിടേണ്ടി വരുന്ന ഈ ദുരവസ്ഥകളെ ഒട്ടും ക്ഷോഭിക്കാതെ, ചിലപ്പോഴൊക്കെ നർമ്മബോധത്തോടു കൂടിയാണ് അവർ സ്വീകരിക്കുന്നത്.

മരണത്തെ പോലും അവർ അനായാസം സ്വീകരിക്കുന്നു. ലഡാക്കിലെ എന്റെ രണ്ടാമത്തെ വർഷത്തിൽ ഒരു അടുത്ത സുഹൃത്തിന് അവളുടെ രണ്ടു മാസം പ്രായമുള്ള കുഞ്ഞ് നഷ്ടപ്പെട്ടു. അവൾ ആകെ തകർന്നുപോയേക്കാം എന്നാണ് ഞാൻ കരുതിയത്, അതിനുശേഷം ആദ്യം കണ്ടപ്പോൾ തീർച്ചയായും അവൾ അസ്വസ്ഥയായിരുന്നു. എന്നാൽ ഒരു വ്യത്യാസമുണ്ടായിരുന്നു. അതീവ ദുഃഖിതയായിരുന്നുവെങ്കിലും പുനർജന്മത്തിലുള്ള വിശ്വാസം മൂലം, മരണത്തിനു നാം കൊടുക്കാറുള്ള ഒരു ആത്യന്തികാർത്ഥമില്ല എന്ന് അവൾ എന്നോട് പറയുകയുണ്ടായി.

യാഥാർത്ഥ്യത്തെക്കുറിച്ചുള്ള ലഡാക്കി സങ്കൽപം ചാക്രികമാണ്, വീണ്ടും വീണ്ടുമുള്ള മടങ്ങിവരലിനെ സംബന്ധിക്കുന്ന ഒന്നാണത്. ഈ ജീവിതമാണ് നമുക്ക് ലഭിക്കുന്ന ഒരേയൊരു അവസരം എന്ന ചിന്തയില്ല. മരണം, ഒടുക്കം പോലെ തന്നെ തുടക്കവും കൂടിയാണ്, ഒരു ജന്മത്തിൽ നിന്ന് മറ്റൊന്നിലേയ്ക്കുള്ള തുടർച്ച, അത് അവസാനത്തെ ലയനമല്ല.

ധ്യാനത്തിന് ലഡാക്കി മനോഭാവങ്ങളിൽ വലിയ സ്വാധീനമുണ്ടെന്ന് ഞാൻ കരുതുന്നു. സന്യാസിമാർ ഒഴികെ മറ്റുള്ളവർ പൊതുവെ ആഴത്തിലുള്ള ധ്യാനം പരിശീലിക്കാറില്ല എങ്കിലും, മിക്കവരും അവരുടെ സമയത്തിന്റെ ഒരു വലിയ പങ്ക് അർദ്ധ-ധ്യാനാവസ്ഥയിൽ ചിലവഴിക്കാറുണ്ട്. പ്രത്യേകിച്ച്, പ്രായമുള്ള ജനങ്ങൾ നടക്കുമ്പോഴും എന്തെങ്കിലും പ്രവൃത്തിയിൽ ഏർപ്പെട്ടപ്പോഴുമൊക്കെ മന്ത്രങ്ങൾ ഉരുവിട്ടുകൊണ്ടിരിക്കും. പലപ്പോഴും സംഭാഷണങ്ങളെ മുറിച്ചുകൊണ്ട് മന്ത്രശകലങ്ങൾ കടന്നുവരും: ചില വാക്കുകളുരുവിടുന്ന അതേ ശ്വാസത്തിൽ തന്നെ "ഓം മണിപദ്മേഹം", "ഓം മണിപദ്മേഹം" എന്ന പല്ലവി ഉരുക്കഴിക്കും. നാം ധ്യാനമഗ്നരാകുന്ന വേളകളിൽ നമ്മിൽ സ്ഥൂലത്തെ ഉൾക്കൊള്ളുവാൻ കഴിവുള്ള ഒരുതരം അവബോധം കൂടുതൽ ശക്തമാകുന്നു എന്ന് അടുത്തകാലത്ത് നടന്നുവരുന്ന പാശ്ചാത്യഗവേഷണങ്ങൾ സൂചിപ്പിക്കുന്നു. ലഡാക്കിലെ ജനങ്ങളിൽ സമഗ്രവും സന്ദർഭോചിതവുമായ ഒരു ലോകവീക്ഷണം രൂപപ്പെടുത്തുന്നതിൽ ഇതിന് വലിയ പങ്കാണുള്ളതെന്ന് വേണം കരുതാൻ - ബുദ്ധപ്രമാണങ്ങളിൽ അറിവു നേടാത്ത സാധാരണജനങ്ങളിൽ പോലും കാണാവുന്ന ഒരുതരം ലോകവീക്ഷണം.

ലഡാക്കിലെ ഭാഷ പോലും ബുദ്ധമതത്തിന്റെ ചുവട് പിന്തുടരുന്നു എന്ന് വാദിക്കാവുന്നതാണ്. എനിക്കറിയാവുന്ന മറ്റേത് പാശ്ചാത്യഭാഷയെക്കാളുമധികം ലഡാക്കി ഭാഷ സാന്ദർഭികതയ്ക്ക് ഊന്നൽ നൽകുന്നു. ഒരാൾ പറയാൻ ശ്രമിക്കുന്ന വിഷയത്തിന്റെ സന്ദർഭത്തെ കൂടുതൽ വ്യക്തതയോടെ ആവിഷ്കരിക്കാൻ അത് അയാളെ ബാദ്ധ്യസ്ഥനാക്കുന്നു. ഉദാഹരണത്തിന്, *ഉണ്ടാവുക* എന്ന ക്രിയയ്ക്ക് ഉപയോഗിക്കുന്ന സന്ദർഭത്തിനനുസരിച്ച് ഇരുപതിലധികം വ്യതിയാനങ്ങളുണ്ട് – സംസാരിക്കുന്ന ആളിനും കേൾക്കുന്ന ആളിനും വിഷയവുമായുള്ള ബന്ധത്തിന്റെ ആപേക്ഷികതയെ അടിസ്ഥാനപ്പെടുത്തിയായിരിക്കും ഓരോന്നും ഉപയോഗിക്കപ്പെടുക. പാശ്ചാത്യരീതിയിൽ നിന്ന് വ്യത്യസ്തമായി, തങ്ങൾ സ്വയം അനുഭവിച്ചറിയാത്ത ഒന്നിനെപ്പറ്റിയും അവർ ഒരിക്കലും ഉറപ്പോടെ സംസാരിക്കുകയില്ല. അവർ നേരിട്ട് പങ്കെടുക്കാത്ത ഒരു സംഭവത്തെക്കുറിച്ച് സംസാരിക്കുമ്പോൾ ഉപയോഗിക്കുന്ന ക്രിയകൾ അവരുടെ അറിവിന്റെ പരിമിതിയെ വെളിപ്പെടുത്തുന്ന വിധത്തിലുള്ളവയായിരിക്കും: "...എന്നാണ് പറയപ്പെടുന്നത്", "... എന്ന് തോന്നുന്നു", "...ആയിരിക്കും" എന്നിവ ചില ഉദാഹരണങ്ങൾ. "ഇത് ഒരു വലിയ വീടാണോ?" എന്ന് ഒരാളോട് ചോദിച്ചാൽ "ആണെന്ന് തോന്നുന്നു" എന്നായിരിക്കും ഉത്തരം.

സ്വന്തമായ അനുഭവങ്ങൾ ഉണ്ടെങ്കിൽ പോലും വർഗ്ഗീകരണത്തിലും വിലയിരുത്തലിലും അവർ മറ്റുള്ളവരെക്കാളധികം വിമുഖത പ്രദർശിപ്പിക്കും. നല്ലത്-ചീത്ത, വേഗം-സാവധാനം, അവിടെ-ഇവിടെ; ഇവയൊന്നും അവർക്ക് നിശിതമായ വ്യത്യാസങ്ങളുള്ള ഗുണങ്ങളല്ല. അതുപോലെ തന്നെ, മനസ്സും ശരീരവും തമ്മിലോ അല്ലെങ്കിൽ യുക്തിയും സഹജാവബോധവും തമ്മിലോ അടിസ്ഥാനപരമായ വേർതിരിവുകളുണ്ട് എന്ന് ലഡാക്കിലെ ജനങ്ങൾ ഒരിക്കലും ചിന്തിക്കുന്നില്ല. സെമ്പ എന്ന് വിളിക്കുന്ന ഒരു ഗുണത്തിലൂടെയാണ് അവർ ലോകത്തെ അനുഭവിക്കുന്നത് – "ഹൃദയവും" "മനസ്സും" ഒത്തുചേർന്നുള്ള ഒന്നായി അതിനെ മനസ്സിലാക്കാം. വിവേകത്തെ സഹാനുഭൂതിയിൽ നിന്ന് വേർപിരിക്കാനാവുകയില്ല എന്ന ബുദ്ധസിദ്ധാന്തത്തെ അത് പൂർണ്ണമായി പ്രതിഫലിപ്പിക്കുന്നു.

7
ജീവനാനന്ദം

എല്ലാവരും ഞങ്ങളുടെയത്ര സന്തുഷ്ടരല്ല
എന്നാണോ നിങ്ങൾ പറയുന്നത്?
സെരിംഗ് ഡോൾമ

ഒരു വേനൽക്കാലത്തിന്റെ അന്ത്യത്തിൽ ഞാൻ ഗവാംഗ് പൽജോർ എന്ന തങ്ക ചിത്രകാരനോടൊപ്പം കശ്മീരിലെ ശ്രീനഗർ സന്ദർശിക്കാനിടയായി. പരമ്പരാഗത രീതിയിലുള്ള ടിബറ്റൻ കമ്പിളി വസ്ത്രവും തൊപ്പിയും യാക്കിന്റെ രോമം കൊണ്ടു നിർമ്മിച്ച ബൂട്ടുകളും അണിഞ്ഞിരുന്നു അദ്ദേഹം. കശ്മീരികളുടെ ദൃഷ്ടിയിൽ ലഡാക്കിലെ "പിന്നോക്ക" പ്രദേശത്തിൽ നിന്നുള്ള ആളായി അദ്ദേഹം കരുതപ്പെട്ടിരുന്നു. എവിടെ പോയാലും അവർ അദ്ദേഹത്തെ കളിയാക്കി, എവിടെയും അദ്ദേഹത്തിന് പരിഹാസവും നിന്ദയും നേരിടേണ്ടിവന്നു. ടാക്സി ഡ്രൈവർമാർ, പീടികക്കാർ, വഴിപോക്കർ എന്നിവരൊക്കെ, "അയ്യേ, ആ തൊപ്പി കണ്ടില്ലേ!", "ഹോ! ആ ബൂട്ടുകൾ നോക്കു!", "ഈ പ്രാകൃതർ ഒരിക്കലും കുളിക്കുകയില്ലേ?" എന്നിങ്ങനെ കുത്തുവാക്കുകൾ പറഞ്ഞു കൊണ്ടേയിരിക്കും. ഗവാംഗിനെ അതൊന്നും ഒരുവിധത്തിലും ബാധിച്ചിരുന്നില്ല, എന്നാൽ എനിക്ക് അതൊട്ടും മനസ്സിലാക്കുവാൻ സാധിച്ചില്ല. അദ്ദേഹമാകട്ടെ ആ സന്ദർശനം പൂർണ്ണമായി ആസ്വദിക്കുകയായിരുന്നു, ആ കണ്ണുകളിലെ തിളക്കത്തിന് ഒരു മങ്ങലും എറ്റിരുന്നില്ല. സംഭവിക്കുന്നതിനെക്കുറിച്ച് പൂർണ്ണബോധ്യമുള്ള അദ്ദേഹത്തിന് അതൊന്നും ഒരിക്കലും ഒരു പ്രശ്നമായി തോന്നിയില്ല; എപ്പോഴും ചിരിച്ചുകൊണ്ട് വിനയത്തോടെ പരമ്പരാഗതരീതിയിൽ എല്ലാവരെയും "ജൂലേ, ജൂലേയ്!" എന്ന്

അഭിവാദ്യം ചെയ്തു അദ്ദേഹം. "നിങ്ങൾ എന്തുകൊണ്ട് ദേഷ്യപ്പെടുന്നില്ല?" ഞാൻ ചോദിച്ചു. "അതുകൊണ്ട് എന്ത് കാര്യം?" എന്നായിരുന്നു മറുപടി.

ഗവാംഗിന്റെ അക്ഷോഭ്യത ഒരു അപൂർവത ആയിരുന്നില്ല. അടിച്ചമർത്താൻ സാധിക്കാത്ത വിധത്തിലുള്ള ഒരുതരം ജീവനാനന്ദം ലഡാക്കിലെ ജനങ്ങൾക്ക് എപ്പോഴും സ്വന്തമായിരുന്നു. സാഹചര്യങ്ങൾക്ക് ഇളക്കാൻ സാധിക്കാത്ത വിധത്തിൽ അവരുടെയുള്ളിൽ തന്നെ അടിയുറച്ച് കിടക്കുകയാണ് ആനന്ദത്തെക്കുറിച്ചുള്ള അവരുടെ സങ്കൽപ്പങ്ങൾ. സാംക്രമിക സ്വഭാവമുള്ള അവരുടെ ചിരിക്ക് കീഴ്പ്പെടാതെ നിങ്ങൾക്ക് ലഡാക്കിൽ അൽപനേരം പോലും ചിലവിടാൻ സാധിക്കുകയില്ല.

ആദ്യമൊക്കെ അവർ യഥാർത്ഥത്തിൽ പുറമേ കാണുന്നത്രയും സന്തുഷ്ടരാണ് എന്ന് വിശ്വസിക്കുവാൻ എനിക്ക് കഴിഞ്ഞിരുന്നില്ല. അവരുടെ പുഞ്ചിരികൾ കൃത്രിമമല്ല എന്ന് തിരിച്ചറിയുവാൻ ഞാൻ വളരെക്കാലമെടുത്തു. പിന്നീട്, എന്റെ രണ്ടാമത്തെ വർഷം, ഒരു വിവാഹാഘോഷവേളയിൽ പങ്കെടുത്തപ്പോൾ, അതിഥികൾ ആ സന്ദർഭത്തെ ആഘോഷിക്കുകയും ആസ്വദിക്കുകയും ചെയ്തത് അടുത്തിരുന്ന് നിരീക്ഷിക്കുവാൻ എനിക്ക് അവസരമുണ്ടായി. പെട്ടെന്ന്, ഒരു ഉൾവിളി എന്നിലുണ്ടായി , "അതെ, അവർ യഥാർത്ഥത്തിൽ എത്ര സന്തുഷ്ടരാണ്!" അപ്പോൾ മാത്രമാണ് പുറമേ കാണുന്നതുപോലെ അത്ര സന്തുഷ്ടരാകാൻ അവർക്ക് കഴിയില്ലെന്ന് എന്നെ വിശ്വസിപ്പിച്ച സാംസ്കാരികഅന്ധത്വത്തിന്റെ കവചങ്ങൾ എത്ര ശക്തമാണെന്ന് എനിക്ക് തിരിച്ചറിയാനായത്. അവരുടെ ചിരി-തമാശകൾക്കു പിന്നിലും എന്റെ സമൂഹത്തിലേതു പോലെയുള്ള മോഹഭംഗങ്ങളും സ്പർദ്ധയും പരിമിതികളും മറഞ്ഞിരിക്കുന്നുണ്ടാവുമെന്നും ഞാൻ കരുതിയിരുന്നു. ആനന്ദിക്കാനുള്ള മനുഷ്യന്റെ കഴിവിന് സാംസ്കാരികമായ വ്യത്യാസങ്ങളൊന്നും ഉണ്ടാവുകയില്ല എന്നായിരുന്നു എന്റെ വിശ്വാസം; ബോധപൂർവമല്ലാതെ തന്നെ അത്തരം ധാരണകൾ ഞാൻ വെച്ചുപുലർത്തിയിരുന്നു എന്നത് തിരിച്ചറിഞ്ഞപ്പോൾ ഞാൻ അത്ഭുതപരതന്ത്രയായി. ആ തിരിച്ചറിവിന്റെ ഫലമായാണ് അവിടുത്തെ യാഥാർഥ്യങ്ങളെ കൂടുതൽ തുറന്ന മനസ്സോടെ അനുഭവിച്ചറിയാൻ ഞാൻ പ്രാപ്തയായത്.

ലഡാക്കിലെ ജനങ്ങൾക്കും തീർച്ചയായും ദുഃഖങ്ങളും പ്രശ്നങ്ങളുമുണ്ട്, അസുഖങ്ങളെയും മരണത്തെയും എല്ലാം നേരിടുമ്പോൾ അവർ സങ്കടപ്പെടുകയും ചെയ്യും. അവരുടെ സ്ഥിതി തികച്ചും വ്യത്യസ്തമാണ് എന്നല്ല ഞാൻ സൂചിപ്പിച്ചത്, മറിച്ച്, അളവിലാണ് വ്യത്യാസം. അളവിലുള്ള വ്യതാസമാകട്ടെ, വളരെ പ്രധാനവും. ഓരോ വർഷവും

ഞാൻ വ്യവസായവത്കൃത സമൂഹത്തിലേയ്ക്ക് മടങ്ങിവരുമ്പോൾ ആ അന്തരം കൂടുതൽ കൂടുതൽ വ്യക്തമാകുന്നു. അരക്ഷിതത്വത്തിന്റെയും ഭീതിയുടെയും നിഴലിൽ ജീവിതത്തിന്റെ ഏറിയ പങ്കും ചിലവഴിക്കുന്ന നമുക്ക് എന്തിനെയും മുറുകെപ്പിടിക്കാതെ വിട്ടുകൊടുക്കുവാനും നമ്മോടും ചുറ്റുമുള്ളവയോടും ഐക്യപ്പെടുവാനും പ്രയാസമാണ്. അതേസമയം, ലഡാക്കിലെ ജനങ്ങൾക്ക് എല്ലാറ്റിനെയും ഉൾക്കൊള്ളിച്ചുകൊണ്ടുള്ള, വിപുലീകരിക്കപ്പെട്ട ഒരു സ്വത്വമാണുള്ളത്. നമ്മെപ്പോലെ ഭയത്തിന്റെയും ആത്മരക്ഷയുടെയും അതിരുകൾക്ക് പിന്നിലേയ്ക്ക് അവർ പലായനം ചെയ്യുന്നില്ല; നാം അഹംബോധം എന്ന് വിളിക്കുന്ന ഒന്ന് അവർക്ക് തീരെയില്ല എന്നതാണ് സത്യം. അവർക്ക് ആത്മാഭിമാനമില്ല എന്നല്ല അതിനർത്ഥം. മറിച്ച്, സംശയിക്കാനിടവരാത്ത വിധം ആഴത്തിലുള്ളതാണ് അവരുടെ സ്വാഭിമാനം.

ഒരിക്കൽ പതിനഞ്ചോളം ലഡാക്കികളോടും കൽക്കട്ടയിൽ നിന്നുള്ള രണ്ട് വിദ്യാർത്ഥികളോടുമൊപ്പം സൻസ്കാറിലെ കുണ്ടും കുഴിയും നിറഞ്ഞ റോഡിലൂടെ പൊടിപറത്തികൊണ്ട് പോകുന്ന ഒരു ട്രക്കിൽ ഞാൻ സഞ്ചരിക്കുകയായിരുന്നു. യാത്ര തുടരവെ അസ്വസ്ഥരായ വിദ്യാർഥികൾ അരികിലുള്ള പച്ചക്കറി നിറച്ച ചാക്ക് ഒതുക്കിയിടമുണ്ടാക്കി ഇരുന്നിരുന്ന ഒരു ലഡാക്കി മദ്ധ്യവയസ്കനെ തള്ളിമാറ്റുവാനും തുടങ്ങി. തന്നെക്കാൾ ഏകദേശം ഇരുപതു വയസ്സ് ചെറുപ്പമുള്ള ആ വിദ്യാർത്ഥികൾക്ക് സൌകര്യപൂർവ്വം ഇരിക്കുവാൻ സ്ഥലമൊരുക്കി താമസിയാതെ ആ മദ്ധ്യവയസ്കൻ എഴുന്നേറ്റുനിന്നു. രണ്ടു മണിക്കൂർ കഴിഞ്ഞ് വിശ്രമിക്കാൻ വേണ്ടി ഒരിടത്ത് വണ്ടി നിറുത്തിയപ്പോൾ വിദ്യാർത്ഥികൾ അയാളോട് അവർക്ക് വെള്ളം കൊണ്ടുവരുവാൻ ആംഗ്യം കാണിച്ചു; അയാൾ വെള്ളം കൊണ്ടു കൊടുക്കുകയും ചെയ്തു. അതിനുശേഷം അവർ അയാളോട് അവിടെത്തന്നെ തീ കൂട്ടി അവർക്കു വേണ്ടി ചായ തിളപ്പിക്കാനും ആജ്ഞാരൂപേണ ആവശ്യപ്പെട്ടു.

അയാളെ അവർ ഒരു വേലക്കാരനെപ്പോലെയാണ് കണക്കാക്കിയത് – ഒരുപക്ഷേ അയാളുടെ ജീവിതത്തിൽ അത്തരത്തിലുള്ള അനുഭവം ആദ്യമായിരിക്കും. എന്നാൽ അയാളുടെ പെരുമാറ്റത്തിൽ അടിമത്തത്തിന്റെ ലാഞ്ചന പോലും ഉണ്ടായിരുന്നില്ല; ഒരു സുഹൃത്തിനുവേണ്ടി എന്നതു പോലെ അവർ ആവശ്യപ്പെട്ടത് അയാൾ ചെയ്തു – സേവകഭാവം ഒട്ടുമില്ലാതെയും തന്റെ സ്വാഭിമാനം അല്പം പോലും നഷ്ടപ്പെടുത്താതെയുമാണ് അയാൾ അത് ചെയ്തത്. ഞാൻ കോപം കൊണ്ട് വിറയ്ക്കുകയായിരുന്നു, എന്നാൽ അയാളും മറ്റ് ലഡാക്കികളും ഒട്ടും ദേഷ്യപ്പെടുകയോ ലജ്ജിക്കുകയോ ചെയ്തില്ല എന്ന് മാത്രമല്ല,

ലഡാക്കികളുടെ അസാധാരണമായ സംതൃപ്തമനോഭാവം ഉടലെടുക്കുന്നത് മനുഷ്യർ അന്യോന്യവും മനുഷ്യരും ഭൂമിയുമായും നിലനിൽക്കുന്ന അഗാധമായ പരസ്പരബന്ധ ത്തിൽ നിന്നാണ്.

അവർക്ക് അതെല്ലാം ഒരു രസമായിട്ടാണ് തോന്നിയത്. താൻ ആരാണെന്നതിനെക്കുറിച്ച് ആ മദ്ധ്യവയസ്കൻ ഒട്ടും ആശങ്കപ്പെട്ടു കണ്ടില്ല, അത് അയാൾക്ക് ആരെയും ബോധിപ്പിക്കേണ്ട ആവശ്യവും ഉണ്ടായിരുന്നില്ല.

ലഡാക്കിലെ ജനങ്ങളുടെ അത്രയും വൈകാരിക ആരോഗ്യവും മനസ്സുഖവുമുള്ള മറ്റൊരു ജനതയെ ഞാൻ കണ്ടിട്ടില്ല. കാരണങ്ങൾ തീർച്ചയായും സങ്കീർണ്ണമായിരിക്കാം, അവരുടെ സ്വന്തം ജീവിതരീതികൾ നിന്നും ലോകവീക്ഷണത്തിൽ നിന്നും ഉത്ഭവിക്കുന്നതുമായിരിക്കാം. എന്നാൽ, നമ്മെക്കാൾ അതിവിപുലമായ എന്തോ ഒന്നിന്റെ ഭാഗമാണ് നാമെന്നും ചുറ്റുമുള്ളവരോടും പരിസ്ഥിതിയോടും നാം വേർപെടുത്താനാവാത്ത വിധം ബന്ധപ്പെട്ടിരിക്കുന്നു എന്നുമുള്ള ബോധ്യമാണ് തീർച്ചയായും ഏറ്റവും പ്രധാനം.

ഭൂമിയിലെ അവരുടെ സ്ഥലത്തോട് അങ്ങേയറ്റം ബാന്ധവമുള്ളവരാണ് ലഡാക്കികൾ. അവരെ സ്പർശിച്ചു നിൽക്കുന്ന പരിസ്ഥിതിയെയും അതിന്റെ ആവശ്യങ്ങളെയും പരിമിതികളെയും ഋതുഭേദങ്ങളുടെ സ്വഭാവത്തെയും അറിയുന്നതിലൂടെ, ഒപ്പം ദിനേനയുള്ള സമ്പർക്കത്തിലൂടെയും, ആ പ്രദേശവുമായി അവർ അഭേദ്യമായി ബന്ധപ്പെട്ടിരിക്കുന്നു. അവരുടെ

ജീവിതസാഹചര്യങ്ങളെക്കുറിച്ച് അവർക്ക് വ്യക്തമായ ധാരണയുണ്ട്. താരകളുടെയും സൂര്യചന്ദ്രന്മാരുടേയും ഗതിയുടെ സുപരിചിതതാളമാണ് അവരുടെ ദൈനംദിന ജീവിതത്തെ നിയന്ത്രിക്കുന്നത്.

ജനങ്ങൾ തമ്മിൽ പരസ്പരമുള്ള അടുത്ത ബന്ധമായിരിക്കണം സ്വത്വത്തെക്കുറിച്ചുള്ള അവരുടെ വിശാലമായ കാഴ്ചപ്പാടിന് നിദാനം. ഒരു വിവാഹവേളയിൽ പസ്സൻ വിഭാഗത്തിലെ ആൾക്കാർ പരസ്പരം തമാശകൾ പറഞ്ഞ് ചിരിക്കുന്നതും, അൽപസമയത്തിനു ശേഷം അന്യോന്യം ഒന്നും മിണ്ടാതെ വളരെനേരം ഏതോ ചിന്തകളിൽ മുഴുകി നിശ്ശബ്ദരായി ചായ മോന്തിക്കൊണ്ടിരിക്കുന്നതും ഞാൻ ശ്രദ്ധിച്ചു. സന്തോഷത്തിന്റെയും സന്താപത്തിന്റെയും എത്രയോ അനുഭവങ്ങൾ അവർ പങ്കു വെച്ചിരിക്കണം! ജീവിതത്തിലെ പല പ്രധാന പരിവർത്തനങ്ങളെയും അടയാളപ്പെടുത്തുന്ന ചടങ്ങുകളിൽ അവർ പരസ്പരം ഒത്തു ചേർന്ന് പ്രവർത്തിക്കുന്നു. പെട്ടെന്ന് എനിക്ക് അവരുടെ ബന്ധങ്ങളുടെ ആഴത്തെക്കുറിച്ച് ഒരു ഉൾക്കാഴ്ച ലഭിച്ചു.

പരമ്പരാഗത ലഡാക്കിസമൂഹത്തിൽ, അമ്മാവനും അമ്മായിയും സന്യാസിയും സന്യാസിനിയുമുൾപ്പടെയുള്ള എല്ലാവരും പരസ്പരം ആശ്രയിച്ചു കഴിയുന്ന ഒരു സംഘജീവിതത്തിന്റെ ഭാഗമാണ്. ഒരു അമ്മ ഒരിക്കലും തന്റെ മക്കളിൽ നിന്ന് അകറ്റപ്പെട്ട് ഒറ്റയ്ക്ക് കഴിയുന്നില്ല. അവർ എപ്പോഴും തന്റെ മക്കളുടെയും അവരുടെ കുഞ്ഞുങ്ങളുടെയും ജീവിതത്തിന്റെ ഭാഗമായി, അവരോടൊപ്പം തന്നെ ഉള്ളവരാണ്.

സ്വന്തം വീട്ടിൽ നിന്ന് അകന്നു നിൽക്കുന്നത് കുട്ടികളുടെ വളർച്ചയുടെ ഭാഗമാണെന്നും പ്രായപൂർത്തി ആകുന്നതിനു മുൻപ് അവർ കടന്നുപോകേണ്ട ഒരു സുപ്രധാനപടിയാണ് അതെന്നും ലഡാക്കി സംസ്കാരത്തെക്കുറിച്ച് കൂടുതൽ മനസ്സിലാക്കുന്നതിനു മുൻപ് ഞാൻ കരുതിയിരുന്നു. എന്നാൽ ഇന്ന്, വലിയ കൂട്ടുകുടുംബങ്ങളും അടുത്ത ബന്ധം പുലർത്തുന്ന ചെറുസമുദായങ്ങളുമാണ് പക്വതയും സമീകൃത വീക്ഷണവുമുള്ള വ്യക്തികളെ സൃഷ്ടിക്കുന്നതിന് ശക്തമായ അടിത്തറ പാകുന്നത് എന്നാണ് ഞാൻ വിശ്വസിക്കുന്നത്. ഓരോ വ്യക്തിക്കും നിബന്ധനകളില്ലാത്ത വൈകാരിക സംരക്ഷണം അനുവദിക്കുന്ന തരത്തിൽ സാമൂഹികബന്ധങ്ങളെയും അന്യോന്യമുള്ള പരസ്പരാശ്രിതത്വത്തെയും പ്രോത്സാഹിപ്പിക്കുന്ന ഒന്നാണ് ആരോഗ്യമുള്ള സമൂഹം. അത്തരത്തിൽ സുരക്ഷിതത്വമുള്ള ഒരു ചട്ടക്കൂടിനുള്ളിൽ വളരുമ്പോൾ കൂടുതൽ സ്വതന്ത്രരും സ്വാശ്രിതരുമാകാനുള്ള അവസരം വ്യക്തികൾക്ക് ലഭിക്കുന്നു. വൈരുദ്ധ്യമെന്നു തോന്നാം, എന്നാൽ വ്യവസായവത്കൃതസമൂഹത്തെ അപേക്ഷിച്ച് ലഡാക്കിലെ ജനങ്ങൾ വളരെ കുറഞ്ഞ

തോതിൽ മാത്രമാണ് വൈകാരിക ആശ്രിതത്വം പ്രദർശിപ്പിക്കുന്നത്. സ്നേഹവും സൌഹൃദവും ഉണ്ട്, എന്നാൽ അത് തീക്ഷ്ണമോ പിടിച്ചുപറിക്കുന്ന തരത്തിലോ അല്ല. ഒരു വ്യക്തി മറ്റൊരാളിന്റെ അധീനതയിൽ ആകലല്ല അത്. ഒരമ്മ ഏതാണ്ട് ഒരു വർഷത്തിനു ശേഷം വീട്ടിലേയ്ക്ക് മടങ്ങിയെത്തുന്ന തന്റെ മകനെ സ്വീകരിക്കുന്നത് ഒരിക്കൽ ഞാൻ കണ്ടു. അവരുടെ ശാന്തത എന്നെ അതിശയിപ്പിച്ചു, അവർ അയാളുടെ അഭാവം അറിഞ്ഞതായി തോന്നിയതേയില്ല. ഈ പെരുമാറ്റം മനസ്സിലാക്കാൻ ഞാൻ ഏറെക്കാലമെടുത്തു. ഒരു ശൈത്യത്തിനു ശേഷം ഞാൻ ലഡാക്കിൽ മടങ്ങിയെത്തിയപ്പോൾ അവിടത്തുകാരായ എന്റെ സുഹൃത്തുക്കൾ വിചിത്രമായ രീതിയിൽ പെരുമാറുന്നതായി എനിക്ക് തോന്നി. അവർ ഇഷ്ടപ്പെടുന്ന തരം സമ്മാനങ്ങൾ ഞാൻ അവർക്കായി കൊണ്ടു ചെന്നിരുന്നു. എന്നെ കാണുമ്പോൾ അവർ സന്തോഷിക്കുമെന്നും സമ്മാനങ്ങൾ അവരെ ആഹ്ലാദിപ്പിക്കുമെന്നും ഞാൻ പ്രതീക്ഷിച്ചു. എന്നാൽ ഞാൻ അവിടെത്തന്നെ ഉണ്ടായിരുന്നതു പോലെയായിരുന്നു അവരുടെ പ്രതികരണം. സമ്മാനങ്ങൾക്ക് അവർ നന്ദി പറഞ്ഞു, എന്നാൽ ഞാൻ പ്രതീക്ഷിച്ച വിധത്തിലായിരുന്നില്ല അത്. അവർ കൂടുതൽ ആവേശം പ്രകടിപ്പിക്കണമെന്നും ഞങ്ങൾ തമ്മിലുള്ള സവിശേഷമായ സൌഹൃദത്തെ സ്ഥിരീകരിക്കണമെന്നും ഞാൻ ആഗ്രഹിച്ചു. എന്നാൽ എനിക്ക് നിരാശപ്പെടേണ്ടി വന്നു. ഞാൻ ആറു മാസമാണോ അതോ ഒരു ദിവസമാണോ അവിടെ ഇല്ലാതിരുന്നത് എന്നത് അവർക്ക് ഒരു വിഷയമായില്ല, എന്നോട് എപ്പോഴും അവർ ഒരേ രീതിയിലാണ് പെരുമാറിയത്.

ഏതു സന്ദർഭത്തോടും പൊരുത്തപ്പെടാനും ഏതവസ്ഥയിലും സന്തോഷം കണ്ടെത്താനുമുള്ള കഴിവ് അസാധാരണമായ കരുത്താണ് എന്ന് ഞാൻ തിരിച്ചറിഞ്ഞു. ക്രമേണ എന്റെ ലഡാക്കി സുഹൃത്തുക്കളുടെ ലളിതവും ശാന്തവുമായ മനോഭാവത്തിന്റെ വില ഞാൻ മനസ്സിലാക്കി, അപ്പോൾ ഞാൻ ഒരിക്കലും അവിടം വിട്ടു പോയിരുന്നില്ല എന്ന വിധത്തിലുള്ള അവരുടെ പെരുമാറ്റത്തെ ഇഷ്ടപ്പെടുവാനും തുടങ്ങി. നമ്മെപ്പോലെ ഒന്നിനോടും പ്രത്യേകിച്ച് ഒരു അടുപ്പവും വെച്ചു പുലർത്തുന്നില്ല അവർ. ജീവിതത്തെ സംബന്ധിക്കുന്ന താത്പര്യങ്ങൾ തീരെയില്ല എന്നല്ല അതിനർത്ഥം. പക്ഷേ വ്യത്യാസം അവിടെയുമുണ്ട് – ഏറ്റവും പ്രധാനപ്പെട്ട വ്യത്യാസം അളവിലാണ്. തന്റെ സുഹൃത്ത് യാത്ര പറയുമ്പോഴൊ, വിലപിടിപ്പുള്ള എന്തെങ്കിലും നഷ്ടപ്പെടുമ്പോഴോ ഒരാൾക്ക് സങ്കടമുണ്ടാകും, എന്നാൽ അത് അത്ര വലുതായിരിക്കുകയില്ല.

ഒരു ലഡാക്കിയോട് "നിങ്ങൾക്ക് *ലെ*-യിലേക്ക് പോകുന്നതാണോ ഇഷ്ടം, അതോ ഈ ഗ്രാമത്തിൽ തന്നെ തങ്ങുന്നതോ?" എന്ന് ചോദിച്ചാൽ, മിക്കവാറും, "*ലെ*-യിലേക്ക് പോകുന്നതും എനിക്ക് ഇഷ്ടമാണ്; എന്നാൽ പോയില്ലെങ്കിലും ഞാൻ സന്തുഷ്ടനാണ്" എന്ന ഉത്തരമായിരിക്കും ലഭിക്കുക. ഏതായാലും അവർക്ക് അതൊരു വലിയ പ്രശ്നമല്ല. സാധാരണ കഴിക്കുന്ന ആഹാരത്തെക്കാൾ ഒരു സദ്യ അവർ കൂടുതൽ ആസ്വദിക്കും, എന്നാൽ അസ്വാസ്ഥ്യത്തെക്കാൾ സ്വാസ്ഥ്യ മാണ് അവർ കാംക്ഷിക്കുന്നത്, രോഗത്തെക്കാൾ ആരോഗ്യവും. അവരുടെ സംതൃപ്തിയും മനസ്സമാധാനവും അത്തരത്തിലുള്ള ബാഹ്യ സാഹചര്യങ്ങളെ ആശ്രയിക്കുന്നില്ല; ഈ ഗുണങ്ങൾ അവർക്ക് കൂടുതലും ആന്തരികമായിത്തന്നെ ലഭ്യമാണ്. ലഡാക്കികൾക്ക് മറ്റുള്ളവരോടും ചുറ്റുമുള്ള പരിസ്ഥിതിയോടുമുള്ള ബന്ധങ്ങൾ അവരിൽ ആന്തരികമായ ഒരു പ്രശാന്തിയും സംതൃപ്തിയും വളർത്തുവാൻ സഹായിച്ചിട്ടുണ്ട്. ഒരാൾക്ക് ആരോഗ്യവും സ്വാസ്ഥ്യവും ആവശ്യത്തിന് ആഹാരവുമൊ ക്കെ ഉണ്ടായിരിക്കാം, എന്നാൽ "അജ്ഞത"യുടെ പിടിയിൽ തുടരു ന്നിടത്തോളം കാലം അയാൾ സന്തുഷ്ടനായിരിക്കുകയില്ല എന്നതാണ് അവരുടെ മതവിശ്വാസം. ജീവിതത്തിന്റെ ഒഴുക്കിന്റെ ഭാഗമാണ് നാം എന്ന തിരിച്ചറിവിൽ, ആ ഒഴുക്കിനൊത്ത് നീങ്ങുമ്പോഴുള്ള സ്വാസ്ഥ്യം നിറഞ്ഞ അനുഭൂതിയിൽ നിന്നും സംതൃപ്തി കൈവരുന്നു. ഒരു ദീർഘ യാത്രയ്ക്കിറങ്ങുമ്പോൾ മഴ കോരിച്ചൊരിയാൻ തുടങ്ങി എന്ന് കരുതുക, എന്തിനു മനസ്താപം തോന്നണം? അത് നിങ്ങൾ ആഗ്രഹിക്കുന്നി ല്ലായിരിക്കാം, പക്ഷേ "എന്തിനു സങ്കടപ്പെടണം?" എന്നായിരിക്കും ലഡാക്കിലെ ജനങ്ങളുടെ മനോഭാവം.

ഭാഗം 2
മാറ്റം

8
പാശ്ചാത്യരുടെ വരവ്

പ്രതാപികളായ കുതിരകളുടെ മേലേറി
രാജാക്കന്മാരെ പോലെ അവർ പറന്നു വന്നു,
എല്ലാം തങ്ങൾക്ക് മനസ്സിലായിരിക്കുന്നു എന്ന് അവർ കരുതി.
എന്നാൽ പക്ഷികൾ പോലും പറക്കുന്നത്
അവർ തിരിച്ചറിയുന്നില്ലേ?

താഷി റബ്ഗ്യസ്
– വിനോദസഞ്ചാരികളോടുള്ള അമർഷം, 1980

ലഡാക്ക് പാശ്ചാത്യലോകത്തിന്റെ ശക്തമായ സ്വാധീനത്തിൽ പെടുന്നതിനു മുൻപാണ് കഴിഞ്ഞ അധ്യായങ്ങളിൽ വിവരിച്ച അനുഭവങ്ങളിലൂടെ ഞാൻ കടന്നു പോയത്. 1975-ൽ ഞാൻ ആദ്യമായി അവിടെയെത്തുമ്പോൾ നൂറ്റാണ്ടുകളായി നിലനിന്നുപോന്നിരുന്ന അടിസ്ഥാനഘടകങ്ങൾക്ക് അനുസൃതമായി, അവിടുത്തെ പരിസ്ഥിതിയുമായി പൊരുത്തപ്പെട്ടും അതിന്റെ നിയമങ്ങൾക്ക് വഴങ്ങിയുമാണ് ഗ്രാമത്തിലെ ജനങ്ങൾ ജീവിച്ചിരുന്നത്. പുറത്തുനിന്നുള്ളവർക്ക് അവിടെ എത്തിച്ചേരുവാനുള്ള പ്രയാസവും വാസയോഗ്യമല്ലാത്ത കാലാവസ്ഥയും അവശ്യവിഭവങ്ങളുടെ ന്യൂനതയും ചേർന്ന് ആ പ്രദേശത്തെ സാമ്രാജ്യത്വത്തിൽ നിന്നും വികസനത്തിൽ നിന്നും സംരക്ഷിച്ചുപോന്നിരുന്നു.

തീർച്ചയായും വർഷങ്ങളിലൂടെയും തലമുറകളിലൂടെയും കടന്നുപോകുമ്പോൾ അവരുടെ സംസ്കാരം മാറ്റങ്ങൾക്ക് വിധേയമായിരുന്നു. ഏഷ്യയിലെ പ്രധാനപ്പെട്ട വ്യാപാരവാണിജ്യ മാർഗ്ഗത്തിലാണ് ലഡാക്ക് നിലകൊള്ളുന്നത്, അതിനാൽ മറ്റ് സംസ്കാരങ്ങളുടെ സ്വാധീനം മുൻപുമുണ്ടായിരുന്നു. എന്നാൽ അപ്പോഴൊക്കെ മാറ്റം വളരെ

സാവധാനത്തിലായിരുന്നു, അവർക്ക് ആ മാറ്റത്തോട് ആന്തരികമായി സ്വയം പൊരുത്തപ്പെടാനുള്ള അവസരം ലഭിച്ചിരുന്നു. പുറമേ നിന്നുള്ള സ്വാധീനങ്ങളെ അവരുടെ സംസ്കാരത്തിനനുകൂലമായ വിധത്തിൽ സാവധാനം ഇണക്കി ചേർക്കാനും സാധിച്ചിരുന്നു.

എന്നാൽ അടുത്തകാലത്തായി ബാഹ്യശക്തികൾ ലഡാക്കിലെ ജനങ്ങളുടെ മേൽ ഒരു ഹിമപാതം പോലെ വന്നു പതിക്കുന്നു, അത് അവരിൽ അതിവേഗത്തിലുള്ളതും ബൃഹത്തുമായ ഭംഗം സൃഷ്ടിക്കുന്നു. 1962-ന്റെ തുടക്കംതൊട്ടേ പാകിസ്ഥാനിൽ നിന്നും ചൈനയിൽ നിന്നുമുള്ള കടന്നാക്രമണം തടയാൻ വേണ്ടി ലഡാക്കിൽ നിയോഗിക്കപ്പെട്ടിരുന്ന ഇന്ത്യൻ സൈന്യം അവരുടെ സംസ്കാരത്തെ സ്വാധീനിച്ചിരുന്നു. എന്നാൽ 1974-ൽ ഇന്ത്യാ ഗവണ്മെൻറ് ആ പ്രദേശത്തെ ടൂറിസത്തിനു വേണ്ടി തുറന്നു കൊടുത്തതിനു ശേഷമാണ് പ്രകടമായ മാറ്റം സംഭവിക്കുന്നത് - ലഡാക്ക് ഇന്ത്യൻ അധീനതയിലാണ് എന്ന വസ്തുത ഉറപ്പിക്കുക എന്നതായിരുന്നിരിക്കാം ആ നീക്കത്തിന്റെ ഉദ്ദേശം. ഏതാണ്ട് അതേസമയത്തു തന്നെ ജില്ലയെ വികസിപ്പിക്കാനുള്ള സംഘടിതമായ ശ്രമങ്ങളും ആരംഭിച്ചു. അതുവരെ മുഖ്യമായും *ലെ*-യും പരിസരപ്രദേശങ്ങളും കേന്ദ്രീകരിച്ചായിരുന്നു വികസനം; 70 ശതമാനം ജനങ്ങൾ ഇപ്പോഴും ഏറെക്കുറെ പരമ്പരാഗതരീതിക്കനുസരിച്ചു തന്നെയാണ് കഴിയുന്നത്. എന്നാൽ ആധുനികവത്കരണത്തിന്റെ മനശ്ശാസ്ത്രപരമായ സ്വാധീനം ആ പ്രദേശത്തെങ്ങും അനുഭവപ്പെട്ടു തുടങ്ങിയിരിക്കുന്നു.

കശ്മീരിലെ സംസ്ഥാനസർക്കാരും ദൽഹിയിലെ കേന്ദ്രസർക്കാരും ചേർന്നാണ് ലഡാക്കിലെ വികസനപദ്ധതികൾ ആസൂത്രണം ചെയ്യുന്നത്. ലഡാക്കിൽ നിന്ന് ഒരു എം.പി ദൽഹിയിലേക്കും ഒരു പ്രതിനിധി സംസ്ഥാനസർക്കാരിലേക്കും തിരഞ്ഞെടുക്കപ്പെടുന്നു. ലഡാക്കിനു പുറത്തുനിന്നുള്ളവരും അവരുടെ ഭാഷ അറിയാത്തവരുമായ അധികാരികളാണ് അവിടുത്തെ സർക്കാർ പദ്ധതികൾ നടപ്പിലാക്കുന്നത്. ഭരണനിർവഹണത്തിന്റെ തലവനായ ഡെവലപ്മെന്റ് കമ്മിഷണർ (DC) ഒരു ഐ എ എസ്സുകാരനായിരിക്കും, അയാൾ പൊതുവെ രണ്ടോ മൂന്നോ വർഷങ്ങൾ മാത്രമായിരിക്കും ഒരു സ്ഥലത്ത് തുടരുക. ലഡാക്കിലെ എന്റെ പതിനാറുവർഷങ്ങളിൽ കുറഞ്ഞത് ഏഴ് DC-കളെങ്കിലും വന്നുപോയിട്ടുണ്ടാകും.

ലോകത്തെവിടെയുമെന്ന പോലെ ലഡാക്കിലും വികസനമെന്നാൽ പാശ്ചാത്യരീതിയിലുള്ള വികസനം തന്നെയാണ്. പ്രധാനമായി റോഡുകളും ഊർജ്ജോത്പാദനവും അടങ്ങുന്ന “അടിസ്ഥാനസൌകര്യങ്ങൾ” നിർമ്മിക്കുക എന്നതാണ് അതിന്റെ പ്രധാനലക്ഷ്യം. സർക്കാർ

ബഡ്ജറ്റിന്റെ ഏറ്റവും വലിയ പങ്ക് ഊർജ്ജത്തിനു വേണ്ടി നീക്കിവയ്ക്കുന്നു. ഇരുപത് വർഷങ്ങളായി അനേകം ദശലക്ഷം ഡോളറുകൾ ചിലവഴിച്ച് സിന്ധുനദിയിൽ നിർമ്മിച്ച നാല് മെഗാവാട്ട് ശേഷിയുള്ള ജലവൈദ്യുതപദ്ധതിയാണ് അതിനുള്ള തെളിവ്. പാശ്ചാത്യരീതികൾ പിന്തുടരുന്ന ചികിത്സാസമ്പ്രദായവും വിദ്യാഭ്യാസവുമാണ് മറ്റ് അടിസ്ഥാന ആധാരശിലകൾ. വിദൂരഗ്രാമങ്ങളിൽ പോലും ആരോഗ്യകേന്ദ്രങ്ങളും സ്കൂളുകളും സ്ഥാപിക്കപ്പെട്ടിട്ടുണ്ട്. വലുതായിക്കൊണ്ടിരിക്കുന്ന പോലീസ് സേന, *ലെ*-യിലെ ഒരു കോടതി, ബാങ്കുകൾ, റേഡിയോ, *ലെ*-യിലും പരിസരപ്രദേശങ്ങളിലും പ്രചാരം സിദ്ധിച്ചുവരുന്ന ടെലിവിഷൻ തുടങ്ങിയവയാണ് മറ്റ് അടിസ്ഥാനപരമായ മാറ്റങ്ങൾ.

വികസനസംരംഭങ്ങളുടെ ഉത്സാഹത്തള്ളലിൽ മറ്റ് ഔപചാരിക മേഖലകളും അതിവേഗം വളരുന്നു. ഓരോ ഘട്ടത്തിലും സമ്പദ്‌വ്യവസ്ഥ ബലപ്പെടുകയും കൂടുതൽ കൂടുതൽ ഇറക്കുമതികൾക്ക് സർക്കാർ ധനസഹായം നൽകുകയും ചെയ്യുന്നു. 1985-നും 1986-നും ഇടയിൽ 6000 ടൺ ഗോതമ്പും അരിയും *ലെ*-യിലേയ്ക്ക് മാത്രം ഇറക്കുമതി ചെയ്തിരുന്നു. പ്രതിവർഷം 900,000 പൌണ്ട് (ഏകദേശം 4,10,000 കിലോഗ്രാം) കൽക്കരിയും 50000 ഘന അടി വിറകും ഇറക്കുമതി ചെയ്യുന്നു, ഇതിൽ ഏറിയ പങ്കും ധനസഹായത്തോടു കൂടിയാണ്. ഇന്ത്യൻ സമതലത്തിൽ നിന്ന് ചരക്ക് കയറ്റി ദീർഘദൂരം യാത്ര ചെയ്തു വരുന്ന നൂറുകണക്കിന് ട്രക്കുകളാൽ ഗതാഗതം ക്രമാതീതമായി വളർന്നുകഴിഞ്ഞു. ആയിരക്കണക്കിന് വിനോദസഞ്ചാരികളുമായി വരുന്ന ജീപ്പുകളും ബസുകളും മറ്റും പാതയിലെങ്ങും തിരക്കുണ്ടാക്കുന്നു, അന്തരീക്ഷമലിനീകരണവും വർദ്ധിപ്പിക്കുന്നു.

ആധുനികലോകവുമായുള്ള സമ്പർക്കം മൂലം സമീപകാലങ്ങളിലെ ഭാരതത്തിന്റെ ശരാശരി ജനസംഖ്യാനിരക്കിനേക്കാൾ ഉയർന്ന തോതിലാണ് ലഡാക്കിലെ ജനസംഖ്യാവർദ്ധനവ്. 1971-ലെ 51891-ൽ നിന്ന് 1981-ലെ 67733-വരെയെത്തുമ്പോൾ 31 ശതമാനം വർധനവാണ് ഉണ്ടാകുന്നത്. എന്നാൽ 1901(32614) മുതൽ 1911(35454) - വരെയുണ്ടായ 3 ശതമാനം വർദ്ധനയുമായി വേണം ഇതിനെ തുലനം ചെയ്യാൻ. ഇതിനോടൊപ്പം ഗ്രാമങ്ങളിൽ നിന്നുള്ള കുടിയേറ്റവും കൂടിച്ചേരുമ്പോൾ *ലെ*-യിലും പരിസരപ്രദേശങ്ങളിലും കെട്ടിടനിർമ്മാണം പെട്ടെന്നു പെരുകാൻ കാരണമായി. അതോടെ ആ പട്ടണപ്രദേശവും മൂന്നാംലോക നഗരങ്ങളുടെ സവിശേഷതയായ ചേരികൾക്ക് സദൃശമാകാൻ തുടങ്ങിയിരിക്കുന്നു.

വികസനപദ്ധതിയുടെ അവിഭാജ്യഘടകമാണ് വിദേശനാണ്യം ഉറപ്പുനൽകുന്ന ടൂറിസം. 1974-ലെ വസന്തത്തിലെത്തിയ വിരലിലെണ്ണാവുന്ന സന്ദർശകരിൽ നിന്ന് 1984-ലെത്തുമ്പോൾ പ്രതിവർഷസന്ദർശകരുടെ എണ്ണം 15000 ആകുന്നു. ഇതിൽത്തന്നെ ഭൂരിഭാഗവും ജൂൺ മുതൽ സെപ്റ്റംബർ വരെയുള്ള നാലു മാസങ്ങളിലാണ് ലഡാക്ക് സന്ദർശിക്കുന്നത്. ഇവരിൽ ഭൂരിഭാഗവും ഏകദേശം പതിനായിരത്തോളം ജനങ്ങൾ മാത്രം നിവസിക്കുന്ന *ലെ*-യിൽ എത്തിച്ചേരും. ടൂറിസത്തിന്റെ വരവിനു ശേഷം മുൻപ് ഒരു ഹോട്ടൽ പോലുമില്ലാതിരുന്ന ലഡാക്കിൽ ഹോട്ടലുകളുടെയും ഗസ്റ്റ്ഹൌസുകളുടെയും നിർമ്മാണമുൾപ്പടെ ബന്ധപ്പെട്ട എല്ലാ കച്ചവടങ്ങളും പെട്ടെന്ന് കുത്തനെ വളർച്ച പ്രാപിച്ചു.

വിപുലവും അസ്വസ്ഥത ജനിപ്പിക്കുന്നതുമാണ് അവരുടെ ഭൌതിക സംസ്കൃതിയിൽ ടൂറിസത്തിനുള്ള സ്വാധീനം. എന്നാൽ അത് അവരിൽ ഏൽപ്പിക്കുന്ന മാനസിക ആഘാതം അതിലേറെ പ്രബലമാണ്.

9
ചൊവ്വയിൽ നിന്നുള്ള മനുഷ്യർ

ക്യാമറയേന്തിയ വിനോദസഞ്ചാരികളെ ഒരു ഗ്രാമത്തിൽ ഞാൻ കണ്ടു. ഫലത്തിൽ ചോക്ലേറ്റും പേനയും മറ്റുമായി ഗ്രാമീണരെ ആക്രമിക്കുകയാണ് അവർ ചെയ്തത്. തിളങ്ങുന്ന പച്ചയും ചുമപ്പും നീലയും നിറങ്ങളിലുള്ള വസ്ത്രങ്ങൾ ധരിച്ച അവർ സംശയലേശമില്ലാത്ത മുഖങ്ങളിലേക്ക് ഒരു വാക്ക് പോലും ചോദിക്കാതെ ക്യാമറകൾ ക്ലിക്ക് ചെയ്തു,
തുടർന്ന് അടുത്ത ഇരയെത്തേടി മുന്നോട്ട് നീങ്ങി.
ക്രുദ്ധനായ ഒരു സന്ദർശകൻ - 1990

സാധാരണഗതിയിൽ ജീവിതം മുന്നോട്ട് പോയിക്കൊണ്ടിരിക്കുന്ന അവസരത്തിൽ പെട്ടെന്നൊരു ദിവസം, മറ്റൊരു ഗ്രഹത്തിൽ നിന്ന് വിചിത്രഭാഷ സംസാരിച്ചുകൊണ്ട്, കാഴ്ചയ്ക്ക് വൈചിത്ര്യം തോന്നിപ്പിക്കുന്ന ചില മനുഷ്യർ നിങ്ങളുടെ ഗ്രാമത്തെ കൈയ്യേറിയതായി സങ്കൽപ്പിക്കുക. ഈ അന്യഗ്രഹജീവികൾ തികച്ചും അസാധാരണമായ ജീവിതം നയിക്കുന്നവരാണ്. അവർക്ക് ജോലി എന്നാൽ എന്ത് എന്ന് അറിയുമെന്ന് തോന്നുന്നില്ല, എന്നാൽ അവർ സ്ഥിരമായ വിശ്രമം ഇഷ്ടപ്പെടുന്നു. മാത്രമല്ല അവരുടെ പക്കൽ ചില സവിശേഷശക്തികളും അളവറ്റ ധനവും ഉണ്ട്.

ഇനി, ഈ സന്ദർഭത്തോട് നിങ്ങളുടെ കുട്ടികൾ എങ്ങനെ പ്രതികരിക്കും, അവർ അതിൽ എത്ര ആകൃഷ്ടരാകും എന്ന് ചിന്തിക്കുക. ഈ ജീവികളെ അനുധാവനം ചെയ്യുന്നതിൽ നിന്ന് അവരെ തടയാനും, നിങ്ങളോടൊപ്പം വീട്ടിൽതന്നെ കഴിയുന്നതാണ് ഭേദം എന്ന് അവരെ

ബോദ്ധ്യപ്പെടുത്താനും എത്ര പ്രയാസപ്പെടേണ്ടിവരുമെന്ന് ആലോചിക്കുക. സ്വന്തമായ വ്യക്തിത്വം തേടികൊണ്ടിരിക്കുന്നവരും എളുപ്പത്തിൽ സ്വാധീനവിധേയരുമായ കൗമാരപ്രായക്കാരെ അവരുടെ കാലിടറാതെ സംരക്ഷിക്കാൻ നിങ്ങൾക്ക് എങ്ങനെ സാധിക്കും?

ടൂറിസം തുടങ്ങിയ കാലം മുതൽ ഞാൻ ലഡാക്കിലുണ്ട്, അതിനാൽ തുടക്കം തൊട്ടുള്ള അവിടുത്തെ മാറ്റത്തിന്റെ പ്രക്രിയ നിരീക്ഷിക്കാൻ എനിക്ക് സാധിച്ചിരുന്നു. അവരുടെ ഭാഷ ഞാൻ സംസാരിച്ചിരുന്നതു കൊണ്ട് ആധുനികവത്കരണം അവരിൽ ഏൽപിച്ച തീക്ഷ്ണമായ മാനസിക സമ്മർദ്ദത്തെ മനസ്സിലാക്കുവാൻ സാധിച്ചു. ലഡാക്കിലെ ജനങ്ങളുടെ വീക്ഷണകോണിൽ നിന്ന് ആധുനികലോകത്തെ നോക്കിക്കാണുമ്പോൾ, അകത്തു നിന്ന് നാം അനുഭവിക്കുന്നതിനെക്കാൾ പുറത്ത് നിന്നു നോക്കുമ്പോൾ നമ്മുടെ സംസ്കാരം പതിന്മടങ്ങ് വിജയപ്രദമെന്ന് തോന്നിപ്പിക്കുമെന്ന കാര്യവും എനിക്ക് തിരിച്ചറിയാനായിട്ടുണ്ട്.

ഒരു മുന്നറിയിപ്പുമില്ലാതെ മറ്റൊരു ലോകത്തിൽ നിന്നുള്ള മനുഷ്യർ ലഡാക്കിൽ വന്നിറങ്ങി. ഓരോ ദിവസവും പലരും ഏകദേശം നൂറ് ഡോളറോളം ചിലവഴിക്കും, അമേരിക്കയിലെ കണക്കനുസരിച്ച് ഏകദേശം അമ്പതിനായിരം ഡോളർ ചിലവഴിക്കുന്നതിന് തുല്യമാണത്. പരമ്പരാഗതമായ ഒരു സുസ്ഥിര സമ്പദ്‌വ്യവസ്ഥയിൽ പണത്തിന് ചെറിയ സ്ഥാനമേയുള്ളൂ – പ്രധാനമായും സ്വർണ്ണം, വെള്ളി, ആഭരണങ്ങൾ എന്നിവയടങ്ങുന്ന ആഢംഭരവസ്തുക്കൾക്ക് വേണ്ടി മാത്രം ഉപയോഗപ്പെടുത്തുന്ന ഒന്ന്. ഭക്ഷണം, വസ്ത്രം, പാർപ്പിടം എന്നീ അടിസ്ഥാന ആവശ്യങ്ങൾ പണമില്ലാതെ തന്നെ ലഭ്യമായിരുന്നു. മറ്റൊരാളുടെ ശാരീരിക അദ്ധ്വാനത്തിന് കൂലി നൽകേണ്ടതില്ലായിരുന്നു, അത് മനുഷ്യർ തമ്മിലുള്ള ബന്ധങ്ങളുടെ സങ്കീർണ്ണവലയത്തിന്റെ ഭാഗമായിരുന്നു.

ഒരു ലഡാക്കി കുടുംബം ഒരു വർഷം കൊണ്ട് ചിലവഴിക്കുന്ന തുക ഒരു വിനോദസഞ്ചാരി ഒരു ദിവസം കൊണ്ട് ചിലവഴിക്കും. വിദേശികളുടെ ജീവിതത്തിൽ പണം തികച്ചും വ്യത്യസ്തമായ പങ്കാണ് വഹിക്കുന്നത് എന്ന് ലഡാക്കിലെ ജനങ്ങൾ തിരിച്ചറിഞ്ഞിരുന്നില്ല; അവരുടെ സ്വന്തം ദേശത്തിൽ നിലനില്പിനു തന്നെ പണം വേണം - ഭക്ഷണം, വസ്ത്രം, പാർപ്പിടം എന്നിവയ്ക്കെല്ലാം ധാരാളം പണം ആവശ്യമാണ് എന്നത് ലഡാക്കികൾക്ക് അറിയില്ലായിരുന്നു. അതിനാൽ ഈ അജ്ഞാതരുമായി താരതമ്യം ചെയ്യുമ്പോൾ, ലഡാക്കിലെ ജനങ്ങൾ പെട്ടെന്ന് തങ്ങൾ നിർദ്ധനരാണെന്ന് കരുതി. ലഡാക്കിലെ എന്റെ ആദ്യ വർഷങ്ങളിൽ, മുൻപ് കണ്ടിട്ടില്ലാത്ത കുട്ടികൾ പോലും ഓടിയെത്തി എന്റെ

കയ്യിൽ അത്തിപ്പഴം വെച്ചതരുമായിരുന്നു. ഇന്നാകട്ടെ, ഡിക്കൻസിന്റെ കഥാപാത്രങ്ങളെ ഓർമ്മപ്പെടുത്തുന്ന വിധത്തിൽ, അഴുക്കുപുരണ്ട് കീറി പ്പറിഞ്ഞ വിദേശവസ്ത്രങ്ങൾ അണിഞ്ഞ കുഞ്ഞുങ്ങൾ ഒഴിഞ്ഞ കൈകൾ നീട്ടിയാണ് വിദേശികളെ സ്വീകരിക്കുന്നത്. അവർ "ഒരു പേന, ഒരു പേന" എന്ന് ചോദിച്ചുകൊണ്ട് നടക്കുന്നു; അതാണ് ലഡാക്കി കുഞ്ഞു ങ്ങളുടെ പുതിയ മന്ത്രം.

ടൂറിസ്റ്റുകളാകട്ടെ, ലഡാക്കിലെ ജനങ്ങൾ പിന്നോക്കക്കാരാണെന്ന് കരുതുന്നു. ഗ്രാമത്തിലെ ഒരു വീട്ടിലെ ആതിഥേയത്വം അനുഭവിച്ചറിഞ്ഞ ചുരുക്കം ചിലർ അവരുടെ അവധിക്കാലത്തിന്റെ മുഖ്യസംഭവമായി അതിനെയാണ് എടുത്തു കാട്ടുന്നത്. എന്നാൽ അവരിൽ ഭൂരിഭാഗവും ലഡാക്ക് സംസ്കാരത്തെ പുറത്തുനിന്നു മാത്രമാണ് വീക്ഷിക്കുന്നത്, അവരുടെ സ്വന്തം സംസ്കാരത്തിന്റെയും സമ്പദ് വ്യവസ്ഥയുടെയും അനുഭവപശ്ചാത്തലത്തിൽ നിന്നുകൊണ്ടാണ് അവർ അതിനെ കാണുന്നത്. തങ്ങളുടെ നാട്ടിൽ പണത്തിനുള്ള പങ്ക് പോലെയാണ് ലഡാക്കിലുമുള്ളതെന്ന് അവർ ധരിക്കുന്നു. ദിവസം രണ്ടു ഡോളർ സമ്പാദിക്കുന്ന ഒരു ലഡാക്കിയെ കണ്ടുമുട്ടുമ്പോൾ അവർ ഞെട്ടുന്നു, അത് പുറമേ കാണിക്കുകയും ചെയ്യുന്നു. പ്രത്യക്ഷമായോ പരോക്ഷ മായോ അവർ അയാളോട് പറയും, "പാവം മനുഷ്യൻ! ഞാൻ നിനക്ക് നല്ലൊരു തുക സമ്മാനമായി നൽകാം." പാശ്ചാത്യരുടെ കണ്ണുകളിൽ ലഡാക്കി ജനങ്ങൾ ദരിദ്രരാണ്. ടൂറിസ്റ്റുകൾ അവരുടെ സംസ്കാരത്തിന്റെ ഭൗതികവശം മാത്രമെ കാണുന്നുള്ളൂ – പഴകിയ കമ്പിളിവസ്ത്രങ്ങൾ, കലപ്പ വലിക്കുന്ന കന്നുകാലികൾ, വരണ്ട ഭൂമി. അവരുടെ മനസ്സമാധാ നമോ കുടുംബത്തിലും സമൂഹത്തിലും നിലനിൽക്കുന്ന ബന്ധങ്ങളുടെ ഗുണമേന്മയോ പുറത്തു നിന്നുള്ളവർക്ക് കാണാൻ സാധിക്കുകയില്ല. ലഡാക്കിലെ ജനങ്ങളുടെ മാനസികവും സാമൂഹികവും ആത്മീയവുമായ സമ്പത്ത് അവർക്ക് ദൃശ്യമാകുന്നില്ല.

എല്ലാ പാശ്ചാത്യരും ലക്ഷാധിപതികളാണെന്ന മിഥ്യാധാരണ സൃഷ്ടിക്കുന്നതിനു പുറമേ നാം ജോലിയൊന്നും ചെയ്യുന്നില്ലെന്ന ആധു നികജീവിതത്തെക്കുറിച്ചുള്ള മറ്റൊരു തെറ്റായ സങ്കല്പവും അരക്കിട്ടുറ പ്പിക്കുവാൻ ടൂറിസ്റ്റുകൾ സഹായിക്കുന്നു. സാങ്കേതികതയാണ് നമുക്ക് വേണ്ട എല്ലാ ജോലികളും ചെയ്യുന്നതെന്ന ഒരു തോന്നൽ അത് ജനിപ്പിക്കുന്നു. വ്യാവസായിക സമൂഹത്തിൽ ഇന്ന് യഥാർത്ഥത്തിൽ നാം ഗ്രാമീണ-കർഷക സമൂഹത്തെ അപേക്ഷിച്ച് കൂടുതൽ സമയം ജോലിക്കായി ചിലവഴിക്കുന്നുണ്ട്. എന്നാൽ ലഡാക്കികളെ സംബ ന്ധിച്ച് അത് അങ്ങനെയല്ല. കായികാദ്ധ്വാനം, നടത്തം, സാധനങ്ങൾ

ചുമക്കൽ എന്നിവയെല്ലാമാണ് അവർക്ക് ജോലി. ഒരു കാറിന്റെ സ്റ്റിയറിംഗിന് പിന്നിലിരിക്കുന്ന ആളും ടൈപ്പ് റൈറ്ററിലെ ബട്ടണുകൾ അമർത്തുന്ന ആളും ജോലി ചെയ്യുന്നതായി അവർക്ക് തോന്നുന്നില്ല.

ഒരിക്കൽ ഞാൻ പത്ത് മണിക്കൂർ തുടർച്ചയായി കത്തുകൾ എഴുതിക്കൊണ്ടിരുന്നു. മാനസികമായി വളരെ ആയാസം അനുഭവിച്ചിരുന്നതിനാൽ അതു കഴിയുമ്പോഴേക്കും ഞാൻ തളർന്നുപോയി, ഒപ്പം തലവേദനയും ഉണ്ടായിരുന്നു. കഠിനാദ്ധ്വാനത്തിന്റെ ഫലമായി ഞാൻ ക്ഷീണിച്ചവശയായതിനെപ്പറ്റി വൈകുന്നേരം അവരോട് പറഞ്ഞപ്പോൾ, ഞാൻ താമസിച്ചിരുന്ന വീട്ടിലെ കുടുംബാംഗങ്ങൾ ചിരിച്ചു; ഞാൻ തമാശ പറഞ്ഞതാണെന്നാണ് അവർ കരുതിയത്. അവരുടെ കണ്ണുകളിൽ ഞാൻ ജോലി ചെയ്യുകയായിരുന്നില്ല; വൃത്തിയും വെടിപ്പുമുള്ള ഒരു മേശയ്ക്ക് മുന്നിലിരുന്ന് പേന കൊണ്ട് കടലാസിൽ എന്തോ വരയ്ക്കുകയായിരുന്നു, എന്റെ നെറ്റിയിൽ അല്പം പോലും വിയർപ്പ് ഉണ്ടായിരുന്നില്ല. അവരുടെ കാഴ്ചപ്പാടിൽ അത് ജോലിയല്ല. പാശ്ചാത്യരായ നമ്മുടെ ജീവിതത്തിന്റെ ഭാഗമായ മാനസികസമ്മർദ്ദവും മുഷിവും നിരാശയുമൊന്നും ലഡാക്കിലെ മനുഷ്യർ അനുഭവിച്ചിരുന്നില്ല. ഒരിക്കൽ ചില ഗ്രാമവാസികളോട് മാനസിക സമ്മർദത്തെക്കുറിച്ച് വിവരിക്കാൻ ശ്രമിച്ചു. "ജോലി ചെയ്യാനുണ്ട് എന്നതിനാൽ നിങ്ങൾക്ക് ദേഷ്യം വരുന്നുവെന്നാണോ നിങ്ങൾ പറയുന്നത്?" എന്നായിരുന്നു അവരുടെ പ്രതികരണം.

ദിവസേന ഞാൻ രണ്ടു സംസ്കാരങ്ങളിൽ നിന്നുള്ള മനുഷ്യരെ കണ്ടുകൊണ്ടിരുന്നു. അവരുടെ ലോകങ്ങൾ തികച്ചും വ്യത്യസ്തമായിരുന്നു, ആഴമില്ലാത്ത ഏകതാനമായ പ്രതിബിംബങ്ങളാണ് അവർ അന്യോന്യം ദർശിച്ചത്. ഭാരം ചുമന്നുകൊണ്ട് മലഞ്ചെരിവുകളിലൂടെ ദീർഘദൂരം നടക്കുന്ന മനുഷ്യരെ നോക്കി ടൂറിസ്റ്റുകൾ പറഞ്ഞു, "കഠിനവും വിരസവുമായ ജോലി നിറഞ്ഞ ഈ ജീവിതം എത്ര ദുഷ്കരം." അതേ മലകളിലൂടെ ഭാരമുള്ള ബാഗുകൾ മുതുകിൽ തൂക്കി നടക്കുന്നതിലുള്ള രസത്തിനു വേണ്ടിയാണ് ആയിരക്കണക്കിന് ഡോളർ ചിലവഴിച്ച് ആയിരത്തിലധികം കിലോമീറ്ററുകൾ യാത്ര ചെയ്ത് തങ്ങൾ വന്നെത്തിയത് എന്ന കാര്യം അവർ മറക്കുന്നു. വീട്ടിൽ ഉപയോഗിക്കാതെയിരുന്ന് അവരുടെ ശരീരങ്ങൾ എത്ര കഷ്ടത അനുഭവിക്കുന്നു എന്നതും അവർ ഓർക്കുന്നില്ല. ജോലി ചെയ്യുന്ന സമയം അവർക്ക് ഒട്ടും വ്യായാമം ലഭിക്കുന്നില്ല, അതിനാൽ ഒഴിവു സമയം അവർ ആ കുറവ് തീർക്കാൻ വേണ്ടി ചിലവഴിക്കുന്നു. ചിലരാവട്ടെ മലിനീകരിക്കപ്പെട്ട അന്തരീക്ഷമുള്ള നഗരത്തിലൂടെ തിരക്ക് പിടിച്ച സമയത്ത് സ്വയം വാഹനമോടിച്ച്

ഹെൽത്ത് ക്ലബ്ബുകളിൽ പോയി, അവിടുത്തെ അടഞ്ഞ അറയ്ക്കുള്ളിൽ ഇരുന്ന്, മുന്നോട്ട് ചലിക്കാത്ത സൈക്കിൾ ചവിട്ടുന്നു. മാത്രമല്ല ആ സൌകര്യം ഉപയോഗിക്കുന്നതിന് അവർ പണവും നൽകുന്നു.

ടൂറിസത്തെ മാത്രമല്ല വികസനം കൊണ്ടുവരുന്നത്, പാശ്ചാത്യരാജ്യങ്ങളിലും ഇന്ത്യയിലും നിർമ്മിക്കപ്പെടുന്ന സിനിമകളെയും അടുത്ത കാലത്തായി ടെലിവിഷനെയും അതോടൊപ്പം കൊണ്ടുവന്നിട്ടുണ്ട്. ഇവയെല്ലാം ചേർന്ന് ആർഭാടത്തിന്റെയും അധികാരത്തിന്റെയും അതിമാത്രമായ ചിത്രങ്ങൾ സൃഷ്ടിക്കുന്നു. അതോടൊപ്പം എണ്ണമറ്റ ഉപകരണങ്ങളും മായിക സാമഗ്രികളുമുണ്ട്. പിന്നെയുള്ളത് യന്ത്രങ്ങൾ - ചിത്രങ്ങൾ പകർത്താനും സമയമറിയിക്കാനും തീ പൂട്ടാനും യാത്ര ചെയ്യാനും അകലെയുള്ള ആരുമായും സംസാരിക്കാനുമെല്ലാമുള്ളവ. യന്ത്രങ്ങൾക്ക് നിങ്ങൾക്കായി എന്തുചെയ്യാനും കഴിയും; ടൂറിസ്റ്റുകൾ ഇത്ര വൃത്തിയോടെയും പതുപതുത്ത വെളുത്ത കൈകളോടെയും കാണപ്പെടുന്നതിൽ അത്ഭുതപ്പെടേണ്ടതില്ല.

സിനിമകളിൽ, പണവും സൗന്ദര്യവും ധീരതയുമുള്ളവരാണ് ആവേശവും പകിട്ടും നിറഞ്ഞ ജീവിതം നയിക്കുന്നത്. ആ സിനിമകൾ അവതരിപ്പിക്കുന്ന ചിത്രങ്ങളുടെ ആകർഷണവലയത്തെ ലഡാക്കിലെ ചെറുപ്പക്കാർക്ക് ചെറുക്കാനാകുന്നില്ല. അതിനു നേർ വിപരീതമായി അവരുടെ സ്വന്തം ജീവിതം പ്രാകൃതവും നിസ്സാരവും ഫലശൂന്യവുമായി കാണപ്പെടുന്നു. ആധുനികജീവിതത്തിന്റെ ഏകതാനമായ കാഴ്ചപ്പാട് അവരുടെ മുഖത്ത് ഒരു അടിയായി വന്നു പതിക്കുമ്പോൾ അവർക്ക് സ്വയം മൌഢ്യവും ലജ്ജയും തോന്നും. അവരുടെ മാതാപിതാക്കൾ തുച്ഛവരുമാനത്തിനായി അവരോട് കൈകളിൽ ചെളി പറ്റിക്കുന്ന കൃഷിപ്പണി ജീവിതമാർഗ്ഗമായി സ്വീകരിക്കാൻ ആവശ്യപ്പെടുന്നു. ടൂറിസ്റ്റുകളുടെയും സിനിമയിലെ നായകന്മാരുടെയും ജീവിതവുമായി താരതമ്യപ്പെടുത്തുമ്പോൾ അവരുടെ സ്വന്തം സംസ്കാരം വെറും അസംബന്ധമായി കാണപ്പെടും.

ലോകമെമ്പാടുമുള്ള ഗ്രാമീണയുവാക്കൾക്ക് ആധുനിക പാശ്ചാത്യ സംസ്കാരം അവരുടേതിനേക്കാൾ വളരെ ഉത്കൃഷ്ടമായി തോന്നുന്നുവെങ്കിൽ അതിൽ അത്ഭുതപ്പെടാനില്ല. കാരണം, പുറമേ നിന്ന് നോക്കുമ്പോൾ ആധുനിക ലോകത്തിന്റെ ഭൌതികവശം മാത്രമാണ് അവർ കാണുന്നത് – പാശ്ചാത്യസംസ്കാരം മികച്ചുനിൽക്കുന്ന ഒരു മേഖലയാണത്. മാനസിക ആയാസം, ഏകാന്തത, വാർദ്ധക്യത്തെക്കുറിച്ചുള്ള ഭയം എന്നിവയാൽ വലയുന്ന പാശ്ചാത്യരുടെ സാമൂഹികവും മനശ്ശാസ്ത്രപരവുമായ മാനങ്ങൾ ആ ഗ്രാമീണർക്ക് പൊടുന്നനെ ദൃശ്യമാകുന്നില്ല.

സംഘട്ടനത്തിലേർപ്പെട്ട സംസ്കാരങ്ങൾ. പാശ്ചാത്യസ്വാധീനമുള്ള ഇന്ത്യൻ സിനിമകൾ ലഡാക്കി യുവാക്കളുടെമേൽ ശക്തമായ പ്രഭാവം ചെലുത്തുന്നു, അതവരെ സ്വന്തം പാരമ്പര്യത്തെയും മൂല്യങ്ങളെയും പ്രതി ലജ്ജിക്കാനിടവരുത്തുന്നു.

അതുപോലെ പരിസ്ഥിതി നാശം, പണപ്പെരുപ്പം, തൊഴിലില്ലായ്മ എന്നിവയും അവരുടെ കണ്ണിൽ പെടുന്നില്ല. അതേസമയം അവർക്ക് സ്വന്തം സംസ്കാരത്തെയും, അതിന്റെ പരിമിതികളെയും അപൂർണ്ണതകളെയും കുറിച്ചുള്ള സമഗ്രമായ ധാരണയുണ്ട്.

പാശ്ചാത്യസ്വാധീനത്തിന്റെ പെട്ടെന്നുള്ള ഈ തള്ളിക്കയറ്റം ലഡാക്കി ജനങ്ങളിൽ, പ്രത്യേകിച്ചും ചെറുപ്പക്കാരിൽ, ഒരുതരം അപകർഷതാബോധം വളരാൻ കാരണമായിട്ടുണ്ട്. അവർ തങ്ങളുടെ സ്വന്തം സംസ്കൃതിയെ അപ്പാടെ തിരസ്കരിക്കുകയും, അതേസമയം പുതിയ സംസ്കാരത്തെ ആവേശത്തോടെ സ്വീകരിക്കുകയും ചെയ്യുന്നു. കൂളിംഗ് ഗ്ലാസ്സുകൾ, വാക്ക്മാൻ, നീല ജീൻസുകൾ തുടങ്ങിയ പുതുമയുടെ ചിഹ്നങ്ങൾക്കു പിന്നിൽ അവർ പരക്കം പായുന്നു - ജീൻസ് ആകർഷകമോ സൌകര്യപ്രദമോ ആയതിനാലല്ല, മറിച്ച് അവ ആധുനികജീവിതത്തിന്റെ പ്രതിരൂപങ്ങളെന്ന നിലയിലാണ് സ്വീകരിക്കപ്പെടുന്നത്.

ആധുനികതയുടെ അടയാളങ്ങൾ ലഡാക്കിൽ അക്രമാസക്തി വർദ്ധിക്കുന്നതിനും കാരണമായിട്ടുണ്ട്. ഇന്ന് ചെറിയ കുട്ടികൾ വരെ വെള്ളിത്തിരയിലെ അക്രമത്തിന്റെ ആകർഷണവലയത്തിൽ പെട്ടിരിക്കുന്നു. തുടരെ തുടരെ സിഗരറ്റ് വലിച്ചുകൊണ്ട് നാട്ടിൻപുറങ്ങളിലൂടെ

വേഗതയുള്ള കാറിൽ സഞ്ചരിച്ച് ഇടവും വലവും ആളുകളെ വെടിവെച്ചിട്ടുന്നതാണ് ആധുനികത എന്നാണ് പാശ്ചാത്യ സിനിമകൾ അവർക്കു വളരെ എളുപ്പം നൽകുന്ന സൂചന.

ചെറുപ്പക്കാരായ ലഡാക്കി സുഹൃത്തുക്കളിൽ മാറ്റങ്ങൾ സംഭവിക്കുന്നത് കാണുമ്പോൾ വേദന തോന്നുന്നു. തീർച്ചയായും അവരെല്ലാവരും അക്രമാസക്തരായി എന്നല്ല, എന്നാൽ അവർ രോഷാകുലരും സുരക്ഷിതത്വമില്ലാത്തവരുമായി പെരുമാറുന്നു. സാവധാനത്തിൽ സംഭവിക്കുന്ന ഒരു ചെറിയ സാംസ്കാരിക വ്യതിയാനം ഞാൻ അവിടെ കണ്ടു – ചെറുപ്പക്കാർ പോലും കുഞ്ഞുങ്ങളെ താലോലിക്കുകയും മുത്തശ്ശിമാരോട് സ്നേഹത്തോടെയും സൌമ്യതയോടെയും പെരുമാറിയിരുന്ന ഒരു സംസ്കാരത്തിൽ വന്ന മാറ്റം.

ദാവായെ ആദ്യം കാണുമ്പോൾ അവന് പതിനഞ്ച് വയസ്സിനടുത്ത് പ്രായമുണ്ടായിരുന്നു, സ്വന്തം ഗ്രാമത്തിൽ തന്നെയായിരുന്നു അവന് താമസിച്ചിരുന്നത്. ടൂറിസ്റ്റുകൾ വന്നു തുടങ്ങിയതോടെ അവന് ഒരു ഗൈഡായി മാറി. തന്റെ കഴുതകളെയെല്ലാം യാത്രയിൽ ഭാരം ചുമക്കാനായി ഉപയോഗിച്ചുതുടങ്ങി. എനിക്ക് അവനുമായി ഏറെ വർഷങ്ങളായി ഇടപാടൊന്നുമില്ലായിരുന്നു, എന്നാൽ ഈയടുത്ത് അവൻ സ്വന്തമായി ഒരു ടൂറിസ്റ്റ് ഏജൻസി തുടങ്ങിയെന്നു കേട്ടു – ലഡാക്കിലെ ആദ്യത്തെ ടൂറിസ്റ്റ് ഏജൻസിക്കാരിൽ ഒരാളാണ് ഇന്നവൻ. പിന്നീട് ഒരു ദിവസം ചന്തയിൽ വെച്ച് ഏറ്റവും പുതിയ ഫാഷൻ ചമയങ്ങൾ അണിഞ്ഞ ഒരു

ലഡാക്കിൽ കുഞ്ഞുങ്ങളെ പരിപാലിക്കുന്നതിന് ആൺകുട്ടികളും പെൺകുട്ടികളും ഒരുപോലെ പ്രോത്സാഹിപ്പിക്കപ്പെടുന്നു..

ചെറുപ്പക്കാരനെ കണ്ടു: അത് മറ്റാരുമായിരുന്നില്ല, ദാവായായിരുന്നു. മെറ്റാലിക് സൺഗ്ലാസ്സുകളും അമേരിക്കൻ റോക്ക് ബാൻഡിന്റെ പരസ്യമുള്ള ടീ ഷർട്ടും ദേഹത്തോട് പറ്റി ചേർന്ന് കിടന്ന നീല ജീൻസും ബാസ്കറ്റ് ബാൾ ഷൂസും ധരിച്ചിരുന്നു അവൻ.

"എനിക്ക് നിന്നെ തിരിച്ചറിയാനേ കഴിഞ്ഞില്ലല്ലോ," ഞാൻ ലഡാക്കി ഭാഷയിൽ പറഞ്ഞു.

"അല്പം മാറിപ്പോയി, അല്ലെ?" അവന് അഭിമാനത്തോടെ ഇംഗ്ലീഷിൽ മറുപടി നൽകി.

ഞങ്ങൾ ലോകത്തിന്റെ വിവിധഭാഗങ്ങളിൽ നിന്നുള്ള ടൂറിസ്റ്റുകളെക്കൊണ്ട് നിറഞ്ഞിരുന്ന ഒരു റസ്റ്റാറന്റിൽ കയറി. ദാവാ ഇംഗ്ലീഷിൽ തന്നെ സംസാരിക്കാനുള്ള ആവേശത്തിലായിരുന്നു.

"ഞാനിപ്പോ സ്വന്തമായി ഏജൻസി നടത്തുകയാണ്, ഹെലേന. ബിസിനസ്സ് നന്നായി നടക്കുന്നു. എനിക്ക് ഒരുപാട് കസ്റ്റമേഴ്സ് ഉണ്ട്, ഞാൻ ധാരാളം സമ്പാദിക്കുന്നുണ്ട്. ഇപ്പോൾ എനിക്ക് *ലെ*-യിൽ ഒരു മുറിയുണ്ട്."

"നിന്നെ ഇതിനു മുൻപ് കണ്ടുമുട്ടാത്തത് അത്ഭുതം തന്നെ" ഞാൻ പറഞ്ഞു.

"ഓ, ഞാനിവിടെ അപൂർവ്വമായേ ഉണ്ടാകാറുള്ളൂ – സന്ദർശകരെ ശ്രീനഗറിൽ നിന്ന് സ്വീകരിക്കുന്നത് ഞാൻ തന്നെയാണ്, അതിനുശേഷം അവരെയും കൊണ്ടുള്ള നടത്തവും ബുദ്ധവിഹാരങ്ങൾ സന്ദർശിക്കലുമൊക്കെയായി മിക്കവാറും സമയവും കഴിഞ്ഞുപോകും."

"നീ നിന്റെ പുതിയ ജീവിതം ഇഷ്ടപ്പെടുന്നുണ്ടോ?"

"ഞാൻ ഇഷ്ടപ്പെടുന്നു. മിക്ക സന്ദർശകരും ശരിക്കും VIP-മാരാണ്! ഈ ലഡാക്കിലെ മനുഷ്യരെ പോലെ ദിവസം മുഴുവനും അലസരായി ഇരിക്കുന്നവരല്ല." അവൻ ഒരു ചിരി വരുത്തിക്കൊണ്ട് പറഞ്ഞു. "ന്യൂയോർക്കിൽ നിന്നുള്ള ഒരു സർജൻ എനിക്ക് തന്നതാണ് ഇത്." തന്റെ മുതുകിൽ തൂക്കിയിട്ടിരുന്ന പുതിയ സഞ്ചി കാണിച്ചുകൊണ്ട് അവൻ പറഞ്ഞു.

"ഗ്രാമത്തിൽ പോകാറുണ്ടോ?"

"ഒന്നോ രണ്ടോ മാസം കൂടുമ്പോൾ, അവർക്കുള്ള അരിയും പഞ്ചസാരയും കൊണ്ടു പോകും. അവർക്ക് എപ്പോഴും കൃഷിയിൽ സഹായിക്കാനായി ഞാൻ അവിടെ വേണമെന്നാണ്."

"വീട്ടിൽ പോകുമ്പോൾ എന്തു തോന്നും?"

"വല്ലാത്ത വിരസതയാണ്. അവിടം വളരെ പഴഞ്ചനായി തോന്നുന്നു! ഇപ്പോഴും വൈദ്യുതി എത്തിയിട്ടില്ല, മുത്തശ്ശിക്കാണെങ്കിൽ അത് വരേണ്ട എന്നു തന്നെയാണ്."

"ഒരുപക്ഷേ അവർ പഴയ രീതികൾ ഇഷ്ടപ്പെടുന്നുണ്ടാകും."

"അവർക്ക് വേണമെങ്കിൽ പഴയ രീതികൾ തുടരാം, പക്ഷേ അവർക്ക് ചുറ്റും ലഡാക്ക് മാറിക്കൊണ്ടിരിക്കുകയാണല്ലോ. ഞങ്ങൾ വയലുകളിൽ വേണ്ടുവോളം പണിയെടുത്തു കഴിഞ്ഞു, ഹെലേന; ഇനി ഞങ്ങൾക്ക് അതുപോലെ കഷ്ടപ്പെടാൻ താത്പര്യമില്ല."

"ലഡാക്കിലെ ജനങ്ങൾ വെറുതെ ദിവസം മുഴുവൻ അലസരായി ഇരിക്കുന്നുവെന്ന് നീ നേരത്തെ പറഞ്ഞല്ലോ?"

"അവർക്ക് എങ്ങനെ മുന്നേറണമെന്ന് അറിയില്ല എന്നാണ് ഞാൻ ഉദ്ദേശിച്ചത്."

ആഡംബരം പ്രദർശിപ്പിച്ചു കൊണ്ട് ദാവാ പോക്കറ്റിൽ നിന്ന് ഒരു മാൽബൊറോസ് പാക്ക് എടുത്ത് എനിക്കു നേരെ നീട്ടി. ഞാൻ നിരസിച്ചപ്പോൾ സ്വയം ഒരു സിഗരറ്റ് എടുത്ത് കത്തിച്ച ശേഷം അവൻ അസ്വസ്ഥതയോടെ എന്റെ നേർക്ക് നോക്കി.

"ഇന്ന് രാവിലെ ഞാൻ എന്റെ സ്നേഹിതയോട് വഴക്കു കൂടി. അവളെ തിരയുമ്പോളാണ് നിങ്ങളെ കണ്ടുമുട്ടിയത്."

"ഓ! ആരാണ് നിന്റെ സ്നേഹിത?"

"എനിക്ക് ഇപ്പോഴും ഒരു സ്നേഹിത ഉണ്ടെന്ന് ഉറപ്പു പറയാൻ പറ്റില്ല, അവൾ ഹോളണ്ടിൽ നിന്നുള്ളവളാണ്. ഒരു ടൂറിസ്റ്റ് ഗ്രൂപ്പിൽ എന്റെ കൂടെ അവളും ഉണ്ടായിരുന്നു, അതിനു ശേഷം ഇവിടെ എന്നോടൊപ്പം തങ്ങി. പക്ഷേ അവൾക്ക് ഇപ്പോൾ ഇവിടം പിടിക്കുന്നില്ല, തിരിച്ചു പോകണമെന്നാണ് അവളുടെ ആഗ്രഹം. ഞാനും അവളോടൊത്ത് ജീവിക്കാൻ ഹോളണ്ടിൽ ചെല്ലണമെന്നാണ് പറയുന്നത്."

"നീ അതിനു തയ്യാറാണോ?"

"എനിക്ക് എന്റെ കുടുംബത്തെ വിട്ടു പോകാൻ സാധിക്കുകയില്ല. അവർക്ക് ഞാൻ സമ്പാദിക്കുന്ന പണം ആവശ്യമുണ്ട്. എന്നാൽ അവൾക്ക് അത് മനസ്സിലാക്കാൻ സാധിക്കുകയില്ല."

10
പണമാണ് ലോകത്തെ മുന്നോട്ട് നയിക്കുന്നത്

ഞങ്ങൾക്ക് ഇവിടെ ദാരിദ്ര്യമേയില്ല.
സെവാംഗ് പൽജോർ - 1975

ഞങ്ങൾ ലഡാക്കികൾ നിർദ്ധനരാണ്,
നിങ്ങൾക്ക് ഞങ്ങളെ സഹായിക്കാനാവുമെങ്കിൽ നന്ന്.
സെവാംഗ് പൽജോർ - 1983

പരമ്പരാഗത സംസ്കാരത്തിൽ, ലഡാക്കിലെ ഗ്രാമീണർക്ക് അവരുടെ അടിസ്ഥാന ആവശ്യങ്ങൾ പണമിടപാടുകൾ കൂടാതെ നിവർത്തിക്കാൻ സാധിച്ചിരുന്നു. 12000 അടി മുകളിൽ ബാർലി വിളയിക്കാനും അതിനേക്കാൾ ഉയർന്ന പ്രദേശങ്ങളിൽ യാക്ക് മുതലായ വളർത്തുമൃഗങ്ങളെ പരിപാലിക്കാനും കഴിയുന്ന തരത്തിലുള്ള കഴിവുകൾ അവർ വികസിപ്പിച്ചെടുത്തിരുന്നു. ചുറ്റുപാടുകളിൽ ലഭ്യമായ വസ്തുക്കൾ കൊണ്ട് സ്വന്തം കൈകൾ ഉപയോഗിച്ച് വീടുകൾ നിർമ്മിക്കാൻ അവർ അഭ്യസിച്ചിരുന്നു. ഉപ്പ് മാത്രമായിരുന്നു അവർക്ക് പുറത്തുനിന്ന് വേണ്ടിയിരുന്നത്, അതിന് പകരമായി അവർ സാധനങ്ങൾ കൈമാറ്റം ചെയ്തുവന്നു. വളരെ പരിമിതമായ രീതിയിൽ മാത്രമേ അവർ പണം ഉപയോഗിച്ചിരുന്നുള്ളു, മുഖ്യമായി ആഡംബരത്തിനു വേണ്ടി മാത്രം.

ഇന്ന്, കുറഞ്ഞ കാലയളവിനുള്ളിൽ ഒരു അന്താരാഷ്ട്രസമ്പദ്-വ്യവസ്ഥയുടെ ഭാഗമായിക്കഴിഞ്ഞ ലഡാക്കിലെ ജനങ്ങൾ അത്യാവശ്യസാധനങ്ങൾക്ക് പോലും അകലെയിരുന്ന് നിന്ന് നിയന്ത്രിക്കുന്ന

ശക്തികളെ ആശ്രയിക്കേണ്ട സ്ഥിതിവിശേഷമാണ് വന്നിരിക്കുന്നത്. ലഡാക്ക് എന്നൊരു രാജ്യം ഉണ്ടെന്നു പോലും അറിയാത്ത ആളുകൾ എടുക്കുന്ന തീരുമാനങ്ങൾക്ക് അവർ കീഴ്പ്പെടേണ്ടി വരുന്നു. ഡോളറിന്റെ മൂല്യത്തിൽ സംഭവിക്കുന്ന മാറ്റം ഇന്ത്യൻ രൂപയേയും ബാധിക്കും. അന്താരാഷ്ട്ര സമ്പദ്ഘടനയെ നയിക്കുന്ന ഉദ്യോഗസ്ഥരുടെ നിയന്ത്രണത്തിലാണ് ഇന്ന് പണത്തെ ആശ്രയിച്ചു കഴിയുന്ന ലഡാക്കിലെ ജനങ്ങളുടെ നിലനില്പ്. മുൻപ്, ഭൂമിയെ മാത്രം ആശ്രയിച്ച് കഴിഞ്ഞിരുന്നപ്പോൾ, അവർ തന്നെയായിരുന്നു അവരുടെ യജമാനന്മാർ.

പുതിയ സമ്പദ്വ്യവസ്ഥ ജനങ്ങളെ ആശ്രിതത്വത്തിലേക്ക് നയിക്കും എന്നത് ആദ്യം അവർക്ക് അറിയില്ലായിരുന്നു; പണത്തെ ഒരു സൗകര്യം എന്ന നിലയിലാണ് കണ്ടിരുന്നത്. ദൂരദേശങ്ങളിൽ നിന്ന് ആഡംബരവസ്തുക്കൾ കൊണ്ടുവരുന്നത് പരമ്പരാഗതമായി സ്വീകാര്യമായിരുന്നതിനാൽ അത് ഒരു നിരുപാധികമായ സൌകര്യമായാണ് കരുതപ്പെട്ടത്. മുൻപ് വാങ്ങാൻ സാധിക്കാതിരുന്ന ഡിജിറ്റൽ വാച്ചുകൾ, 3-മിനിറ്റ് നൂഡിൽസ് എന്നിവ പോലെയുള്ള ആകർഷകമായ വസ്തുക്കൾ ഇപ്പോൾ വാങ്ങാൻ സാധിക്കുന്നു.

തങ്ങളുടെ ആവശ്യങ്ങൾക്കെല്ലാം തികച്ചും വ്യത്യസ്തമായ ഒരു സമ്പദ്ഘടനയെ ആശ്രയിക്കുകയും വിലക്കയറ്റത്തിന്റെ ചാഞ്ചാട്ടങ്ങൾക്ക് വഴങ്ങേണ്ടിവരികയും ചെയ്യുമ്പോൾ അവർ പണത്തെ സംബന്ധിച്ച് അസ്വസ്ഥരാകുന്നത് അസ്വാഭാവികമല്ല. രണ്ടായിരം കൊല്ലക്കാലമായി ലഡാക്കിൽ ഒരു കിലോ ബാർലി എന്നാൽ ഒരു കിലോ ബാർലി തന്നെയായിരുന്നു, എന്നാൽ ഇന്ന് നമുക്ക് അതിന്റെ മൂല്യം നിശ്ചയിക്കാൻ സാധിക്കുകയില്ല. ഇന്ന് പത്തു രൂപയ്ക്ക് രണ്ടു കിലോ ബാർലി വാങ്ങാൻ സാധിക്കും, നാളെ എത്ര കിലോ വാങ്ങാൻ കഴിയും എന്ന് നമുക്ക് എങ്ങനെ അറിയാനാകും? "ഇത് വളരെ ഭയങ്കരമാണ്," ലഡാക്കി സുഹൃത്തുക്കൾ എന്നോട് പറയും, "എല്ലാവർക്കും അത്യാഗ്രഹം കൂടി വരുന്നു. മുൻപ് പണം ഒരു പ്രധാന വിഷയമേ ആയിരുന്നില്ല, എന്നാൽ ഇന്ന് മനുഷ്യർക്ക് അതിനെക്കുറിച്ച് മാത്രമേ ചിന്തയുള്ളൂ."

വിഭവങ്ങളുടെ പരിമിതികളെക്കുറിച്ചും തങ്ങളുടെ ഉത്തരവാദിത്വത്തെക്കുറിച്ചും ജനങ്ങൾ പാരമ്പര്യമായി ബോധമുള്ളവരായിരുന്നു. പഴയ മനുഷ്യർ ഇപ്രകാരം പറയുന്നത് ഞാൻ കേട്ടിട്ടുണ്ട്, "ഭൂമി വിഭജിക്കപ്പെടുകയും ജനസംഖ്യ വർദ്ധിക്കുകയും ചെയ്യുമ്പോൾ എന്തായിരിക്കും സംഭവിക്കുക? അത് ഒരിക്കലും ശരിയാവുകയില്ല." എന്നാൽ പുതിയ സാമ്പത്തികത ജനങ്ങളെ ഭൂമിയിൽ നിന്ന് അകറ്റുന്നു. നഗരത്തിലാണ് വേതനം ലഭിക്കുന്ന തൊഴിലുള്ളത്, അവിടെയാകട്ടെ നമ്മുടെ ജീവൻ

നിലനിർത്താൻ സഹായിക്കുന്ന ജലവും മണ്ണും കാണുവാൻ പോലും സാധിക്കുന്നില്ല. എത്രപേർക്ക് വേണ്ട ആഹാരം ഗ്രാമത്തിലെ ഒരു കൃഷിയിടത്തിന് ഉത്പാദിപ്പിക്കാൻ കഴിയും എന്ന് നിങ്ങൾക്ക് നേരിട്ടു കാണാവുന്നതാണ്. ഒരു നിശ്ചിത വിസ്തീർണ്ണത്തിലുള്ള സ്ഥലത്തിന് ഒരു നിശ്ചിത അളവ് മാത്രമേ ഉത്പാദിപ്പിക്കാൻ സാധിക്കുകയുള്ളൂ, അതിനാൽ ജനസംഖ്യയെ ഉറപ്പിച്ച് നിർത്തേണ്ടതിന്റെ പ്രാധാന്യം നിങ്ങൾക്ക് മനസ്സിലാകും. നഗരത്തിൽ അങ്ങനെയല്ല; അവിടെ പ്രശ്നം നിങ്ങളുടെ പക്കൽ എത്ര പണമുണ്ടെന്നതാണ്, ജനനനിരക്ക് അത്ര പ്രധാനമല്ല. കൂടുതൽ പണമുണ്ടെങ്കിൽ കൂടുതൽ ഭക്ഷണം വാങ്ങാൻ കഴിയും. മാത്രമല്ല, പ്രകൃതിയുടെ സ്വന്തമായ നിയമങ്ങളെയും താളവട്ടങ്ങളെയും പരിമിതികളെയും ആശ്രയിച്ച് വളരുന്ന ഗോതമ്പ്, ബാർലി എന്നിവയെക്കാൾ വേഗത്തിൽ പണത്തിന് വളരാനും സാധിക്കും. പണത്തിന് എന്തെങ്കിലും അതിരുകൾ ഉള്ളതായി തോന്നുകയില്ല; അവിടുത്തെ ജമ്മു-കശ്മീർ ബാങ്കിന്റെ പരസ്യവാചകമിങ്ങനെ, “നിങ്ങളുടെ ധനം ഞങ്ങളുടെ പക്കൽ വേഗത്തിൽ വളരും.”

നൂറ്റാണ്ടുകളായി ജനങ്ങൾ തുല്യതയോടെയും സൌഹാർദ്ദത്തോടെയുമാണ് ജോലി ചെയ്തിരുന്നത് – ഊഴമെടുത്ത്, അന്യോന്യം സഹായിച്ചുകൊണ്ട്. എന്നാൽ ഇന്ന്, കൊയ്ത്തുകാലത്ത് കൂലിക്ക് പണിയെടുക്കുന്നവർ വന്നതോടെ, കൂലി കൊടുക്കുന്നവർക്ക് ഏറ്റവും കുറച്ച് കൊടുക്കാനാണ് ആഗ്രഹം, കൂലി വാങ്ങുന്നവർക്കാകട്ടെ ഏറ്റവും കൂടുതൽ വാങ്ങണമെന്നാണ് മോഹം. ബന്ധങ്ങൾക്ക് മാറ്റം സംഭവിക്കുന്നു. പണം ജനങ്ങൾക്കിടയിൽ ഒരു ആപ്പ് ആയി മാറിക്കൊണ്ട്, അവരെ തമ്മിൽ കൂടുതൽ കൂടുതൽ അകറ്റുന്നു.

ലാങ്ങ്സ്ടെ എന്നറിയപ്പെടുന്ന പാരമ്പര്യ തൊഴിൽ കൂട്ടായ്മയുടെ ഭാഗമായി സെരിങ്ങിന്റെയും സോനത്തിന്റെയും കൂട്ടുകാർ അവരോടൊത്ത് പണിയെടുക്കാൻ വരുന്ന ദിവസങ്ങൾ ആ വീട്ടിലെ ആഘോഷത്തിന്റെ വേളകളാണ്. സോനം അതിനായി വിശിഷ്ട ഭക്ഷണം തയ്യാറാക്കും. എന്നാൽ കഴിഞ്ഞ രണ്ടു വർഷങ്ങളായി ഈ പതിവ് ക്രമേണ അപ്രത്യക്ഷമായിക്കൊണ്ടിരിക്കുന്നു, *ലെ*-യിലെ അവരുടെ കൃഷിയിടം ഇപ്പോൾ കൂലിവേലക്കാരെയാണ് ആശ്രയിക്കുന്നത്. ഉയർന്നുകൊണ്ടിരിക്കുന്ന വിലയേയും വർദ്ധിക്കുന്ന വേതനത്തെയും കുറിച്ച് സോനം ഉത്കണ്ഠയോടെ പരാതി പറയാറുണ്ട്. സുഹൃത്തുക്കളോടൊത്ത് പണിയെടുക്കുന്ന ആഘോഷവേളകൾ ഇല്ലാതെയായി; പുതിയ പണിക്കാർ അപരിചിതരായിരിക്കും, ചിലപ്പോൾ നേപ്പാളിൽ നിന്നും ഇന്ത്യൻ സമതലത്തിൽ നിന്നുമുള്ള ഇതരഭാഷക്കാർ.

പരമ്പരാഗതമായി, പരസ്പരസഹകരണത്തിലൂടെയാണ് കൃഷിപ്പണി നടന്നിരുന്നത് – കുടുംബത്തിനകത്തുനിന്നും മറ്റ് കുടുംബങ്ങളുമായി അന്യോന്യമുള്ള ഇടപാടിലൂടെയും.

മാറുന്ന സമ്പദ്വ്യവസ്ഥ ഒരു കർഷകനായി തുടരുന്നതിനെ കൂടുതൽ പ്രയാസകരമാക്കുന്നു. മുൻപ്, ജനങ്ങൾ തമ്മിൽ സഹകരണാടിസ്ഥാനത്തിൽ അദ്ധ്വാനം പങ്കിട്ടിരുന്നപ്പോൾ, കൃഷിക്കാർക്ക് പണമേ വേണ്ടിയിരുന്നില്ല. ഇന്ന്, കൃഷിയിടത്തിൽ പണിയെടുക്കുന്നവർക്ക് കൊടുക്കേണ്ടിവരുന്ന വേതനം കൂടിക്കൂടി വരുന്നത് താങ്ങാൻ സാധിക്കാതെ, ചിലർ ധനം സമ്പാദിക്കുന്നതിനു വേണ്ടി ഗ്രാമങ്ങളെ ഉപേക്ഷിച്ച് പട്ടണങ്ങളിലേക്ക് പോകുന്നു. ഗ്രാമത്തിൽ തന്നെ തുടരുന്നവർക്കാകട്ടെ, അവരവരുടെ ഭക്ഷണത്തിനു വേണ്ടി എന്നതിന് പകരം ലാഭത്തിനു വേണ്ടി കൃഷി ചെയ്യേണ്ടിവരുന്ന സമ്മർദ്ദം വർദ്ധിച്ചുകൊണ്ടിരിക്കുകയാണ്. വിപണി അടിസ്ഥാനത്തിലുള്ള സമ്പദ് വ്യവസ്ഥയെ ആശ്രയിക്കാൻ വികസനശക്തികൾ കർഷകരെ നിർബന്ധിക്കുമ്പോൾ അവർ നാണ്യവിളകളിലേയ്ക്ക് ചുവടുമാറുന്നു.

കൂടാതെ, പുതിയ സമ്പദ്വ്യവസ്ഥ പണക്കാരും പാവങ്ങളും തമ്മിലുള്ള അന്തരം വർദ്ധിപ്പിക്കുകയും ചെയ്യുന്നു.

പരമ്പരാഗത സമ്പദ്ഘടനയിലും സ്വത്തിന്റെ അളവിൽ വ്യത്യാസങ്ങളുണ്ടായിരുന്നു, എന്നാൽ ധനശേഖരണത്തിന് സ്വാഭാവികമായ പരിമിതികളും ഉണ്ട്. ഒരാൾക്ക് ഇത്ര യാക്കുകളെ പരിപാലിക്കാനോ, ഇത്ര കിലോ ബാർലി ശേഖരിക്കാനോ മാത്രമേ സാധിക്കുമായിരുന്നുള്ളൂ. അതിൽ നിന്ന് വ്യത്യസ്തമായി, എളുപ്പത്തിൽ ബാങ്കിൽ സൂക്ഷിക്കാൻ

സാധിക്കുന്ന ഒന്നാണ് പണം, അപ്പോൾ പണക്കാർ കൂടുതൽ കൂടുതൽ ധനവാന്മാരും, പാവപ്പെട്ടവർ കൂടുതൽ കൂടുതൽ നിർദ്ധനരുമായി ത്തീരുന്നു.

ലെ-യിൽ പുരാതനവസ്തുക്കൾ വിൽക്കുന്ന ഒരു കട നടത്തുന്ന ലോബ്സങ് എന്ന ഒരാളെ എനിക്ക് നേരിട്ടറിയാം. മറ്റു പല ലഡാക്കി കച്ചവടക്കാരെയും പോലെ അയാളും ഗ്രാമത്തിലെ കൃഷി ഉപേക്ഷിച്ച് പണം സമ്പാദിക്കുന്നതിനായി *ലെ*-യിൽ വന്നതാണ്, എന്നാൽ അയാളുടെ ഭാര്യയും കുട്ടികളും ഇപ്പോഴും ഗ്രാമത്തിൽ തന്നെ കഴിയുന്നു. അയാൾക്ക് തന്റെ കുട്ടികൾക്ക് മികച്ച സൌകര്യങ്ങൾ കൊടുക്കണ മെന്നുണ്ട്. അതിനാൽ, അവരുടെ പഠനത്തിനും മറ്റും വേണ്ടി - പ്രത്യേ കിച്ച് ഇംഗ്ലീഷ് പഠിക്കാനുള്ള അവസരമുണ്ട് എന്നതിനാൽ - എത്രയും പെട്ടെന്ന് ഒരു താമസസൌകര്യമൊരുക്കി അവരെയും പട്ടണത്തിലേ ക്ക് കൂട്ടിക്കൊണ്ടുവരണമെന്നാണ് അയാളുടെ ആഗ്രഹം.

കുശലമന്വേഷിക്കുന്നതിനായി ഒരിക്കൽ ഞാൻ അയാളുടെ കടയി ലേക്ക് കയറി, അപ്പോൾ അയാളുടെ സ്വന്തം ഗ്രാമത്തിൽ നിന്നും പ്രായംചെന്ന ഒരാൾ തന്റെ വെണ്ണഭരണികൾ വിൽക്കാൻ അവിടെ വന്നു. ഗ്രാമത്തിൽ നിന്ന് കാൽനടയായും ബസ്സിലുമായി ഒരു ദിവസം യാത്രചെയ്തു വേണം *ലെ*-യിൽ എത്താൻ. ഒരുപക്ഷേ *ലെ*-യിൽ തന്റെ ബന്ധുക്കളോടൊത്ത് രണ്ടു ദിവസം തങ്ങി, വെണ്ണഭരണികൾ വിറ്റ് കിട്ടുന്ന പണം കൊണ്ട് ഗ്രാമത്തിലേയ്ക്കുള്ള സാധനങ്ങൾ വാങ്ങി മടങ്ങാ നായിരിക്കും അയാളുടെ ഉദ്ദേശം. കടും ചുവപ്പും കാപ്പിയും ചേർന്ന ഒരു നിറത്തിലുള്ള തന്റെ പരമ്പരാഗത കമ്പിളിക്കുപ്പായത്തിൽ അയാളുടെ കുലീനത തെളിഞ്ഞുകണ്ടിരുന്നു. അയാൾ രണ്ട് ഭരണികൾ മേശപ്പുറത്ത് വെച്ചു. തലമുറകളായി നിരന്തരം കൈകാര്യം ചെയ്തതിന്റെ അടയാള മായി അവയിൽ ക്ലാവ് പിടിച്ചിരുന്നു. നന്നായി കടഞ്ഞെടുത്ത ബദാംവൃ ക്ഷത്തിന്റെ തടി കൊണ്ടു നിർമ്മിച്ച അവയ്ക്ക് ടൂറിസ്റ്റുകളെ ആകർഷിക്കുന്ന തരത്തിലുള്ള ലളിതമായ ഒരു സുഭഗത ഉണ്ടായിരുന്നു. “മനോഹരമാ യിരിക്കുന്നു,” എന്ന് ഞാൻ പറഞ്ഞു. “ഇവയില്ലാതെ നിങ്ങൾ വെണ്ണ എവിടെ സൂക്ഷിക്കും?” “ഉപയോഗിച്ച പാൽ ടിന്നുകളിൽ സൂക്ഷിക്കു” മെന്ന് അയാൾ മറുപടി പറഞ്ഞു.

അവർ തമ്മിൽ വിലപേശി. ലോബ്സങ് ഇപ്പോൾ പറയുന്ന വിലയേ ക്കാൾ കൂടുതൽ വില ഏതാനും ആഴ്ചകൾ മുൻപ് വാഗ്ദാനം ചെയ്തിരുന്നു. അയാൾ ഭരണികളിൽ ചില വിള്ളലുകൾ ചൂണ്ടിക്കാട്ടിക്കൊണ്ട് തന്റെ വില ഉയർത്താൻ വിസമ്മതം പ്രകടിപ്പിച്ചു. ടൂറിസ്റ്റുകൾക്ക് വിൽക്കു മ്പോൾ അയാൾക്ക് അതിന്റെ പത്തിരട്ടി വില കിട്ടും എന്ന് എനിക്ക്

ഉറപ്പുണ്ടായിരുന്നു. വൃദ്ധൻ കെഞ്ചുന്ന രീതിയിൽ എന്നെ ഒന്ന് നോക്കി, പക്ഷേ എനിക്ക് എന്ത് പറയാനാകും? ഒടുവിൽ ഏതാനും കിലോ പഞ്ചസാര വാങ്ങാൻ മാത്രം തികയുന്ന പണവും വാങ്ങി നിരാശ കൊണ്ട് കൂനിയ തോളുകളുമായി അയാൾ കടയിൽ നിന്ന് ഇറങ്ങിപ്പോയി.

"അവ മനോഹരമായിരിക്കുന്നു എന്ന് നിങ്ങൾ പറയാൻ പാടില്ലായിരുന്നു," ലോബ്സങ് എന്നെ ശകാരിച്ചു. "എനിക്ക് കൂടുതൽ വില നൽകേണ്ടി വന്നു."

"പക്ഷേ അയാൾ നിങ്ങളുടെ ഗ്രാമത്തിൽ നിന്നു തന്നെയല്ലേ. അത്ര കണിശമായി വിലപേശേണ്ടതുണ്ടോ?"

"ഞാനും അത് വെറുക്കുന്നു, പക്ഷേ ചെയ്തേ മതിയാകൂ. മാത്രമല്ല, അയാളെ അറിയില്ലായിരുന്നുവെങ്കിൽ ഇതിലും കുറഞ്ഞ വിലയേ നൽകുമായിരുന്നുള്ളൂ."

11
ലാമയിൽ നിന്ന് എഞ്ചിനീയറിലേയ്ക്ക്

ആർക്ക് വേണം സന്യാസിമാരെ?
ലഡാക്കി ചെറുപ്പക്കാരൻ - 1984

ലഡാക്കിന്റെ “വികസത്തിനു” സാക്ഷ്യം വഹിക്കുന്ന വേളയിൽ പണമാണോ സാങ്കേതികതയാണോ മാറ്റത്തിനുള്ള അടിസ്ഥാനകാരണം എന്ന് പറയുക പ്രയാസകരമായിരുന്നു. എന്നാൽ ഇവ രണ്ടും അന്യോന്യം കെട്ടിപ്പിണഞ്ഞു കിടക്കുന്നു, സമൂഹത്തെ വ്യവസ്ഥാപിതമായി പരിവർത്തനം ചെയ്യുന്നതിൽ ഇവ നിർണ്ണായക പങ്കുവഹിക്കുന്നു എന്നതും വ്യക്തമാണ്.

ഇതുവരെ ലഡാക്കിൽ ദൂരവ്യാപകമായ സാങ്കേതിക മാറ്റങ്ങളൊന്നും അനുഭവപ്പെട്ടിട്ടില്ല, എന്നാൽ ഇതേ ഗതി തുടർന്നാൽ അത് സംഭവിക്കും എന്നത് തീർച്ച. ഇതുവരെ സംഭവിച്ച മാറ്റങ്ങൾ തന്നെ പാശ്ചാത്യരീതിയിലുള്ള സാങ്കേതികവികസനത്തിന്റെ മിക്ക പാർശ്വഫലങ്ങളെയും പ്രകടമാക്കുന്നുണ്ട്. *ലെ*-യിലെ ഡീസൽ കൊണ്ടു പ്രവർത്തിക്കുന്ന പുതിയ മില്ല് ഒരു ഉദാഹരണം. ജലം കൊണ്ടു കറങ്ങുന്ന ചക്രങ്ങളാൽ പ്രവർത്തിച്ചിരുന്ന പഴയ മില്ലിനേക്കാൾ പതിന്മടങ്ങ് വേഗത്തിൽ പ്രവർത്തിക്കുമെങ്കിലും, ജനങ്ങൾക്ക് അവരുടെ ഗ്രാമങ്ങളിൽ നിന്ന് അനേകം മൈലുകൾ സഞ്ചരിച്ച് ഗോതമ്പും ബാർലിയും അവിടെ എത്തിക്കേണ്ടതുണ്ട്, മാത്രമല്ല അത് തിരിക്കാൻ പണം നൽകുകയും വേണം. വേഗത്തിൽ തിരിക്കുന്നതിനാൽ ധാന്യം ചൂടാകും, അപ്പോൾ അതിന്റെ

പോഷകമൂല്യം കുറയും. അതിനുപുറമേ മില്ലിൽ നിന്ന് വമിക്കുന്ന പുക അന്തരീക്ഷത്തെ മലിനപ്പെടുത്തുകയും ചെയ്യുന്നു.

ഗ്രാമത്തിൽ, പരമ്പരാഗതമായ അറിവിനെ അടിസ്ഥാനപ്പെടുത്തി പ്രാദേശികവിഭവങ്ങൾ ഉപയോഗപ്പെടുത്തുന്ന സാങ്കേതികതയാണ് നടപ്പിലാക്കിയിരുന്നത്. അവിടുന്നു തന്നെയുള്ള തടി ഉപയോഗിച്ചാണ് കലപ്പ ഉണ്ടാക്കുന്നത്, ഇരുമ്പു കൊണ്ടുള്ള അതിന്റെ അഗ്രങ്ങൾ ഗ്രാമത്തിലെ കൊല്ലൻ തന്നെ രൂപപ്പെടുത്തുന്നു. അവിടുത്തെ ഉയർന്ന പ്രദേശങ്ങളിലെ പുൽമേടുകളിലാണ് കലപ്പ വലിച്ചിരുന്ന യാക്കും *സോ*-യും മേഞ്ഞിരുന്നത്. ഇപ്രകാരം, നിലം ഉഴാൻ വേണ്ട എല്ലാ സാമഗ്രികളും വൈദഗ്ദ്ധ്യങ്ങളും അവിടെത്തന്നെ എളുപ്പത്തിൽ ലഭ്യമായിരുന്നു.

പരമ്പരാഗത സാങ്കേതികവിദ്യകളെ കാല്പനികവത്കരിക്കുവാൻ എളുപ്പമാണ്, അതേസമയം അവയുടെ പല ഗുണങ്ങളെ അവഗണിക്കുന്നത് പാശ്ചാത്യരാജ്യങ്ങളിൽ സാധാരണമാണ്. താഷി റബ്ല്യസ് പലപ്പോഴും പുതിയതിനെ അപേക്ഷിച്ച് പഴയതിന്റെ ഗുണങ്ങളെ കുറിച്ച്, പ്രത്യേകിച്ചും യന്ത്രങ്ങൾക്കു പകരം മൃഗങ്ങളോടൊത്ത് പണിയെടുക്കുന്നതിനെക്കുറിച്ചും മറ്റും സംസാരിക്കും, “ആ മൃഗങ്ങൾ നിങ്ങളുടെ സുഹൃത്തുക്കളാകും, നിങ്ങളും അവരെ ഇഷ്ടപ്പെട്ടു തുടങ്ങും. അവ നന്നായി പണിയെടുത്താൽ, കഠിനമായി അദ്ധ്വാനിച്ചാൽ, നിങ്ങൾ അവയ്ക്ക് വിശേഷപ്പെട്ട തീറ്റ കൊടുക്കും. എന്നാൽ യന്ത്രങ്ങൾക്കാകട്ടെ ജീവനില്ല; നിങ്ങൾക്ക് അവയുമായി ഒരു ബന്ധവുമില്ല. യന്ത്രങ്ങളോടൊത്ത് പണിയെടുക്കുമ്പോൾ നിങ്ങളും അവയെ പോലാകുന്നു, ഒടുവിൽ നിങ്ങളും യന്ത്രങ്ങളെ പോലെ സ്വയം ജീവനില്ലാത്തവരായി തീരുന്നു.”

പരമ്പരാഗതരീതിയിൽ നിലം ഉഴുന്നതിന് കൂടുതൽ സമയമെടുക്കാറുണ്ട് - ഒരു ഏക്കറിന് അര ദിവസംവരെ എടുത്തെന്നിരിക്കും. ലഡാക്കിനു പുറത്ത് സഞ്ചരിച്ചിട്ടില്ലാത്ത ഒരു കർഷകൻ സമയം ലാഭിക്കുന്ന സാങ്കേതികതയെ സ്വാഭാവികമായും സ്വാഗതം ചെയ്തേക്കും. അര മണിക്കൂർ കൊണ്ട് ഒരു ട്രാക്ടറിന് ചെയ്യാൻ സാധിക്കുന്ന കാര്യത്തിന് എന്തിന് അര ദിവസം ചിലവഴിക്കണം? എന്നാൽ, വേഗത കൂടിയ പുതിയ സാങ്കേതികവിദ്യകൾ യഥാർത്ഥത്തിൽ സമയം ലാഭിക്കുന്നില്ല എന്നതാണ് വാസ്തവം.

പരമ്പരാഗതസമ്പദ്ഘടനയിൽ സമയം ധാരാളമായിരുന്നു, ഋതുഭേദങ്ങൾ മാത്രമായിരുന്നു അതിനെ നിയന്ത്രിച്ചിരുന്നത്. ചെയ്തുതീർക്കാൻ ജോലി എത്രയുണ്ടെങ്കിലും ജീവിതം മാനുഷികമായ വേഗതയ്ക്കനുസരിച്ചാണ് മുന്നോട്ട് നീങ്ങിയിരുന്നത്, അപ്പോൾ എല്ലാവർക്കും ക്ഷമാശീലരാകാനുള്ള സാവകാശവും ഉണ്ടായിരുന്നു. എന്നാൽ അതിനു

വിപരീതമായി ആധുനിക സമ്പദ്ഘടന സമയത്തെ ഒരു വില്പനചരക്ക് എന്ന നിലയിലാണ് കണക്കാക്കുന്നത് – വിൽക്കാനും വാങ്ങാനുമുള്ള വസ്തുവാണ് സമയം. പെട്ടെന്നുതന്നെ അതിനെ അളക്കാൻ കഴിയുമെന്നായി, ഏറ്റവും ചെറിയ കണികകളായി വിഭജിക്കപ്പെടുന്ന നിലയിലുമെത്തി. സമയം വിലപിടിപ്പുള്ള ഒന്നായി മാറുകയും ജനങ്ങൾ "സമയം ലാഭിക്കാനുള്ള" സാങ്കേതികവിദ്യകൾ സ്വന്തമാക്കിത്തുടങ്ങുകയും ചെയ്യുമ്പോൾ ജീവിതത്തിന്റെ വേഗതയാണ് വർദ്ധിക്കുന്നത്.

ലഡാക്കിലെ ജനങ്ങൾക്ക് അവരവർക്കു വേണ്ടിയും മറ്റുള്ളവർക്ക് വേണ്ടിയും ചിലവഴിക്കാൻ ഇപ്പോൾ സമയമില്ല. അതിന്റെ ഫലമായി, തങ്ങൾക്കു ചുറ്റുമുള്ള ലോകത്തിലെ സൂക്ഷ്മഭേദങ്ങളോടുള്ള തീക്ഷ്ണമായ സംവേദനക്ഷമത അവർക്ക് നഷ്ടമായിക്കൊണ്ടിരിക്കുന്നു – ഉദാഹരണത്തിന്, കാലാവസ്ഥയിലോ നക്ഷത്രങ്ങളുടെ സഞ്ചാരപഥത്തിലോ സംഭവിക്കുന്ന ഏറ്റവും ചെറിയ വ്യതിയാനങ്ങൾ പോലും തിരിച്ചറിയാനുള്ള കഴിവ് അവർക്ക് ഇല്ലാതെയായിരിക്കുന്നു. മർക്ക താഴ്വരയിൽ നിന്നുള്ള ഒരു സുഹൃത്ത് അതിനെ ഇപ്രകാരം സംഗ്രഹിക്കുകയുണ്ടായി: "എനിക്കു മനസ്സിലാകുന്നില്ല. എന്റെ സഹോദരി തലസ്ഥാനത്താണ് താമസിക്കുന്നത്, വേഗത്തിൽ കാര്യങ്ങൾ ചെയ്തു തീർക്കാൻ സഹായിക്കുന്ന എല്ലാ ഉപകരണങ്ങളും അവർക്കുണ്ട്. തുണികൾ കടയിൽ നിന്നാണ് വാങ്ങുന്നത്, ജീപ്പ്, ടെലിഫോൺ, ഗ്യാസ്, കുക്കർ മുതലായവയും ഉണ്ട്. ഇവയെല്ലാം ധാരാളം സമയം ലാഭിക്കാൻ സഹായിക്കുന്നു, എങ്കിലും ഞാൻ അവരെ കാണാൻ ചെല്ലുമ്പോൾ അവർക്ക് എന്നോട് സംസാരിക്കാൻ തന്നെ സമയമില്ല."

മാറുന്ന ലഡാക്ക് എന്നെ പഠിപ്പിച്ച ഏറ്റവും ശ്രദ്ധേയമായ പാഠങ്ങളിൽ ഒന്ന് ഇതാണ്: ആധുനിക ലോകത്തിന്റെ യന്ത്രങ്ങളും മറ്റ് സാമഗ്രികളും സമയം ലാഭിക്കാൻ സഹായിക്കുന്നു എങ്കിലും, മൊത്തത്തിലുള്ള പുതിയ ജീവിതരീതിയുടെ ഫലമായി നമുക്ക് സമയം നഷ്ടപ്പെടുകയാണ്. വികസനത്തിന്റെ ഒരു അനന്തരഫലം, ആധുനികമേഖലകളിലുള്ള ലഡാക്കി സ്വദേശികൾ ലഭ്യമായ സാങ്കേതികവിദ്യകളുടെ വേഗതയിൽ ജനങ്ങളെ മത്സരിപ്പിക്കുന്ന ഒരു സമ്പദ്ഘടനയുടെ ഭാഗമായി മാറി എന്നതാണ്. ഇത് അങ്ങേയറ്റം ശ്രദ്ധേയമാണ്. നിങ്ങൾ ഇടപഴകുന്ന സമൂഹത്തിലേക്ക് ടെലിഫോൺ കടന്നുവരുമ്പോൾ, നിങ്ങൾക്ക് സ്വന്തമായി ഒരു ഫോൺ ഇല്ലാത്ത അവസ്ഥ സാമ്പത്തികമായും മനശ്ശാസ്ത്രപരമായും നിങ്ങളെ പ്രതികൂലമായി ബാധിക്കും. നിങ്ങളുടെ സന്ദേശങ്ങൾ നേരിട്ട് കൈമാറുക എന്നത് പ്രയോഗക്ഷമമായ ഒരു ബദൽ മാർഗ്ഗമല്ല. അതേപോലെ, കാറുകളും ബസ്സുകളും വന്നു കഴിയുമ്പോൾ നടത്തം,

മൃഗങ്ങളുടെ പുറത്ത് കയറിയുള്ള സവാരി എന്നീ രീതികൾ കാലഹരണപ്പെട്ടു. രാവിലെ എഴുന്നേറ്റ് ജോലിക്ക് പോകുമ്പോൾ, "ഇന്ന് കാറിൽ പോകണോ നടന്ന് പോകണോ?" എന്ന് ചോദിക്കുവാനുള്ള അവസരമില്ല. ജീവിതത്തിന്റെ ഗതിവേഗം നിങ്ങൾക്കായി നിശ്ചയിക്കപ്പെട്ടു കഴിഞ്ഞിരിക്കുന്നു.

ആദ്യമായി ഞാൻ സോനത്തിനോടൊപ്പം ഹെമിസ് ശുക്പചാൻ എന്ന ഗ്രാമത്തിൽ അയാളുടെ കുടുംബത്തെ സന്ദർശിച്ചത് ഓർമ്മ വരുന്നു. അടുക്കളയിൽ എല്ലാവരും അടുപ്പിനു ചുറ്റും കൂടി ഇരുന്നപ്പോൾ *ലെ*-യിലെ ടൂറിസ്റ്റുകളെ കുറിച്ച് അയാൾ വിവരിക്കുകയുണ്ടായി. "അവർ എപ്പോഴും വലിയ തിരക്കിലാണ്." അയാൾ പറഞ്ഞു. "അവർ ഒരിക്കലും ഒരിടത്ത് ഇരുന്നു കാണുന്നില്ല. എപ്പോഴും ക്ലിക്ക്, ക്ലിക്ക്, ക്ലിക്ക്..." ഒന്നും മനസ്സിലാകാതെ നോക്കിയിരുന്ന കാഴ്ചക്കാരെ ഫോട്ടോ എടുക്കുന്നതു പോലെ അയാൾ അഭിനയിച്ചു കാണിച്ചു. എന്നിട്ട്, ഒരു ടൂറിസ്റ്റിനെ അനുകരിച്ചുകൊണ്ട്, അയാളുടെ സഹോദരിയുടെ തലയിൽ ചെറുതായി തട്ടിയിട്ട്, "ഇതാ, നിനക്ക് ഒരു പേന" എന്ന് പറഞ്ഞു. പിന്നെ, "അവർ എപ്പോഴും ഇതുപോലെ വേഗത്തിൽ പാഞ്ഞുകൊണ്ടിരിക്കും" എന്ന് പറഞ്ഞുകൊണ്ട് ചാടിയെഴുന്നേറ്റ് അടുക്കളയിൽ അങ്ങോട്ടുമിങ്ങോട്ടും ഓടിനടന്നു. "എന്തിനാണ് അവർ ഇത്രയും തിരക്ക് കൂട്ടുന്നത്?"

സാങ്കേതികമാറ്റം ധനികരും നിർദ്ധനരും തമ്മിലുള്ള വിടവിനെയും വലുതാക്കുന്നു. അതിവേഗത്തിൽ കാറോടിച്ചു പോകുന്ന ലഡാക്ക് സ്വദേശി വഴിയരികിലെ കാൽനടക്കാരനെ ശാരീരികമായും മനശ്ശാസ്ത്രപരമായും പൊടിയിലാഴ്ത്തുകയാണ് ചെയ്യുന്നത്. ആളുകൾ ഒരിടത്ത് ജീവിക്കുകയും മറ്റൊരിടത്ത് ജോലിനോക്കുകയും ചെയ്യുമ്പോൾ പുതിയ സാമൂഹിക പ്രശ്നങ്ങൾ ഉയർന്നുവരുന്നു. സ്ത്രീകൾ ഒറ്റപ്പെടുകയും സമുദായം വിഭജിക്കപ്പെടുകയുമാണ്.

ലോബ്സാങ് ഒരു സർക്കാർ ഡ്രൈവർ ആയിരുന്നു. ജോലിയിൽ നിന്ന് വിരമിച്ചപ്പോൾ അയാൾ ഒരു ജീപ്പ് വാങ്ങി, അതും കൊണ്ടാണ് അയാൾ ഗ്രാമത്തിലേയ്ക്ക് മടങ്ങിയത്. ഗ്രീഷ്മകാലത്തിൽ ടൂറിസ്റ്റുകളെ ബുദ്ധവിഹാരങ്ങൾ കാണിക്കാനായി അയാൾ സ്വന്തം ജീപ്പ് ഉപയോഗിച്ചു, ബാക്കികിട്ടുന്ന സമയം ഗ്രാമവാസികളെ *ലെ*-യിലേയ്ക്കും തിരിച്ചും എത്തിക്കുന്നതിനുള്ള സവാരി നടത്തി, അതായിരുന്നു അയാളുടെ വരുമാനമാർഗ്ഗം. അതിന്റെ ഫലമായി അയാൾക്ക് ഗ്രാമവാസികളുമായി ഉണ്ടായിരുന്ന ബന്ധത്തിൽ ചില മാറ്റങ്ങൾ വന്നുതുടങ്ങി – മറ്റുള്ളവർക്കില്ലാത്ത ഒന്ന് ഇപ്പോൾ അയാളുടെ പക്കൽ ഉണ്ട്, അതിനാൽ അയാൾക്ക് അവരിൽ ഒരാളായി തുടരാൻ പറ്റാതെ വന്നു.

പഴമയുടെ അടയാളങ്ങൾ, പുതുമയുടെ അടയാളങ്ങൾ

"അത്ര വിദൂരമല്ലാത്ത ഒരു ഭാവിയിൽ നാം ഒരു യന്ത്രമുണ്ടാക്കിയേക്കും - പ്ലാസ്റ്റിക്ക് ബക്കറ്റ് മുതൽ ആപ്പിൾ വരെ, നാം എന്താഗ്രഹിക്കുന്നുവോ അത് ഒരു ബട്ടൺ ഞെക്കിയാൽ പുറത്തു വരുന്ന വിധത്തിലുള്ള ഒരു യന്ത്രം" കശ്മീരിലെ സർവ്വകലാശാല സന്ദർശിച്ച്, ഭൗതികശാസ്ത്രത്തിൽ ആകൃഷ്ടനായി മടങ്ങിയെത്തിയ സെരിങ് ദോർജെ എന്നോട് ഇപ്രകാരം പറഞ്ഞു. ഞാൻ എന്റെ അതിശയം പ്രകടിപ്പിച്ചപ്പോൾ അദ്ദേഹം പറഞ്ഞു, "ആത്യന്തികമായി എല്ലാം ഒരേ തരത്തിലുള്ള പരമാണുക്കളിൽ നിന്ന് ഉത്പാദിപ്പിക്കപ്പെടുന്നതുകൊണ്ട്, അവയുടെ സങ്കലനത്തിലൂടെ നാമാഗ്രഹിക്കുന്നതെന്തും സൃഷ്ടിക്കാൻ കഴിയും എന്നത് ഒരു അസാദ്ധ്യതയൊന്നുമല്ല." അവരുടെ കാഴ്ചപ്പാടുകൾക്കും മൂല്യങ്ങൾക്കും സംഭവിച്ച അടിസ്ഥാനപരമായ മാറ്റത്തെയാണ് സെരിങ്ങിന്റെ വികാരം പ്രതിഫലിപ്പിക്കുന്നത് – ലഡാക്കിൽ ഉദയം കൊള്ളുന്ന ഒരു പുതിയ ലോകവീക്ഷണത്തെ, മനുഷ്യർക്ക് മറ്റ് ജീവജാലങ്ങൾക്ക് മേൽ കൂടുതൽ അധികാരം ചെലുത്താൻ സഹായിക്കുന്ന തരത്തിലുള്ള ഒന്നിനെ, അതിൽ ദർശിക്കാം. പരമ്പരാഗതസമൂഹത്തിൽ ഏറ്റവും ബഹുമാന്യനായ വ്യക്തി ലാമയായിരുന്നു. ആധുനിക സമൂഹത്തിൽ ആ സ്ഥാനം വഹിക്കുന്നത് എഞ്ചിനീയർ ആണ്.

സൊനാം കുടുംബത്തോടൊപ്പം സ്റ്റോക്ക് എന്ന ഗ്രാമത്തിൽ താമസിക്കുമ്പോൾ, അവിടുത്തെ ഏറ്റവും ഇളയ കുഞ്ഞിന്റെ അച്ഛനും

മുത്തശ്ശിയും തമ്മിൽ അവന്റെ ഭാവിയെക്കുറിച്ച് സംസാരിക്കുന്നത് ഞാൻ കേൾക്കാനിടയായി. മറ്റു പല സംഭാഷണങ്ങളെയും പോലെ തന്നെ ആ സംഭാഷണവും വളരെ സവിശേഷമായിരുന്നു. മുത്തശ്ശിക്ക് ചെറുമകൻ ഒരു ലാമ (ബുദ്ധസന്യാസി) ആകണം എന്നായിരുന്നു ആഗ്രഹം. എല്ലാ കുടുംബത്തിൽ നിന്നും ഒരാൾ ബുദ്ധവിഹാരത്തിൽ ഉണ്ടാകണമെന്ന് അവർ അഭിപ്രായപ്പെട്ടു. എന്നാൽ മകന് നവീന സ്കൂൾവിദ്യാഭ്യാസം നൽകണം എന്നായിരുന്നു അച്ഛന്റെ താത്പര്യം, അത് അവന് സർക്കാർ ജോലി കിട്ടാൻ സഹായകരമാകും എന്നതായിരുന്നു കാരണം. അച്ഛൻ മതവിശ്വാസി ആയിരുന്നെങ്കിലും മകൻ പുതിയ രീതികൾ അഭ്യസിക്കണമെന്ന് അയാൾ ആഗ്രഹിച്ചു. അയാളുടെ മൂത്തമകൻ ന്യിങ്ങ്മ കശ്മീരിലെ കാർഷികകോളേജിൽ പഠിക്കുന്നുണ്ടായിരുന്നു. മുത്തശ്ശി പറഞ്ഞു, "സ്കൂളിൽ പോയ ശേഷം ന്യിങ്ങ്മയ്ക്ക് എന്തു പറ്റി എന്ന് നോക്കൂ. അവന് ഇപ്പോൾ മതവിശ്വാസം തീരെയില്ല." "ശരിയാണ്" അച്ഛൻ പറഞ്ഞു, "എന്നാൽ അവൻ വേഗം പണം സമ്പാദിക്കാൻ തുടങ്ങും, ഇക്കാലത്ത് അതാണ് ആവശ്യം. ഏതാണ് നല്ലത് എന്ന് നമുക്ക് എങ്ങനെ അറിയാൻ സാധിക്കും? ഈ ഗ്രാമത്തിൽ ജീവിക്കുമ്പോൾ പുതിയ രീതികൾ നമുക്ക് മനസ്സിലാവുകയില്ല."

ലാമയുടെയും എഞ്ചിനീയറുടെയും ലോകവീക്ഷണങ്ങൾ വളരെ വ്യത്യസ്തമായിരിക്കും. സകല ജീവന്റെയും ഐക്യത്തെയും പരസ്പര ബന്ധത്തിൽ അധിഷ്ഠിതമായ ഉത്പത്തിയെയും പ്രതിപാദിക്കുന്ന യാഥാർഥ്യത്തിന്റെ അടിസ്ഥാനത്തിലാണ് പഴയ വിശ്വാസങ്ങൾ നിലകൊള്ളുന്നത്. എന്നാൽ പുതിയ ശാസ്ത്രീയവീക്ഷണം അതിന്റെ ഭിന്നതയ്ക്ക് ഊന്നൽ നൽകുന്നു. മറ്റെല്ലാ സൃഷ്ടികളിൽ നിന്നും വിഭിന്നമായാണ് നാം നിലകൊള്ളുന്നത് എന്നാണ് അത് വിവക്ഷിക്കുന്നത്. പ്രകൃതിയെ കൂടുതൽ ആഴത്തിൽ മനസ്സിലാക്കാൻ വേണ്ടി നാം വസ്തുക്കളെ ചെറിയ കണങ്ങളായി വീണ്ടും വീണ്ടും വിഭജിക്കുകയും, ഓരോ നുറുങ്ങിനെയും പ്രത്യേകം പ്രത്യേകമെടുത്ത് അപഗ്രഥിക്കുകയും ചെയ്യുന്നു.

സർവ്വ ജീവജാലങ്ങളോടുമുള്ള സഹാനുഭൂതിയും അനുകമ്പയും നിറഞ്ഞ പരസ്പരബന്ധത്തെ പ്രോത്സാഹിപ്പിക്കുന്ന ധാർമ്മികമൂല്യങ്ങളിൽ നിന്ന്, ധാർമ്മികാടിത്തറയും മൂല്യവുമില്ലാത്ത "വസ്തുനിഷ്ഠത" യിലേക്കുള്ള സ്ഥാനമാറ്റമാണ് ലാമയിൽ നിന്ന് എഞ്ചിനീയറിലേക്കുള്ള പരിവർത്തനത്തിന്റെ പ്രതിനിധാനം.

12
പാശ്ചാത്യരീതിയനുസരിച്ചുള്ള പഠനം

നിങ്ങൾക്കറിയാമെങ്കിലും
മറ്റൊരാളോടുകൂടി ചോദിക്കുന്നത് നല്ലതാണ്
ലഡാക്കി പഴമൊഴി

യഥാർത്ഥ വിദ്യാഭ്യാസത്തിന്റെ മൂല്യത്തെ ആർക്കും നിഷേധിക്കാനാവില്ല, അത് അറിവിനെ വിസ്തൃതിപ്പെടുത്തുകയും പോഷിപ്പിക്കുകയുമാണ് ചെയ്യുന്നത്. എന്നാൽ ഇന്ന് വിദ്യാഭ്യാസം തികച്ചും വ്യത്യസ്തമായിക്കഴിഞ്ഞിരിക്കുന്നു. അത് കുട്ടികളെ അവരുടെ സംസ്കാരത്തിൽ നിന്നും പ്രകൃതിയിൽ നിന്നും വേർപെടുത്തുന്നു. പകരം പാശ്ചാത്യവത്കരിക്കപ്പെട്ട നാഗരിക സാഹചര്യത്തിൽ ഏതെങ്കിലും ഇടുങ്ങിയ വിഷയത്തിൽ വൈദഗ്ദ്ധ്യമുള്ളവരാക്കാനാണ് അവരെ പരിശീലിപ്പിക്കുന്നത്. ലഡാക്കിൽ ഈ പ്രക്രിയ ഇന്ന് സവിശേഷ ശ്രദ്ധയർഹിക്കുന്ന വിധത്തിൽ മാറിക്കഴിഞ്ഞു. തങ്ങൾ ജീവിക്കുന്ന സാഹചര്യം കാണുന്നതിൽ നിന്ന് കുട്ടികളെ തടയുന്നതു വഴി ആധുനിക സ്കൂൾ വിദ്യാഭ്യാസം അവരുടെ കണ്ണു മൂടിക്കെട്ടുകയാണ് ചെയ്യുന്നത്. സ്വന്തം വിഭവങ്ങൾ ഉപയോഗിക്കാനറിയാതെ, സ്വന്തം ലോകത്തിൽ വ്യവഹരിക്കാൻ സാധിക്കാതെ അവർ സ്കൂളിൽ നിന്ന് പുറത്തു വരുന്നു.

ബുദ്ധവിഹാരങ്ങളിൽ നൽകപ്പെടുന്ന മതപരമായ പരിശീലനമൊഴികെ, പരമ്പരാഗത സംസ്കാരത്തിൽ "വിദ്യാഭ്യാസം" എന്നപേരിൽ പ്രത്യേകിച്ച് ഒരു പരിപാടി ഉണ്ടായിരുന്നില്ല. അവരുടെ സ്വന്തം സമുദായവും ചുറ്റുപാടുകളുമായുള്ള ആഴത്തിലുള്ള ബന്ധത്തിന്റെ പരിണതഫലമായിരുന്നു വിദ്യാഭ്യാസം. മുത്തശ്ശി-മുത്തശ്ശന്മാർ, കുടുംബാംഗങ്ങൾ,

സുഹൃത്തുക്കൾ എന്നിവരിൽ നിന്നൊക്കെയാണ് കുട്ടികൾ പഠിച്ചിരുന്നത്. ഉദാഹരണമായി, വിതയ്ക്കുന്നതിൽ പങ്കുചേരുമ്പോൾ ഗ്രാമത്തിന്റെ ഒരു ഭാഗത്ത് ചൂട് കൂടുതലും എതിർഭാഗത്ത് തണുപ്പ് കൂടുതലുമാണെന്ന് അവർ മനസ്സിലാക്കുന്നു. സ്വന്തം അനുഭവത്തിലൂടെ പല തരം ബാർലികളെ തമ്മിൽ വേർതിരിക്കാനും ഓരോ ഇനത്തിനും വളരാൻ വേണ്ട അനുകൂലസാഹചര്യങ്ങളെക്കുറിച്ച് മനസ്സിലാക്കാനും കുട്ടികൾക്ക് സാധിക്കുന്നു. ഏറ്റവും ചെറിയ കാട്ടുചെടിയെ തിരിച്ചറിയുന്നതിനും അത് എങ്ങനെ ഉപയോഗിക്കണമെന്ന് പറയാനും വളരെ ദൂരത്തുള്ള മലഞ്ചെരിവിൽ കാണുന്ന മൃഗമേതെന്ന് കൃത്യമായി നിർണ്ണയിക്കാനും അവർ പഠിച്ചിരുന്നു. ബന്ധങ്ങൾ, പ്രക്രിയ, മാറ്റം, ചുറ്റുമുള്ള സ്വാഭാവികലോകത്തിലെ ചാഞ്ചാടിക്കൊണ്ടിരിക്കുന്ന പരസ്പരബന്ധങ്ങളുടെ സങ്കീർണ്ണവലയം എന്നിവയെക്കുറിച്ചെല്ലാം അവർ മനസ്സിലാക്കി.

തലമുറകളായി ലഡാക്കിലെ ജനങ്ങൾക്ക് അവരുടെ പാർപ്പിടം, വസ്ത്രം എന്നിവ സ്വന്തമായി നിർമ്മിക്കാൻ കഴിയുമായിരുന്നു; യാക്കിന്റെ തോലിൽ നിന്ന് പാദുകങ്ങൾ ഉണ്ടാക്കാനും ചെമ്മരിയാടിന്റെ രോമം കൊണ്ട് കമ്പിളി വസ്ത്രങ്ങൾ നെയ്യാനും മണ്ണും കല്ലും കൊണ്ട് വീടുകൾ നിർമ്മിക്കാനും അവർ അഭ്യസിച്ചു. വിദ്യാഭ്യാസം പ്രാദേശികതയ്ക്ക് ഊന്നല് നൽകി, അത് ജൈവപ്രകൃതിയുമായുള്ള അഗാധമായ ബന്ധത്തെ പരിപോഷിപ്പിച്ചു. ലഭ്യമായ വിഭവങ്ങളെ ഫലപ്രദവും സുസ്ഥിരവുമായ രീതിയിൽ ഉപയോഗിക്കാൻ പ്രേരിപ്പിക്കുന്ന വിധത്തിലുള്ള ഒരു സഹജാവബോധം അത് കുട്ടികൾക്ക് നൽകി.

എന്നാൽ അത്തരം അറിവുകളൊന്നും ആധുനിക സ്കൂൾ വിദ്യാഭ്യാസം അവർക്ക് പ്രദാനം ചെയ്യുന്നില്ല. പാരിസ്ഥിതികസമൂഹത്തിൽ എന്നതിനേക്കാൾ ഉപരിയായി ഒരു സാങ്കേതികസമൂഹത്തിലെ വിദഗ്ധരാകുവാനാണ് അവ കുട്ടികളെ പരിശീലിപ്പിക്കുന്നത്. സ്കൂൾ എന്നത് പരമ്പരാഗത കഴിവുകളെ വിസ്മരിക്കാനും, ഒരു പരിധിക്കപ്പുറം അവയെ അവജ്ഞയോടെ കാണാനുമുള്ള ഇടമായിരിക്കുന്നു.

1970-കളിലാണ് പാശ്ചാത്യവിദ്യാഭ്യാസം ആദ്യമായി ലഡാക്കിലെ ഗ്രാമങ്ങളിലേയ്ക്ക് കടന്നുവന്നത്. ഇപ്പോൾ അവിടെ ഏതാണ്ട് ഇരുന്നൂറോളം സ്കൂളുകളുണ്ട്. ബ്രിട്ടീഷ് വിദ്യാഭ്യാസത്തെ അനുകരിച്ച് ഇന്ത്യയിലെങ്ങും പിന്തുടർന്നുവരുന്ന പാഠ്യപദ്ധതിയുടെ തന്നെ വികലമായ ഒരു പ്രതിരൂപമാണ് അവിടുത്തെ പാഠ്യപദ്ധതി. അതിൽ ലഡാക്കിന്റെ സ്വന്തമെന്ന് പറയാവുന്നതായി ഒന്നുമില്ല. ഒരിക്കൽ *ലെ*-യിലെ ഒരു ക്ലാസ്സ്മുറി സന്ദർശിച്ചപ്പോൾ അവരുടെ പാഠപുസ്തകത്തിൽ ലണ്ടനിലെയോ ന്യൂയോർക്കിലെയോ കുട്ടികളുടെ കിടപ്പുമുറിയുടെ ഒരു ചിത്രം

കണ്ടു. മേൽക്കട്ടിയുള്ള ഒരു കട്ടിലിലെ ഡ്രോയർക്ക് കീഴെ ഭംഗിയായി മടക്കി അടുക്കിവെച്ചിരിക്കുന്ന തുവാലകളുടെ ചിത്രം കാണിച്ച് അവയെ ഏതെത് അറയ്ക്കുള്ളിൽ വെയ്ക്കണമെന്നുള്ള നിർദ്ദേശങ്ങൾ ആ പാഠപുസ്തകത്തിൽ സൂചിപ്പിച്ചിരുന്നു. അതേപോലെ അസംബന്ധം നിറഞ്ഞതും അസാന്ദർഭികവുമായിരുന്നു സോനത്തിന്റെ അനുജത്തിയുടെ പാഠപുസ്തകത്തിലെ ഉദാഹരണങ്ങളും. ഒരിക്കൽ ഗൃഹപാഠത്തിന്റെ ഭാഗമായി അവൾക്ക് പിസയിലെ ചെരിഞ്ഞ ഗോപുരം ഭൂമിയുമായി നിർമ്മിക്കുന്ന കോണിന്റെ അളവ് നിർണ്ണയിക്കേണ്ടിയിരുന്നു. മറ്റൊരിക്കൽ അവൾ *ഇലിയഡി*ന്റെ ഇംഗ്ലീഷ് തർജ്ജമയുമായി മല്ലിടുന്നത് കാണാനിടയായി.

ലഡാക്കിലെ കുട്ടികൾക്ക് സ്കൂളിൽ പഠിക്കുന്ന കഴിവുകളുടെ ഭൂരിഭാഗവും യഥാർത്ഥജീവിതത്തിൽ ഒരിക്കലും ഉപയോഗിക്കാനാകുന്നില്ല. ന്യൂയോർക്കിലെ ഒരു കുട്ടിക്ക് അനുയോജ്യമായ വിദ്യാഭ്യാസത്തിന്റെ ക്ഷുദ്രമായ ഒരു വകഭേദമാണ് അവർക്ക് ഇവിടെ നിന്നും ലഭിക്കുന്നത്. ലഡാക്കിൽ ഒരിക്കൽ പോലും കാലുകുത്തിയിട്ടില്ലാത്തവരും 12000-അടി ഉയരത്തിൽ ബാർലി കൃഷി ചെയ്യുന്നതിനെപ്പറ്റിയോ വെയിലിൽ ഉണക്കിയ ചെങ്കല്ല് കൊണ്ട് വീട് നിർമ്മിക്കുന്നതിനെപ്പറ്റിയോ ഒന്നുമറിയാത്തവരും എഴുതിയ പാഠപുസ്തകങ്ങളാണ് അവർ പഠിക്കുന്നത്. ലോകത്തിന്റെ ഏതു മൂലയിലും ഇന്ന് ഒരേ അനുമാനങ്ങളും ഒരേ യുറോപ്പ്യൻ മാതൃകകളുമാണ് വിദ്യാഭ്യാസം എന്ന പ്രക്രിയയുടെ അടിസ്ഥാനം. വിദൂരതത്വങ്ങളിലും സാമാന്യജ്ഞാനത്തിലുമാണ് ശ്രദ്ധ കേന്ദ്രീകരിക്കപ്പെടുന്നത്. നമ്മുടെ ഗ്രഹത്തെ മൊത്തത്തിൽ സംബന്ധിക്കുന്ന വിവരങ്ങളാണ് പുസ്തകങ്ങൾ പ്രചരിപ്പിക്കുന്നത്. പ്രത്യേക ആവാസവ്യവസ്ഥകളിൽ നിന്നും സംസ്കാരങ്ങളിൽ നിന്നും അകന്ന ഒരുതരം വിജ്ഞാനം സാർവജനീനമായി തീരുമ്പോൾ കുട്ടികൾ പഠിക്കുന്ന കാര്യങ്ങൾ കൃത്രിമവും അവരുടെ ജീവിതസന്ദർഭങ്ങളിൽ നിന്നകന്നതുമാവാതെ തരമില്ല. അവർ ഉപരിപഠനത്തിനു പോകുമ്പോഴാകട്ടെ കോൺക്രീറ്റും ഉരുക്കും കൊണ്ടു വീടുകൾ നിർമ്മിക്കുന്നതിനെപ്പറ്റിയാകും പഠനം, അതാണല്ലോ സർവ്വസാധാരണം. അതുപോലെ കൃഷിയെക്കുറിച്ചാണെങ്കിൽ, വ്യാവസായിക കൃഷിയെപ്പറ്റി ആയിരിക്കും അവരുടെ പഠനം: രാസവളം, കീടനാശിനികൾ, വലിയ യന്ത്രങ്ങൾ, സങ്കര ഇനത്തിലുള്ള വിത്തുകൾ എന്നിവയെക്കുറിച്ചെല്ലാമായിരിക്കും അവർ മനസ്സിലാക്കുന്നത്. ലോകമെമ്പാടുമുള്ള ജനങ്ങളെ അവരുടെ സ്വന്തം ചുറ്റുപാടുകളിലുള്ള വിഭവങ്ങളെ അവഗണിച്ച് പൊതുവായ വിഭവങ്ങളെക്കുറിച്ച് പഠിപ്പിക്കുന്നതിലൂടെ പാശ്ചാത്യവിദ്യാഭ്യാസസമ്പ്രദായം നമ്മെ കൂടുതൽ ദരിദ്രരാക്കുകയാണ്. ഇപ്രകാരം പുതിയ വിദ്യാഭ്യാസം

ഉയർന്ന പ്രദേശങ്ങളിലെ പുൽമേട്ടുകളിൽ മേയുന്ന യാക്കുകൾ, തങ്ങളുടെ പരിസ്ഥിതിയുമായി അങ്ങേയറ്റം ഇണങ്ങിയിരിക്കുന്നു.

കൃത്രിമമായ ക്ഷാമത്തെ സൃഷ്ടിക്കുകയും മത്സരമനോഭാവം വളർത്തുകയുമാണ് ചെയ്യുന്നത്.

ഈ പ്രക്രിയയുടെ ഏറ്റവും വ്യക്തമായ ഉദാഹരണമാണ് ലഡാക്കിൽ യാക്കിനും അവയുടെ പ്രാദേശിക സങ്കരയിനങ്ങൾക്കും പകരം എപ്രകാരം ജഴ്സി പശുക്കൾ ഉപയോഗിക്കപ്പെടുന്നു എന്നത്. അവരുടെ പരമ്പരാഗത സമ്പദ്ഘടനയിൽ യാക്കിന് വളരെ പ്രാധാന്യമുണ്ട്,

അവിടുത്തെ നാടൻ പരിസ്ഥിതിയുമായി ഏറ്റവും പൊരുത്തപ്പെട്ടു ജീവിക്കുന്ന ഒരു മൃഗമാണത്. 16000-അടി ഉയരത്തിൽ ഹിമാനികളുടെ പരിസരപ്രദേശങ്ങളിൽ തന്നെ കഴിയുവാനാണ് അവ ഇഷ്ടപ്പെടുന്നത്. ആർദ്രഘടമായ ഭൂപ്രദേശത്ത് അല്പം മാത്രം വളരുന്ന പുല്ലും മറ്റു സസ്യജാലങ്ങളും ഭക്ഷിച്ച് ജീവിക്കാനും കുത്തനെയുള്ള കയറ്റിറക്കങ്ങളിലൂടെ വളരെ ദൂരം സഞ്ചരിക്കാനും അവയ്ക്ക് കഴിയുന്നു. അവയുടെ നീണ്ട രോമങ്ങൾ കടുത്ത തണുപ്പിൽ നിന്ന് അവയെ സംരക്ഷിക്കുന്നു, ബൃഹത്തായ ശരീരമുണ്ടെങ്കിലും അവയ്ക്ക് ചെങ്കുത്തായ പാറകൾക്ക് മീതെ അനായാസം സന്തുലനം നഷ്ടപ്പെടാതെ നീങ്ങാൻ സാധിക്കും. ഇന്ധനം, മാംസം എന്നിവ നൽകുന്നതിനു പുറമേ യാക്കുകൾ മനുഷ്യരെ അദ്ധ്വാനത്തിൽ സഹായിക്കുന്നു, അവയുടെ രോമങ്ങൾ കൊണ്ടു കമ്പിളി പുതപ്പുകൾ ഉണ്ടാക്കാം. പെൺ യാക്ക് ദിവസവും ശരാശരി മൂന്നു ലിറ്റർ വരെ കൊഴുപ്പു കൂടിയ പാൽ നൽകും.

പുതിയ കാഴ്ചപ്പാടനുസരിച്ച് യാക്ക് ഫലപ്രദമല്ലാത്ത ഒരു മൃഗമാണ്. പാശ്ചാത്യവിദ്യാഭ്യാസം സിദ്ധിച്ച കാർഷികവിദഗ്ദ്ധർ അതിനെ അവജ്ഞയോടെയാണ് കാണുന്നത്. "പെൺ യാക്കുകൾ ദിവസവും മൂന്നു ലിറ്റർ പാലേ നൽകുകയുള്ളൂ," അവർ പറയും. "നമുക്ക് വേണ്ടത് ജഴ്സി പശുക്കളാണ് – അവ മുപ്പതു ലിറ്റർ പാൽ നൽകും." തങ്ങളുടെ നിർദ്ദേശങ്ങൾ മൂലമുളവാകുന്ന വിശാലമായ സാംസ്കാരിക-സാമ്പത്തിക-പാരിസ്ഥിതിക വിവക്ഷകളെ കാണാൻ വിദഗ്ദ്ധപരിശീലനം അവരെ അനുവദിക്കുന്നില്ല. വിശാലമായ വിദൂരപ്രദേശങ്ങളിൽ മേയുന്നതിലൂടെ യാക്ക് അതിന്റെ ഊർജ്ജം സംഭരിക്കുന്നു, അവയെ ഒടുവിൽ ഇന്ധനത്തിനു പുറമേ ഭക്ഷണത്തിന്റെയും വസ്ത്രത്തിന്റെയും അദ്ധ്വാനത്തിന്റെയും രൂപത്തിൽ മനുഷ്യർ ഉപയോഗിക്കുന്നു. ഇതിനു വിപരീതമായി, ജഴ്സി പശുവിന് 16000 അടി ഉയരം നടന്നു കയറാൻ പോലും സാധിക്കുകയില്ല, അവിടെ ജീവിക്കുന്ന കാര്യം ആലോചിക്കുകയേ വേണ്ട.10000 മുതൽ 11000 അടി വരെയുള്ള ഉയരത്തിൽ, മനുഷ്യർ ജീവിക്കുന്ന ഇടങ്ങളിൽ മാത്രമേ പശുവിന് ജീവിക്കാൻ സാധിക്കുകയുള്ളൂ, അതിന് പ്രത്യേകം തൊഴുത്തും വേണം. പ്രത്യേകമായി വിളയിച്ചെടുത്ത കാലിത്തീറ്റ തൊഴുത്തിൽ വെച്ച് അവയെ തീറ്റിക്കണം.

ആധുനികവിദ്യാഭ്യാസം പ്രാദേശികവിഭവങ്ങളെ അവഗണിക്കുന്നു എന്നത് മാത്രമല്ല, അതിലേറെ പരിതാപകരമായ വസ്തുത, അത് ലഡാക്കി കുട്ടികളെ സ്വന്തം സംസ്കാരത്തെ വില കുറച്ച് കാണാൻ പ്രേരിപ്പിക്കുന്നു എന്നതാണ്. ഏത് കാര്യത്തിലും പാശ്ചാത്യമാതൃകകൾ പ്രചരിപ്പിക്കുന്ന സ്കൂളുകളിൽ അവരുടെ ആത്മാഭിമാനം തന്നെയാണ്

ഇല്ലാതാകുന്നത്, അതിന്റെ ഫലമായി സ്വന്തം പാരമ്പര്യത്തെക്കുറിച്ച് അവർക്ക് ലജ്ജ തോന്നുകയും ചെയ്യുന്നു.

1986-ൽ ചില സ്കൂൾ കുട്ടികളോട് 2000-ലെ ലഡാക്കിനെക്കുറിച്ച് സങ്കല്പിക്കാൻ ആവശ്യപ്പെട്ടു. ഒരു ചെറിയ പെൺകുട്ടി ഇപ്രകാരം എഴുതി, "1974-നു മുൻപ് ലഡാക്കിനെക്കുറിച്ച് പുറം ലോകം അറിഞ്ഞിരുന്നില്ല. മനുഷ്യർ അപരിഷ്കൃതരായിരുന്നു. എല്ലാ മുഖങ്ങളിലും ഒരു പുഞ്ചിരി ഉണ്ടായിരുന്നു. അവർക്ക് പണം ആവശ്യമുണ്ടായിരുന്നില്ല. അവർക്ക് ഉള്ളതു തന്നെ ധാരാളം മതിയായിരുന്നു." മറ്റൊരു കുട്ടി എഴുതിയത് ഇങ്ങനെ, "സ്വന്തം ഭാഷയിലെ പാട്ടുകൾ പാടുന്നത് അവർക്ക് അപമാനമായി തോന്നുന്നു, എന്നാൽ ഇംഗ്ലീഷിലും ഹിന്ദിയിലുമുള്ള ഗാനങ്ങൾ താത്പര്യത്തോടെ പാടുന്നു... ഇപ്പോൾ ഭൂരിപക്ഷം ജനങ്ങളും തങ്ങളുടെ സ്വന്തം വേഷങ്ങൾ ധരിക്കുന്നത് അപമാനമായി കരുതുന്നു."

വിദ്യാഭ്യാസം ജനങ്ങളെ കൃഷിയിൽ നിന്ന് നഗരത്തിലേയ്ക്ക് ആകർഷിക്കുന്നു, അവിടെ അവർ പണം ഉപയോഗപ്പെടുത്തുന്ന സമ്പദ്ഘടനയുടെ ആശ്രിതരായി മാറുന്നു. പരമ്പരാഗത ലഡാക്കിൽ തൊഴിലില്ലായ്മ ഒരു വിഷയമേ ആയിരുന്നില്ല. എന്നാൽ ആധുനികത കയ്യേറിയ പ്രദേശങ്ങളിൽ ഇന്ന് ശമ്പളം ലഭിക്കുന്ന വളരെ കുറച്ച് ജോലികൾക്കായി, മുഖ്യമായും സർക്കാർ ജോലികൾക്കായി, കടുത്ത മത്സരമാണ് നടക്കുന്നത്. അതിന്റെ ഫലമായി, ഇപ്പോൾ തന്നെ തൊഴിലില്ലായ്മ ഒരു ഗൌരവമേറിയ പ്രശ്നമായി മാറിക്കഴിഞ്ഞു.

ലഡാക്കിലെ ജനങ്ങളുടെ സാക്ഷരത വർദ്ധിപ്പിച്ചു എന്നതും സംഖ്യകൾ കൈകാര്യം ചെയ്യാൻ വേണ്ട അറിവ് അവർക്കേകിയെന്നതും ആധുനികവിദ്യാഭ്യാസത്തിന്റെ പ്രയോജനങ്ങളാണ്. പുറംലോകത്ത് നിലനിൽക്കുന്ന ശക്തികളെക്കുറിച്ച് ലഡാക്കിലെ ജനങ്ങളെ കൂടുതൽ അറിവുള്ളവരാക്കാനും അത് സഹായിച്ചിട്ടുണ്ട്. എന്നാൽ അതോടൊപ്പം, ലഡാക്കിലെ ജനങ്ങളെ തമ്മിൽ വേർപെടുത്തിയും അവരെ ഭൂമിയിൽ നിന്നും അടർത്തിമാറ്റിയും, ആഗോള സാമ്പത്തിക ശ്രേണിയുടെ ഏറ്റവും താഴത്തെ പടിയിൽ പ്രതിഷ്ഠിക്കുകയാണ് ആധുനികവിദ്യാഭ്യാസം ചെയ്തത്.

13
കേന്ദ്രത്തിലേയ്ക്കുള്ള ആകർഷണം

ലഡാക്കി സംസ്കാരം ഉണ്ടായിരുന്നു
എന്നതിന്റെ തെളിവായി ഒന്നും അവശേഷിക്കാൻ സാധ്യതയില്ല.
ലഡാക്കിലെ മാറ്റത്തെക്കുറിച്ചുള്ള ഒരു ലേഖനത്തിൽ നിന്ന്
- ഡോൾമ, 8 വയസ്സ്

കുറച്ചു നാളുകൾക്ക് മുൻപ് ഞാൻ *ലെ*-യിൽ നിന്ന് ശക്തി എന്ന ഗ്രാമത്തിലേയ്ക്ക് ബസ്സിൽ സഞ്ചരിക്കുകയായിരുന്നു. എപ്പോഴും സംഭവിക്കാറുള്ളതു പോലെ അടുത്തിരുന്ന ഒരു സ്ത്രീ എന്നോട് എന്റെ നാട്ടിലെ ജീവിതത്തെക്കുറിച്ച് അന്വേഷിച്ചു. “കേൾക്കാൻ കൌതുകമുണ്ട്” അവർ പറഞ്ഞു. “അവിടെ നിങ്ങൾക്ക് ജീവിതം അനായാസമായിരിക്കുമല്ലേ?” “ഇല്ല, നിങ്ങൾ സങ്കല്പിക്കുന്നത് പോലെയല്ല,” ഞാൻ മറുപടി നൽകി. “നിങ്ങൾക്ക് അത്ഭുതം തോന്നാം – അവിടെ ഞങ്ങൾക്ക് പല അസൗകര്യങ്ങളുമുണ്ട്.” ഞാൻ അവരോട് പറഞ്ഞു – “വലിയ നഗരങ്ങളിൽ അനേകം മനുഷ്യർ തിങ്ങിനിറഞ്ഞ് താമസിക്കുകയും അയൽപക്കത്തുള്ളവരുടെ പേരുകൾ പോലും അറിയാതിരിക്കുകയും ചെയ്യുന്ന അവസ്ഥ, മാതാപിതാക്കൾക്ക് അവരുടെ കുട്ടികളോടൊത്ത് ചിലവഴിക്കാൻ ഒട്ടും സമയമില്ല എന്ന സ്ഥിതി, മലിനമായ അന്തരീക്ഷം, ശബ്ദമുഖരിതമായ തെരുവുകൾ ഇങ്ങനെ ഒട്ടേറെ പ്രശ്നങ്ങൾ ഞങ്ങൾ നേരിടുന്നു.” ഞാൻ പറഞ്ഞു നിറുത്തിയപ്പോൾ അല്പം പുറകിൽ ഇരുന്ന ഒരു മനുഷ്യൻ അവരോട് ഞാനെന്താണ് പറഞ്ഞതെന്ന് ചോദിച്ചു. “അവിടുത്തെ ജീവിതം *ലെ*-യിലെ ഇപ്പോഴത്തെ നമ്മുടെ ജീവിതം പോലെ തന്നെയാണെന്നാണ് അവർ പറഞ്ഞത്!” ആ സ്ത്രീ ഉച്ചത്തിൽ

മറുപടി നൽകി. ഞാൻ ആദ്യം *ലെ*-യിൽ വന്നപ്പോൾ അത് ഒരു മനോഹരമായ പട്ടണമായിരുന്നു. രണ്ടു നിരത്തുകളിൽ മാത്രമേ കല്ലു പാകിയിരുന്നുള്ളൂ, മോട്ടോർ വാഹനം ഒരു അപൂർവ്വ ദൃശ്യമായിരുന്നു. തിക്കും തിരക്കുമുണ്ടാകാൻ കാരണം മുഖ്യമായും പശുക്കളായിരിക്കും. അന്തരീക്ഷം അങ്ങേയറ്റം തെളിഞ്ഞതായിരുന്നു, താഴ്വരയിലേക്ക് നോക്കിയാൽ ഇരുപതിലധികം മൈലുകൾക്കപ്പുറമുള്ള മഞ്ഞുമലകൾ കൈയ്യെത്തിയാൽ തൊടാവുന്നത് പോലെ തോന്നിക്കും. പട്ടണത്തിന്റെ മദ്ധ്യത്തിൽ നിന്ന് ഏത് ദിശയിലേക്ക് നടന്നാലും ബാർലി കൃഷി ചെയ്യുന്ന പാടങ്ങളും അവയ്ക്കിടയിൽ അങ്ങിങ്ങ് വലിയ കളപ്പുരകളും ദൃശ്യമാകും. *ലെ*-യിലെങ്ങും ഒരു ഗ്രാമത്തിന്റെ പ്രതീതി അനുഭവപ്പെട്ടുമായിരുന്നു; എല്ലാവരും പരസ്പരം അറിയുന്നവരായിരുന്നു, തമ്മിൽ ആശംസകൾ കൈമാറിയിരുന്നു.

കഴിഞ്ഞ പതിനാറു വർഷങ്ങളായി ഈ ഗ്രാമത്തിൽ സംഭവിക്കുന്ന നഗരവത്കരണത്തിന് ഞാൻ സാക്ഷ്യം വഹിച്ചു കൊണ്ടിരിക്കുകയാണ്. ചേതനയറ്റ്, അറകളായി അടുക്കടുക്കായി പാർപ്പിടങ്ങളാൽ നിറഞ്ഞ കോളനികൾ പച്ചപ്പാർന്ന പാടങ്ങളെ വിഴുങ്ങി പൊടി നിറഞ്ഞ മരുപ്രദേശങ്ങളിലേയ്ക്ക് പടർന്നു കയറിയിരിക്കുന്നു. വൃക്ഷങ്ങൾക്ക് പകരം വൈദ്യുതി പോസ്റ്റുകൾ ഉയർന്നുനിൽക്കുന്നു. ചായമടർന്ന ഭിത്തികൾ, തുരുമ്പെടുത്ത കമ്പികൾ, പൊട്ടിയ ചില്ലുകൾ, തിരസ്കരിക്കപ്പെട്ട ഉപയോഗശൂന്യമായ പ്ലാസ്റ്റിക്ക് വസ്തുക്കൾ എന്നിവയാണ് ഇപ്പോൾ അവിടുത്തെ കാഴ്ചശീലങ്ങൾ; പരസ്യഫലകങ്ങളിൽ സിഗരറ്റിന്റെയും പാൽപ്പൊടിയുടെയും വിജ്ഞാപനങ്ങൾ.

നൂറ്റാണ്ടുകളായി ലെ ഒരു സുസ്ഥിരസമ്പദ്‌വ്യവസ്ഥയിൽ വേരാഴ്ത്തിയാണ് നിലനിന്നിരുന്നത്. നാഗരികതയും ഗ്രാമീണതയും തമ്മിൽ പരസ്പരപൂരകവും ചലനാത്മകവുമായ ഒരു സന്തുലനം ഉണ്ടായിരുന്നു. ഏതാനും ചിലർ പുറം ലോകവുമായുള്ള വാണിജ്യവ്യവഹാരത്തിലൂടെ ഉപജീവനം നടത്തിയിരുന്നുവെങ്കിലും സാമ്പത്തികപ്രവർത്തനത്തിന്റെ ഭൂരിഭാഗവും പ്രാദേശികവിഭവങ്ങളിൽ അധിഷ്ഠിതമായിരുന്നു. എന്നാൽ ഇന്ന് വികസനം *ലെ*-യെ തികച്ചും വ്യത്യസ്തമായ സാമ്പത്തിക അടിത്തറകളുള്ള ഒരു കേന്ദ്രമായി മാറ്റിക്കൊണ്ടിരിക്കുന്നു. പട്ടണത്തെ പുറംലോകവുമായി ബന്ധിപ്പിച്ചു കൊണ്ട് നിർമ്മിക്കപ്പെട്ട പുതിയ റോഡ് ലഡാക്കിനെ ആഗോള സമ്പദ് വ്യവസ്ഥയുടെ ഭാഗമാക്കി മാറ്റുകയും പ്രാദേശിക സാമ്പത്തിക പ്രവർത്തനങ്ങളെ തലസ്ഥാനത്ത് തന്നെ കേന്ദ്രീകരിക്കുകയും ചെയ്തിരിക്കുന്നു. ആധുനികജീവിതത്തിന്റെ എല്ലാ ഘടകങ്ങളും അവിടെ നിലവിൽ വന്നിട്ടുണ്ട്: വൈദ്യുതി,

ഒരേയൊരു പെട്രോൾ പമ്പ്, സർക്കാർ, ശമ്പളം ലഭിക്കുന്ന തൊഴിൽ, ആശുപത്രി, സിനിമാ തിയറ്റർ, പുതിയ സ്കൂളുകൾ, രണ്ടു ബാങ്കുകൾ, ഒരു ഫുട്ബാൾ മൈതാനം എന്നിവ. മറ്റെവിടെയുമെന്ന പോലെ വികസനം ലഡാക്കിലെ ജനങ്ങളെ നിർദ്ദയം ഒരു ചുഴിയുടെ രൂപത്തിൽ അതിന്റെ കേന്ദ്രത്തിലേക്ക് ആകർഷിച്ചുകൊണ്ട് വലിച്ചെടുക്കുന്നു. കഴിഞ്ഞ പതിനാറു വർഷങ്ങളിൽ *ലെ*-യിലെ ജനസംഖ്യ ഏകദേശം ഇരട്ടി യായി വർദ്ധിച്ചിട്ടുണ്ട്. അതോടൊപ്പം ചെറുപ്പക്കാർ വിദ്യാഭ്യാസത്തിനു വേണ്ടിയും തൊഴിലന്വേഷിച്ചും നഗരത്തിലേയ്ക്ക് കുടിയേറിയതിനാൽ ഗ്രാമപ്രദേശങ്ങളിലെ ജനസംഖ്യ കുറയുകയും ചെയ്തിരിക്കുന്നു.

അത്രയും ചെറിയ സ്ഥലത്ത് കൂടുതൽ കൂടുതൽ ജനങ്ങൾ തിങ്ങി പാർക്കുന്നത് ധാരാളം പ്രശ്നങ്ങൾ സൃഷ്ടിക്കുന്നുണ്ട്. വേനൽക്കാലത്ത് *ലെ*-യിലെ തെരുവുകൾ ഇഴഞ്ഞു നീങ്ങുന്ന ഗതാഗതക്കുരുക്കിൽ അകപ്പെട്ടും, വായുവാകെ ഡീസലിന്റെ പുക കൊണ്ടു നിറഞ്ഞിരിക്കും. പരമ്പരാഗതമായ ഉപചാര മര്യാദകൾ ആധുനിക നഗരജീവിതത്തി ന്റെ ഭാഗമായ ഉന്തിനും തള്ളിനും വഴി മാറിയിട്ടുണ്ട്. ജനങ്ങൾ കൂടുതൽ അടുത്തടുത്ത് താമസിക്കുന്നുവെങ്കിലും അവർക്കിടയിൽ ഒരു അകൽച്ച വളർന്നു വരുകയാണ്. ഗ്രാമജീവിതത്തിന്റെ ഭാഗമായ പരോപകാരം, അന്യോന്യാശ്രയജീവിതം എന്നിവയെ പ്രോത്സാഹിപ്പിച്ചിരുന്ന രാഷ്ട്രീയ-സാമ്പത്തിക ഘടനകൾ ഇപ്പോൾ തകർന്നിരിക്കുന്നു; ഒരു അസുഖമോ മറ്റെന്തെങ്കിലും അത്യാവശ്യമോ വരുന്ന വേളയിൽ *ലെ*-യിലെ ഒരു വ്യക്തി മതിലിനപ്പുറത്തുള്ള അപ്പാർട്ട്മെന്റിനേക്കാൾ തന്റെ ഗ്രാമത്തിൽ നിന്നുള്ള ബന്ധുക്കളെയായിരിക്കും സഹായത്തി നായി ആശ്രയിക്കുക. താമസസൌകര്യം തിങ്ങി ഇടുങ്ങിയതായിരി ക്കും – മിക്കവാറും എട്ടു പേരടങ്ങുന്ന കുടുംബത്തിനുള്ളത് രണ്ടു ചെറിയ മുറികൾ മാത്രമായിരിക്കും, അടുക്കളയും കുളിമുറിയും ഉണ്ടായിരിക്കുക യില്ല.

സ്റ്റോക് എന്ന ഗ്രാമത്തിലെ കുടുംബവീട്ടിലാണ് നോർബു വളർന്നത്: കൊത്തുപണികൾ കൊണ്ട് അലങ്കരിച്ച ബാൽക്കണികളോടു കൂടിയ വെള്ളതേച്ച ഒരു മൂന്നുനിലക്കെട്ടിടം. മുൻവശത്തെ മുറി ചുമർച്ചിത്രങ്ങ ളാൽ അലങ്കൃതമായിരിക്കും, അവിടെ നിന്ന് പുറത്തേയ്ക്ക് നോക്കിയാൽ പാടങ്ങളും വരിവരിയായി നിൽക്കുന്ന പൈൻ മരങ്ങളും മഞ്ഞുരുകി ഒഴുകിവരുന്ന അരുവിയും ദൃശ്യമാകും. ഒരു വശത്ത് ഗ്രാമത്തിലെ ബുദ്ധ വിഹാരവും മറുവശത്ത് രാജകൊട്ടാരവും കാണാം.

ഇപ്പോൾ നോർബു *ലെ*-യിൽ ഒറ്റയ്ക്ക് ഒരു മുറിയിലാണ് താമസി ക്കുന്നത്. മുറിയിലെ ഒറ്റ ജാലകത്തിലൂടെ നോക്കിയാൽ പുറത്ത്

പൊടിപിടിച്ച ഫുട്ബാൾ മൈതാനത്തിന്റെ ഒരു മൂലയും, മുള്ളുകമ്പി കൊണ്ടുള്ള വേലി, വൈദ്യുതിക്കാലുകൾ, കുരുങ്ങിക്കിടക്കുന്ന പൊട്ടിയ കമ്പികൾ എന്നിവയും കാണാം. അടുത്തായി പൊളിഞ്ഞു തുടങ്ങിയ ഒരു മതിൽ പൊതു മൂത്രപ്പുരയുടെ സ്ഥാനമേറ്റെടുത്തിട്ടുണ്ട്, അതിനു മുകളിൽ മൃഗങ്ങളെ അകറ്റാനായി വരിവരിയായി കുപ്പിച്ചില്ലുകൾ പതിച്ചിട്ടുണ്ട്. തന്റെ ഗ്രാമം ഉപേക്ഷിച്ച് *ലെ*-യിലേക്ക് പോകണം എന്ന തീരുമാനം നോർബു സ്വമനസ്സാലെ എടുത്തതല്ല – ആരും അയാളെ നിർബന്ധിക്കുകയുമുണ്ടായില്ല. നഗരകേന്ദ്രങ്ങളിലേയ്ക്ക് മനുഷ്യരെ ആകർഷിക്കുന്ന ആധുനികവത്കരണത്തിന്റെ അതിയായ സമ്മർദ്ദത്തിന്റെ അനന്തരഫലമാണത്. അയാളുടെ വിദ്യാഭ്യാസം അയാളെ ആധുനികമേഖലകളിൽ തൊഴിൽ ചെയ്യാൻ പ്രാപ്തനാക്കിയിരുന്നു, അത്തരത്തിലുള്ള എല്ലാ ജോലികളും *ലെ*-യിൽ മാത്രമേ ലഭ്യമായിരുന്നുള്ളു. പ്രായോഗികമായും മനശ്ശാസ്ത്രപരമായും അയാൾ ഒരു കൃഷിക്കാരനായി പണിയെടുക്കാൻ അർഹത നേടിയിരുന്നില്ല.

ഇന്നത്തെ കേന്ദ്രീകൃത സമ്പദ്വ്യവസ്ഥ അതിയായ അളവിൽ ഊർജ്ജത്തിന്റെ ഉപയോഗത്തെ ആശ്രയിക്കുന്നു, മാത്രമല്ല പൊതുവെ കൂടുതൽ വിഭവങ്ങളുടെ ഉപഭോഗത്തിലേയ്ക്ക് നയിക്കുകയും ചെയ്യുന്നു. പുതിയ റോഡുകളുടെ ശൃംഖലകൾക്കായി നടത്തുന്ന ഭീമമായ നിക്ഷേപങ്ങൾ ദൂരദേശങ്ങളിൽ നിന്നുള്ള ഉൽപന്നങ്ങളോടുള്ള ആശ്രിതത്വത്തെ പ്രോത്സാഹിപ്പിക്കുന്നു. ഈയിടെയായി *ലെ*-യിൽ ആരും അവരവർക്കു വേണ്ടി ഒന്നും നിർമ്മിക്കുന്നില്ല; ഭക്ഷണം, വസ്ത്രം, പാർപ്പിടനിർമ്മാണവസ്തുക്കൾ എന്നിവയൊക്കെ പുറത്തു നിന്ന് കൊണ്ടുവരികയാണ് – അന്തരീക്ഷത്തെ മലിനപ്പെടുത്തിക്കൊണ്ട്, ചിലപ്പോൾ അങ്ങ് ദൂരെ തെക്കേ ഇന്ത്യയിൽ നിന്നു പോലും നിരന്തരം വരിവരിയായി വന്നുപോകുന്ന ട്രക്കുകൾ. ജലം പോലും സമീപപ്രദേശങ്ങളിൽ നിന്ന് “ഇറക്കുമതി” ചെയ്യേണ്ടി വരുന്നു, പലപ്പോഴും അത് ചുറ്റുവട്ടത്തെ ഗ്രാമപ്രദേശങ്ങളെ ബാധിക്കുന്നു, തന്മൂലം പ്രധാനപ്പെട്ട ജലസേചനസംഭരണികളിൽ ജലലഭ്യത കുറയുന്നു. ഇവയുടെയൊക്കെ അനന്തരഫലമായി, കാലാകാലമായി നിലനിന്നിരുന്ന പങ്കുവെയ്ക്കലിന്റെ ചാക്രികശൃംഖല തന്നെയാണ് മുറിഞ്ഞുപോയത്.

ഇറക്കുമതി ചെയ്യപ്പെടുന്ന പുതിയ ഉൽപന്നങ്ങളുടെ ഉപയോഗം ആരോഗ്യത്തിന് വരുത്തുന്ന അപകടസാദ്ധ്യതകളെക്കുറിച്ച് ജനങ്ങൾക്ക് ഒരു വിവരവും ഇല്ല. ലഡാക്കിൽ പലരും ഇപ്പോൾ റൊട്ടി ചുടുന്നത് ആസ്ബസ്റ്റോസ് ഷീറ്റിന്റെ കഷണങ്ങളുടെ മുകളിലാണ്, ഒഴിഞ്ഞ കീടനാശിനി ടിന്നിലാണ് ഉപ്പ് സൂക്ഷിക്കുന്നത്. ഇന്ത്യയിൽ

ഉപയോഗിക്കുന്ന കീടനാശിനികളിൽ എഴുപത് ശതമാനമെങ്കിലും പാശ്ചാത്യരാജ്യങ്ങളിൽ നിരോധിച്ചവയോ കട്ടുത്ത നിയന്ത്രണം ഏർപ്പെടുത്തപ്പെട്ടവയോ ആണ്; ലഡാക്കിൽ കീടങ്ങൾ കുറവാണെങ്കിലും BHC (ബെൻസീൻ ഹെക്സാ-ക്ലോറൈഡ്) ഉപയോഗിക്കാൻ കർഷകരെ പ്രേരിപ്പിക്കുന്നു, അത് DDT-യെക്കാൾ കൂടുതൽ ശക്തിയേറിയതാണ്. ഒരിക്കൽ എന്റെ ചില ലഡാക്കി സുഹൃത്തുക്കളോട് അവർ ഉപയോഗിക്കുന്ന വെണ്ണയിൽ ഫോർമാൽഡിഹൈഡ് കലർന്നിട്ടുണ്ടെന്നും അത് ആരോഗ്യത്തിന് ദോഷമാണെന്നും ഞാൻ പറഞ്ഞപ്പോൾ അവർ അമ്പരന്നുപോയി. അത്ര ഹാനികരമായ വസ്തുക്കൾ കടകളിൽ വിൽക്കുന്നതും അത്രയധികം ജനങ്ങൾ ഭക്ഷിക്കുന്നതും അവർക്ക് വിശ്വസിക്കാൻ സാധിച്ചില്ല.

പരമ്പരാഗത ഗ്രാമത്തിൽ ഒരുതരത്തിലുള്ള ചപ്പ-ചവറുകളും ഉണ്ടായിരുന്നില്ല, എന്നാൽ *ലെ*-യിൽ ഒരു തരത്തിലുള്ള പുനഃസംക്രമണത്തിനും സാദ്ധ്യതയില്ല. ആഹാരവസ്തുക്കളുടെ ഉച്ഛിഷ്ടങ്ങൾ, പ്ലാസ്റ്റിക്ക്, ഗ്ലാസ്, പേപ്പർ, ദൂരദേശങ്ങളിൽ നിന്ന് ഇറക്കുമതി ചെയ്യുന്ന വസ്തുക്കൾ നിറച്ച വരുന്ന പെട്ടികളുടെ ലോഹ അവശിഷ്ടങ്ങൾ എന്നിവയെല്ലാം കൂടി കുപ്പകൾ കുമിയുന്നു. പരമ്പരാഗത സമ്പദ് വ്യവസ്ഥയിൽ യഥാർത്ഥ മൂല്യമുണ്ടായിരുന്നവ ഇന്ന് അധികവും അവഗണിക്കപ്പെടുകയാണ്.

ഉദാഹരണത്തിന് മനുഷ്യരുടെ മലമൂത്രാദികൾ ഇപ്പോൾ ഭൂമിക്ക് വളമായി ഉപയോഗിക്കപ്പെടുത്തുന്നില്ല; പകരം അവ ഒരു പ്രശ്നമായി മാറുകയാണ്, കാരണം അവയെ സംസ്കരിക്കാൻ ദുർലഭമായ വിഭവങ്ങൾ ഉപയോഗപ്പെടുത്തേണ്ടിവരുന്നു. ഫ്ലഷ് ഘടിപ്പിച്ച കക്കൂസുകൾക്കുവേണ്ടി വിലയേറിയ ശുദ്ധജലത്തെ വീടിനു മുകളിൽ എത്തിക്കാൻ ഊർജ്ജം ചിലവഴിക്കണം, മാത്രമല്ല കൂടുതൽ അളവിൽ ജലം പൈപ്പിലൂടെ നെടുനീളത്തിൽ ഒഴുക്കി അവയെ സെപ്റ്റിക് ടാങ്കുകളിലേക്ക് നീക്കം ചെയ്യുകയും വേണം. *ലെ*-യിലെ തിരക്കേറിയ പരിതസ്ഥിതിയിൽ അത്തരം ടാങ്കുകളിലെ ചോർച്ചകൾ ശുദ്ധജല മലിനീകരണത്തിന്റെ ഒരു പ്രധാന സ്രോതസായിത്തീരുന്നു, അടുത്ത കാലത്തായി വർദ്ധിച്ച വരുന്ന ഹെപ്പറ്റിറ്റിസ് മുതലായ ജലജന്യ രോഗങ്ങൾക്ക് കാരണമാവുകയും ചെയ്യുന്നു.

പരമ്പരാഗതമായി കേട്ടുകേൾവി പോലും ഇല്ലാതിരുന്ന "പരിഷ്കൃത രോഗങ്ങൾ" ആധുനികമേഖലകളിൽ ഇപ്പോൾ സർവ്വസാധാരണമായി കണ്ടുവരാറുണ്ട്. അർബ്ബുദം, മസ്തിഷ്ക ആഘാതം, പ്രമേഹം എന്നിവയാണ് അവയിൽ പ്രധാനം. വ്യായാമത്തിന്റെ അഭാവം, വർദ്ധിച്ചവരുന്ന ആയാസം എന്നിവയോടൊപ്പം കൊഴുപ്പും പഞ്ചസാരയും ധാരാളം

ഉൾപ്പെട്ട സംസ്കരിച്ച ഭക്ഷണ ഇനങ്ങൾ അടങ്ങുന്ന ആഹാരക്രമവുമാണ് പ്രധാന ഉത്തരവാദികൾ. അടുത്ത കാലത്തായി എന്റെ ലഡാക്കി സുഹൃത്തുക്കളിൽ പലർക്കും ദുർമ്മേദസ്സും അനാരോഗ്യവും വർദ്ധിച്ചുവരുന്നു.

ലഡാക്കിലെ പതിനായിരക്കണക്കിനു ജനങ്ങളുടെ ആരോഗ്യപരിപാലനം ഇപ്പോൾ *ലെ*-യിലെ ഒരൊറ്റ ആശുപത്രിയിൽ കേന്ദ്രീകരിച്ചിരിക്കുന്നു. വികസ്വരരാജ്യങ്ങളിലെങ്ങുമെന്നപോലെ അവിടെയും പാശ്ചാത്യ ചികിത്സാരീതിയുടെ ഒരു വികലമായ അനുകരണമാണ് പ്രയോഗത്തിൽ വരുന്നത്. ചില സമർത്ഥരായ ഡോക്ടർമാർ ഉണ്ട്, എന്നാൽ തികച്ചും പ്രതികൂലമായ സാഹചര്യങ്ങൾ നിലനിൽക്കുന്ന വ്യവസ്ഥിതിക്കുള്ളിൽ അവർക്ക് പ്രവർത്തിക്കേണ്ടിവരുന്നു. മൂലധനത്തെയും ഊർജ്ജത്തെയും അങ്ങേയറ്റം ആശ്രയിക്കുന്നതാണ് ആധുനിക ചികിത്സാ സമ്പ്രദായം. പാശ്ചാത്യ നിലവാരത്തിന്റെ അടുത്തെങ്കിലും എത്തണമെങ്കിൽ ലഡാക്കിന്റെ ആകെയുള്ള വികസന ബജറ്റും അതിലധികവും ആശുപത്രിക്കു വേണ്ടി ചിലവഴിക്കേണ്ടി വരും. ഇപ്പോഴത്തെ അവസ്ഥയിൽ, ഒരു ഡോക്ടറെ കാണാൻ വളരെ നേരം കാത്തിരിക്കണം. ആശുപത്രി വാർഡുകളിലെ വർദ്ധിതമായ തിരക്ക്, ജീവനക്കാരുടെ കുറയുന്ന എണ്ണം, മരുന്നുകളുടെയും മറ്റ് സാമഗ്രികളുടെയും ക്ഷാമം, താറുമാറായ ശുദ്ധജല വിതരണസമ്പ്രദായം, ശുചീകരണ സംവിധാനങ്ങളുടെ പരിതാപകരമായ സ്ഥിതി എന്നിങ്ങനെ രോഗികൾ നേരിടേണ്ടി വരുന്ന പ്രശ്നങ്ങൾ അനവധിയാണ്.

എന്നിരുന്നാലും, പാശ്ചാത്യരീതിയിലുള്ള കേന്ദ്രീകൃത ആരോഗ്യപരിപാലനത്തിന്റെ ഈ നില തന്നെ മതിയാകും പരമ്പരാഗതരീതികളെ ക്ഷയിപ്പിക്കാൻ. ഡോക്ടർമാരുടെ നൂതനരീതികളിലുള്ള പരിശീലനം പരമ്പരാഗത ചികിത്സാരീതികളെ പാടെ അവഗണിക്കുന്നു, അത് ലഡാക്കിലെ ജനങ്ങളെ അവരുടെ സ്വന്തം സംസ്കാരത്തിൽ നിന്നും മാർഗ്ഗങ്ങളിൽ നിന്നും അകറ്റുന്നു. വൈദ്യന്റെ ചികിത്സാമാർഗ്ഗങ്ങൾക്ക് സമയമേറെയെടുക്കും: ആ കഴിവുകൾ അഭ്യസിക്കാനും മറ്റൊരാളെ അത് പരിശീലിപ്പിക്കാനും രോഗികളെ പരിശോധിക്കാനും മരുന്നുകൾ തയ്യാറാക്കാനുമെല്ലാം കുറെ കാലയളവ് വേണം. മലമ്പ്രദേശങ്ങളിൽ നിന്ന് സ്വയം ഔഷധസസ്യങ്ങൾ ശേഖരിച്ച്, അവയെ ഉണക്കി, പൊടിച്ച്, മരുന്ന് തയ്യാറാക്കുന്ന വൈദ്യൻ എന്ന ഒരു വ്യക്തിക്ക് സർക്കാർ സഹായധനത്തില് പ്രവർത്തിക്കുന്ന വ്യവസ്ഥിതിയുടെ ഭാഗമായ വൻകിട മരുന്നുകമ്പനികളോട് എങ്ങനെ മത്സരിക്കാൻ കഴിയും? മുൻപൊക്കെ ഓരോ ഗ്രാമത്തിലും ഒരു വൈദ്യൻ ഉണ്ടായിരുന്നു; ഇന്ന് അവരുടെ എണ്ണം വളരെ കുറവാണ്, മാത്രമല്ല പുതിയതായി

ആ തൊഴിൽ പരിശീലിക്കാൻ വരുന്ന ചെറുപ്പക്കാരുടെ എണ്ണം വീണ്ടും കുറയുകയാണ്.

പ്രാദേശികമായി നിലനിന്നിരുന്ന കൃഷിയും ക്ഷയിച്ചുകൊണ്ടിരിക്കുന്നു. ഇറക്കുമതി ചെയ്യപ്പെടുന്ന ധാന്യത്തിന് ലഭിക്കുന്ന സാമ്പത്തിക ഇളവുകൾ, ഏറ്റവും അടുത്ത ഗ്രാമത്തിൽ നിന്ന് വാങ്ങുന്ന ഗോതമ്പുമാവിനെക്കാൾ പഞ്ചാബിൽ നിന്ന് വരുന്ന ഗോതമ്പുമാവിന്റെ വില കുറവുള്ളതാകാൻ ഇടയാക്കുന്നു. അതിന്റെ ഫലമായി ആഹാരം സ്വയം ഉത്പാദിപ്പിക്കുക എന്നത് "ലാഭകരമല്ലാത്ത" സംഗതിയാകുന്നു – പരമ്പരാഗത സമ്പദ്വ്യവസ്ഥയിൽ സങ്കല്പിക്കാൻ പോലും സാധിക്കാത്ത ഒരു ആശയമാണിത്.

ആധുനിക സമ്പദ്വ്യവസ്ഥ ജനങ്ങളുടെ സാമാന്യബോധത്തെ തകിടം മറിക്കുന്നു എന്നതാണ് മറ്റൊരു വസ്തുത. ഉദാഹരണത്തിന് *ലെ*-യിൽ അടുത്തിടെയായി മണ്ണു കൊണ്ടുള്ള കെട്ടിടനിർമ്മാണത്തിന്റെ ചിലവ് വളരെയധികം വർദ്ധിച്ചിരിക്കുന്നു, സിമന്റിന്റെ വിലയാകട്ടെ താരതമ്യേന താഴ്ന്നുകൊണ്ടുമിരിക്കുന്നു. പാശ്ചാത്യരീതിയിലുള്ള വികസനം എപ്രകാരം പ്രാദേശിക വ്യവസ്ഥകളെ നശിപ്പിക്കുന്നു എന്നതിന് ഇത് ഒരു നല്ല ഉദാഹരണമാണ്. ഹിമാലയപർവ്വതത്തിനു മുകളിലൂടെ വാഹനത്തിൽ കടത്തിക്കൊണ്ടു വരുന്ന ഭാരമേറിയതും സംസ്കരിച്ചെടുത്തതുമായ നിർമ്മാണവസ്തുക്കൾക്ക് അവിടെത്തന്നെ ലഭ്യമായ സമൃദ്ധവും സുലഭവുമായ മണ്ണിനോട് മത്സരിക്കാൻ സാധിക്കുകയില്ല എന്ന് നാം കരുതും. എന്നാൽ അത് തന്നെയാണ് യഥാർത്ഥത്തിൽ സംഭവിക്കുന്നത്.

ആധുനിക മേഖലയിൽ ഭൂമിയുടെ മൂല്യം പണം കൊണ്ട് അളക്കാവുന്ന ഒന്നായി മാറിയിരിക്കുന്നു. ജനങ്ങൾ തിങ്ങിപ്പാർക്കാൻ തുടങ്ങുമ്പോൾ ഓരോരുത്തർക്കും പകുത്തു നൽകാവുന്ന ഇടത്തിന്റെ അളവ് കുറയുകയും, മുൻപ് വിലയൊന്നും ഇല്ലാതിരുന്ന ഭൂമിയുടെ വില വളരെയധികം വർദ്ധിക്കുകയും ചെയ്യും. ഇഷ്ടിക നിർമ്മിക്കുവാൻ നിങ്ങളുടെ വീടിനു ചുറ്റും കുഴിച്ച് കളിമണ്ണെടുക്കുന്നതിനു പകരം, ആ വസ്തുവകകൾക്ക് വേണ്ടി നിങ്ങൾക്ക് നഗരത്തിന് പുറത്തേക്ക് സഞ്ചരിക്കേണ്ടി വരുന്നു. കളിമണ്ണിനും ഇഷ്ടിക നിർമ്മാണത്തിനും അത് വണ്ടികളിൽ കയറ്റി തിരിച്ച് നഗരത്തിലെത്തിക്കാനും ധാരാളം പണം ചിലവഴിക്കേണ്ടതായും വരുന്നു. സമയവും ഇന്ന് വിലപിടിപ്പുള്ള ഒന്നാണ്, മണ്ണ് ഉപയോഗിച്ചുകൊണ്ടുള്ള നിർമ്മാണത്തിന് കൂടുതൽ സമയം വേണമെന്നതിനാൽ ചെലവ് വർദ്ധിക്കാൻ അതും ഒരു കാരണമാകുന്നു. അതിനു പുറമേ, ഇന്നത്തെ "അഭ്യസ്തവിദ്യരിൽ" ഭൂരിപക്ഷം പേരും വീട്

സൻസ്കാർ ഗ്രാമത്തിലെ ശീതകാലം. മണ്ണുകൊണ്ടുള്ള ഇഷ്ടിക ഉപയോഗിച്ച് നിർമ്മിച്ച വീടുകളുടെ കനത്ത ചുമരുകൾ തീവ്രമായ കാലാവസ്ഥയുടെ രൂക്ഷതയെ മിതപ്പെടുത്തുവാൻ സഹായിക്കുന്നു.

നിർമ്മിക്കാൻ പഠിച്ചിട്ടില്ല, എഞ്ചിനീയർമാരാകട്ടെ സിമന്റും ഇരുമ്പും കൊണ്ടു മാത്രമേ പണി ചെയ്യുകയുള്ളൂ. അതിന്റെ ഫലമായി മണ്ണുകൊണ്ട് വീട് നിർമ്മിക്കാൻ അറിയുന്നവർ ഇന്ന് വിരളമാണ്, അതിനാൽ അവരുടെ പ്രതിഫലവും വർദ്ധിച്ചിരിക്കുന്നു. ഇതിനു പുറമേ മനശ്ശാസ്ത്രപരമായ ഒരു വശം കൂടിയുണ്ട്: ജനങ്ങൾക്ക് തങ്ങൾ പഴഞ്ചൻമാരെന്ന് കരുതപ്പെട്ടുമോ എന്നാണ് ഭയം – പരമ്പരാഗതമായതെല്ലാം ആ രീതിയിലാണ് ഇന്ന് വീക്ഷിക്കപ്പെടുന്നത്. പുതിയ രീതിയിലുള്ള വീട്ടിൽ താമസിക്കണമെന്നാണ് അവരുടെ ആഗ്രഹം. മണ്ണു കൊണ്ടുള്ള വീട് തങ്ങളുടെ പ്രതിച്ഛായയ്ക്ക് മങ്ങലേൽപ്പിക്കുമെന്നാണ് അവർ കരുതുന്നത്.

ഭക്ഷണത്തിനും പാർപ്പിടനിർമ്മാണവസ്തുക്കൾക്കും പുറമേ, മൂന്നാമത്തെ അടിസ്ഥാന ആവശ്യകതയായ വസ്ത്രവും പുതിയ സമ്പദ്ഘടനയാൽ ബാധിക്കപ്പെട്ടിരിക്കുന്നു. പാരമ്പര്യരീതിയിലുള്ള കമ്പിളിക്കുപ്പായങ്ങളെ നിഷ്കാസിതമാക്കി കൃത്രിമനൂൽ കൊണ്ടുള്ള വസ്ത്രങ്ങളും ഇറക്കുമതി ചെയ്യപ്പെടുന്ന കമ്പിളിയുടുപ്പുകളും പകരം ഉപയോഗത്തിൽ വന്നു. വീട്ടിൽ തുന്നിയ വസ്ത്രം ധരിക്കുക എന്നത് ഇന്ന് ചെലവേറിയ ഒരു കാര്യമാണ്, മുൻപ് അതിന് വിലയേ നൽകേണ്ടിയിരുന്നില്ല.

ലഡാക്കിലെ മനുഷ്യരെ അവരുടെ സ്വന്തം പ്രകൃതിവിഭവങ്ങളിൽ നിന്ന് വലിച്ചകറ്റുന്ന വിവിധതരം സമ്മർദ്ദങ്ങൾക്ക് ഞാൻ സാക്ഷ്യം വഹിച്ചിട്ടുണ്ട് – അവയൊക്കെ ഒരേ സമയം ഒരുമിച്ച് പ്രവർത്തിക്കുന്നവയാണ്. കാരണങ്ങൾ അങ്ങേയറ്റം സങ്കീർണ്ണമായിരിക്കും, മാത്രമല്ല അവ മൊത്തത്തിലുള്ള ജീവിതരീതിയുടെ വ്യവസ്ഥാനുസാരിയായ രൂപാന്തരവുമായി ബന്ധപ്പെട്ടിരിക്കും. എന്നിരുന്നാലും, കേന്ദ്രീകൃതവ്യവസ്ഥയിലേയ്ക്കുള്ള ആകർഷണം ഒരു വലിയ പരിധിവരെ മനഃപൂർവമായ ആസൂത്രണത്തിന്റെ ഫലമാണെന്നത് സുവ്യക്തമാണ്. സാമ്പത്തിക വളർച്ചയോടുള്ള പാശ്ചാത്യരുടെ ആസക്തി മറ്റുള്ളവരെ “വികസനത്തിനു” വേണ്ടിയുള്ള സമ്മർദ്ദത്തിലാഴ്ത്തുന്നു, അതിന്റെ തുടർച്ചയെന്ന നിലയിൽ വികസനത്തിന് ആവശ്യമായ സാഹചര്യം ഒരുക്കുന്നതിനായി സർക്കാർ കണക്കറ്റ വിഭവങ്ങൾ ചിലവഴിച്ച് സമൂഹത്തെ പുനഃസംഘടിപ്പിക്കുന്നു. കേന്ദ്രീകൃത ഊർജ്ജ ഉത്പാദനം മുതൽ പാശ്ചാത്യ രീതിയിലുള്ള നാഗരികവിദ്യാഭ്യാസം വരെയുള്ള അടിസ്ഥാനപരമായ ആന്തരഘടനകൾ എല്ലായിടത്തും ഒന്നുതന്നെയായിരിക്കും. അതിനാൽ, അവയുടെ പരിണതഫലമായി ഉണ്ടാകുന്ന പ്രശ്നങ്ങളും ഒരേ സ്വഭാവമുള്ളവയായിരിക്കും.

14
വിഭജിക്കപ്പെട്ട ഒരു ജനത

പരിഷ്കാരം ഗർവ്വിനെ സൃഷ്ടിക്കും,
സഹാനുഭൂതിയെ കുറയ്ക്കുകയും ചെയ്യും
ലഡാക്കിലെ മാറ്റത്തെക്കുറിച്ചുള്ള ഒരു ലേഖനത്തിൽ നിന്ന്
- നോർബു, 10 വയസ്സ്

ലഡാക്കിലെ എന്റെ ആദ്യത്തെ വർഷം ഒരു സുഹൃത്തിനോടൊപ്പം ഞാൻ ചില്ലിങ്ങിൽ നിന്ന് മർക്ക താഴ്വരയിലേക്ക് ഒരു കാൽനടയാത്ര നടത്തുകയായിരുന്നു. പാതയുടെ അതീവ ദുർഘടമായ ഒരു ഘട്ടത്തിൽ, ചെങ്കുത്തായ മലഞ്ചെരിവിന്റെ നൂറിലധികം അടി താഴ്ചയിൽ ഒരു നദി ഒഴുകിയിരുന്നിടത്ത് ഞങ്ങൾ എത്തിച്ചേർന്നു. അപ്പോൾ ഉറച്ച കാൽവെയ്പ്പോടെ ഒരു വൃദ്ധൻ വടി ഊന്നിക്കൊണ്ട് എതിർവശത്തുനിന്ന് വരുന്നതു കണ്ടു. ഞങ്ങൾ പരസ്പരം ആശംസകൾ കൈമാറിക്കൊണ്ട് നടന്നു നീങ്ങി, കാരണം ആ സ്ഥലത്ത് നിൽക്കുവാൻ സാദ്ധ്യമല്ലായിരുന്നു. ഞാൻ വളരെ പതുക്കെയാണ് മുമ്പോട്ട് നീങ്ങിക്കൊണ്ടിരുന്നത്, ഏതാണ്ട് പത്തു മിനിട്ടുകൾ കഴിഞ്ഞപ്പോൾ ആ വൃദ്ധൻ പിന്നിൽ നിന്ന് എന്നെ വിളിക്കുന്നത് ഞാൻ കേട്ടു. അദ്ദേഹം ആ ദുർഘടമായ പാതയുടെ മറ്റെ അറ്റത്തെത്തിയിരുന്നു, അതിനിടയിൽ ഞാൻ നേരിടുന്ന ബുദ്ധിമുട്ട് കണ്ടിട്ടാകണം ആ വഴി മുഴുവനും തിരിച്ചുനടന്ന് എന്റെ അരികിലേക്ക് എത്തി തന്റെ കൈയ്യിലുണ്ടായിരുന്ന ഊന്നുവടി എനിക്കു നൽകി. “ഒരുപക്ഷേ എന്നെക്കാൾ കൂടുതൽ നിങ്ങൾക്കായിരിക്കും ഇതിന്റെ ആവശ്യം,” പുഞ്ചിരിച്ചു കൊണ്ട് അദ്ദേഹം പറഞ്ഞു. ഇന്ന്, *ലെ*-യിലെ തിരക്കുപിടിച്ച ബസ്സിൽ കയറുവാൻ എനിക്ക് ബലം

പ്രയോഗിക്കേണ്ടിവരുന്നു, പ്രായം ചെന്നവർ പോലും എന്നെ തള്ളിമാറ്റിക്കൊണ്ട് മുമ്പേ കയറും.

മറ്റുള്ളവരെ ആശ്രയിക്കാതെ പരമ്പരാഗത സമ്പദ്വ്യവസ്ഥയിൽ കഴിഞ്ഞുകൂടാനാവില്ല എന്ന് ജനങ്ങൾക്ക് അറിയുമായിരുന്നു, അതിനാൽ മറ്റുള്ളവരെ അവർ തുല്യ നിലയിൽ പരിഗണിച്ചിരുന്നു. എന്നാൽ പുതിയ സമ്പദ്വ്യവസ്ഥയിൽ മനുഷ്യർ തമ്മിലുള്ള അകലം വർദ്ധിച്ചിരിക്കുന്നു, ആർക്കും അന്യോന്യം ആരെയും ആവശ്യമില്ല എന്ന തോന്നലാണുള്ളത്. ഒടുവിൽ തീർച്ചയായും ആവശ്യം വന്നേക്കും, എങ്കിലും അത് കിട്ടുന്നത് നേരിട്ട് കുടുംബം, സുഹൃത്തുക്കൾ, അയൽപക്കക്കാർ എന്നിവരിൽ നിന്നാകണമെന്നില്ല. ഇപ്പോൾ രാഷ്ട്രീയവും സാമ്പത്തികവുമായ പരസ്പരവ്യവഹാരങ്ങൾ അജ്ഞാതമായ ഏതോ വളഞ്ഞവഴികളിലൂടെയാണ് നടക്കുന്നത്. പ്രാദേശികമായ പരസ്പരാശ്രിതത്വത്തിന്റെ ഘടന ജീർണ്ണിച്ചുകൊണ്ടിരിക്കുന്നു, സഹിഷ്ണുതയുടെയും സഹകരണത്തിന്റെയും പരമ്പരാഗത നിലവാരവും അതുപോലെതന്നെ.

കഴിഞ്ഞ ഏതാനും വർഷങ്ങളിൽ *ലെ*-യുടെ സമീപഗ്രാമങ്ങളിൽ വളരെ അടുപ്പമുള്ള സമുദായങ്ങളിലും കുടുംബങ്ങളിലും വരെ തർക്കങ്ങളും വഴക്കും സർവ്വസാധാരണമായിരിക്കുന്നു, രൂക്ഷമായ പെരുമാറ്റവും നാടകീയമായ രീതിയിൽ വർദ്ധിച്ചിരിക്കുന്നു. മുൻപ് ജലസേചനത്തിനുള്ള ജലം സഹകരണാടിസ്ഥാനത്തിൽ സുഗമമായ രീതിയിൽ പങ്കുവെച്ചിരുന്ന സ്കാര ഗ്രാമത്തിൽ ഇപ്പോൾ ചൂടേറിയ വാഗ്വാദങ്ങൾ നടക്കുന്നത് ഞാൻ കാണാനിടയായി.

പരസ്പരസഹകരണത്തിന് പകരം വിദൂരത്തിലുള്ള ശക്തികളെ ആശ്രയിക്കുമ്പോൾ ജനങ്ങൾക്ക് അവരുടെ സ്വന്തം ജീവിതത്തെ സംബന്ധിക്കുന്ന തീരുമാനങ്ങളെടുക്കാനുള്ള ത്രാണി നഷ്ടപ്പെടും. എല്ലാ തലങ്ങളിലും നിഷ്ക്രിയത്വവും ഉദാസീനതയും കടന്നുവരികയും ജനങ്ങൾ അവരുടെ വ്യക്തിപരമായ ഉത്തരവാദിത്വങ്ങളെ കൈയൊഴിയുന്ന അവസ്ഥ വന്നുചേരുകയും ചെയ്യുന്നു. പരമ്പരാഗത ഗ്രാമത്തിൽ ജലസേചനത്തിനുള്ള നീർച്ചാലുകളുടെ അറ്റകുറ്റപ്പണികൾ എല്ലാവരും ചേർന്നാണ് ഏറ്റെടുത്തിരുന്നത്. ചാലിൽ ഏവിടെയെങ്കിലും ഒരിടത്ത് ചോർച്ച കണ്ടാൽ ഉടൻ തന്നെ ഒരു കൂട്ടം ആൾക്കാർ ചേർന്ന് മൺവെട്ടികളുപയോഗിച്ച് അത് അടയ്ക്കും. ഇന്ന്, ജനങ്ങൾ അതിനെ സർക്കാരിന്റെ ഉത്തരവാദിത്വമായാണ് കാണുന്നത്, അവരുടെ ആൾക്കാർ വന്ന് ചാലിലെ ചോർച്ച അടയ്ക്കുന്നത് വരെ വെള്ളം പാഴായിക്കൊണ്ടേയിരിക്കും. ഗ്രാമീണർക്കു വേണ്ടി സർക്കാർ കൂടുതൽ കാര്യങ്ങൾ ചെയ്തു തുടങ്ങുമ്പോൾ പരസ്പരം സഹായിക്കുന്നതിൽ സ്വയമേവ അവർ

വിമുഖത കാട്ടിത്തുടങ്ങും. നൂർല എന്ന ഗ്രാമത്തിൽ സ്ഥാപിച്ചിരുന്ന ഒരു ജലവൈദ്യുത പദ്ധതിയെക്കുറിച്ച് ഒരു സർക്കാർ ഉദ്യോഗസ്ഥനുമായി ചർച്ച ചെയ്തത് ഞാൻ ഓർക്കുന്നു. "എനിക്ക് മനസ്സിലാകുന്നില്ല," അദ്ദേഹം പറഞ്ഞു. "മുൻപ് ജലം കൊണ്ടു പ്രവർത്തിച്ചിരുന്ന അവരുടെ യന്ത്രങ്ങളെ അവർ എത്ര നന്നായി പരിപാലിച്ചിരുന്നു, എന്നാൽ ഇന്നത് അവർ ഒട്ടും ഗൌനിക്കുന്നില്ല. ഈ വേനൽക്കാലത്ത് ടർബൈനിനുള്ളിൽ കുറച്ച് കല്ലുകൾ പെട്ടുപോയിരുന്നു, എന്നാൽ ആരും തന്നെ അത് നീക്കം ചെയ്യാൻ ശ്രമിച്ചില്ല – ഇപ്പോൾ അവർക്ക് വൈദ്യുതി തന്നെ ഇല്ലാതെയായി."

വളർന്നുവലുതായിക്കൊണ്ടിരിക്കുന്ന രാഷ്ട്രീയ-സാമ്പത്തിക ഘടകങ്ങളുമായി ഇന്ന് "വികസനം" ജനങ്ങളെ കോർത്തുകെട്ടുന്നു. ആ മേഖലകളുടെ ഘടന ചെറുതായിരുന്നതിനാൽ മുൻപൊക്കെ വ്യക്തികൾക്ക് യഥാർത്ഥത്തിലുള്ള അധികാരം ഉണ്ടായിരുന്നു, അവർക്ക് നേരിട്ട് സമുദായത്തിലെ മറ്റ് അംഗങ്ങളുമായി വ്യവഹാരത്തിൽ ഏർപ്പെടാനും സാധിച്ചിരുന്നു. എന്നാൽ ഇന്ന്, രാഷ്ട്രീയമായി നിരീക്ഷിക്കുമ്പോൾ ലഡാക്കിലെ വ്യക്തി 80 കോടി ജനങ്ങളിൽ ഒരാൾ മാത്രമാണ്, ആഗോളസമ്പദ്വ്യവസ്ഥയുടെ പക്ഷത്ത് നിന്ന് നോക്കുമ്പോൾ നൂറു കണക്കിന് കോടി മനുഷ്യരിൽ ഒരാളും.

മാധ്യമങ്ങളിലൂടെ സംഭവിക്കുന്ന സാംസ്കാരിക കേന്ദ്രീകരണം ജനങ്ങളിൽ വളർന്നുവരുന്ന അരക്ഷിതത്വത്തിനും നിഷ്ക്രിയത്വത്തിനും കാരണമാകുന്നു. പരമ്പരാഗതരീതിയിൽ നൃത്തം, സംഗീതം, അരങ്ങ് എന്നിവയൊക്കെ ധാരാളമായി നിലനിന്നിരുന്നു. എല്ലാ പ്രായത്തിലുള്ളവരും അവയിൽ പങ്കു ചേരുമായിരുന്നു. മദ്ധ്യത്തിൽ കൂട്ടിയിട്ട് കത്തിച്ച തീയുടെ ചുറ്റിലും പിച്ചനടക്കുന്ന കുഞ്ഞുങ്ങൾ വരെ മുതിർന്ന സഹോദരങ്ങളുടെയോ സുഹൃത്തുക്കളുടെയോ കൈപിടിച്ചുകൊണ്ട് നൃത്തം ചെയ്യും. നൃത്തം വെയ്ക്കാനും പാട്ടുപാടാനും അഭിനയിക്കാനും എല്ലാവർക്കും അറിയാം. ഇപ്പോൾ ലഡാക്കിൽ റേഡിയോ വന്ന ശേഷം ആരും സ്വന്തമായി പാട്ടുപാടുകയോ കഥകൾ ചൊല്ലുകയോ ചെയ്യേണ്ട ആവശ്യമില്ല. വെറുതെ ഇരുന്ന് നിങ്ങൾക്ക് ഏറ്റവും മികച്ച ഗായികയെയും കാഥികനെയും ശ്രവിക്കാം. എന്നാൽ അതിന്റെ ഫലമായി ജനങ്ങളിൽ കൂടുതൽ സങ്കോചവും സഭാകമ്പവും വളർന്നു വരുന്നു. അയൽക്കാരും സ്നേഹിതരുമായ യഥാർത്ഥ മനുഷ്യരുമായല്ല ഇപ്പോൾ നിങ്ങൾ സ്വയം നിങ്ങളെ താരതമ്യപ്പെടുത്തുന്നത് – അവരിൽ ചിലർ പാട്ടുപാടുന്നതിൽ നിങ്ങളെക്കാൾ മികവു കാണിക്കും, എന്നാൽ നൃത്തത്തിൽ നിങ്ങൾക്കായിരിക്കും മികവ്. പക്ഷേ ഒരിക്കലും നിങ്ങൾ റേഡിയോവിലെ

താരങ്ങൾക്കൊപ്പം എത്തുകയില്ല. സ്വന്തമായി പാടുകയോ നൃത്തം വെയ്ക്കുകയോ ചെയ്യാതെ വെറുതെയിരുന്ന് ഏറ്റവും മികച്ച ഗാനങ്ങൾ കേട്ടുകൊണ്ടിരിക്കുമ്പോൾ അറ്റുപോകുന്നത് സാമുദായിക ബന്ധങ്ങൾ തന്നെയായിരിക്കും.

ഒരിക്കൽ ഞാൻ ലെ വിമാനത്താവളത്തിൽ കാത്തിരിക്കുമ്പോൾ ദാവായെയും അയാളുടെ രണ്ട് സുഹൃത്തുക്കളെയും കാണാനിടയായി. അയാൾ ചില ജർമൻ വിനോദസഞ്ചാരികളെ സ്വീകരിക്കാൻ എത്തിയതായിരുന്നു, അയാളുടെ സുഹൃത്തുക്കൾ എന്തെങ്കിലും കച്ചവടത്തിനുള്ള സാദ്ധ്യത പ്രതീക്ഷിച്ചുകൊണ്ട് അയാളുടെ ഒപ്പം കൂടി. ഒരാൾ ഒരു ഗസ്റ്റ്ഹൌസ് നടത്തുന്നു, മറ്റെയാൾ കാൽനടയാത്രക്കാരുടെ ഗൈഡായി ജോലി നോക്കിവരുന്നു. ലഡാക്കിൽ ആയിടയ്ക്ക് നിർമ്മാണം നടന്നുകൊണ്ടിരുന്ന ഒരു ഹിന്ദി സിനിമയെക്കുറിച്ചായി അവരുടെ സംസാരം. സിനിമയുടെ സെറ്റിൽ അവർ ഏറെനേരം ചിലവഴിച്ചതായി വ്യക്തമാക്കി, അവിടെ നിന്ന് ലഭിച്ച ഓട്ടോഗ്രാഫുകൾ അവർ അഭിമാനപൂർവ്വം എന്നെ കാണിക്കുകയുണ്ടായി. നായികയുടെ ഉച്ചസ്ഥായിയിലുള്ള ശബ്ദം ദാവാ അനുകരിച്ചത് വിചിത്രമായി തോന്നി. താരങ്ങളുടെ ചേഷ്ടകൾ ഓരോന്നും അവർ വളരെ സൂക്ഷ്മതയോടെ നിരീക്ഷിച്ചിട്ടുണ്ടായിരുന്നു; നായകൻറെ ചലനങ്ങൾ, അയാൾ സിഗരറ്റ് കൈയ്യിൽ പിടിച്ചിരുന്ന രീതി, അയാൾക്കിഷ്ടപ്പെട്ട സിഗരറ്റിന്റെയും വിസ്കിയുടെയും ബ്രാൻഡുകൾ തുടങ്ങിയവ അവർ വിവരിച്ചു. താരങ്ങളുടെ ഗ്ലാമർ അവരുടെയുള്ളിൽ ആഴത്തിൽ പതിഞ്ഞിരുന്നു. അവരുമായുള്ള സംഭാഷണം എന്നെ അളവറ്റ ദുഃഖത്തിലാഴ്ത്തി.

അതെ ദിവസം തന്നെ നാടോടിപ്പാട്ടുകൾ പകർത്തിയെഴുതുന്നതിൽ എന്നെ സഹായിച്ചിരുന്ന പൽജോറുമായി എനിക്ക് കണ്ടുമുട്ടേണ്ടിവന്നു. ദാവായെയും സുഹൃത്തുക്കളെയും വിമാനത്താവളത്തിൽ കണ്ടുമുട്ടിയതിനെക്കുറിച്ച് ഞാൻ അദ്ദേഹത്തോട് പറയുകയുണ്ടായി. "പൽജോർ, ചെറുപ്പക്കാർ ഈ വിധത്തിൽ മാറുന്നതിനെപ്പറ്റി നിങ്ങൾക്ക് ആശങ്കയില്ലേ? താൻ ആരാണെന്നതിനെക്കുറിച്ച് ദാവാ വല്ലാത്ത ആശയക്കുഴപ്പത്തിൽ പെട്ടതുപോലെ തോന്നുന്നു. സിനിമകളിലെ പൗരുഷം നിറഞ്ഞ ഏതോ കഥാപാത്രത്തെപ്പോലെ അവൻ പെരുമാറാൻ തുടങ്ങിയിരിക്കുന്നു." അദ്ദേഹം മറുപടി പറഞ്ഞു, "ശരിയാണ്, എന്റെ ഇളയ മകനും ആ വഴിക്കാണ് നീങ്ങുന്നത്."

ചുറ്റുമുള്ളവരുമായി ദീർഘകാലം നിലനിന്നിരുന്ന ആഴത്തിലുള്ള ബന്ധത്തിൽ നിന്ന് ഉടലെടുത്ത സ്വത്വബോധവും സുരക്ഷിതത്വവും നഷ്ടപ്പെട്ടപ്പോൾ തങ്ങൾ ആരാണ് എന്നതിനെക്കുറിച്ച് ലഡാക്കിലെ

ജനങ്ങളിൽ സംശയങ്ങൾ ഉയർന്നുവരുന്നു. അതേസമയം ടൂറിസവും മാധ്യമങ്ങളും അവർ ആരായിരിക്കണം എന്നതിനെക്കുറിച്ചുള്ള ഒരു പുതിയ മാതൃക അവരുടെ മുന്നിലേക്ക് ഇട്ടുകൊടുക്കുകയാണ്. പാശ്ചാത്യരീതിയിൽ ജീവിതം നയിക്കേണ്ടവരാണവർ എന്നാണ് അത് പറഞ്ഞുകൊണ്ടിരിക്കുന്നത് – തീൻമേശയിലിരുന്നു ഭക്ഷണം കഴിക്കുകയും കാറോടിക്കുകയും തുണിയലക്കുന്ന യന്ത്രം ഉപയോഗിക്കുകയും ചെയ്യേണ്ടവരാണവർ. എല്ലാത്തരം ഉപഭോഗവസ്തുക്കളും ഒരു പരിഷ്കൃതസമൂഹത്തിനു വേണ്ട മുൻവ്യവസ്ഥകളായി ഉയർത്തിക്കാട്ടപ്പെടുകയാണ്; ആധുനികരീതിയിലുള്ള അടുക്കളകളും കുളിമുറികളും പ്രധാനപ്പെട്ട അഭിമാനചിഹ്നങ്ങളായി മാറിക്കഴിഞ്ഞു. ആ പ്രതിച്ഛായകൾ അവരോട് വ്യത്യസ്തരാകുവാനും ഇപ്പോഴത്തെ സ്ഥിതിയിൽ നിന്ന് മുന്നേറുവാനും ആവശ്യപ്പെടുന്നു. അതിശയകരമെന്ന് പറയട്ടെ, ഒരുപക്ഷേ ആധുനികവത്കരണം വ്യക്തിത്വനാശത്തിലേക്കാണ് നയിക്കുന്നത്. ജനങ്ങൾ തങ്ങളെക്കുറിച്ച് തന്നെ കൂടുതൽ ചിന്തിക്കുന്നവരും അരക്ഷിതരും ആയിത്തീരുമ്പോൾ ആദർശവത്കരിക്കപ്പെട്ട ഒരു പ്രതിച്ഛായയ്ക്ക് വഴങ്ങിക്കൊണ്ട് ജീവിക്കാൻ അവരുടെ മേൽ സമ്മർദ്ദമേറുന്നു. അതിനു വിപരീതമായി, പുറമേനിന്നുള്ള ഒരു അലസനിരീക്ഷകന് അവരെല്ലാവരും ഒരുപോലത്തെ വസ്ത്രങ്ങൾ ധരിച്ചവരും ഒരുപോലുള്ളവരുമായി തോന്നാമെങ്കിലും പരമ്പരാഗതഗ്രാമത്തിൽ യഥാർത്ഥത്തിൽ ജനങ്ങൾക്ക് കൂടുതൽ സ്വസ്ഥതയോടെ, അവരവരായിത്തന്നെ കഴിയാനുള്ള സ്വാതന്ത്ര്യമുണ്ടായിരുന്നു. എല്ലാവർക്കുമിടയിൽ അടുത്തബന്ധം നിലനിൽക്കുന്ന ഒരു സമുദായത്തിലെ ജനങ്ങൾക്ക് അവരുടെ സ്വത്വത്തെ അംഗീകരിച്ചുകൊണ്ട് കഴിയുന്നതിലാണ് സുരക്ഷിതത്വം അനുഭവപ്പെടുന്നത്.

പ്രാദേശികതലത്തിൽ നിലനിന്നിരുന്ന സാമ്പത്തികവും രാഷ്ട്രീയവുമായ ബന്ധങ്ങൾ തകർന്നുപോകുമ്പോൾ ചുറ്റിലുമുള്ള മനുഷ്യർ കൂടുതൽ കൂടുതൽ തിരിച്ചറിയപ്പെടാതെ അദൃശ്യരാകും. അപ്പോൾ ജീവിതത്തിന്റെ വേഗതയും ചലനക്ഷമതയും വർദ്ധിക്കുകയും പരിചിതരുമായുള്ള ബന്ധങ്ങൾ പോലും ഉപരിപ്ലവവും ഹ്രസ്വവുമായിത്തീരും. മനുഷ്യർ തമ്മിലുള്ള ബന്ധങ്ങൾ കേവലം ബാഹ്യപ്രകടനങ്ങളായി ചുരുങ്ങുന്നു. ജനങ്ങൾ, അവർ ആരാണ് എന്നതിലുപരി അവരുടെ പക്കൽ എന്തുണ്ട് എന്നതിന്റെ പേരിലായിരിക്കും തിരിച്ചറിയപ്പെടുക, ക്രമേണ ധരിക്കുന്ന വസ്ത്രങ്ങളുടെയും മറ്റ് വസ്തുവകകളുടെയും പിന്നിൽ മറഞ്ഞ് അവർ അദൃശ്യരായിത്തീരും.

ഒരുപക്ഷേ ലഡാക്കിൽ ഞാൻ ദർശിച്ച വിഷമവൃത്തങ്ങളിൽ വെച്ച് ഏറ്റവും ദുരന്തപൂർണ്ണമെന്ന് പറയാവുന്നത്, വ്യക്തിപരമായ അരക്ഷിതത്വം കുടുംബത്തിലും സമുദായത്തിലുമുള്ള ബന്ധങ്ങളെ ക്ഷയിപ്പിക്കുന്നു എന്നതും വ്യക്തികളുടെ സ്വാഭിമാനം അതുവഴി ഇല്ലായ്മ ചെയ്യപ്പെടുന്നതുമായ അവസ്ഥാവിശേഷമാണ്. ഉപഭോക്തൃസംസ്കാരം ഈ പ്രക്രിയയിൽ കേന്ദ്രസ്ഥാനം വഹിക്കുന്നു, കാരണം വൈകാരികമായ അരക്ഷിതത്വം ജനങ്ങളിൽ ഭൗതികമായ അഭിമാനചിഹ്നങ്ങൾക്കു വേണ്ടിയുള്ള ഒരുതരം ആർത്തി വളർത്തുന്നു. അംഗീകാരത്തിനും സ്വീകാര്യതയ്ക്കും വേണ്ടിയുള്ള ആവേശം പലതരം ആസ്തികൾ സമ്പാദിക്കുന്നതിനുള്ള ത്വര വർദ്ധിപ്പിക്കുകയും, അതവരെ മറ്റാരോ ആക്കിത്തീർക്കുകയും ചെയ്യുന്നു. ആത്യന്തികമായി ഇവയൊക്കെയാണ് കൂടുതൽ പ്രധാനപ്പെട്ട പ്രചോദകഘടകമായി വർത്തിക്കുന്നത്, വസ്തുക്കളോടുള്ള സ്വതസിദ്ധമായ ആകർഷണത്തിന് അതിനേക്കാൾ കുറഞ്ഞ പ്രാധാന്യമേയുള്ളൂ. ആരാധിക്കപ്പെടാനും ആദരിക്കപ്പെടാനും ആത്യന്തികമായി സ്നേഹിക്കപ്പെടാനും വേണ്ടി മനുഷ്യർ സാധനങ്ങൾ വാങ്ങിക്കൂട്ടുന്നത് കാണുന്നത് ഹൃദയഭേദകമാണ്. യഥാർത്ഥത്തിൽ അനിവാര്യമായും ഇതിൽ നിന്നൊക്കെ വിപരീതമായ ഫലമാണുളവാകുന്നത്. തിളങ്ങുന്ന പുതിയ കാറുള്ള വ്യക്തി ഒറ്റപ്പെടുകയും, അത് സ്വീകാര്യതയ്ക്ക് വേണ്ടിയുള്ള അയാളുടെ ആവശ്യകതയെ വർദ്ധിപ്പിക്കുകയുമാണ് ചെയ്യുന്നത്. ക്രമേണ ജനങ്ങളെ സ്വയം അവരവരിൽ നിന്നും മറ്റുള്ളവരിൽ നിന്നും വേർപെടുത്തുന്ന വിധത്തിലുള്ള ഒരു ചാക്രികവലയം രൂപപ്പെടും.

പല രീതികളിൽ അന്യോന്യം വേർപെടുത്തപ്പെട്ട മനുഷ്യരെ ഞാൻ കണ്ടിട്ടുണ്ട്. വൃദ്ധരും ചെറുപ്പക്കാരും, പുരുഷന്മാരും സ്ത്രീകളും, പണക്കാരും പാവപ്പെട്ടവരും, ബുദ്ധമതക്കാരും ഇസ്ലാം മതക്കാരുമെല്ലാം തമ്മിലുള്ള വിടവുകൾ വികസിച്ചുകൊണ്ടിരിക്കുന്നു. അവയിൽ വെച്ച് ഏറ്റവും വലുത് ഒരുപക്ഷേ പുതുതായി സൃഷ്ടിക്കപ്പെട്ട അഭിനവ-വിദ്യാസമ്പന്ന-വിദഗ്ധരും, നിരക്ഷര-പരാങ്മുഖ-കർഷകരും തമ്മിലുള്ള വിഭജനമായിരിക്കും. *ലെ*-യിലെ ആധുനികരായ നിവാസികൾക്ക് ഗ്രാമത്തിൽത്തന്നെ കഴിഞ്ഞുവരുന്ന അവരുടെ സ്വന്തം ബന്ധുജനങ്ങളെക്കാൾ ദൽഹിയിലോ കൽക്കത്തയിലോ ഉള്ളവരോടായിരിക്കും കൂടുതൽ സമാനത. മാത്രമല്ല തങ്ങളേക്കാൾ ആധുനികത കുറഞ്ഞവരെ അവർ അവജ്ഞയോടെയാണ് കാണുന്നത്. ആധുനികമേഖലകളിൽ പാർക്കുന്ന ചില കുട്ടികൾ അവരുടെ മാതാപിതാക്കളിൽ നിന്നും മുത്തശ്ശി-മുത്തശ്ശന്മാരിൽ നിന്നും വളരെ അകന്നുകഴിഞ്ഞിരിക്കുന്നു, അവർ ഒരേ ഭാഷ പോലുമല്ല സംസാരിക്കുന്നത്. ഉറുദുവിലും ഇംഗ്ലീഷിലും വിദ്യാഭ്യാസം നടത്തുന്ന അവർക്ക് തങ്ങളുടെ മാതൃഭാഷ തന്നെ അന്യമായിരിക്കുന്നു.

പുരുഷന്മാരും സ്ത്രീകളും ചെയ്യുന്ന പ്രവൃത്തികളിൽ വേർതിരിവുകൾ ഉണ്ടാകുമ്പോൾ അവരുടെ സ്ഥാനങ്ങള് വിപരീതസ്വഭാവം കൈക്കൊള്ളുന്നു, ഇത് അവരുടെ വിഭജനത്തെ സംബന്ധിക്കുന്ന ഒരു നിർണ്ണായക ഘടകമാണ്. ലോകമെമ്പാടും നടക്കുന്ന വ്യവസായവത്കരണത്തിന്റെ പരിണതഫലങ്ങളിൽ ഒന്ന് ആധുനിക സമ്പദ് വ്യവസ്ഥയിൽ ധനം സമ്പാദിക്കാൻ വേണ്ടി പുരുഷന്മാർക്ക് ഗ്രാമത്തിലുള്ള അവരുടെ കുടുംബങ്ങളിൽ നിന്ന് അകന്നു നിൽക്കേണ്ടിവരുന്ന ദുര്യോഗമാണ്; ലഡാക്കിലും സ്ഥിതി മറ്റൊന്നല്ല. പുരുഷന്മാർ വീടിനു പുറത്തുള്ള സാങ്കേതിക ജീവിതത്തിന്റെ ഭാഗമായിത്തീരുന്നു, അതിനാൽ അവർ മാത്രമാണ് സമൂഹത്തിലെ ഉത്പാദക അംഗങ്ങൾ എന്ന കാഴ്ചപ്പാട് ഉണ്ടാകുന്നു.

എന്റെ സുഹൃത്ത് സോനം ഇതിന് ഒരു നല്ല ഉദാഹരണമാണ്. അയാളുടെ വിധവയായ മാതാവും സഹോദരികളും ഹെമിസ് എന്ന ഗ്രാമത്തിലാണ് കഴിയുന്നത്. ഏതാനും വർഷങ്ങൾക്ക് മുൻപ് അയാളുടെ വിവാഹം കഴിഞ്ഞു, എന്നാൽ ഭാര്യ ഇപ്പോഴും ഗ്രാമത്തിൽ തന്നെയാണ്, വർഷത്തിൽ നാലു തവണ അയാൾ അവരെ സന്ദർശിക്കും. ഭാര്യയേയും കുട്ടികളെയും ഒപ്പം താമസിക്കാൻ കൂട്ടിക്കൊണ്ടുവന്നാലും അയാൾ ദിവസം മുഴുവനും വീടിനു പുറത്ത് പണിയെടുക്കുകയായിരിക്കും, വളരെ കുറച്ച് സമയം മാത്രമേ അവർ തമ്മിൽ കാണുന്നുള്ളൂ.

സ്ത്രീകളാകട്ടെ അദൃശ്യരായ നിഴലുകളായി മാറും. അവർ ചെയ്യുന്ന ജോലികൾക്ക് വേതനം ലഭിക്കുന്നില്ല, അതിനാൽ അവർ "ഉത്പാദകർ" ആയി കണക്കാക്കപ്പെടുന്നില്ല. അവരുടെ പ്രവൃത്തികൾ അഭ്യന്തരവളർച്ചാനിരക്കിന്റെ ഭാഗമായി പരിഗണിക്കപ്പെടുന്നതേയില്ല. ആധുനികമേഖലകളിലുള്ള 10 ശതമാനത്തോളം ജനങ്ങളെ മാത്രമേ സർക്കാർ കണക്കുകളിൽ തൊഴിൽ ചെയ്യുന്നവരായി ഉൾപ്പെടുത്തിയിട്ടുള്ളൂ; കുടുംബിനികളും കൃഷിക്കാരും അടക്കമുള്ള ബാക്കി 90 ശതമാനം പേരും തൊഴിലില്ലാത്തവരായാണ് കണക്കാക്കപ്പെടുന്നത്. ജനങ്ങൾക്ക് അവരവരോടും അന്യരോടുമുള്ള മനോഭാവത്തെ ഇത് സ്വാധീനിക്കും, അംഗീകാരം ലഭിക്കുന്നില്ല എന്നത് അവരെ മാനസികമായ സമ്മർദ്ദത്തിൽ ആഴ്ത്തും. പരമ്പരാഗത കർഷകരും സ്ത്രീകളും താഴ്ന്നവരായി കാണപ്പെടുന്നു, ഇത് അവരിൽ അരക്ഷിതത്വത്തിന്റെയും പോരായ്മയുടെയും മനോനില വളർത്തുന്നു.

പൊതുവെ പ്രബലരും പ്രസന്നപ്രകൃതരുമായിരുന്ന ലഡാക്കിലെ സ്ത്രീകൾ ഇന്ന് ആത്മവിശ്വാസമില്ലാത്തവരും അവരുടെ ബാഹ്യപ്രകൃതിയെക്കുറിച്ച് അതിയായ ഉത്കണ്ഠയുള്ളവരുമായി മാറിക്കഴിഞ്ഞു.

പരമ്പരാഗതമായി സ്ത്രീയുടെ ബാഹ്യരൂപം പ്രധാനമായിരുന്നെങ്കിലും സഹിഷ്ണുത, സാമൂഹികശേഷികൾ എന്നിവ ഉൾപ്പെടുന്ന അവളുടെ കഴിവുകളാണ് കൂടുതൽ വിലമതിക്കപ്പെട്ടിരുന്നത്.

ഒരു ദിവസം ഞാൻ ദെസ്കിത്തിനെ സന്ദർശിക്കാനിടയായി, പകൽ 10 മണിക്ക് അവൾ ഒറ്റയ്ക്ക് TV-യുടെ മുന്നിൽ ഇരിക്കുകയായിരുന്നു. വലിയ സോഫയും കസേരകളും കൊണ്ട് അലങ്കൃതമായ നല്ല മുറിയിൽ, വെറും നിലത്തായിരുന്നു അവൾ ഇരുന്നത്. കുട്ടികൾ സ്കൂളിൽ പോയിരുന്നു, ഭർത്താവ് ജോലിക്കായി പുറത്തും. ഗ്രാമത്തിലായിരുന്നപ്പോൾ അല്പം നാണംകുണുങ്ങി ആയിരുന്നെങ്കിലും അവൾ ചന്തമുള്ളവളും ഉന്മേഷവതിയുമായിരുന്നു. ഇപ്പോഴും അവൾ ചന്തമുള്ളവൾ തന്നെ, എന്നാൽ അവളുടെ ഉന്മേഷമാകെ നഷ്ടപ്പെട്ടിരിക്കുന്നു. അവൾ അസന്തുഷ്ടയായിരുന്നു എന്നത് വ്യക്തം, മാത്രമല്ല വളരെയധികം ഉൾവലിഞ്ഞതായും കാണപ്പെട്ടു.

അവൾക്ക് നല്ല സുഖമില്ലെന്ന് അവളുടെ അമ്മായി പറഞ്ഞതുകൊണ്ടാണ് ഞാൻ അവളെ കാണാൻ പോയത്. ആഗ്രഹിച്ചതെല്ലാം ഉണ്ടായിരുന്നിട്ടും എന്തുകൊണ്ട് അവൾ അസന്തുഷ്ടയായി കഴിയുന്നു എന്ന് അമ്മായിക്കോ അവൾക്കുതന്നെയോ മനസ്സിലായിരുന്നില്ല. അവളുടെ ഭർത്താവ് നല്ല ഡോക്ടറായി ജോലി ചെയ്യുന്നു, കുട്ടികൾ *ലെ*-യിലെ ഏറ്റവും നല്ല സ്കൂളിൽ പഠിക്കുന്നു, ആധുനികരീതിയിൽ പണിതവൃത്തിയുള്ള, സൌകര്യപ്രദമായ വീടായിരുന്നു അവരുടേത്. എന്നാൽ വികസനം ദെസ്കിത്തിനെ ഒറ്റപ്പെടുത്തുകയും അവരുടെ വലിയ സമുദായത്തിൽ നിന്ന് അവളെ വേർപെടുത്തി ഒരു അണുകുടുംബത്തിൽ തടവിലാക്കുകയും ചെയ്തു, ഇപ്പോൾ അവൾക്ക് അർത്ഥപൂർണ്ണമായ പ്രവൃത്തികൾ ഒന്നുമില്ലാതെയായി. അത് കുട്ടികളിൽ നിന്നു പോലും അവളെ അകറ്റാനിടവരുത്തി.

പുതുതായി ലഭിച്ച ആധിപത്യസ്ഥാനമുണ്ടെങ്കിലും കുടുംബവും സമുദായവുമായുള്ള ബന്ധങ്ങൾ മുറിയുന്നതു മൂലം പുരുഷന്മാരും വിഷമമനുഭവിക്കുന്നുണ്ട് എന്നത് തീർച്ച. കുട്ടികളുമായുള്ള സമ്പർക്കവും അവർക്ക് ഇല്ലാതെയാകുന്നു. ചെറുപ്പത്തിൽ അവരുടെ കാർക്കശ്യം നിറഞ്ഞ പ്രതിച്ഛായ സ്നേഹം പ്രദർശിപ്പിക്കുന്നതിൽ നിന്ന് അവരെ തടയുന്നു, പിന്നീടുള്ള കാലം, അച്ഛന്മാർ ആയിക്കഴിയുമ്പോൾ തൊഴിൽ അവരെ വീട്ടിൽ നിന്ന് അകറ്റി നിർത്തുകയും ചെയ്യുന്നു.

പരമ്പരാഗതസംസ്കാരത്തിൽ അച്ഛനമ്മമാരുമായുള്ള നിരന്തര സമ്പർക്കം മാത്രമല്ല കുട്ടികൾക്ക് ഗുണകരമാകുന്നത്, അതിനോടൊപ്പം പല പ്രായത്തിലുള്ളവരുമായി തുടർച്ചയായി ഇടപഴകാൻ കഴിയുന്ന

ഒരു ജീവിതരീതിയും അവർക്ക് ഗുണപ്രദമായിരുന്നു. സ്വാഭാവികമായി മുതിർന്ന കുട്ടികൾ പ്രായത്തിൽ ഇളപ്പമുള്ളവരോട് ഒരു ഉത്തരവാദിത്വം പ്രകടിപ്പിക്കാറുണ്ട്. പ്രായം കുറഞ്ഞ കുട്ടികൾ ബഹുമാനത്തോടെയും ആദരവോടെയുമാണ് മുതിർന്ന കുട്ടികളെ അനുകരിക്കാൻ ശ്രമിച്ചിരുന്നത്. തികച്ചും സ്വാഭാവികവും മത്സരമനോഭാവം അശേഷമില്ലാത്തതുമായ പഠനത്തിലൂടെയായിരുന്നു കുട്ടികളുടെ വളർച്ച.

ഇപ്പോൾ സ്കൂളുകളിൽ കുട്ടികളെ പ്രായത്തിനനുസരിച്ച് വേർതിരിക്കുന്നു. ഇത്തരത്തിലുള്ള സമീകരണത്തിന് നിഷേധാത്മകമായ ഫലങ്ങളാണുള്ളത്. ഒരേ പ്രായത്തിലുള്ള എല്ലാവരെയും ഒരുമിപ്പിച്ച് കൃത്രിമമായി ഒരു സാമൂഹികഘടകമെന്ന നിലയിൽ ചുരുക്കിയെടുക്കുമ്പോൾ പരസ്പരം സഹായിക്കാനും മറ്റുള്ളവരിൽ നിന്ന് പഠിക്കാനുമുള്ള ശേഷി കുറയുന്നു. അതിനു പകരം മത്സരത്തിനുള്ള സാഹചര്യമാണ് സ്വയമേവ സൃഷ്ടിക്കപ്പെടുന്നത്, കാരണം ഓരോ കുട്ടിയും തൊട്ടടുത്തുള്ള കുട്ടിയുടെ മികവിനോടൊപ്പം എത്താനുള്ള സമ്മർദ്ദത്തിലാണ്. പത്തുവയസ്സുകാർ മാത്രമടങ്ങുന്ന ഒരു സംഘത്തെക്കാൾ വ്യത്യസ്ത പ്രായത്തിലുള്ള പത്തു കുട്ടികൾ ഉൾപ്പെടുന്ന ഒരു സംഘത്തിലായിരിക്കും സ്വാഭാവികമായും കൂടുതൽ സഹകരണമുണ്ടാവുക.

പ്രായത്തെ അടിസ്ഥാനപ്പെടുത്തിയുള്ള വിഭജനങ്ങൾ സ്കൂളുകളിൽ മാത്രമായി ഒതുങ്ങുന്നില്ല. ഇപ്പോൾ മറ്റിടങ്ങളിലും സമപ്രായക്കാരോടൊത്ത് മാത്രമായി സമയം ചിലവഴിക്കുവാനുള്ള പ്രവണത വർദ്ധിച്ചു വരുന്നു. അതിന്റെ ഫലമായി ചെറുപ്പക്കാർക്കും പ്രായം ചെന്നവർക്കുമിടയിൽ ഒരുതരം അസഹിഷ്ണുത ഉയർന്നു വരുകയാണ്.

ചെറിയ കുട്ടികൾക്ക് ഇന്ന് ഗ്രാമത്തിലുള്ള മുത്തശ്ശി-മുത്തശ്ശന്മാരുമായുള്ള സമ്പർക്കം കുറഞ്ഞു വരുന്നു. വർഷങ്ങളായി ലഡാക്കിലെ പല പരമ്പരാഗത കുടുംബങ്ങളോടൊപ്പം കഴിഞ്ഞതിൽ നിന്ന് കുഞ്ഞുങ്ങളും അവരുടെ മുത്തശ്ശി-മുത്തശ്ശന്മാരുമായുള്ള ബന്ധത്തിന്റെ ആഴം എനിക്ക് അനുഭവിച്ചറിയാനായി. തികച്ചും സ്വാഭാവികവുമായ ഒരു ബന്ധമാണത്, രക്ഷകർത്താക്കളും കുട്ടിയും തമ്മിലുള്ളതിൽ നിന്നും വ്യത്യസ്തമായ മാനമുള്ളത്. ആ ബന്ധം വിച്ഛേദിക്കപ്പെടുക എന്നത് തീവ്രമായ ഒരു ദുരന്തം തന്നെയാണ്.

സമാനമായ സമ്മർദ്ദങ്ങൾ പരമ്പരാഗത കുടുംബവ്യവസ്ഥയെ തകർക്കുന്നതിലും പങ്കു വഹിക്കുന്നുണ്ട്. പാശ്ചാത്യമാതൃകയെ പിന്തുടരുന്ന അണുകുടുംബങ്ങൾ ഇപ്പോൾ സാധാരണമാണ്. ലഡാക്കികൾക്ക് അവരുടെ പരമ്പരാഗത കീഴ്വഴക്കമായിരുന്ന ബഹുഭർതൃത്വത്തെക്കുറിച്ച് ഇന്ന് ലജ്ജ തോന്നിത്തുടങ്ങിയിരിക്കുന്നു. ചെറുപ്പക്കാർ

പഴയ കുടുംബഘടനയെ തിരസ്കരിച്ച് ഒരാൾക്ക് ഒരു ജീവിതപങ്കാളി എന്ന വ്യവസ്ഥയിലേക്ക് മാറുന്നതുകൊണ്ട് ജനസംഖ്യയിലും വർദ്ധനവുണ്ടാകുന്നു. അതിനുപുറമേ, ആശ്രമജീവിതത്തിന് അതിന്റെ പ്രാമാണ്യം നഷ്ടപ്പെടുകയും സന്യാസിമാരുടെയും സന്യാസിനിമാരുടെയും എണ്ണം കുറയുകയും ചെയ്യുന്നു. അതും ജനസംഖ്യാവർദ്ധനവിന് ഒരു കാരണമാവുകയാണ്.

ലഡാക്കിൽ പലരും ജനസംഖ്യാനിരക്ക് വർദ്ധിക്കുന്നതിനെ പുതിയ ജനാധിപത്യത്തിന്റെ വരവുമായി ബന്ധപ്പെടുത്തി കാണുന്നു എന്നത് രസകരമായ വസ്തുതയാണ്. “അധികാരമെന്നാൽ വോട്ടുകളാണ്”, സോനം റിൻചെൻ അടുത്തിടെ അഭിപ്രായപ്പെട്ടു, ആധുനികമേഖലയിൽ നിങ്ങളുടെ സംഘബലം വർദ്ധിക്കുംതോറും അധികാരത്തിലേക്ക് പ്രവേശിക്കാനുള്ള സാദ്ധ്യതയും അധികരിക്കുന്നു എന്നായിരിക്കണം അദ്ദേഹം ഉദ്ദേശിച്ചത്. പുതിയ കേന്ദ്രീകൃതഘടനയിൽ തൊഴിലിനും രാഷ്ട്രീയ പ്രാതിനിധ്യത്തിനും വേണ്ടിയുള്ള മത്സരം ലഡാക്കിലെ ജനങ്ങളെ കൂടുതൽ വിഭജിച്ചുകൊണ്ടിരിക്കുന്നു. ഗോത്രപരവും മതപരവുമായ ഭിന്നതകൾക്ക് രാഷ്ട്രീയമായ മാനം കൈവന്നിരിക്കുന്നു, അത് അവരിൽ ഇന്നുവരെ ഉണ്ടാകാത്ത അളവിൽ വിദ്വേഷവും ശത്രുതയുമാണ് സൃഷ്ടിക്കുന്നത്.

ലഡാക്കിൽ ഇതുവരെ ഞാൻ സാക്ഷ്യം വഹിച്ച വിഭജനങ്ങളിൽ വെച്ചേറ്റവും ദാരുണം ഈ പുതിയ സ്പർദ്ധയാണ്. പരമ്പരാഗതമായ ഭക്തിയുടെ ക്ഷയത്തിന് അനുപാതമായാണ് ഈ സ്പർദ്ധയുടെ വളർച്ച എന്നത് വിരോധാഭാസമായി തോന്നാം. ഞാൻ ലഡാക്കിൽ ആദ്യം വന്ന സമയത്ത് ബുദ്ധമതക്കാരും ഇസ്ലാംമതക്കാരും തമ്മിലുണ്ടായിരുന്ന പരസ്പരബഹുമാനവും സഹകരണവും എന്നെ എത്രത്തോളം ആകർഷിച്ചിരുന്നുവെന്ന് മുൻപ് സൂചിപ്പിച്ചിരുന്നു. എന്നാൽ കഴിഞ്ഞ ഏതാനും വർഷങ്ങളിൽ വളർന്നുവരുന്ന മത്സരമനോഭാവം ഇപ്പോൾ കലാപത്തിലേക്കും ഹിംസയിലേക്കും വരെ എത്തിച്ചേർന്നിരിക്കുന്നു. മുൻപ് അവർ തമ്മിൽ ഒറ്റപ്പെട്ട ചില ഉരസലുകൾ ഉണ്ടായിരുന്നു, പക്ഷേ ആദ്യമായി ഇരുകൂട്ടർക്കുമിടയിൽ വളർന്നുവരുന്ന സംഘർഷത്തിന്റെ സ്വഭാവം എന്റെ ശ്രദ്ധയിൽപെട്ടത് 1986-ൽ ചില ലഡാക്കി സുഹൃത്തുക്കൾ ജനങ്ങളെ ബുദ്ധമതക്കാരെന്നും ഇസ്ലാംമതക്കാരെന്നും വിശേഷിപ്പിക്കുന്നത് കേൾക്കാനിടയായപ്പോഴാണ്. തുടർന്നുള്ള വർഷങ്ങളിൽ സ്ഥിതി അത്ര നന്നല്ല എന്നതിന്റെ സൂചനകൾ അവിടവിടെയായി കണ്ടുതുടങ്ങി. എന്നാൽ 1989-ലെ വേനൽക്കാലത്ത് പെട്ടെന്ന് ഇരുസംഘങ്ങളും തമ്മിൽ പ്രത്യക്ഷമായ സംഘട്ടനം തുടങ്ങിയപ്പോൾ ആരും

അതിനെ നേരിടാൻ തയ്യാറെടുത്തിരുന്നില്ല. *ലെ*-യിലെ അങ്ങാടിയിൽ വലിയ പ്രക്ഷോഭം ഉണ്ടാവുകയും പൊലീസ് വെടിവയ്പ്പിൽ നാലുപേർ മരിക്കുകയും ചെയ്തു. ലഡാക്കിന്റെ ഭൂരിഭാഗവും കർഫ്യൂവിന് കീഴിലായി.

അതിനുശേഷം നേരിട്ടുള്ള ഏറ്റുമുട്ടലുകൾ ഉണ്ടായിട്ടില്ലെങ്കിലും ഇരുവശത്തും നിലനിൽക്കുന്ന വിശ്വാസമില്ലായ്മയും മുൻവിധികളും അവർക്കിടയിലുള്ള ബന്ധങ്ങളെ തുടർച്ചയായി ഉലച്ചുകൊണ്ടിരുന്നു. അക്രമവും ഭിന്നതയും എന്തെന്നറിഞ്ഞിട്ടില്ലാത്ത ജനങ്ങൾക്ക് ഇത് വളരെ ക്ലേശകരമായ അനുഭവം തന്നെയാണ്. ഒരു മുസ്ലിം വനിത വിലാപത്തിന്റെ സ്വരത്തിൽ പറഞ്ഞത് എല്ലാ ലഡാക്കികൾക്കും കൂടി വേണ്ടിയാണെന്ന തോന്നലുളവാക്കി: "ഈയിടെ നടന്ന സംഭവങ്ങൾ എന്റെ കുടുംബത്തെയാകെ പിച്ചിചീന്തിയിരിക്കുന്നു. അവരിൽ ചിലർ ബുദ്ധമതക്കാർ, ചിലർ ക്രിസ്ത്യാനികൾ, ഇപ്പോൾ ആരും തമ്മിൽ ഒരു സംസാരം പോലും ഇല്ലാതെയായിരിക്കുന്നു."

മുസ്ലിങ്ങൾക്ക് പ്രാബല്യമുള്ള സംസ്ഥാനസർക്കാർ തദ്ദേശീയരായ മുസ്ലിങ്ങളെ പ്രീണിപ്പിക്കുകയും ബുദ്ധമതക്കാരോട് വിവേചനപരമായി പെരുമാറുകയും ചെയ്യുന്നുവെന്ന കാഴ്ചപ്പാട് ബുദ്ധമതക്കാർക്കിടയിൽ തന്നെ ശക്തിപ്രാപിച്ചതാണ് പ്രക്ഷോഭങ്ങൾക്കുള്ള വഴിമരുന്നായത്. മുസ്ലിങ്ങളാകട്ടെ ജനസംഖ്യയിൽ ഭൂരിപക്ഷമായ ബുദ്ധമതക്കാരുടെ രാഷ്ട്രീയ നിർണ്ണയശക്തിക്ക് മുന്നിൽ ന്യൂനപക്ഷക്കാരായ തങ്ങളുടെ താത്പര്യങ്ങൾ സംരക്ഷിക്കുന്നതെങ്ങനെ എന്നതിൽ ഉത്കണ്ഠാകുലരാണ്. ഏതായാലും അക്രമത്തിന്റെ അടിസ്ഥാനകാരണങ്ങൾ അതിനക്കാളൊക്കെ ദൂരവ്യാപകമായിരുന്നു. ലഡാക്കിൽ സംഭവിച്ചുകൊണ്ടിരുന്നത് ഒരു ഒറ്റപ്പെട്ട പ്രതിഭാസമായിരുന്നില്ല. കശ്മീരിലെ മുസ്ലിങ്ങളും ഹൈന്ദവാധിപത്യമുള്ള ദൽഹിയിലെ കേന്ദ്രസർക്കാരും, ഭൂട്ടാനിലെ ഹിന്ദുക്കളും ബുദ്ധമതക്കാരായ സർക്കാരും, നേപ്പാളിലെ ബുദ്ധമതക്കാരും ഹിന്ദു സർക്കാരും തമ്മിലുള്ള സംഘർഷങ്ങളും, ലോകമൊട്ടാകെ ഉയർന്നുവരുന്ന സമാനരൂപത്തിലുള്ള എണ്ണമറ്റ അസ്വാസ്ഥ്യങ്ങളും അടിസ്ഥാനപരമായി ഒരേ കാരണവുമായി ബന്ധപ്പെട്ടിരിക്കുന്നു എന്നാണ് ഞാൻ വിശ്വസിക്കുന്നത്. ഇന്നത്തെ അത്യധികം കേന്ദ്രീകരണസ്വഭാവമുള്ള വികസനമാതൃക ഗ്രാമങ്ങളിൽ നിന്നുള്ള വിഭിന്ന ജനവിഭാഗങ്ങളെ വലിയ നഗരകേന്ദ്രങ്ങളിലേക്ക് വലിച്ചടുപ്പിക്കുകയാണ്, അതോടൊപ്പം അധികാരവും തീരുമാനമെടുക്കാനുള്ള അവകാശവും ഒരു ന്യൂനപക്ഷത്തിന്റെ കൈകളിൽ നിക്ഷിപ്തമാകുന്നു. ഈ കേന്ദ്രങ്ങളിലാകട്ടെ, തൊഴിലവസരങ്ങൾ വിരളമാവുകയും സാമുദായികബന്ധങ്ങൾ വിച്ഛേദിക്കപ്പെടുകയും ഒപ്പം മത്സരമനോഭാവം

നാടകീയമാം വിധം വർദ്ധിക്കുകയും ചെയ്യുന്നു. പ്രത്യേകിച്ച്, ആധുനിക മേഖലകളിൽ തൊഴിൽ പരിശീലനം നേടിയ യുവാക്കൾ നഗരങ്ങളിൽ നിലനിൽപ്പിനായുള്ള സംഘട്ടനത്തിൽ ഏർപ്പെട്ടിരിക്കുകയാണ്. ഈ സാഹചര്യത്തിൽ മതപരമോ ഗോത്രപരമോ ആയ ഭിന്നതകളെല്ലാം സ്വാഭാവികമായി അത്യുക്തി കലർന്നതും വികലവുമായി തോന്നാം. അതിനുപുറമേ അധികാരത്തിലിരിക്കുന്നവർ അവരുടെ സ്വന്തം സംഘത്തിലുള്ളവരോട് പക്ഷഭേദം കാട്ടുന്ന പ്രവണത വ്യാപകമാവുകയും, അതോടെ പലപ്പോഴും മറ്റുള്ളവർ വിവേചനപരമായ സമീപനത്തിന് ഇരയാവുകയും ചെയ്യും.

വികസ്വരരാജ്യങ്ങളിൽ, ആധുനികവത്കരണം ഗോത്രസ്പർദ്ധയെ പ്രകോപിക്കുന്നു, ചിലപ്പോൾ പുതിയവയെ സൃഷ്ടിക്കുകയും ചെയ്യുന്നു എന്ന വസ്തുത ജനങ്ങൾ തിരിച്ചറിയുന്നു; എന്നാൽ "പുരോഗതി"യുടെ അനിവാര്യമായ വിലയായി അതിനെക്കുറിച്ച് ചിന്തിക്കാൻ അവർ പ്രേരിതരാകുന്നു. തികച്ചും മതേതരമായ ഒരു സമൂഹത്തെ വാർത്തെടുക്കുന്നതിലൂടെ മാത്രമേ ഈ സ്പർദ്ധയെ മുഴുവനായി ഇല്ലായ്മ ചെയ്യാൻ സാധിക്കുകയുള്ളൂ എന്നതാണ് അവരുടെ വിശ്വാസം. എന്നാൽ പാശ്ചാത്യരുടെ കാഴ്ചപ്പാട് തികച്ചും വ്യത്യസ്തമാണ്, പുതിയ ജനാധിപത്യം ജനങ്ങളെ സ്വതന്ത്രരാക്കുകയും അതിന്റെ ഫലമായി അവരുടെ പഴയ മുൻവിധികളും വിദ്വേഷങ്ങളും പുറത്തുവരികയും ചെയ്യുന്നതിനാലാണ് ഗോത്രപരവും മതപരവുമായ സംഘർഷങ്ങൾ വർദ്ധിക്കുന്നതെന്നാണ് അവരുടെ നിഗമനം. മുൻപ് സമാധാനം നിലനിന്നിരുന്നുവെങ്കിൽ അത് അടിച്ചമർത്തലിന്റെ ഫലമായി മാത്രമായിരുന്നു എന്നതാണ് അവരുടെ വിശ്വാസം.

ഹിംസ സാംസ്കാരികവും മതപരവുമായ ഭിന്നതകളുടെ സൃഷ്ടിയാണെന്ന് ജനങ്ങൾ എന്തുകൊണ്ട് വിശ്വസിക്കുന്നു എന്നതും, ആധുനികതയെക്കാൾ പാരമ്പര്യത്തിന്റെ മേൽ അവർ എന്തുകൊണ്ട് പഴിചാരുന്നു എന്നതും നമുക്ക് മനസ്സിലാക്കാൻ പ്രയാസമില്ല. തീർച്ചയായും കോളനിവത്കരണത്തിനും ആധുനികീകരണത്തിനും വളരെ മുൻപ് നിലനിന്നിരുന്ന ഒരു പ്രതിഭാസം തന്നെയാണ് ഗോത്രസ്പർദ്ധ. എന്നാൽ "വികസനം" മുൻപ് നിലനിന്നിരുന്ന സംഘർഷങ്ങളെ വീണ്ടും പ്രകോപിപ്പിക്കുക മാത്രമല്ല, പുതിയവയെ സൃഷ്ടിക്കുകയും ചെയ്യുന്നു എന്നാണ് പതിനാറു വർഷങ്ങളായി തുടരുന്ന ഇന്ത്യയിലെ നേരിട്ടുള്ള അനുഭവം എന്നെ ബോദ്ധ്യപ്പെടുത്തിയത്. വികസനം കൃത്രിമമായ ക്ഷാമത്തിനു കാരണമാകുന്നു, അത് അനിവാര്യമായും വർദ്ധിതമായ മത്സരമനോഭാവത്തിലേക്ക് നയിക്കുന്നു, അതോടൊപ്പം ജനങ്ങൾക്ക്

അനുകരിക്കാൻ സാധിക്കാത്ത പാശ്ചാത്യമാതൃകയ്ക്ക് കീഴ്പ്പെടങ്ങാൻ അവരുടെ മേൽ സമ്മർദ്ദം ചെലുത്തുകയും ചെയ്യുന്നു. എല്ലാവർക്കും സ്വർണ്ണ തലമുടിയും വെളുത്ത ശരീരവും നീല കണ്ണുകളും ഉണ്ടാകണ മെന്നില്ല, എല്ലാവർക്കും രണ്ടു കാറുകളുള്ള കുടുംബത്തിൽ ജീവിക്കാൻ കഴിയണമെന്നുമില്ല. എങ്കിലും അതാണ് നമ്മുടെ "ആഗോളഗ്രാമത്തിൽ" ഇന്ന് ഉത്തമ മാതൃകയായി ഉയർത്തിക്കാട്ടപ്പെടുന്നത്.

അത്തരത്തിലുള്ള ഒരു ആദർശത്തിനുവേണ്ടി അദ്ധ്വാനിക്കുക എന്നുവെച്ചാൽ സ്വന്തം സംസ്കൃതിയെയും വേരുകളെയും തിരസ്കരിക്കുക എന്നാണ് അർത്ഥം – അതായത്, തന്റെ സ്വത്വത്തെ തന്നെ നിരാകരിക്കുക. അതിന്റെ ഫലമായി ഉണ്ടാകുന്ന അന്യഥാത്വം നീരസവും അമർഷവും സൃഷ്ടിക്കും, അതാണ് ഇന്ന് ലോകത്തിലുള്ള സകല ഹിംസയുടെയും മൌലികവാദത്തിന്റെയും പിന്നിലെ ഹേതു. വ്യവസായവത്കൃത ലോകത്തിൽ പോലും നാം മാധ്യമങ്ങൾ സൃഷ്ടിക്കുന്ന വാർപ്പ മാതൃകകളുടെ ഇരകളാകുന്നുണ്ട്, പക്ഷേ പാശ്ചാത്യ ആദർശത്തിനും യാഥാർഥ്യത്തിനുമിടയിലുള്ള അന്തരം വർദ്ധിച്ചുവരുന്ന മൂന്നാംലോക രാജ്യങ്ങളിൽ നൈരാശ്യബോധം അത്യധികം രൂക്ഷമാണ്.

ഭാഗം 3

ലഡാക്കിൽ നിന്നുള്ള പാഠം

15
ഒന്നും കറുപ്പല്ല, ഒന്നും വെളുപ്പുമല്ല

ഗാന്ധി ലഡാക്ക് സന്ദർശിച്ചില്ല എന്നത്
എന്നെ അത്ഭുതപ്പെടുത്തുന്നു;
അദ്ദേഹത്തിന്റെ ഹൃദയം കൊതിക്കുന്നതെല്ലാം
അദ്ദേഹത്തിനവിടെ കണ്ടെത്താനാകുമായിരുന്നു.
മേജർ എം.എൽ.എ ഗോംപെർത്സ്
– മാജിക് ലഡാക്ക് 1928

കഴിഞ്ഞ അദ്ധ്യായങ്ങളിൽ ലഡാക്കിലെ പരമ്പരാഗത ജീവിതത്തെക്കുറിച്ചും ആധുനിക മേഖലകളിൽ സംഭവിക്കുന്ന മാറ്റങ്ങൾക്ക് കാരണമാകുന്ന പ്രേരകശക്തികളെക്കുറിച്ചും പൊതുവായ ഒരു അവലോകനം നൽകാനാണ് ഞാൻ ശ്രമിച്ചിട്ടുള്ളത്. പഴയ ലഡാക്കിലെ ആനന്ദം, സഹകരണമനോഭാവം, ഭൂമിയുമായുള്ള സന്തുലനം എന്നിവയെ ആധുനികമേഖലയിലെ അന്യവത്കരണം, സാമൂഹികബന്ധങ്ങളുടെ തകർച്ച, മലിനീകരണം എന്നിവയുമായി താരതമ്യപ്പെടുത്തി ചർച്ചചെയ്യുമ്പോൾ എന്റെ വിശദീകരണങ്ങൾ അത്യുക്തി കലർന്നതായി കരുതപ്പെടാം. പരമ്പരാഗതജീവിതത്തെ ഞാൻ റോസ് നിറമുള്ള കണ്ണടയിൽ കൂടി ദർശിക്കുകയും ആധുനികതയെ കറുത്തതായി ചിത്രീകരിക്കുകയും ചെയ്തതായി തോന്നാം. പഴയ ലഡാക്കിനെ സംബന്ധിച്ചുള്ള എന്റെ വിവരണങ്ങളിൽ ഭൂരിഭാഗവും അനുലോമകരവും, പുതിയതിനെക്കുറിച്ചുള്ള എന്റെ നിരീക്ഷണങ്ങൾ

കൂടുതലും പ്രതിലോമകരമായ മാറ്റങ്ങളെക്കുറിച്ചുള്ളതുമാണെന്നതിൽ വാസ്തവമില്ലാതില്ല, അതിനുള്ള കാരണം മുഖ്യമായും ഞാൻ കൈകാര്യം ചെയ്യാൻ ശ്രമിച്ചത് പരസ്പരബന്ധങ്ങളെയും സാമൂഹികസമ്പർക്കങ്ങളെയും കുറിച്ചായിരുന്നു എന്നതാണ്. ഒറ്റപ്പെട്ട ഘടകങ്ങൾക്കു പകരം, വിപരീതദിശകളിൽ സഞ്ചരിക്കുന്ന രണ്ടു ജീവിതരീതികളുടെ രൂപഭാവങ്ങൾ വിശദീകരിക്കാനാണ് ഞാൻ ശ്രമിച്ചത്. പരമ്പരാഗത സംസ്കൃതിയുടെ വ്യതിരിക്തമായ പല വശങ്ങളും അപര്യാപ്തമായിരുന്നു എന്നതിൽ സംശയമൊന്നുമില്ല; തണുത്തുറയുന്ന ശീതകാലത്ത് ചൂട് പകരാനുള്ള സംവിധാനം പോലെ അടിസ്ഥാനസൌകര്യങ്ങൾ എന്ന് നാമിന്ന് കരുതുന്ന പലതും അവർക്ക് അന്ന് ഉണ്ടായിരുന്നില്ല. പുറം ലോകവുമായുള്ള ആശയവിനിമയം പരിമിതമായിരുന്നു. അതുപോലെ നിരക്ഷരത വളരെ കൂടുതലായിരുന്നു, ശൈശവമരണങ്ങൾ പാശ്ചാത്യലോകത്തെ അപേക്ഷിച്ച് അധികമായിരുന്നു, ആയുസ്സിന്റെ ദൈർഘ്യമാകട്ടെ കുറവും. ഇവയൊക്കെ ഗൌരവമേറിയ പ്രശ്നങ്ങൾ തന്നെയാണെന്ന വസ്തുത ഞാൻ നിഷേധിക്കുന്നില്ല. എന്നാൽ അവ പൂർണ്ണമായും പുറമേ നിന്നുള്ള വീക്ഷണത്തിൽ കാണുന്നതു പോലെയല്ല എന്നതാണ് വാസ്തവം. പാശ്ചാത്യ അളവുകോലുകൾ ഉപയോഗിക്കുന്ന രീതി ഒരുപാട് തെറ്റിദ്ധാരണകൾക്ക് ഇടവരുത്തും. ലഡാക്ക് സമൂഹവുമായി വർഷങ്ങൾ അടുത്ത് ഇടപഴകിയതിൽ നിന്ന് ഇത്തരം പോരായ്മകളെ മറ്റൊരു വെളിച്ചത്തിൽ നോക്കികാണുവാൻ എനിക്ക് സാധിച്ചു.

ദിവസേന നീർചാലിൽ നിന്ന് ജലം ശേഖരിച്ചുകൊണ്ടുവരുന്നതും ചാണകമുപയോഗിച്ച് കത്തുന്ന അടുപ്പിൽ ഭക്ഷണം പാകം ചെയ്യുന്നതുമൊന്നും നാം കരുതുന്നതുപോലെ പരമ്പരാഗത ലഡാക്കിലെ ഗ്രാമീണർ ഒരു ബുദ്ധിമുട്ടായി കരുതിയിരുന്നില്ല. മാത്രമല്ല, നാം അനുഭവിക്കുന്നതു പോലെയല്ല അവർക്ക് തണുപ്പ് അനുഭവപ്പെട്ടിരുന്നത്. ഒരു ശരത്കാലത്തിന്റെ അവസാനം ഞാൻ ഹെമിസ് ഗ്രാമത്തിൽ നിന്നുള്ള ഒരു സന്യാസിനിയോടോത്ത് ഒരു കാൽനടയാത്രയ്ക്ക് പോവുകയായിരുന്നു. ഒരു ചെറിയ അരുവി കടക്കേണ്ടി വന്നപ്പോൾ വെള്ളത്തിന്റെ തണുപ്പ് സഹിക്കാനാവാതെ ഞാൻ ഉച്ചത്തിൽ നിലവിളിച്ചുപോയി. തണുപ്പേറ്റ് രക്തവർണ്ണം പൂണ്ട എന്റെ പാദങ്ങൾ നേരെയാകാൻ പതിനഞ്ച് നിമിഷങ്ങളോളം വേണ്ടിവന്നു. അവരാകട്ടെഒന്നുമറിയാതെവെള്ളത്തിലൂടെ നടന്നു കയറി, അതിനിടയിൽ എന്തോ ശ്രദ്ധയിൽപെട്ടതുകൊണ്ട് അരുവിയുടെ ഒഴുക്കിൽ ഒരുനിമിഷം നിൽക്കുകയും ചെയ്തു. വെള്ളത്തിനു തണുപ്പ് തോന്നുന്നില്ലേ എന്ന് ചോദിച്ചപ്പോൾ അവർ അമ്പരന്ന മട്ടിൽ എന്നെ നോക്കി.

ലഡാക്കിലെ വാർത്താവിനിമയത്തിലുണ്ടായിരുന്ന പരിമിതികൾക്കും എന്നെ സംബന്ധിച്ചിടത്തോളം മറ്റൊരർത്ഥമാണുണ്ടായിരുന്നത്. തീർച്ചയായും ഇവിടെ, ഈ നിമിഷം, നിങ്ങളോടൊപ്പവും *നിങ്ങളുടെ ഉള്ളിലുമാണ്* ജീവിതാനന്ദമെന്ന അനിഷേധ്യമായ വസ്തുതയോട് ബന്ധപ്പെട്ടിരിക്കുന്ന ലഡാക്കിലെ ഗ്രാമങ്ങളിൽ ഞാൻ അനുഭവിച്ചറിഞ്ഞ അസാധാരണമായ ഊർജ്ജസ്വലതയും ആഹ്ലാദവും. തങ്ങൾ അരികുകളിൽ ജീവിക്കുന്നുവെന്ന തോന്നൽ ജനങ്ങൾക്ക് ഇല്ലായിരുന്നു, അവർ ജീവിക്കുന്ന ഇടം തന്നെയായിരുന്നു അവരുടെ കേന്ദ്രസ്ഥാനം. ലോകത്തിന്റെ മറ്റുഭാഗങ്ങളിലെ കാഴ്ചകൾ TV-യിലൂടെ നമ്മുടെ സ്വീകരണമുറിയിൽ എത്തിച്ചേരുന്നത് നാം കരുതുന്നത് പോലെ നമ്മെ അത്ര പരിപോഷിപ്പിക്കുന്നതല്ല. യഥാർത്ഥത്തിൽ അതിന് നേരെ വിപരീതഫലമാണുണ്ടാകുന്നത്. ശ്രേഷ്ഠപരിവേഷമണിഞ്ഞ താരങ്ങൾ ജനങ്ങളിൽ അപകർഷത ജനിപ്പിക്കുകയും അവരെ നിഷ്ക്രിയരാക്കുകയും ചെയ്യുന്നു, മാത്രമല്ല വിദൂരദേശങ്ങളുടെ വർണ്ണാഭമായ ആവേശത്തിരകളുടെ കുത്തൊഴുക്കിൽ ഇപ്പോൾ ഇവിടെയുള്ളതെല്ലാം നിറം മങ്ങി നിഷ്പ്രഭമാകുന്നു.

നിരക്ഷരതയെ ന്യായീകരിക്കുവാൻ എനിക്ക് ഒട്ടും താത്പര്യമില്ല. ലഡാക്കിലെ ജനങ്ങൾ എഴുത്തും വായനയും അറിഞ്ഞിരിക്കണം എന്നതിൽ എനിക്ക് സംശയമൊന്നുമില്ല. നമ്മുടെ ഇന്നത്തെ സമൂഹത്തിൽ നിരക്ഷരർ എന്നാൽ ഫലത്തിൽ അധികാരമില്ലാത്തവർ എന്നുതന്നെയാണ് അർത്ഥം. വളർന്നുകൊണ്ടേയിരിക്കുന്ന രാഷ്ട്രീയഘടനകൾ നാമേവരെയും എഴുതപ്പെട്ട വാക്കിനെ ആശ്രയിക്കുന്നവരാക്കിക്കഴിഞ്ഞു. പരമ്പരാഗതസംസ്കൃതിയിൽ, സംസാരിക്കുവാൻ സാധിക്കുമെങ്കിൽ നിങ്ങൾക്ക് തീരുമാനങ്ങളെ സ്വാധീനിക്കാൻ കഴിയുമായിരുന്നു. എഴുത്തും വായനയും അറിയാത്ത ഒരാളാണെങ്കിൽ പോലും സ്വന്തം ജീവിതത്തെ ബാധിക്കുന്ന കാര്യങ്ങൾ തീരുമാനിക്കാൻ പാശ്ചാത്യ ലോകത്തിലെ ഒരു ശരാശരി പൌരനെ അപേക്ഷിച്ച് നിങ്ങൾക്ക് കൂടുതൽ അധികാരം ഉണ്ടായിരുന്നു. ആധുനികലോകം വിവക്ഷിക്കുന്ന അർത്ഥമായിരുന്നില്ല പരമ്പരാഗത സാഹചര്യത്തിൽ നിരക്ഷരത എന്ന വാക്കിനുണ്ടായിരുന്നത്.

പരമ്പരാഗതസമൂഹത്തെയും ആധുനികസമൂഹത്തെയും നേർക്കുനേർ നിർത്തി ചിന്തിക്കുന്ന ആളുകളെ സ്വാധീനിക്കുന്ന ഘടകങ്ങളിൽ ആരോഗ്യത്തെയും ദീർഘായുസ്സിനെയുംകാൾ പ്രധാപ്പെട്ട മറ്റൊരു ഘടകവുമില്ല. പാശ്ചാത്യവൈദ്യശാസ്ത്രം പരിഹാരം കണ്ടെത്തികഴിഞ്ഞ രോഗങ്ങൾ ഇന്നും പരമ്പരാഗത ലഡാക്കിൽ ജനങ്ങളുടെ മരണത്തിന്

കാരണമായിത്തീരുന്നുണ്ട്. അതുപോലെ ലഡാക്കിലെ ശൈശവമരണ നിരക്കും ഇപ്പോൾ ഏതാണ്ട് പതിനഞ്ച് ശതമാനമായി ഉയർന്നിരിക്കുന്നു. ഈ സാഹചര്യത്തിൽ രോഗനിവാരണവും ആരോഗ്യസ്ഥിതിയിലുള്ള അഭിവൃദ്ധിയും തീർച്ചയായും പ്രധാനപ്പെട്ട ലക്ഷ്യങ്ങൾ തന്നെയാണ്.

എന്നാൽ മൂന്നാംലോകരാജ്യങ്ങളിൽ ഇന്ന് നിലവിലുള്ള പാശ്ചാത്യ ചികിത്സാരീതികളുടെ യഥാർത്ഥസ്ഥിതി പരിശോധിക്കുന്ന ഒരാൾക്ക് കാര്യങ്ങളെക്കുറിച്ച് അത്ര വ്യക്തത കിട്ടുകയില്ല. ആയിരത്തിലധികം വർഷങ്ങൾ കൊണ്ട് വികസിച്ച പ്രാദേശികരോഗങ്ങളെയും ചികിത്സകളെയും കുറിച്ചുള്ള പരമ്പരാഗതമായ അറിവിനെ പാടെ പരിത്യജിക്കുന്നത് ഒട്ടും ബുദ്ധിപരമല്ല. അതുപോലെതന്നെ ഭൂരിപക്ഷം ജനങ്ങളെ സംബന്ധിച്ചിടത്തോളം അപര്യാപ്തവും സാമ്പത്തികബാദ്ധ്യത വരുത്തുന്നതുമായ ആരോഗ്യപരിചരണം വാഗ്ദാനം ചെയ്യുന്ന പാശ്ചാത്യരീതിയുടെ ഒരു വികലമായ അനുകരണം അവിടെ നടപ്പിലാക്കുന്നതും അർത്ഥവത്തല്ല. പ്രശ്നങ്ങളുടെ വിശാലമായ വിവക്ഷകൾ അവഗണിച്ചുകൊണ്ട് അവയെ ഒറ്റതിരിഞ്ഞ് സമീപിക്കുന്നതിനെ ചോദ്യം ചെയ്യേണ്ടതിന്റെ പ്രാധാന്യം നാം മനസ്സിലാക്കേണ്ടതുണ്ട്. ഉദാഹരണമായി ജനസംഖ്യാവർദ്ധനവിൽ ശ്രദ്ധ ചെലുത്താതെ ശൈശവമരണം മാത്രം കുറയ്ക്കുന്നത് ജനങ്ങളുടെ ദീർഘകാല താത്പര്യങ്ങൾക്ക് അനുയോജ്യമാവുകയില്ല. അതുപോലെ, മക്കളിൽ നിന്നും പേരക്കുട്ടികളിൽ നിന്നുമൊക്കെ അകന്നുള്ള നിങ്ങളുടെ വാർദ്ധക്യകാലം, ഒരു പക്ഷേ അനാരോഗ്യവും അംഗഭംഗവും കൊണ്ടുള്ള ബുദ്ധിമുട്ടുകൾ അനുഭവിച്ചുകൊണ്ടാണ് കഴിച്ചുകൂട്ടേണ്ടി വരുന്നതെങ്കിൽ, ദീർഘായുസ്സ് നാം ഉദ്ദേശിക്കുന്നതുപോലെ അത്ര അഭികാമ്യമാകണമെന്നുമില്ല.

അതേസമയം വാർദ്ധക്യത്തോടും മരണത്തോടുമുള്ള മനോഭാവം അതിപ്രധാനമാണ്. ലഡാക്കിൽ വാർദ്ധക്യവും മരണവും പ്രകൃതിയുടെ ചാക്രികതയുടെ ഭാഗമായാണ് കണക്കാക്കപ്പെടുന്നത്. പലപ്പോഴും എന്റെ ലഡാക്കി സുഹൃത്തുക്കളെ ഏറെ നാളുകൾക്ക് ശേഷം ആദ്യമായി കാണുമ്പോൾ അവർ പറയും, "കഴിഞ്ഞ തവണ കണ്ടതിനേക്കാൾ ഒരുപാട് പ്രായം തോന്നിക്കുന്നു." അത് വളച്ചുകെട്ടില്ലാതെ നേരിട്ടായിരിക്കും അവർ പറയുന്നത്, ശിശിരത്തിൽ നിന്ന് വസന്തത്തിലേയ്ക്കുള്ള മാറ്റത്തെക്കുറിച്ച് പറയുന്നതുപോലെ. പ്രായം കൂടുതൽ തോന്നിക്കുന്നുവെന്ന് എന്നോട് പറയുമ്പോൾ എനിക്ക് അത് ഇഷ്ടപ്പെട്ടുമോ എന്ന് അവർ ചിന്തിക്കുന്നതേയില്ല. ലഡാക്കിലെ ജനങ്ങൾക്ക് വർഷങ്ങളെ ഭയന്ന് ജീവിക്കേണ്ട ആവശ്യമില്ല; അവരെ സംബന്ധിച്ച് ജീവിതത്തിന്റെ ഓരോ ഘട്ടത്തിനും അതിന്റേതായ ഗുണങ്ങളുണ്ട്.

നിങ്ങൾക്ക് ലഭിക്കുന്ന ഒരേയൊരു അവസരമാണ് ഈ ജീവിതം എന്ന് ലഡാക്കിലെ ജനങ്ങൾ വിശ്വസിക്കുന്നില്ല. കറങ്ങിക്കൊണ്ടേയിരിക്കുന്ന ഒരു പ്രക്രിയയുടെ രണ്ടു വശങ്ങൾ മാത്രമായി ജീവിതത്തെയും മരണത്തെയും അവർ നോക്കിക്കാണുന്നു. മരണവുമായി പൊരുത്തത്തിലേർപ്പെട്ടിരിക്കുന്ന ഒരു സംസ്കാരമാണ് അവരുടേത്; അനിവാര്യമായ മാറ്റത്തെ അതിന്റെ ഗാംഭീര്യത്തോടെ സ്വീകരിക്കുന്ന ഒരു മനോഭാവം അവരിൽ നിഹിതമാണ്. അതിനാൽ, ഒരു കുഞ്ഞിന്റെ മരണം പോലെ അത്യന്തം ദുരന്തപൂർണ്ണമായ ഒരു സംഭവത്തിനു പോലും അവരെ സംബന്ധിച്ചിടത്തോളം വ്യത്യസ്തമായ ഒരു അർത്ഥമാണുള്ളത്.

പരമ്പരാഗത സമൂഹത്തിൽ ഒരുപാട് കഷ്ടപ്പാടുകൾ ഉണ്ടായിരുന്നു, ആ നിലയ്ക്ക് വികസനം യഥാർത്ഥത്തിൽ ചില പുരോഗതികൾ കൊണ്ടുവന്നിട്ടുണ്ട്. പണത്തിന്റെയും സാങ്കേതികതയുടെയും ഉപയോഗം, ആധുനിക വൈദ്യശാസ്ത്രത്തിന്റെ ആഗമനം തുടങ്ങിയവ ഗണ്യമായ പ്രയോജനങ്ങൾക്ക് ഇടയാക്കിയിട്ടുണ്ടെന്നതിൽ സംശയമില്ല. ലഡാക്കിലെ ജനങ്ങളിൽ മിക്കവരും ഇന്ന് പണ്ടത്തേക്കാൾ മെച്ചപ്പെട്ട നിലയിലാണ് കഴിയുന്നത്. അതിനു പുറമെ, യാത്രകൾ ചെയ്യുന്നതും വിവിധതരം സാധനസാമഗ്രികൾ പുറത്തുനിന്ന് വാങ്ങുന്നതുമെല്ലാം അവർ ആസ്വദിക്കുന്നു. ഉദാഹരണമായി, ഒരിക്കൽ ആർഭാടമായിരുന്ന അരിയും പഞ്ചസാരയും ഇന്ന് നിത്യേനയുള്ള ആഹാരത്തിന്റെ ഭാഗമായിക്കഴിഞ്ഞു.

വിദ്യാഭ്യാസം ചിലർക്കെങ്കിലും പുതിയതും ആവേശമുണർത്തുന്നതുമായ അവസരങ്ങൾ പ്രദാനം ചെയ്യുന്നുണ്ട്. പരമ്പരാഗത ചട്ടക്കൂടിൽ സാമൂഹികമായി അവഗണിക്കപ്പെട്ടിരുന്ന ഇരുമ്പുപണിക്കാരും മറ്റും ആധുനികവത്കരിക്കപ്പെട്ട പുതിയ സമൂഹത്തിൽ ഉയർന്ന സ്ഥാനം കൈവരിച്ചിട്ടുണ്ട്. ആധുനികലോകം പ്രദാനം ചെയ്യുന്ന സ്വാതന്ത്ര്യവും ചലനക്ഷമതയും, പ്രത്യേകിച്ച് യുവാക്കൾക്ക്, അത്യന്തം പ്രലോഭനീയവുമാണ്. പുതിയ ആദർശങ്ങൾ സ്ഥലത്തിന്റെയും മറ്റുള്ള മനുഷ്യർ ഉണ്ടാക്കുന്ന കെട്ടുപാടുകളിൽ നിന്നും അവരെ വിമുക്തരാക്കുന്നു. അയൽക്കാരുടെയോ മാതാപിതാക്കളുടെയോ മുത്തശ്ശി-മുത്തശ്ശന്മാരുടെയോ വാക്കുകൾക്ക് ചെവികൊടുക്കേണ്ട ആവശ്യം ഇന്നവർക്കില്ല. യഥാർത്ഥത്തിൽ, ശക്തനും സ്വതന്ത്രനുമായ പുരുഷനാണ് ആധുനികതയുടെ സമ്പൂർണ്ണമാതൃക.

പരമ്പരാഗത സമൂഹത്തിലെ യഥാർത്ഥ പ്രശ്നങ്ങൾക്കും അതുപോലെതന്നെ വികസനത്തിലൂടെയുണ്ടായ യഥാർത്ഥ അഭിവൃദ്ധികൾക്കും

അപ്പുറത്ത്, സുപ്രധാനമായ ബന്ധങ്ങളെക്കുറിച്ച് - അതായത് ഭൂമിയു മായുള്ള, അന്യോന്യമുള്ള, അവനവനോടുതന്നെയുമുള്ള ബന്ധങ്ങൾ - ചിന്തിക്കുമ്പോൾ സ്ഥിതി വളരെ വ്യത്യസ്തമാണെന്ന് കാണാം. ഈ വിശാലമായ പരിപ്രേക്ഷ്യത്തിൽ നിന്നുകൊണ്ട് നിരീക്ഷിക്കുമ്പോൾ പഴയതും പുതിയതും തമ്മിലുള്ള വ്യത്യാസങ്ങൾ രൂക്ഷവും അസ്വാ സ്ഥ്യമുളവാക്കുന്നതുമായി പരിണമിക്കും – എന്നാലത് കറുപ്പും വെളുപ്പും പോലെയായിരിക്കില്ല എന്നുമാത്രം. പരമ്പരാഗത പ്രകൃതിനിഷ്ഠസമൂഹം, അതിന്റെ എല്ലാ കുറവുകളോടും പരിമിതികളോടും കൂടെ സാമൂഹികമാ യും പാരിസ്ഥിതികമായും കൂടുതൽ സുസ്ഥിരമായിരുന്നു എന്നത് വ്യക്തം. മനുഷ്യനും അവന്റെ പരിസ്ഥിതികളും തമ്മിലുള്ള നിരന്തര ആശയവിനി മയത്തിന്റെ അനന്തരഫലമായിരുന്നു ആ സുസ്ഥിരത. ആ വിനിമയം വെളിപ്പെടുത്തുന്നത് രണ്ടായിരത്തിലേറെ വർഷങ്ങളായി തുടരുന്ന പരീക്ഷണങ്ങളുടെയും പിഴവുകളുടെയും ഫലമായി അവരുടെ സംസ്കാരം മാറിക്കൊണ്ടിരിക്കുന്നു എന്നതാണ്. പരമ്പരാഗത ബുദ്ധമതമനുസരി ച്ചുള്ള ലോകവീക്ഷണത്തിൽ മാറ്റത്തിന് അതിയായ പ്രാധാന്യമുണ്ട്, എന്നാൽ ആ മാറ്റമെന്നത് എല്ലാ പ്രതിഭാസങ്ങളുടെയും പരസ്പരബ ന്ധത്തെക്കുറിച്ചുള്ള ആഴമേറിയ തിരിച്ചറിവിന്റെയും സഹാനുഭൂതിയുടെയും ചട്ടക്കൂടിനുള്ളിൽ സംഭവിക്കുന്ന ഒന്നാണ്.

പഴയ സംസ്കാരം പ്രകൃതിയുടെ പരിമിതികളെ മാനിച്ചുകൊണ്ടു തന്നെ മനുഷ്യന്റെ അടിസ്ഥാനപരമായ ആവശ്യങ്ങളെ പ്രതിഫലി പ്പിച്ചിരുന്നു. അത് പ്രകൃതിക്കും മനുഷ്യനും ഫലപ്രദവും, പരമ്പരാഗത വ്യവസ്ഥിതിയിലെ വ്യത്യസ്തങ്ങളായ പരസ്പരബന്ധങ്ങളെ അന്യോന്യം പോഷിപ്പിക്കുന്നതും പൊതുവായ ഐക്യത്തെയും സ്ഥിരതയേയും ഊട്ടിയുറപ്പിക്കുന്നതുമായ ഒന്നായിരുന്നു. സമൂഹത്തിലെ ബന്ധങ്ങളും ഉത്തരവാദിത്വങ്ങളും ഒരു ചുമതലയേയല്ല അവിടെ, മറിച്ച് അവർക്ക് ശക്തമായ സുരക്ഷിതത്വബോധം അത് ഉറപ്പുനൽകുന്നു എന്നതാണ് ഏറ്റവും പ്രധാനപ്പെട്ട കാര്യം. കഴിഞ്ഞ പതിനാറു വർഷങ്ങളായി എന്റെ സുഹൃത്തുക്കൾക്ക് സംഭവിച്ച മാറ്റത്തിന് സാക്ഷ്യം വഹിച്ച എനിക്ക് അക്കാര്യത്തിൽ ഒരു സംശയവുമില്ല. അവരുടെ മനഃശ്ശാന്തിക്കും സംതൃ പ്തിക്കും നിദാനം ആ സുരക്ഷിതത്വബോധമാണ്. വികസനം വരുന്നതിന് മുൻപ് ജനങ്ങൾ ഇന്നത്തെക്കാൾ വളരെയധികം സന്തുഷ്ടരായിരുന്നു എന്നതിൽ എനിക്ക് സംശയമൊന്നുമില്ല.

ലഡാക്കികളുടെ നൈസർഗികമായ ഉത്സാഹത്തിനും അവരുടെ ജീവനാനന്ദത്തിനും ആധുനികവത്കരണത്തിന്റെ സമ്മർദ്ദങ്ങളെ അതിജീവിക്കുവാൻ സാധിക്കുമോ?

സാമൂഹികപരിവൃത്തിയിൽ ജനക്ഷേമവും പാരിസ്ഥിതികതലത്തിൽ സുസ്ഥിരതയുമല്ലാതെ ഒരു സമൂഹത്തെ വിലയിരുത്തുന്നതിൽ പ്രധാന പ്പെട്ട മറ്റേത് മാനദണ്ഡങ്ങളാണുള്ളത്?

ഈ മാനദണ്ഡങ്ങൾ ഉപയോഗിച്ച് വിലയിരുത്തുമ്പോൾ പുതിയ ലഡാക്ക് താരതമ്യേന വളരെ പിന്നിലാണെന്നു കാണാം. ആധുനി കസംസ്കാരം അനേകം പാരിസ്ഥിതികപ്രശ്നങ്ങൾ സൃഷ്ടിക്കുന്നു, അത് തടഞ്ഞില്ലെങ്കിൽ തിരിച്ചുവരാൻ സാധിക്കാത്ത പതനത്തിലേക്കായി രിക്കും നാം എത്തിച്ചേരുക; സാമൂഹികമായി, അത് സാമുദായികബ ന്ധങ്ങളെ തകർക്കുകയും വ്യക്തികളുടെ സ്വത്വബോധത്തെ ക്ഷയിപ്പി ക്കുകയുമാണ് ചെയ്യുന്നത്.

പാശ്ചാത്യർ മറ്റ് സംസ്കാരങ്ങളെ താഴ്ന്ന നിലയിൽ വിലയിരുത്തുന്നത് എന്റെ ശ്രദ്ധയിൽ പെട്ടിട്ടുണ്ട്, അവർ ഒരു യഥാർത്ഥസമൂഹവുമായല്ല, മറിച്ച് ആദർശങ്ങളുമായാണ് അവയെ താരതമ്യം ചെയ്യുന്നത്. ഉദാഹര ണത്തിന്, നരവംശശാസ്ത്രജ്ഞർ പരമ്പരാഗത ലഡാക്കിലെ വർഗ്ഗഭേദ ങ്ങളെ പൂർണ്ണസമത്വം എന്ന ആദർശവുമായാണ് താരതമ്യം ചെയ്യുന്നത്. അവരുടെ സ്വന്തം സമൂഹത്തിൽ തന്നെ പണക്കാരും പാവപ്പെട്ടവരും തമ്മിലുള്ള വിടവ് ലഡാക്കിലുള്ളതിനെക്കാൾ എത്രയോ വലുതാണ് എന്ന കാര്യം അവർ വിസ്മരിക്കുന്നു. പാശ്ചാത്യർ പരമ്പരാഗത സംസ്കൃതി കളെ വികസനം വാഗ്ദാനം ചെയ്യുന്ന ആദർശങ്ങളുമായി പരോക്ഷമായ രീതിയിൽ താരതമ്യപ്പെടുത്തുന്നു, എന്നാൽ അതേസമയം ലോകമെ മ്പാടുമുള്ള സമൂഹങ്ങൾക്ക് വികസനം വരുത്തിവെച്ചതെന്ത് എന്ന യാഥാർഥ്യത്തെ അവഗണിക്കുകയും ചെയ്യുന്നു.

യൂറോപ്പിലും വടക്കെ അമേരിക്കയിലും ഞാൻ പ്രഭാഷണം നടത്തു മ്പോൾ പലരും ഒരേ ചോദ്യം ചോദിക്കാറുണ്ട്. വിടർന്ന്, നിഷ്കളങ്കമായി പുഞ്ചിരിക്കുന്ന ലഡാക്കി മനുഷ്യരുടെ ചിത്രങ്ങൾ കണ്ടതിനുശേഷം, അവരുടെ പരമ്പരാഗത കലാരൂപങ്ങൾ, വാസ്തുകല, ഭൂപ്രദേശത്തി ന്റെ മനോഹാരിത എന്നിവയെ ആധുനികലോകത്തിലെ ക്ഷുദ്രവും ആത്മദരിദ്രവുമായ ജീവിതവുമായി താരതമ്യപ്പെടുത്തുമ്പോൾ അവർ ഇപ്രകാരം പറയും, “ലഡാക്കിലെ ജനങ്ങൾക്ക് അവരുടെ പരമ്പരാഗത ജീവിതരീതി കൈയ്യൊഴിയാൻ എങ്ങനെ കഴിയുന്നു? തീർച്ചയായും ആ മാറ്റം അവർ ആഗ്രഹിക്കുന്നുണ്ട്; ആ സംസ്കാരത്തെ ഉപേക്ഷിക്കാൻ പ്രേരിപ്പിക്കുന്ന വിധത്തിൽ അവരുടെ പാരമ്പര്യത്തിൽ തീർച്ചയായും ചില പിഴവുകളും ഉണ്ടായിരിക്കും. ആ സംസ്കാരം അത്രത്തോളം മികച്ച താവാൻ വഴിയില്ല.”

ജനങ്ങൾ എന്തുകൊണ്ട് അത്തരം നിഗമനങ്ങളിൽ എത്തിച്ചേരുന്നു എന്ന് മനസ്സിലാക്കാൻ പ്രയാസമില്ല. ലഡാക്കിലെത്തിച്ചേർന്ന ആദ്യ വർഷം തന്നെ അവരുടെ ഭാഷ ഒഴുക്കോടെ എനിക്ക് സംസാരിക്കാനായിരുന്നില്ലെങ്കിൽ, ആധുനികത അവരുടെ ബോധത്തിലേക്ക് പ്രവേശിക്കുന്നതിനു മുൻപായി ലഡാക്കിലെ ജനങ്ങളോട് അടുപ്പംപുലർത്തി ജീവിക്കാനുള്ള ഭാഗ്യം എനിക്ക് സിദ്ധിച്ചിട്ടില്ലായിരുന്നുവെങ്കിൽ, ഞാനും അതുപോലെ തന്നെ ചിന്തിക്കുമായിരുന്നു. പക്ഷേ ലഡാക്കിൽ ഞാൻ ഇടപഴകിയ ജനങ്ങളൊക്കെ വളരെ സംതൃപ്തരായിരുന്നു; അവർക്ക് ജീവിതത്തോട് അതൃപ്തിയൊന്നുമില്ല. എന്റെ രാജ്യത്തിൽ വളരെയേറെ പേർ അസന്തുഷ്ടരാണെന്നും ഡോക്ടർമാരുടെ പക്കൽ ചികിത്സ തേടുന്നുവെന്നും പറഞ്ഞപ്പോൾ അവർ സ്തംഭിച്ചുനിന്നത് ഞാൻ ഓർക്കുന്നു. അവരുടെ അനുഭവത്തിനു പുറത്തായിരുന്നു അത്. ആഴത്തിലുള്ള സംതൃപ്തമനോഭാവം, അതിന്റെ മൂല്യമെന്തെന്ന് അറിയാതെ തന്നെ അവർ അനുഭവിച്ചിരുന്നു.

ലഡാക്കിലെ ജനതയ്ക്ക് മറ്റൊരു സംസ്കാരം അനുവർത്തിക്കണമെന്ന താത്പര്യം ഉണ്ടായിരുന്നെങ്കിൽ അവർക്ക് അത് അനായാസേന സാധിക്കുമായിരുന്നു. മറ്റ് ഏഷ്യൻ രാജ്യങ്ങളുടെ വാണിജ്യകേന്ദ്രമായിരുന്നു നൂറ്റാണ്ടുകളായി ലെ. ലഡാക്കിലെ ജനങ്ങൾ തീർത്ഥാടനത്തിനും വാണിജ്യ ആവശ്യങ്ങൾക്കുമായി യാത്രചെയ്യുകയും പലതരം പാശ്ചാത്യ സ്വാധീനങ്ങൾക്ക് വിധേയരാവുകയും ചെയ്തിട്ടുണ്ട്. പല സന്ദർഭങ്ങളിലും അവർ മറ്റ് സംസ്കാരങ്ങളിൽ നിന്നുള്ള സാമഗ്രികളും ആചാരങ്ങളും സ്വാംശീകരിച്ച് അവയെ ഉപയോഗപ്പെടുത്തി സ്വന്തം സംസ്കാരത്തെ അഭിവൃദ്ധിപ്പെടുത്തിയിട്ടുമുണ്ട്, പക്ഷേ മറ്റൊരു സംസ്കാരത്തെ മൊത്തമായി ഉൾക്കൊള്ളുക എന്നത് ഒരിക്കലും ഒരു സാദ്ധ്യതയായിരുന്നില്ല. ചൈനയിൽ നിന്ന് ആരെങ്കിലും ലെ സന്ദർശിച്ചാൽ അതിന്റെ ഫലമായി അവിടെയുള്ള ചെറുപ്പക്കാർ ഉടൻതന്നെ ചൈനീസ് തൊപ്പികൾ ധരിക്കുകയോ ചൈനീസ് ഭക്ഷണം കഴിക്കുകയോ ചൈനീസ് ഭാഷ സംസാരിക്കുകയോ ചെയ്തിരുന്നില്ല.

ഈ പുസ്തകത്തിൽ ഞാൻ അവതരിപ്പിക്കാൻ ശ്രമിച്ചിരിക്കുന്നത് പോലെയുള്ള സാംസ്കാരിക വിശ്ലേഷത്തിലേക്ക് നയിക്കുന്ന സമ്മർദ്ദങ്ങൾ ഒന്നിലധികമാണ്, വ്യത്യസ്തങ്ങളുമാണ്. എന്നാൽ വികസനപ്രക്രിയയുടെ മദ്ധ്യത്തിൽ നിൽക്കുമ്പോൾ സംഭവിക്കുന്നതെന്ത് എന്നതിനെക്കുറിച്ച് ഒരു പൊതുവായ കാഴ്ചപ്പാട് അവർക്കില്ല, അത് ഉണ്ടാവുക സാദ്ധ്യവുമല്ല എന്ന വസ്തുതയാണ് ഏറ്റവും പ്രധാനപ്പെട്ട ഒരു ഘടകം. തങ്ങളുടെ സംസ്കൃതിക്ക് ഒരു ഭീഷണി എന്ന നിലയ്ക്കല്ല

ആധുനികവത്കരണത്തെ അവർ വീക്ഷിച്ചത്. അത് കൊണ്ടുവരുന്ന ഒറ്റ തിരിഞ്ഞ മാറ്റങ്ങൾ നിരുപാധികമായ പരിഷ്കാരങ്ങളെന്ന നിലയിലാണ് കടന്നുവന്നത്; അവയുടെ നിഷേധാത്മകസ്വഭാവമുള്ള ദീർഘകാലപരിണതഫലങ്ങളെ മുൻകൂട്ടിക്കാണുവാൻ ഒരു മാർഗ്ഗവുമില്ലായിരുന്നു, മാത്രമല്ല, ലോകത്തിന്റെ മറ്റു ഭാഗങ്ങളിൽ വികസനം മൂലമുണ്ടായ ആഘാതങ്ങളെക്കുറിച്ച് ലഡാക്കിലെ ജനങ്ങൾക്ക് അത്ര ബോധമുണ്ടായിരുന്നില്ല. പിന്നിലേക്ക് തിരിഞ്ഞു നോക്കുമ്പോൾ മാത്രമായിരിക്കും അവയുടെ വിനാശകരമായ ഫലങ്ങൾ വ്യക്തമാകുന്നത്.

സാംസ്കാരികത്തകർച്ചയെ പിന്തുണയ്ക്കുന്ന മറ്റൊരു പ്രധാന ഘടകം ആധുനികലോകവുമായുള്ള സമ്പർക്കം മൂലമുണ്ടാകുന്ന അപകർഷതാബോധമാണ്. മുൻപ് ലഡാക്കിലെ ജനങ്ങൾ മാനസികമായും ഭൌതികമായും സ്വയംപര്യാപ്തരായിരുന്നു. പിൽക്കാലത്ത് “ആവശ്യകത” എന്ന നിലയിൽ പരിഗണിക്കപ്പെട്ടുപോരുന്ന ഒരു വികസനത്തിനുവേണ്ടിയുള്ള ആഗ്രഹം അവർക്ക് ഉണ്ടായിരുന്നില്ല. പുതുതായി സംഭവിച്ചുകൊണ്ടിരുന്ന മാറ്റങ്ങളെക്കുറിച്ച് വീണ്ടും വീണ്ടും ഞാൻ അവരോട് ചോദിച്ചപ്പോഴൊന്നും അവർ ആധുനികവത്കരണത്തിൽ വലിയ താത്പര്യം പ്രകടിപ്പിച്ചിരുന്നില്ല; ചിലപ്പോഴൊക്കെ സംശയാകുലരുമായിരുന്നു. വിദൂരഗ്രാമങ്ങളിൽ ഒരു പുതിയ റോഡ് നിർമ്മിക്കാൻ തുടങ്ങുമ്പോൾ അതുകൊണ്ടുണ്ടാകുന്ന നേട്ടങ്ങളെക്കുറിച്ച് ജനങ്ങൾക്ക് ഒരു അനിശ്ചിതത്വം തോന്നിയിരുന്നു. വൈദ്യുതിയുടെ കാര്യത്തിലും അതേ മനോഭാവം തന്നെയായിരുന്നു. 1975-ൽ സ്റ്റാഗ്മോ എന്ന നാട്ടിൽ ഒരു കൂട്ടം ആൾക്കാർ അയൽഗ്രാമങ്ങളിൽ വൈദ്യുതി കൊണ്ടുവരുന്നതിനെ ചൊല്ലിയുള്ള ഒച്ചപ്പാടുകളെപ്പറ്റി ചിരിച്ച് തമാശ പറഞ്ഞിരുന്നത് വ്യക്തമായി ഞാൻ ഓർക്കുന്നു. തുച്ഛമായ ലാഭത്തിനു വേണ്ടി അത്രയേറെ പ്രയത്നവും പണവും ചിലവഴിക്കുന്നു എന്നത് അവർക്കൊരു തമാശയായിട്ടാണ് തോന്നിയത്. “നിങ്ങളുടെ മച്ചിൽ നിന്ന് ആ സാധനം തൂക്കിയിടാനായി ഇത്രയധികം കഷ്ടപ്പെടേണ്ടതുണ്ടോ?” രണ്ടു വർഷം മുൻപ് അതേ ഗ്രാമത്തിലെ ഉപദേശകസമിതിയെ കാണാൻ വേണ്ടി ഞാൻ അവിടെ പോയപ്പോൾ, ഞാൻ നേരിട്ട ആദ്യ ചോദ്യം, “ഇരുട്ടിൽ കഴിയുന്ന ഞങ്ങളുടെ പിന്നോക്ക ഗ്രാമത്തിൽ വന്ന് പ്രയാസപ്പെടുന്നതെന്തിന്?” എന്നതായിരുന്നു. തമാശരീതിയിലാണ് അവർ അത് പറഞ്ഞതെങ്കിലും, വൈദ്യുതി ഇല്ലാത്തത് അവരെ ലജ്ജിപ്പിച്ചിരുന്നു എന്നത് വ്യക്തമായിരുന്നു.

അവരുടെ സ്വാഭിമാനത്തിന്റെയും മതിപ്പിന്റെയും അസ്ഥിവാരമിള കുന്നതിനു മുൻപ് അവർ സംസ്കാരമുള്ളവരാണെന്ന് തെളിയിക്കാൻ വൈദ്യുതിയുടെ ആവശ്യമില്ലായിരുന്നു. എന്നാൽ ഹ്രസ്വമായ ഒരു കാലയളവിനുള്ളിൽ തന്നെ വികസനത്തിന്റെ ശക്തികൾ ജനങ്ങളുടെ സ്വാഭിമാനത്തെ ക്ഷയിപ്പിക്കുന്നത് ഞാൻ കണ്ടു, വൈദ്യുതി മാത്രമല്ല പഞ്ചാബിൽ നിന്നുള്ള അരിയും പ്ലാസ്റ്റിക്കും വരെ ഇന്ന് അവരുടെ ആവശ്യകതകളായിത്തീർന്നിരിക്കുന്നു. വാച്ചിൽ സമയം നോക്കാൻ അറിയാത്തവരും അത് കൊണ്ടുപയോഗമില്ലാത്തവരുമായ ചിലർ അഭിമാനത്തോടെ വാച്ച് ധരിച്ചു നടക്കുന്നത് ഞാൻ കാണാറുണ്ട്. തങ്ങൾ ആധുനികരാണെന്ന് പ്രകടിപ്പിക്കാനുള്ള ആഗ്രഹം വർദ്ധിക്കു മ്പോൾ ജനങ്ങൾ അവരുടെ സ്വന്തം സംസ്കാരത്തെ നിരാകരിക്കുന്നു. പരമ്പരാഗതമായ ഭക്ഷണം പോലും ഇപ്പോൾ അഭിമാനിക്കാനുള്ള അവസരം നൽകുന്നില്ല. ഇന്ന് ഒരു ഗ്രാമത്തിൽ ഞാൻ അതിഥിയായി ചെല്ലുമ്പോൾ എനിക്ക് നൂഡിൽസിനു പകരം ഗംഫെ വിളമ്പുന്നതിനുമു ൻപ് അവിടെയുള്ളവർ ക്ഷമ ചോദിക്കുന്നു.

ഈ പ്രക്രിയകൾക്ക് നടുവിൽ, ലഡാക്കിലെ ജനങ്ങൾ അവരുടെ ഭൂതകാലത്തെക്കുറിച്ചുള്ള കാഴ്ചപ്പാടുകളേയും മാറ്റാൻ തുടങ്ങിയിരിക്കുന്നു. പണ്ട്, ലഡാക്കിൽ ഒരിക്കലും വിശപ്പ് ഉണ്ടായിട്ടില്ലെന്ന് അവിടെയുള്ള വർ എന്നോട് പറയുമായിരുന്നു. പലപ്പോഴും അവർ "തുങ്ബോസ് സാബോസ്" എന്ന് പറയുന്നത് ഞാൻ കേട്ടിട്ടുണ്ട് – തിന്നാനും യഥേഷ്ടം, കുടിക്കാനും യഥേഷ്ടം എന്ന അർത്ഥത്തിൽ. "വികസനം അത്യാവശ്യമാണ്; ഞങ്ങൾക്ക് കാര്യങ്ങൾ മുൻപ് നേരെചൊവ്വേ നടത്തിക്കൊണ്ടുപോകാൻ സാധിച്ചിരുന്നില്ല, ആവശ്യത്തിനുള്ള സാധനങ്ങളും ലഭ്യമായിരുന്നി"ല്ലെന്ന് ഇന്നത്തെ ആധുനികസാഹച ര്യങ്ങളിൽ പലരും പറഞ്ഞുകേൾക്കാം.

ലഡാക്കിലെ ഭൂരിപക്ഷം ജനങ്ങളും ഇന്ന് വികസനം അത്യാവശ്യമാ ണെന്ന് വിശ്വസിക്കുന്നതിലേക്ക് എത്തിച്ചേരാനുള്ള കാരണങ്ങളാണ് ഞാൻ ഇവിടെ വിശദീകരിച്ചത്. ആധുനികസമൂഹവുമായി താരതമ്യ പ്പെടുത്തുമ്പോൾ പരമ്പരാഗതസമൂഹം മെച്ചപ്പെട്ടതായിരുന്നുവെങ്കിലും കുറവൊന്നുമില്ലാത്ത വിധം പൂർണ്ണമായിരുന്നു എന്ന് പറയാൻ സാധിക്കു കയില്ല; അഭിവൃദ്ധിക്കുള്ള സാദ്ധ്യത തീർച്ചയായും ഉണ്ടായിരുന്നു.

എന്നാൽ വികസനം വിനാശകരമാകേണ്ടതുണ്ടോ? ഞാൻ അപ്രകാരം ചിന്തിക്കുന്നില്ല. നൂറ്റാണ്ടുകളായി അവർ ആസ്വദിച്ചിരുന്ന സാമൂഹികവും പാരിസ്ഥിതികവുമായ സന്തുലനത്തെ പരിത്യജിക്കാതെ

അവർക്ക് അവരുടെ ജീവിതനിലവാരം ഉയർത്താൻ സാധിക്കുമെന്ന് ഞാൻ ഉറച്ചു വിശ്വസിക്കുന്നു. എന്നാൽ അപ്രകാരം സംഭവിക്കണമെങ്കിൽ, വികസനത്തിന്റെ വ്യവസ്ഥാപിത മാർഗ്ഗം പിന്തുടരാതെ, അവരുടെ തനതും പുരാതനവുമായ ആധാരശിലകളുടെ മേലെയാകണം പുതിയ സംവിധാനങ്ങൾ പടുത്തുയർത്തേണ്ടത്.

16
വികസനം എന്ന പ്രഹസനം

ലഡാക്കിൽ വികസനം നടക്കണമെങ്കിൽ
ഇവിടെയുള്ള ജനങ്ങളെ കൂടുതൽ
അത്യാഗ്രഹികളാക്കുന്നതെങ്ങനെ എന്നതിനെക്കുറിച്ച്
നാം ആലോചിക്കണം. അപ്രകാരമല്ലാതെ
നിങ്ങൾക്ക് അവരെ പ്രചോദിപ്പിക്കാൻ ഒരു വിധത്തിലും
സാധിക്കുകയില്ല.
ലഡാക്കിലെ വികസനവകുപ്പ് മേധാവി
(ഡെവലപ്മെന്റ് കമ്മീഷണർ), 1981

ലഡാക്കിൽ ഞാൻ ആദ്യം എത്തിയപ്പോൾത്തന്നെ അവിടുത്തെ ജനങ്ങളിലെ അത്യാഗ്രഹമില്ലായ്മ എന്റെ ശ്രദ്ധയെ ആകർഷിച്ചിരുന്നു. ഡെവലപ്മെന്റ് കമ്മീഷണർ നിരീക്ഷിച്ചത് പോലെ, വെറും ഭൗതികമായ ലാഭത്തിനു വേണ്ടി വിശ്രമവും വിനോദവും കൈവെടിയുന്നതിൽ അവർ ഒട്ടും തത്പരരായിരുന്നില്ല. ആ കാലത്ത് എത്ര വില വാഗ്ദാനം ചെയ്താലും സ്വന്തം സാധനങ്ങൾ വില്ക്കാൻ അവർ തയ്യാറായിരുന്നില്ല എന്നത് ടൂറിസ്റ്റുകളെ അമ്പരപ്പിച്ചിരുന്നു. ഇന്ന്, പല വർഷങ്ങളായി നീണ്ട വികസനത്തിനു ശേഷം, പണമുണ്ടാക്കുക എന്നതായിരിക്കുന്നു അവരുടെ മുഖ്യചിന്ത. പുതിയ ആവശ്യകതകൾ സൃഷ്ടിക്കപ്പെട്ടിരിക്കുന്നു.

പരമ്പരാഗതരീതികൾ പഴഞ്ചനാണെന്നും ആധുനികശാസ്ത്രം പ്രകൃതിവിഭവങ്ങളെ അങ്ങേയറ്റം ഉപയോഗപ്പെടുത്തി കൂടുതൽ ഉത്പാദനം നടത്താൻ അവരെ സഹായിക്കുമെന്നും വികസനത്തിന്റെ

സന്ദേശവാഹകരായ ടൂറിസ്റ്റുകളും പരസ്യക്കമ്പനികളും ചലച്ചിത്രങ്ങളുമെല്ലാം ലഡാക്കിലെ ജനങ്ങളോട് പരോക്ഷമായി പറഞ്ഞുകൊണ്ടിരിക്കുകയാണ്. വികസനം കൃത്രിമമായി അസംതൃപ്തിയും അത്യാഗ്രഹവും ഉളവാക്കുന്നു; ആയിരത്തിലധികം വർഷങ്ങളായി ജനങ്ങളുടെ ആവശ്യകതകൾ നിവർത്തിക്കാൻ സഹായിച്ചിരുന്ന ഒരു സമ്പദ്‌വ്യവസ്ഥയെ അത് തകർക്കുകയും ചെയ്യുന്നു. പരമ്പരാഗതമായി ലഡാക്കിലെ ജനങ്ങൾ അവരുടെ ചുറ്റുപാടുമുള്ള വിഭവങ്ങളെ സവിശേഷചാതുരിയോടെ വിദഗ്ധമായി ഉപയോഗിച്ചു പോന്നിരുന്നു, മിതമായ സൌകര്യത്തോടും അസൂയാവഹമായ സുരക്ഷിതത്വബോധത്തോടും കൂടി ജീവിക്കാനുള്ള വഴിയും അവർ കണ്ടെത്തിയിരുന്നു. പക്ഷേ ഇന്ന്, ഉള്ളതൊന്നും അവർക്ക് തികയുന്നില്ല.

ലഡാക്കിൽ വികസനം വന്നതിനുശേഷമുള്ള ആദ്യത്തെ പതിനാറ് വർഷങ്ങളിൽ പണക്കാരും പാവപ്പെട്ടവരും തമ്മിലുള്ള വിടവ് വർദ്ധിച്ചു വരുന്നതിനു ഞാൻ സാക്ഷിയായി; സ്ത്രീകൾക്ക് അവരുടെ ആത്മവിശ്വാസവും അധികാരവും നഷ്ടപ്പെട്ടു, തൊഴിലില്ലായ്മയും വിലക്കയറ്റവും കുറ്റകൃത്യങ്ങളുടെ എണ്ണവും പെരുകി, സാമ്പത്തികവും മനശ്ശാസ്ത്രപരവുമായ പല സമ്മർദ്ദങ്ങളുടെ ഫലമായി ജനസംഖ്യ കുതിച്ചുയരുന്നു - ഇതിനൊക്കെയും ഞാൻ ദൃക്സാക്ഷിയായി. കുടുംബങ്ങളും സമുദായങ്ങളും വിഘടിക്കുന്നതും അവരുടെ സ്വയംപര്യാപ്തതയ്ക്ക് പകരം പുറംലോകത്തോടുള്ള സാമ്പത്തിക ആശ്രിതത്വം ക്രമേണ മേൽക്കൈ നേടുന്നതും ജനങ്ങൾ ഭൂമിയിൽ നിന്ന് വേർപിരിഞ്ഞുപോകുന്നതും ഞാൻ ദർശിച്ചു.

പിച്ചള കുടമിരുന്ന സ്ഥാനത്ത് പിങ്ക് നിറമുള്ള പ്ലാസ്റ്റിക് ബക്കറ്റും യാക്കിന്റെ രോമം കൊണ്ടുള്ള ഷൂസിനു പകരം വിലകുറഞ്ഞ പുതിയ ഷൂസും കണ്ടപ്പോൾ ആദ്യം എനിക്ക് അറപ്പാണ് തോന്നിയത്. എന്നാൽ എന്റെ സൌന്ദര്യബോധം അവരുടെ മേൽ അടിച്ചേൽപ്പിക്കാനോ എന്താണ് നല്ലതെന്ന് അവരെ ഉദ്ബോധിപ്പിക്കാനോ എനിക്ക് അവകാശമില്ല എന്ന് പെട്ടെന്നുതന്നെ ഞാൻ തിരിച്ചറിഞ്ഞു. ആധുനികലോകത്തിന്റെ കടന്നുകയറ്റങ്ങൾ വിരൂപവും അനുചിതവുമായി തോന്നാമെങ്കിലും അവ തീർച്ചയായും ഭൌതികമായ പല ഗുണങ്ങളും കൊണ്ടുവന്നിട്ടുണ്ട്. വർഷങ്ങൾക്കു ശേഷം മാത്രമാണ് ഞാൻ ഈ ഒറ്റ തിരിഞ്ഞ ഉദാഹരണങ്ങളെ ഒന്നിച്ചു ചേർക്കാനും അവയെ ലഡാക്കിലെ സാംസ്കാരിക വിഘടനം എന്ന ഒറ്റ പദ്ധതിയുടെ പല ഘടകങ്ങളായി കാണാനും ആരംഭിച്ചത്. പുതിയ ഷൂസുകൾ, നൂതനരീതിയിൽ പണിത കോൺക്രീറ്റ് വീട് തുടങ്ങി അവരുടെ ദൈനംദിന ജീവിതത്തിലെ പുതിയതരം കൂട്ടിച്ചേർക്കലുകളെ ഞാൻ സാമ്പത്തിക ആശ്രിതത്വം,

സാംസ്കാരിക നിരാകരണം, പാരിസ്ഥിതിക അധഃപതനം എന്നിവ ഉൾക്കൊള്ളുന്ന ഒരു വലിയ ചിത്രത്തിന്റെ ഭാഗമായി വീക്ഷിച്ചു തുടങ്ങി.

അവ തമ്മിലുള്ള ബന്ധങ്ങൾ വ്യക്തമാകാൻ തുടങ്ങിയപ്പോൾ "വികസനം" എന്താണ് എന്നതിനെക്കുറിച്ച് എന്നിൽ ബലമായ സംശയം ജനിച്ചു. സാങ്കേതിക മുന്നേറ്റവും സാമ്പത്തിക വളർച്ചയും വഴി ജീവിതനിലവാരം ഉയർത്തുന്ന ആസൂത്രിത രീതിക്കനുസരിച്ചുള്ള മാറ്റം ഗുണത്തെക്കാൾ ദോഷമാണ് വരുത്തുന്നതെന്ന് എനിക്ക് തോന്നി. വ്യാപകമായ മാറ്റങ്ങളുടെ ഭാഗമായിത്തന്നെയാണ് അത്യാഗ്രഹം സൃഷ്ടിക്കപ്പെടുന്നത് എന്ന് ഞാൻ തിരിച്ചറിഞ്ഞു. ലഡാക്കിലെ വികസനം ലോകത്തിന്റെ മറ്റെവിടെയുമെന്ന പോലെതന്നെ ആ സമൂഹത്തിന്റെ വിപുലവും വ്യവസ്ഥാനുസൃതവുമായ അഴിച്ചുപണി ആവശ്യപ്പെടുന്നു. അതിന്റെ ഭാഗമായി "അടിസ്ഥാനസൗകര്യങ്ങൾക്ക്" വേണ്ടി നിരന്തരമായ ഭീമൻ നിക്ഷേപങ്ങൾ മുൻകൂട്ടി നീക്കിവെയ്ക്കപ്പെടേണ്ടതുണ്ട്: ടാറിട്ട റോഡുകൾ, പാശ്ചാത്യരീതിയിലുള്ള ആശുപത്രി, സ്കൂളുകൾ, റേഡിയോ നിലയം, വിമാനത്താവളം, കൂടാതെ മുഖ്യമായി വൈദ്യുതിനിലയങ്ങൾ എന്നിവയൊക്കെയും അതിനായി നിർമ്മിക്കപ്പെടണം. ഇവയ്ക്ക് ക്രമാതീതമായ പണച്ചെലവ് മാത്രമല്ല, അതിയായ അളവിലുള്ള അദ്ധ്വാനവും കാര്യനിർവ്വഹണവും ആവശ്യമുണ്ട്. ഈ ബൃഹത്തായ പ്രയത്നത്തിന്റെ ഒരു ഘട്ടത്തിലും ആത്യന്തികമായി നിലവിലെ സ്ഥിതിയിൽ നിന്ന് എന്തെങ്കിലും വിധത്തിലുള്ള അഭിവൃദ്ധി ഉണ്ടാകുമോ എന്ന ചോദ്യം ഉയർത്തപ്പെട്ടതേയില്ല. വികസനമെത്തുന്നതിന് മുൻപ് ലഡാക്കിൽ ഒരുവിധത്തിലുള്ള അടിസ്ഥാനസൌകര്യവും ഉണ്ടായിരുന്നില്ല എന്ന വിധത്തിൽ, എല്ലാം പൂജ്യത്തിൽ നിന്ന് തുടങ്ങുകയാണ്. ഒരു തരത്തിലുള്ള ആരോഗ്യപരിപാലനമോ വിദ്യാഭ്യാസമോ വാർത്താവിനിമയമോ യാത്രാസൌകര്യമോ വാണിജ്യവ്യവഹാരങ്ങളോ അവിടെ ഇല്ലായിരുന്നു എന്ന മട്ടിലായിരുന്നു കാര്യങ്ങളുടെ പോക്ക്. റോഡുകളുടെയും പാതകളുടെയും വാണിജ്യമാർഗ്ഗങ്ങളുടെയും ബഹുലമായ വലയങ്ങളും, നൂറ്റാണ്ടുകൾ പഴക്കമുള്ള വിസ്തൃതവും പരിഷ്കൃതവുമായ ജലസേചനശൃംഖലകളുമടങ്ങിയ സജീവവും പ്രവർത്തനസജ്ജവുമായ ഒരു സാംസ്കാരിക സാമ്പത്തിക വ്യവസ്ഥിതി അവിടെ നിലനിന്നിരുന്നതായി പരിഗണിക്കപ്പെടുകപോലും ചെയ്യുന്നില്ല. ടാറും കോൺക്രീറ്റും സ്റ്റീലും ഉപയോഗിച്ച് പാശ്ചാത്യ മാതൃകയിൽ ലഡാക്ക് പുനർനിർമ്മിക്കപ്പെടുകയായിരുന്നു.

ഇത്രയും കാലം ഫലത്തിൽ അക്ഷതമായി നിലനിൽക്കുവാൻ സാധിച്ച അവശേഷിച്ച ഏതാനും ഉപജീവന സമ്പദ്‌വ്യവസ്ഥകളിൽ ഒന്നാണ് ലഡാക്ക്, വികസനത്തിന്റെ പ്രക്രിയയെ സമഗ്രമായി

പഴയ വീട്ടുകളും പുതിയ വീട്ടുകളും. സാമ്പ്രദായിക സമ്പദ്ഘടനയുടെ മാനദണ്ഡമനുസരിച്ച്, ഇതാണ് പുരോഗതി.

നിരീക്ഷിക്കാനുതകുന്ന അഗ്രസ്ഥാനമാണ് അത് നമ്മുടെ മുന്നിൽ ഒരു ക്കുന്നത്. ആധുനികലോകവുമായുള്ള അതിന്റെ കൂട്ടിമുട്ടൽ ആകസ്മികവും അത്യന്തം നാടകീയവുമായിരുന്നു. എന്നുവെച്ച് അവിടെ സംഭവിച്ചു കൊണ്ടിരിക്കുന്ന പരിവർത്തനം അസാധാരണമായ ഒന്നാണെന്നല്ല; ലോകത്തിന്റെ ഓരോ കോണിനെയും ബാധിച്ചുകൊണ്ടിരിക്കുന്ന അതേ പ്രക്രിയതന്നെയാണ് അവിടെയും പ്രാവർത്തികമാക്കപ്പെട്ടുകൊണ്ടിരുന്നത്.

ലഡാക്കിലെ മാറ്റങ്ങളെ അന്യസ്ഥലങ്ങളിൽ അതേ മാതൃകയിൽ സംഭവിക്കുന്ന മാറ്റങ്ങളുമായി ബന്ധപ്പെടുത്താൻ തുടങ്ങുമ്പോൾ വിശാലമായ ചില സാമാന്യവത്കരണങ്ങൾ അനിവാര്യമായും എനിക്ക് നടത്തേണ്ടിവരും. അതിന് ഞാൻ ക്ഷമ ചോദിക്കുന്നില്ല, കാരണം ഞാൻ ഇവിടെ വിശദീകരിക്കുന്ന ആധുനികവത്കരണ പ്രക്രിയ തന്നെ ബൃഹത്തായ ഒരു സാമാന്യവത്കരണമാണ്. പ്രാദേശിക വൈവിധ്യത്തെയും സ്വാശ്രിതത്വത്തെയും ഒരു ഏകശിലാസംസ്കാരവും സമ്പദ്‌വ്യവസ്ഥയും പുനഃസ്ഥാപിക്കുമ്പോൾ അതാണല്ലോ സംഭവിക്കുന്നത്.

പണത്തിന്റെ ഉപയോഗം ആത്യന്തികമായി ഗുണകരമാണ് എന്ന അനുമാനത്തെ അധിഷ്ഠിതമാക്കിയാണ് വികസനം പ്രവർത്തിക്കുന്നത്. കൂടുതൽ പണമുണ്ടെങ്കിൽ കൂടുതൽ ഗുണമുണ്ടാകുമെന്നതാണ് അതിന്റെ പ്രമാണം. മുഖ്യധാരാ സമ്പദ്ഘടനയെ ആശ്രയിക്കുന്നവരെ സംബന്ധിച്ച് ഇത് ശരിയായിരിക്കാമെങ്കിലും, പണത്തെ ആശ്രയിക്കാത്ത, പ്രാദേശികവിഭവങ്ങളുമായി നേരിട്ട് ബന്ധം പുലർത്തുന്ന ഒരു ഉപജീവന സമ്പദ്‌വ്യവസ്ഥയ്ക്കുള്ളിൽ കഴിയുന്നവരെയും അതിന്റെ ഗുണഭോക്താക്കളെയും സംബന്ധിച്ചിടത്തോളം തീർച്ചയായും അത് സത്യമല്ല. തങ്ങൾക്ക് ആവശ്യമായിവരുന്ന ഭക്ഷണവും വസ്ത്രവും പാർപ്പിടവും സ്വയം ഉത്പാദിപ്പിക്കാൻ കഴിവുള്ള ഈ ജനങ്ങളെ സംബന്ധിച്ച് അവരുടെ സ്വന്തം സംസ്കാരത്തെയും സ്വാതന്ത്ര്യത്തെയും ഉപേക്ഷിച്ച്, അസ്ഥിരസ്വഭാവമുള്ള പണത്തെ ആശ്രയിക്കേണ്ടിവരുമ്പോൾ അവരുടെ ജീവിതനിലവാരത്തിൽ ഗണ്യമായ വീഴ്ചയാണ് ഉണ്ടാകുന്നത്.

ലഡാക്കിലെയും തൊട്ടടുത്ത് കിടക്കുന്ന ഹിമാലയൻ രാജ്യമായ ഭൂട്ടാനിലെയും സ്ഥിതിവിശേഷങ്ങളിൽ നിന്ന് വ്യക്തമാകുന്ന ചിത്രം പണത്തെ മാത്രം കണക്കിലെടുത്ത് മനുഷ്യരുടെ ക്ഷേമത്തെ നിർവ്വചിക്കുന്നതിലുള്ള വൈകല്യമാണ്. മിക്ക മൂന്നാംലോകരാജ്യങ്ങളുമായി താരതമ്യപ്പെടുത്തുമ്പോൾ ഈ രണ്ടിടങ്ങളിലുമുള്ള ജനങ്ങളുടെ ജീവിതനിലവാരം യഥാർത്ഥത്തിൽ വളരെ ഉയരത്തിലാണ്. അവരുടെ അടിസ്ഥാന ആവശ്യങ്ങൾ അവർ തന്നെ സ്വയം നിവർത്തിക്കുന്ന,

അതേസമയം അവർക്ക് മനോഹരമായ കലയും സംഗീതവുമുണ്ട്, കുടുംബത്തോടും സുഹൃത്തുക്കളോടുമൊപ്പം ചിലവിടാൻ പാശ്ചാത്യരെക്കാൾ കൂടുതൽ സമയവും വിശ്രമാവസരങ്ങളും ഉണ്ട്. എങ്കിലും ലോകത്തിലെ ഏറ്റവും ദരിദ്രരാഷ്ട്രങ്ങളിൽ ഒന്നായാണ് ലോകബാങ്ക് ഭൂട്ടാനെ വിവരിക്കുന്നത്. അതിന്റെ GDP അഥവാ ആഭ്യന്തരവളർച്ചാനിരക്ക് ഏതാണ്ട് പൂജ്യത്തോടടുത്തായതിനാൽ അന്താരാഷ്ട്ര സാമ്പത്തിക നിലവാരമനുസരിച്ച് ഏറ്റവും താഴെയാണ് അതിന്റെ സ്ഥാനം. ന്യൂയോർക്ക് തെരുവുകളിലെ വീടില്ലാത്ത മനുഷ്യരും ഭൂട്ടാനിലെയോ ലഡാക്കിലെയോ കർഷകരും തമ്മിൽ ഒരു വ്യത്യാസവും കല്പിക്കപ്പെടുന്നില്ല എന്നതാണ് അതിന്റെ അർത്ഥം. രണ്ട് കൂട്ടർക്കും വരുമാനം ഇല്ലായിരിക്കാം, പക്ഷേ സ്ഥിതിവിവരക്കണക്കുകൾക്ക് പിന്നിലെ യാഥാർത്ഥ്യം പകലും രാത്രിയും പോലെ വ്യത്യസ്തമാണ്.

വിദൂരസ്ഥമായ ഉപജീവനസമ്പദ്ഘടനയിലായാലും വ്യവസായവത്കൃതലോകത്തിന്റെ കേന്ദ്രസ്ഥാനത്തായാലും, സാമൂഹികക്ഷേമത്തിന്റെ മുഖ്യസൂചകമായി GDP-യെ കണക്കാക്കുന്ന ഒരു രാഷ്ട്രീയ-സാമ്പത്തിക വ്യവസ്ഥിതിക്ക് എന്തോ സാരമായ തകരാറുണ്ടെന്ന് പറയാം. ഈ വ്യവസ്ഥിതിയനുസരിച്ച് ഓരോ തവണയും ഏതെങ്കിലും പണമിടപാട് നടത്തപ്പെടുമ്പോൾ - അത് തക്കാളിവില്പനയോ അത്യാഹിതമോ ആയാലും – നാം അതിനെ GDP-യോട് കൂട്ടിച്ചേർത്ത് നമ്മെ ധനികരായി കണക്കാക്കുന്നു. സമൂഹത്തെയും പരിസ്ഥിതിയേയും നിഷേധാത്മകമായി ബാധിക്കാമെങ്കിലും GDP വർദ്ധനവിന് കാരണമാകുന്ന നയങ്ങൾ മിക്കവയും നടപ്പിലാക്കപ്പെടും. ഉദാഹരണത്തിന്, എല്ലാ വനങ്ങളും വെട്ടിത്തെളിക്കപ്പെട്ടാലും ആ രാഷ്ട്രത്തിന്റെ വരവുചിലവുവിവരപ്പട്ടിക കൂടുതൽ മെച്ചപ്പെട്ടതായി കണക്കാക്കപ്പെടും, കാരണം വെട്ടിയ മരങ്ങൾ വിൽക്കുമ്പോൾ രാഷ്ട്രത്തിന് പണം ലഭിക്കുന്നു. അതുപോലെ കുറ്റകൃത്യങ്ങൾ പെരുകുമ്പോഴും മോഷ്ടിക്കപ്പെട്ട വീഡിയോ റെക്കോർഡറുകൾക്ക് പകരം ജനങ്ങൾ പുതിയവ വാങ്ങുമ്പോഴും, രോഗികളെയും വൃദ്ധരേയും വിലയേറിയ സ്ഥാപനങ്ങളിലയച്ച് പരിചരിക്കുമ്പോഴും, മാനസികസമ്മർദ്ദത്തിന് വിദഗ്ധചികിത്സ തേടുമ്പോഴും, കുടിവെള്ളം മലിനമായതിനാൽ കുപ്പികളിൽ ജലം വാങ്ങുമ്പോഴുമെല്ലാം GDP ഉയരുകയും അത് സാമ്പത്തിക വളർച്ചയായി പരിഗണിക്കപ്പെടുകയും ചെയ്യുന്നു.

ഈ സാഹചര്യം തികച്ചും യുക്തിഹീനമാണ്: നിങ്ങളുടെ സ്വന്തം തോട്ടത്തിൽ വിളഞ്ഞ ഉരുളക്കിഴങ്ങ് കഴിക്കുന്നതിനേക്കാൾ, രാജ്യത്തിന്റെ മറ്റൊരുവശത്ത് വളർന്ന ഉരുളക്കിഴങ്ങിനെ പൊടിച്ചുണക്കി

നിറമുള്ള വിഭവങ്ങളാക്കി വിൽക്കുന്നത് വാങ്ങി കഴിക്കുന്നതാണ് നാടിന്റെ സമ്പദ്‌വ്യവസ്ഥയ്ക്ക് ഗുണകരമാണെന്ന് കരുതപ്പെടുന്നു. കൂടുതൽ ഗതാഗതം, ജൈവ ഇന്ധനത്തിന്റെ അമിതോപയോഗം, കൂടുതൽ അന്തരീക്ഷമലിനീകരണം, രാസവസ്തുക്കളുടെയും കേടുവരാതിരിക്കാനുള്ള മറ്റ് ചേരുവകളുടെയും ആധിക്യം, കൂടാതെ ഉത്പാദകനും ഉപഭോക്താവും തമ്മിൽ വർദ്ധിച്ചുവരുന്ന അകൽച്ച എന്നിവയാണ് അത്തരത്തിലുള്ള ഉപഭോഗത്തിന്റെ അനന്തരഫലം. പക്ഷേ അവയൊക്കെ GDP-യെ ചെറിയതോതിൽ വർദ്ധിപ്പിക്കാൻ കാരണമാകുന്നു, അതിനാൽ അത് പ്രോത്സാഹിപ്പിക്കപ്പെടുന്നു.

ധനതന്ത്രജ്ഞരും വികസനവാദികളും പരക്കെ കാംക്ഷിക്കുന്ന പുരോഗതിയെക്കുറിച്ചുള്ള ഈ ഏകദിശോന്മുഖമായ വീക്ഷണം സാമ്പത്തികവളർച്ചയുടെ നിഷേധാത്മകഫലത്തെ മറച്ചുപിടിക്കാൻ സഹായിച്ചിട്ടുണ്ട്. അതിനുപുറമേ, പ്രാദേശികതയെ അടിസ്ഥാനപ്പെടുത്തിയുള്ള ഉപജീവന സമ്പദ്‌വ്യവസ്ഥകളുടെ മൂല്യം കാണാനാവാത്ത വിധം അത് നമ്മെ അന്ധരാക്കുകയും ചെയ്തിരിക്കുന്നു. മൂന്നാംലോകരാജ്യങ്ങളിലെ ലക്ഷക്കണക്കിന് ഗ്രാമീണർ ഉൾപ്പടെയുള്ള ഭൂമിയിലെ ഭൂരിഭാഗം ജനങ്ങളെയും അത് ഈ സാഹചര്യത്തെക്കുറിച്ച് ഗുരുതരമായ ഒരു തെറ്റിദ്ധാരണയിലേക്ക് നയിക്കുന്നു. മാത്രമല്ല, വികസനപദ്ധതികൾ ജനങ്ങൾക്ക് ഗുണകരമാകുന്നതിനു പകരം പലപ്പോഴും അവരുടെ ജീവിതനിലവാരം താഴ്ത്താൻ മാത്രമേ സഹായിക്കുന്നുള്ളൂ എന്ന വസ്തുതയെ അത് മനഃപൂർവം അവരിൽ നിന്ന് മറച്ചുവെയ്ക്കുന്നു.

മുൻപ് പലതരം ധാന്യങ്ങൾ കൃഷി ചെയ്യുന്നതിനോടൊപ്പം പലതരം മൃഗങ്ങളെയും വളർത്തി അതിലൂടെ അവരുടെ ആവശ്യങ്ങൾ നേരിട്ടോ പ്രാദേശിക സമ്പദ് വ്യവസ്ഥയിലൂടെയോ നിവർത്തിച്ചിരുന്ന കർഷകർ ഇന്ന് ദൂരദേശങ്ങളിലെ വിപണി ആവശ്യപ്പെടുന്ന ഒറ്റ നാണ്യവിള മാത്രം കൃഷി ചെയ്യാൻ നിർബന്ധിക്കപ്പെടുകയാണ്. അത്തരത്തിൽ അവർ, ബൃഹത്തായ ഗതാഗതശൃംഖലകൾ, എണ്ണവില, അന്താരാഷ്ട്ര സാമ്പത്തികവ്യവസ്ഥതയുടെ ചാഞ്ചാട്ടങ്ങൾ എന്നിങ്ങനെ, തങ്ങളുടെ നിയന്ത്രണങ്ങൾക്ക് അതീതമായ ശക്തികളുടെ ആശ്രിതരായി മാറുന്നു. കാലം കഴിയുംതോറും വിലക്കയറ്റം അവരെ കൂടുതൽ കൂടുതൽ ഉത്പാദിപ്പിക്കാൻ നിർബന്ധിക്കുന്നു. മുൻപ് സ്വന്തമായി വിളയിച്ചിരുന്ന അതേ സാധനങ്ങൾ ഇന്ന് വിലകൊടുത്തു വാങ്ങുന്നതിന് ആവശ്യമുള്ള വരുമാനം ലഭിക്കണമെങ്കിൽ അതാണ് ഒരു മാർഗ്ഗം.

പണത്തെ അടിസ്ഥാനപ്പെടുത്തിയുള്ള സമ്പദ്‌വ്യവസ്ഥയിൽ ഏറ്റവും തുച്ഛമായ വേതനവും പണമിടപാടുകളും അഭിവൃദ്ധിയായി

പരിഗണിക്കപ്പെടുമ്പോൾ, നാണ്യവിളകളും അതിനെത്തുടർന്ന് വ്യവസായത്തിലും ഗതാഗതത്തിലും ഉണ്ടാകുന്ന വർദ്ധനവും സംശയലേശമന്യേ ഗുണകരമായി വീക്ഷിക്കപ്പെടുന്നു. ഗ്രാമീണരെ വശീകരിച്ച് ഭൂമിയിൽ നിന്നകറ്റി നഗരത്തിന്റെ ചേരിപ്രദേശങ്ങളിൽ കൊണ്ടെത്തിക്കുന്നതു വഴി സാമ്പ്രദായികവികസനം യഥാർത്ഥത്തിൽ ദാരിദ്ര്യത്തെ സൃഷ്ടിക്കുകയാണ് ചെയ്യുന്നത്. അരികുകളിൽ നിന്നുള്ള വിഭവങ്ങളെ കേന്ദ്രത്തിലേക്ക് – അതായത് വ്യവസായവത്കരിക്കപ്പെടാത്ത ഇടങ്ങളിൽ നിന്ന് ലോകത്തിലെ വ്യവസായവത്കൃത മേഖലകളിലേയ്ക്ക്, ഗ്രാമങ്ങളിൽ നിന്ന് നഗരങ്ങളിലേയ്ക്ക്, പാവപ്പെട്ടവരിൽ നിന്ന് പണക്കാരിലേയ്ക്ക് - കയറ്റിവിടുന്ന ഒരു സമ്പദ്‌വ്യവസ്ഥയ്ക്കുള്ളിൽ ജനങ്ങൾ തളയ്ക്കപ്പെട്ടിരിക്കുകയാണ്. മിക്കപ്പോഴും അതേ വിഭവങ്ങൾ വാണിജ്യ ഉത്പന്നങ്ങളുടെ രൂപത്തിൽ സംസ്കരിക്കപ്പെട്ട്, പാക്കറ്റുകളിലാക്കി, പാവപ്പെട്ടവർക്ക് താങ്ങാനാവാത്ത വിലയുമായി പുറപ്പെട്ട സ്ഥലത്തേക്ക് തന്നെ തിരിച്ചെത്തുന്നു.

അതേ പ്രക്രിയയുടെ ഭാഗമായി, വികസനത്തിനു വേണ്ടി നീക്കിവെയ്ക്കപ്പെട്ട പണം നിർബാധം ഒഴുകിയെത്തുന്നത് വിപണി ഇടപാടുകൾ വർദ്ധിപ്പിക്കുക എന്ന ഒറ്റലക്ഷ്യം വെച്ചുകൊണ്ടുള്ള വൻകിട പദ്ധതികളിലേയ്ക്കാണ്. നിശ്ശബ്ദമായി, ഒരു പൊതുചർച്ചയും കൂടാതെ, കോടിക്കണക്കിന് ഡോളറുകൾ റോഡുകളും അണക്കെട്ടുകളും രാസവള ഉത്പാദനശാലകളും നിർമ്മിക്കുന്നതിനു വേണ്ടി ചിലവഴിക്കപ്പെടുന്നു, ഇവയെല്ലാം കേന്ദ്രീകൃതപദ്ധതികളോടും വർദ്ധിച്ച ഊർജ്ജ ഉപഭോഗത്തോടുമുള്ള ആശ്രിതത്വത്തെ ദൃഢപ്പെടുത്താൻ സഹായിക്കുന്നു. സ്വാശ്രിതത്വത്തെ പ്രോത്സാഹിപ്പിക്കുന്ന ചെറുകിടപദ്ധതികൾ, അതായത് ഗ്രാമത്തിന്റെ വലുപ്പത്തിനനുസരിച്ചുള്ള ജലവൈദ്യുതപദ്ധതികളും വീടുകൾക്കായുള്ള സൂര്യോർജ്ജം കൊണ്ടു പ്രവർത്തിക്കുന്ന അടുപ്പുകളും വെള്ളം ചൂടാക്കുന്ന ഉപകരണങ്ങളും മറ്റുമുൾപ്പെടുന്ന ചെറുകിടപദ്ധതികളുടെ കാര്യം വരുമ്പോൾ പൊടുന്നനെ ചോദ്യമുയരുന്നു: “ജനങ്ങളുടെ പക്കൽ അതിനു ചെലവഴിക്കാൻ പണമുണ്ടോ?” ആണവകേന്ദ്രങ്ങൾക്കും വലിയ അണക്കെട്ടുകൾക്കും സർക്കാർ വൻതോതിലുള്ള സഹായധനം നൽകുമ്പോൾ, പുതുക്കാവുന്ന ഊർജ്ജസ്രോതസ്സുകളെ (renewable energy) അടിസ്ഥാനപ്പെടുത്തിയുള്ള ചെറുകിട സാങ്കേതികപദ്ധതികൾക്ക് പ്രധാനപ്പെട്ട ധനസഹായ ഏജൻസികളിൽ നിന്ന് ഒരുവിധത്തിലുള്ള സാമ്പത്തിക പിൻതുണയും ലഭിക്കുന്നില്ല. സൗരോർജ്ജത്തിന്റെ അതിശക്തമായ സാധ്യതകളെ തിരിച്ചറിഞ്ഞിട്ടും ഒറ്റ വികസ്വരരാഷ്ട്രം പോലും ഇതുവരെ ചെറുകിട വികേന്ദ്രീകൃത ഉപയോഗങ്ങളെ പ്രചരിപ്പിക്കുന്നതിൽ പ്രതീകാത്മകമെന്നതിൽക്കവിഞ്ഞ വിജയമൊന്നും

കൈവരിച്ചിട്ടില്ല, വികസനത്തെക്കുറിച്ചുള്ള ഏറ്റവും വലിയ ആക്ഷേപമായി അത് നിലനിൽക്കുന്നു.

ലോകമെമ്പാടും, നമ്മുടെ വികസനപ്രക്രിയ സ്വാശ്രിതത്വത്തിൽ അധിഷ്ഠിതമായ പ്രാദേശിക സമ്പദ്‌വ്യവസ്ഥകളെയും പ്രത്യേകിച്ച് ചെറുകിടകർഷകരെയും സ്ഥാനഭ്രഷ്ടമാക്കുകയും പാർശ്വവത്കരിക്കുകയും ചെയ്യുന്നു. വ്യവസായവത്കൃത സമൂഹത്തിൽ ജനസംഖ്യയുടെ 90 ശതമാനത്തിലധികം പേർക്കും കാർഷികവൃത്തി ഉപേക്ഷിച്ച് പോകേണ്ടിവരുന്നു. ഇപ്പോൾ അതേ പ്രക്രിയ മൂന്നാംലോകരാഷ്ട്രങ്ങളിലും ആവർത്തിക്കപ്പെടുന്നു, കൂടുതൽ വേഗത്തിൽ അത് സംഭവിക്കുന്നത് കൊണ്ട് ഗ്രാമീണ ഉപജീവനം ക്രമേണ ക്ഷയിച്ചുകൊണ്ടിരിക്കുന്നു.

കർഷകരെ ഭൂമിയിൽ നിന്നും അകറ്റുന്ന അതേ ശക്തികൾ തന്നെ തൽസ്ഥാനത്ത് മൂലധനവും ഊർജ്ജവും വൻതോതിൽ ആവശ്യപ്പെടുന്ന വ്യാവസായിക കൃഷിരീതികൾ നടപ്പിലാക്കാക്കുന്നു. കൃഷിയിൽ നിന്ന് കാർഷികവ്യാപാരത്തിലേയ്ക്കുള്ള മാറ്റം വിളവ് വർദ്ധിപ്പിക്കുന്നതിന് അത്യാവശ്യമാണെന്നും വിളവിന്റെ വർദ്ധനവ് വളർന്നുകൊണ്ടേയിരിക്കുന്ന ലോകജനസംഖ്യയുടെ വിശപ്പ് അകറ്റാൻ അനിവാര്യമാണെന്നുമാണ് നിലവിലുള്ള നിഗമനം. എന്നാൽ വ്യാവസായിക അടിസ്ഥാനത്തിലുള്ള കൃഷി സുസ്ഥിരമല്ല എന്നത് തെളിയിക്കപ്പെട്ടുകഴിഞ്ഞിരിക്കുന്നു. അതിനുവേണ്ടി ഉപയോഗിക്കുന്ന രാസവളങ്ങളും കീടനാശിനികളും ജലത്തെ മലിനപ്പെടുത്തി മണ്ണിനെ നശിപ്പിക്കുന്നു, ആദ്യത്തെ വർദ്ധനവ് കഴിയുമ്പോൾ ക്രമേണ വിളവുകൾ കുറയും. അതിനുപുറമേ ഏകവിള കൃഷിയിൽ വിളവ് ഒരേ തരത്തിലുള്ള കീടങ്ങളുടെ ആക്രമണത്തെ ചെറുക്കാനുള്ള ശേഷിയില്ലാതെ നശിക്കുമ്പോൾ, രാസവസ്തുക്കളടങ്ങിയ കീടനാശിനികൾ സ്വാഭാവികമായി കീടങ്ങളെ നിയന്ത്രിക്കാൻ കെല്പുള്ള ജൈവവ്യവസ്ഥിതികളെ തകർക്കുകയും ചെയ്യുന്നു. കീടനാശിനികൾ ഉപയോഗിക്കാൻ നിർബന്ധിതരായ ലഡാക്കിലെ കർഷകർക്ക് അതിനുശേഷം പ്രകടമായ തോതിൽ കീടങ്ങൾ വർദ്ധിച്ചുവരുന്നതായാണ് അനുഭവം!

ഇന്ന് വ്യാവസായിക കൃഷി പ്രത്യേക പ്രാദേശികപരിസ്ഥിതികൾക്ക് അനുയോജ്യമായ വൈവിധ്യമുള്ള തനത് വിത്തുകളെ ഒഴിവാക്കി അതിനുപകരം ഒരേയിനത്തിലുള്ള വിത്തുകൾ ഉപയോഗപ്പെടുത്തുന്നു. ബഹുരാഷ്ട്ര കോർപ്പറേറ്റുകളും വലിയ പെട്രോക്കെമിക്കൽ കമ്പനികളും ചേർന്ന് മൂന്നാംലോക രാജ്യങ്ങളിലെ തനത് വിത്തുകളുടെ അവകാശം ഒഴിപ്പിച്ചെടുക്കുന്നു. എന്നിട്ട്, പ്രാദേശിക സാഹചര്യങ്ങളുമായി കോടിക്കണക്കിന് വർഷങ്ങളായി തുടരുന്ന അവയുടെ ഇണക്കം സംബന്ധിച്ച

വിവരങ്ങളടങ്ങുന്ന ജനിതകരേഖകളെ ഉപയോഗപ്പെടുത്തിക്കൊണ്ട് സങ്കരയിനത്തിലുള്ള പുതിയ വിത്തുകൾ ഉത്പാദിപ്പിക്കുന്നു. അതിനുശേഷം ഈ വിത്തുകളെ അവയ്ക്ക് ആവശ്യമായ രാസവളങ്ങളോടും കീടനാശിനികളോടുമൊപ്പം വീണ്ടും മൂന്നാംലോക രാജ്യങ്ങളിലെ കർഷകർക്ക് തന്നെ വിൽക്കുന്നു. ഈ സങ്കരയിനത്തിലുള്ള വിത്തുകൾക്ക് മിക്കവാറും സ്വയം പുനരുത്പാദനത്തിനുള്ള ശേഷി ഉണ്ടായിരിക്കുകയില്ല, അതിനാൽ കർഷകർ ചാക്രികമായി ഒരു ആശ്രിതത്വത്തിലേക്ക് തള്ളപ്പെടുന്നു, അതായത് പുതിയ വിത്തുകളും രാസവസ്തുക്കളും ഉത്പാദിപ്പിക്കുകയും നിയന്ത്രിക്കുകയും ചെയ്യുന്ന കോർപ്പറേഷനുകളിൽ നിന്നു തന്നെ അവ വീണ്ടും വീണ്ടും കർഷകർക്ക് വാങ്ങേണ്ടിവരുന്ന അവസ്ഥ സംജാതമാകുന്നു.

വ്യാവസായികകൃഷിയുടെ യുക്തി തുറന്നുകാട്ടപ്പെടുമ്പോൾ അതിനു പിന്നിലെ കാപട്യം കൂടുതൽ ബോദ്ധ്യപ്പെടും. ഒരു ജൈവഘടനയിൽ നിന്നുള്ള "അഭിലഷണീയ" ഗുണങ്ങളെ മറ്റൊരു ജൈവഘടനയിലേക്ക് പറിച്ചു നടാൻ സഹായിക്കുന്ന ജൈവസാങ്കേതികവിപ്ലവത്തിന്റെ ആവിർഭാവത്തോടെ ശാസ്ത്രീയമായ കൃത്രിമപ്പണികൾ വൻതോതിൽ വ്യാപകമായി. വ്യവസായത്തിന്റെ ആവശ്യകതകൾക്കായി പ്രകൃതി വശപ്പെടുമ്പോൾ കൂടുതൽ ഏകീകൃതസ്വഭാവവും ഏകതാനതയുമായിരിക്കും അതിന്റെ അനന്തരഫലം, അത് ഏറെ ദുർബലമായിത്തീരുന്നത് അപ്രകാരമാണ്.

മനുഷ്യന്റെ ക്ഷേമത്തിനല്ല, മറിച്ച് വാണിജ്യപരമായ നേട്ടത്തിനാണ് അവിടെ പ്രാധാന്യം. ഈ ഗവേഷണത്തിന്റെ ഏറിയ പങ്കും പൊതുമുതൽ ഉപയോഗിച്ചാണ് നടത്തുന്നത്, എന്നാൽ ഈ സാങ്കേതികതയുടെ നിയന്ത്രണം അന്താരാഷ്ട്ര കോർപ്പറേഷനുകളുടെ കയ്യിലുമാണ്. സസ്യങ്ങളുടെയും ജന്തുക്കളുടെയും മനുഷ്യരുടെയുമുൾപ്പടെയുള്ള ജീനുകളെ കൃത്രിമമായി ഉത്പാദിപ്പിക്കാനും, അവയെ പേറ്റന്റ് ചെയ്ത് വിപണിയിൽ വിൽക്കാവുന്ന ഉല്പന്നങ്ങളാക്കി മാറ്റാനും അവർക്ക് സാധിക്കുന്നു.

തീർച്ചയായും കൃഷിയുടെ ആരംഭം മുതൽക്ക് ഒരുതരത്തിലല്ലെങ്കിൽ മറ്റൊരുതരത്തിൽ മനുഷ്യർ സങ്കരയിനങ്ങളെ വികസിപ്പിച്ചുകൊണ്ടു തന്നെയാണിരിക്കുന്നത്. ലഡാക്കിലെ *സോ* എന്ന മൃഗം അവിടത്തെ പരിസ്ഥിതിക്ക് ഏറ്റവും അനുയോജ്യമായ സങ്കരജാതിയുടെ ഒരു ഉദാഹരണമാണ്. ഇന്നത്തെ ജനിതകസാങ്കേതികതയ്ക്കുള്ള വ്യത്യാസമെന്തെന്നാൽ അവ വികസിപ്പിക്കുന്ന സങ്കരയിനങ്ങൾക്ക് അവിടത്തെ പ്രാദേശിക പരിസ്ഥിതിയുമായി ഒരു ബന്ധവുമില്ല എന്നതാണ്. എന്നുമാത്രമല്ല, ദീർഘകാല പരിണതഫലങ്ങളെക്കുറിച്ച് വ്യക്തമായ

ധാരണയില്ലാതെ അത് ജീവന്റെ ജനിതകഘടനയെ മാറ്റിമറിക്കുന്നു. ഈ സാങ്കേതികത ജൈവവൈവിധ്യത്തെ ക്ഷയിപ്പിക്കുകയും ജീവശാസ്ത്രപരമായ പരസ്പരാശ്രിതത്വത്തിന്റെ ശൃംഖലയെ ഭേദിക്കുകയും ചെയ്യുന്നു എന്നകാര്യം ഇന്ന് നമുക്ക് അറിയാം.

ജൈവസാങ്കേതിക ഉൽപന്നങ്ങൾ പ്രകൃതിയെക്കാൾ കൂടുതൽ ഗുണം വാഗ്ദാനം ചെയ്യുന്നു: കീടങ്ങളെയും വരൾച്ചയേയും പ്രതിരോധിക്കും, കൂടുതൽ വിളവ് നൽകും എന്നിങ്ങനെ പോകുന്നു വാഗ്ദാനങ്ങൾ. കൂടുതൽ ഉയരത്തിൽ തിളങ്ങുന്ന മഞ്ഞയിൽ പേറ്റന്റ് ചെയ്യപ്പെട്ട ചോളം എത്രകാലം വളരും? ക്ഷീണിച്ച തളർന്ന മണ്ണ് അതിനെ എത്രകാലം പോറ്റിവളർത്തും? ശാസ്ത്രത്തിലും സാങ്കേതികതയിലും അളവറ്റ വിശ്വാസം വെച്ചുപുലർത്തുന്നവർക്ക് ഇവയൊന്നും ഉത്കണ്ഠ ജനിപ്പിക്കുന്ന വിഷയങ്ങളേയല്ല. ഏതാനും വർഷങ്ങൾക്കു മുൻപ് ഒരു പ്രമുഖ എണ്ണക്കമ്പനിയിലെ ഉയർന്ന ഉദ്യോഗസ്ഥനുമായി ചർച്ച ചെയ്യുന്നതിനിടയിൽ മണ്ണൊലിപ്പിനെക്കുറിച്ച് ഞാൻ ആശങ്ക പ്രകടിപ്പിച്ചപ്പോൾ അദ്ദേഹം ഇപ്രകാരമാണ് പ്രതികരിച്ചത്, "വിഷമിക്കേണ്ട! ഞങ്ങൾ പുതിയ സങ്കരയിനങ്ങൾ വികസിപ്പിച്ചു കൊണ്ടിരിക്കുകയാണ്. ഭാവിയിൽ നമുക്ക് മണ്ണുതന്നെ വേണ്ടി വരുകയില്ല."

ശാസ്ത്രപുരോഗതിയിലുള്ള ഈ ഭക്തിപൂർണ്ണമായ വിശ്വാസം നമ്മുടെ വീക്ഷണത്തെ കൂടുതൽ കൂടുതൽ പ്രത്യേക വൈദഗ്ദ്ധ്യങ്ങളിലേക്ക് ചുരുക്കിയെടുക്കുന്നു, അതേസമയം ജൈവപ്രകൃതിയെ നാം വഴിവിട്ട രീതിയിൽ ദുരുപയോഗം ചെയ്യുമ്പോൾ കൂടുതൽ വിപുലമായ പ്രത്യാഘാതങ്ങൾ ഉളവാകുന്നു. ജൈവശൃംഖലയെ ഉടനീളം പിടിച്ചുലയ്ക്കുന്ന ഇത്തരം പ്രത്യാഘാതങ്ങളുടെ അനന്തരഫലങ്ങൾ ഏറ്റവും കഴിവുള്ള ശാസ്ത്രജ്ഞർക്ക് പോലും പ്രവചിക്കുവാൻ സാധിക്കുന്നതല്ല. എന്നിരുന്നാലും, കൂടുതൽ കരുതൽ പുലർത്തേണ്ടതിനു പകരം ശാസ്ത്രീയമായ കണ്ടുപിടിത്തങ്ങളെ ഉടനടി വിപണിയിലെത്തിക്കാനുള്ള തത്രപ്പാടിലാണ് നാം.

ശാസ്ത്രീയ അന്വേഷണങ്ങൾക്ക് സ്ഥാനമില്ല എന്നോ സാങ്കേതികത ഉപയോഗശൂന്യമാണെന്നോ അല്ല പറഞ്ഞുവരുന്നത്. മറിച്ച്, അവ രണ്ടും ഹ്രസ്വകാല ലാഭത്തിന്റെ സങ്കുചിതമായ ലക്ഷ്യങ്ങളോടും അതുടനടി നടത്തിയെടുക്കാനുള്ള വ്യഗ്രതയോടും ബന്ധപ്പെട്ടിരിക്കുന്നു, കൂടാതെ നമ്മുടെ സമൂഹത്തെ രൂപപ്പെടുത്തുന്നതിൽ അനുചിതമായ സ്വാധീനം ചെലുത്താൻ അവയെ നാം അനുവദിക്കുകയും ചെയ്യുന്നു. നൈതികതയും മൂല്യങ്ങളും പൂർണ്ണമായി നഷ്ടപ്പെട്ട, അപായകരമായ ഒരു സ്ഥിതിയിലാണ് നാമിപ്പോൾ.

ഇതുവരെ "വികസനം", "ആധുനികീകരണം", "പാശ്ചാത്യവത്ക രണം", "വ്യവസായവത്കരണം" എന്നീ വാക്കുകളെ എല്ലാം ഒരേ അർത്ഥത്തിൽ, അതായത് സങ്കുചിതമായ സാമ്പത്തികമാതൃകയും നിര ന്തരമായ ശാസ്ത്രസാങ്കേതികപുരോഗതിയും തമ്മിലുള്ള വിനിമയമെന്ന പ്രതിഭാസത്തോട് ബന്ധപ്പെടുത്തിയാണ് ഞാൻ ഉപയോഗിച്ചിരുന്നത്. നൂറ്റാണ്ടുകളായുള്ള യൂറോപ്യൻ കോളനിവത്കരണത്തിന്റെയും വ്യാവ സായിക വികസനത്തിന്റെയും ഫലമായിട്ടാണ് ഈ പ്രക്രിയ വളർന്നു വന്നത്. ഇതിലൂടെ, വൈവിധ്യം നിറഞ്ഞ നമ്മുടെ ലോകം കൂടുതലും ഏകരൂപകമായ ഒരു സാമ്പത്തികവ്യവസ്ഥിതിയിലേക്ക് പരിണമിച്ചിരി ക്കുന്നു – വ്യവസായവത്കൃത രാഷ്ട്രങ്ങളുടെയും ബഹുരാഷ്ട്ര കോർപറേഷ നുകളുടെയും മൂന്നാംലോകത്തിലെ വരേണ്യവർഗ്ഗത്തിന്റെയും ശക്തമായ താത്പര്യങ്ങൾക്ക് ആധിപത്യമുള്ള ഒരു വ്യവസ്ഥിതി.

"വികസിത" രാഷ്ട്രങ്ങളുടെ ചുവടുകൾ പിന്തുടർന്നുകൊണ്ട്, "അവികസിത" രാഷ്ട്രങ്ങൾക്കും സമ്പത്തും ക്ഷേമവും കൈവരിക്കാനാ കും എന്ന വാഗ്ദാനമാണ് സാമ്പ്രദായികവികസനം നമുക്ക് നൽകുന്നത്. ദാരിദ്ര്യം പൂർണ്ണമായി ഒഴിവാക്കപ്പെടും, ജനസംഖ്യയും പരിസ്ഥിതിനാ ശവും മൂലമുണ്ടാകുന്ന പ്രശ്നങ്ങളും പരിഹരിക്കപ്പെടും.

ഈ വാദം ആദ്യനോട്ടത്തിൽ ന്യായമെന്ന് തോന്നാമെങ്കിലും ഒരു പിഴവും ഒരുപക്ഷേ വഴിതെറ്റിക്കുന്ന ഒരു വഞ്ചനയും അതിൽ അന്തർലീ നമായിരിക്കുന്നു. വികസിതരാഷ്ട്രങ്ങൾ അടിസ്ഥാന വ്യാവസായികവി ഭവങ്ങളെ അത്ര വേഗത്തിലും അളവിലും ഊറ്റിയെടുത്തുകൊണ്ടിരിക്കു മ്പോൾ മറ്റ് അവികസിതരാജ്യങ്ങൾക്ക് അതേ ചുവടുകൾ പിന്തുടരുക അസാദ്ധ്യമായിരിക്കും. ലോകജനസംഖ്യയുടെ മൂന്നിലൊന്നു വിഭാഗം ജനങ്ങൾ ലോകത്തിലെ മൊത്തം വിഭവങ്ങളുടെ മൂന്നിൽ രണ്ടു ഭാഗം ഉപയോഗിച്ചുതീർക്കുകയും, അതിനുശേഷം തിരിഞ്ഞ് മറ്റുള്ളവരോട് തങ്ങളെ പിന്തുടരാൻ പറയുകയും ചെയ്യുകയാണെങ്കിൽ, അത് തട്ടിപ്പ ല്ലാതെ മറ്റെന്താണ്? വികസനമെന്നത് കോളനിവത്കരണത്തിന്റെ പുതിയ രൂപമായ ചൂഷണത്തിനുള്ള ഭംഗിവാക്കാണ്. വികസനത്തിന്റെ യും ആധുനികവത്കരണത്തിന്റെയും ശക്തികൾ ഭൂരിഭാഗം ജനങ്ങളെ യും അവരുടെ സുസ്ഥിരമായ ഉപജീവനത്തിൽ നിന്ന് വലിച്ചകറ്റി ഒരു മായാലോകത്തെ പിന്തുടരാൻ പ്രേരിപ്പിക്കുന്നു, അതിന്റെ ഫലമായി ഒടുവിൽ അവർ ദരിദ്രരും മനോവിഭ്രാന്തി പിടിപെട്ടവരുമായി മുഖമടച്ച് താഴെ വീഴുകയും ചെയ്യുന്നു. സ്വന്തം ഭൂമിയും പ്രാദേശിക സമ്പദ്ഘടനയും ഉപേക്ഷിച്ച് ഒരിക്കലും സാക്ഷാത്കരിക്കാൻ സാധിക്കാത്ത നാഗരിക സ്വപ്നത്തിന്റെ നിഴലിൽ ചെന്നടിഞ്ഞ്, അവരിൽ ഭൂരിഭാഗവും ചേരിനി വാസികളായി പരിണമിക്കുന്നു.

ഈ തട്ടിപ്പ് എന്തുകൊണ്ടാണ് തുടർന്നുകൊണ്ടേയിരിക്കുന്നത്? ലഡാക്കിലെ ജനങ്ങൾക്ക് സാമ്പ്രദായികവികസനം എന്തുകൊണ്ട് ആകർഷകമാകുന്നു എന്നത് മനസ്സിലാക്കാൻ പ്രയാസമില്ല, കാരണം പ്രത്യക്ഷത്തിൽ മുതൽമുടക്കൊന്നും കൂടാതെ അത് ധാരാളം ആനുകൂല്യങ്ങൾ വാഗ്ദാനം ചെയ്യുന്നു. ഉദാഹരണത്തിന്, ധാരാളം പണമോ ഒരു കാറോ ഉണ്ടാകുമ്പോൾ മുത്തശ്ശി മുത്തശ്ശന്മാരുമായുള്ള ബന്ധത്തിൽ മാറ്റമുണ്ടാകുമെന്നത് മുൻകൂട്ടി അറിയാൻ അവർക്ക് ഒരു വഴിയുമില്ല. പക്ഷേ, ലോകമെമ്പാടുമുള്ള വികസനത്തിന്റെ ഫലങ്ങൾ കണ്ടുകൊണ്ടിരിക്കുന്ന മറ്റുള്ളവർ, എല്ലാവരും അമേരിക്കൻ സ്വപ്നം സാക്ഷാത്കരിക്കും എന്ന മിഥ്യയെ എന്തുകൊണ്ട് നിലനിർത്തിപ്പോരുന്നു? ഒരു പരിധിവരെ അതിനുള്ള കാരണം നിക്ഷിപ്തതാത്പര്യങ്ങളാണെന്ന് കാണാം. വികസനത്തിനായി ചിലവഴിക്കപ്പെടുന്ന ധനത്തിന്റെ ഒരു ഭാഗം മൂന്നാംലോകരാഷ്ട്രങ്ങളിലെ പ്രമാണിവർഗ്ഗം പതിവായി "ചുരണ്ടിയെടുക്കുന്നു", മാത്രമല്ല വ്യവസായവത്കൃത രാജ്യങ്ങളുടെ പ്രധാന ഉദ്ദേശ്യമെന്നത് അവരുടെ വൈദഗ്ദ്ധ്യങ്ങൾക്കും ഉത്പന്നങ്ങൾക്കും ഒരു വിപണി ഉണ്ടാക്കിയെടുക്കുക എന്നതാണ്.

എന്നാൽ അതിനു പുറമേ മറ്റു ചില കാര്യങ്ങളുമുണ്ട്. സങ്കുചിതവും സ്വാർത്ഥവുമായ ഉദ്ദേശ്യങ്ങൾ വെച്ചുപുലർത്തുന്ന ജനങ്ങളുടെ കൈയ്യിൽ മാത്രമായി വികസനം ഒതുങ്ങുന്നില്ല; നിഷ്പക്ഷവും പരിസ്ഥിതിക്ക് അനുകൂലവുമായ വികസനം നടന്നുകാണാൻ ആത്മാർത്ഥമായി ആഗ്രഹിക്കുന്ന ധാരാളം പേർ വികസനമേഖലകളിൽ പ്രവർത്തിക്കുന്നുണ്ട്. എന്നിട്ടും, വികസനത്തിന്റെ ചായ്‌വ് ഇന്നും നേരത്തെയുള്ളത് പോലെ തന്നെ തുടർന്നുകൊണ്ടിരിക്കുന്നു. സ്വയംപര്യാപ്തത, സ്വാശ്രിതത്വം, സുസ്ഥിരത എന്നിവയൊക്കെ വളരെ പരിഷ്കാരമുള്ള പദങ്ങളായി മാറിയിരിക്കുന്നുവെങ്കിലും, പരാശ്രിതത്വവും ബാധ്യതകളും വർദ്ധിച്ചുവരുന്നു, മാത്രമല്ല രാജ്യത്തിലെ സമ്പത്തിന്റെ ഭൂരിഭാഗവും സാമൂഹികവും പാരിസ്ഥിതികവുമായി നാശം വിതയ്ക്കുന്ന വൻകിടപദ്ധതികൾക്കു വേണ്ടിയാണ് ചിലവഴിക്കപ്പെടുന്നത്.

പ്രകൃതിവിഭവങ്ങൾ പരിമിതമാണെന്ന വസ്തുത വികസന ആസൂത്രണക്കാർ അവഗണിക്കുന്നിടത്തോളം കാലം, ഏതൊരാൾക്കും ന്യൂയോർക്കിൽ താമസിക്കുന്ന ഒരാളെപ്പോലെ ജീവിക്കാൻ സാധിക്കുമെന്ന നാട്യം അവർക്ക് നിലനിർത്തിക്കൊണ്ടുപോകാൻ സാധിക്കും. സാമ്പത്തികവിദഗ്ദ്ധരും പരിസ്ഥിതിപ്രവർത്തകരും തമ്മിൽ ഇതിനെ ചൊല്ലി ദീർഘകാലമായി സംവാദം നടന്നുവരുന്നു. എത്ര വലിയ വിഭവക്ഷാമത്തെയും മറികടക്കാനുള്ള വഴി നാം കണ്ടുപിടിക്കുമെന്നും

ശാസ്ത്രം ഭൂമിയുടെ ഉദാരതയെ ഏതുവിധേനയും അനന്തമായി വലിച്ചു നീട്ടുമെന്നുമാണ് സാമ്പത്തികവിദഗ്ദ്ധരുടെയും സാങ്കേതികതയിൽ ശുഭാപ്തിവിശ്വാസമുള്ളവരുടേയും ധാരണ. എന്നാൽ നമ്മുടെ ശക്തികൾക്ക് മാറ്റുവാൻ കഴിയുന്നതിനുമപ്പുറമുള്ളതാണ് പ്രകൃതിയിലെ പരിമിതികൾ എന്ന വസ്തുതയെ അത്തരം കാഴ്ചപ്പാട് നിരാകരിക്കുന്നു, കൂടാതെ സമ്പത്ത് തുല്യവിതരണം ചെയ്യുന്നതിന്റെ ആവശ്യകതയെ സൌകര്യപൂർവ്വം തമസ്കരിക്കുകയും ചെയ്യുന്നു. ഇപ്രകാരം തന്നെ തുടരുന്നതിന് ആവശ്യത്തിലധികം വിഭവം ഇനിയുമുണ്ട് എന്നാണ് നിങ്ങളുടെ ധാരണയെങ്കിൽ ആഗോളസമ്പദ്‌വ്യവസ്ഥയ്ക്ക് മാറ്റമൊന്നും വരുത്തേണ്ടതില്ല. മൂന്നാംലോകരാഷ്ട്രങ്ങളിലെ ജനങ്ങൾ "അഭ്യസ്തവിദ്യരായിത്തീരുകയും" ഒരു ദിവസം ആഗോളവിപണിയിൽ ഇറങ്ങി വ്യവസായവത്കൃത രാഷ്ട്രങ്ങളിലെ അവരുടെ മുതിർന്ന ജ്യേഷ്ഠന്മാരെ പോലെ ജീവിക്കുകയും മാത്രമേ ചെയ്യേണ്ടതുള്ളൂ.

ഈ ചിന്താഗതിയനുസരിച്ച് ദാരിദ്ര്യവും ജനസംഖ്യാവർദ്ധനവുമാണ് ഇന്ന് ലോകത്തിലെ പ്രധാന പ്രശ്നങ്ങൾ, അതിനുള്ള പരിഹാരമെന്ന നിലയ്ക്കാണ് സാമ്പത്തികവികസനം മുന്നോട്ട് വെയ്ക്കപ്പെടുന്നത്. എന്നാൽ, ഈ പ്രശ്നങ്ങൾ അടിസ്ഥാനപരവും ഗൌരവമേറിയതും ആകുമ്പോൾ തന്നെ അവ ഒരു വലിയ പരിധിവരെ സാമ്പ്രദായികവികസനത്തിന്റെ അനന്തരഫലങ്ങളാണെന്നന്നതാണ് സത്യം. വികസനം പ്രചരിപ്പിക്കുന്ന നാഗരികതയും വ്യവസായവത്കരണവും, തൽഫലമായി കാർഷികവൃത്തിയും ഗ്രാമീണ സമ്പദ്‌വ്യവസ്ഥയും നേരിടുന്ന അവഗണനയും ചേർന്ന് മുൻപ് സംഭവിച്ചിട്ടില്ലാത്ത വിധം വൻതോതിലുള്ള പരമദാരിദ്ര്യം സൃഷ്ടിച്ചിരിക്കുന്നു. സാമ്പത്തികവും മനശ്ശാസ്ത്രപരവുമായ വിഭിന്നരീതികളിലുള്ള സമ്മർദ്ദങ്ങൾക്ക് ജനസംഖ്യാവർദ്ധനവിൽ പങ്കുവഹിക്കുന്നുണ്ടെങ്കിലും മുഖ്യകാരണം ജനങ്ങൾക്ക് പ്രാദേശികവിഭവങ്ങളുമായുള്ള ബന്ധത്തിൽ സംഭവിച്ച വിള്ളലാണെന്ന് ലഡാക്കിലെ എന്റെ അനുഭവം ബോദ്ധ്യപ്പെടുത്തുന്നു. ജനസംഖ്യ കുതിച്ചുയർന്നത് ആധുനികലോകവുമായുള്ള സമ്പർക്കത്തിനു ശേഷമാണെന്ന് ജനസംഖ്യാശാസ്ത്രജ്ഞർ കണ്ടെത്തിയിട്ടുമുണ്ട്.

തീവ്രമായിക്കൊണ്ടിരിക്കുന്ന പരിസ്ഥിതിപ്രശ്നങ്ങളും അവികസിതരാഷ്ട്രങ്ങളിൽ വർദ്ധിച്ചുവരുന്ന കടബാദ്ധ്യതകളും വിശപ്പുമെല്ലാം ഇന്നത്തെ വികസനമാതൃകയ്ക്ക് എന്തോ പിഴവ് പറ്റിയിട്ടുണ്ടെന്നതിന്റെ സൂചനകളാണ്. കഴിഞ്ഞ ഏതാനും വർഷങ്ങളായി ഈ വിഷയത്തെക്കുറിച്ച് ഗൌരവമായ ചർച്ചകൾ നടന്നു വരുന്നുണ്ടെങ്കിലും അവയൊന്നും ഇനിയും ഏറെ ദൂരം പിന്നിട്ടിട്ടില്ല. കൂടുതൽ പാരിസ്ഥിതികവും

സുസ്ഥിരവുമായ പദ്ധതികളെ പിന്തുണയ്ക്കുന്ന കരാറുകളിലേക്കുള്ള ചുവടുമാറ്റത്തെക്കുറിച്ച് ചർച്ചകൾ ബഹുമുഖ ഏജൻസികൾ മുതൽ താഴെക്കിടയിലുള്ള ചെറുകിടസ്ഥാപനങ്ങൾ വരെ എല്ലാ തലങ്ങളിലും നടന്നു വരുന്നു. എന്നാൽ വികസനത്തെ വിശാലവും വ്യവസ്ഥാനുസാരവുമായ ഒരു പ്രക്രിയ എന്ന നിലയിൽ മനസ്സിലാക്കാത്തത് കൊണ്ടായിരിക്കാം അതിന്റെ വിനാശകരമായ പ്രത്യാഘാതങ്ങളെ "പാർശ്വഫലങ്ങളായി" തള്ളിക്കളഞ്ഞുകൊണ്ട് അതിനെ സ്വാഭാവികരീതിയിൽ സ്വീകരിക്കാൻ നാം തയ്യാറാകുന്നത്. സുസ്ഥിരവികസനത്തെക്കുറിച്ചുള്ള ഭൂരിഭാഗം പഠനങ്ങളും സാമൂഹികവും പാരിസ്ഥിതികവുമായ നശീകരണത്തിന്റെ അടിസ്ഥാനകാരണങ്ങളെ നേരിട്ട് വിശകലനം ചെയ്യുന്നില്ല.

ചെറുതും ആദർശനിഷ്ഠയുള്ളതുമായ സ്ഥാപനങ്ങൾ പോലും പലപ്പോഴും പ്രാദേശികവൈവിധ്യത്തെയും ശരിയായ സ്വാശ്രിതത്വത്തെയും പിന്തുണയ്ക്കുന്നതിനു പകരം മൗലികപ്രശ്നങ്ങളെ അവഗണിച്ചുകൊണ്ട് ജനങ്ങളെ കൂടുതൽ കൂടുതൽ ബൃഹത്-സമ്പദ് വ്യവസ്ഥയുടെ ആശ്രിതത്വത്തിലേക്ക് വലിച്ചുകൊണ്ടുപോവുകയാണ്. വികസനത്തിന്റെ ദിശയിൽ അടിസ്ഥാനപരമായ മാറ്റം ആവശ്യമാണെന്ന് ഈ സ്ഥാപനങ്ങൾ തിരിച്ചറിയുന്നില്ല, അതിനാലായിരിക്കണം നിലവിലുള്ള വിദ്യാഭ്യാസ സമ്പ്രദായത്തെ അവർ ചോദ്യം ചെയ്യാതിരിക്കുന്നത്. പാശ്ചാത്യരീതിയിലുള്ള നാഗരിക ഉപഭോക്താക്കളാകാൻ ജനങ്ങളെ പരിശീലിപ്പിക്കുന്ന രീതിയിലുള്ള വിദ്യാഭ്യാസത്തെ ഇന്ന് ശക്തമായി പിന്തുണയ്ക്കുകയാണ് ഭൂരിഭാഗവും.

അതുപോലെതന്നെ, പുതുക്കാവുന്ന ഊർജ്ജത്തെ അടിസ്ഥാനപ്പെടുത്തിയുള്ള ചെറുകിട സാങ്കേതിക പദ്ധതിപ്രവർത്തകർ പോലും അത് ഗ്രാമത്തിലെ പാവപ്പെട്ടവർക്ക് വേണ്ടി മാത്രമുള്ളതാണെന്നും, വൻതോതിൽ ധനസഹായം നല്കപ്പെടുന്ന "യഥാർത്ഥത്തിലുള്ള" വികസനം അതോടൊപ്പം തന്നെ നടക്കണമെന്നും ചിന്തിക്കുന്നവരാണ്. തുരുമ്പുപിടിച്ച ലോഹക്കഷണങ്ങൾക്കരികിൽ കുനിഞ്ഞിരിക്കുന്ന മനുഷ്യരെ ചിത്രീകരിക്കുന്ന നടപ്പുരീതിയിലുള്ള ഉചിത-സാങ്കേതികവിദ്യയെക്കുറിച്ചുള്ള (appropriate technology) ആഖ്യാനങ്ങൾ പോലും ഇതേ മനോഭാവം തന്നെയാണ് വെളിപ്പെടുത്തുന്നത്. മാത്രമല്ല, ഭൂരിപക്ഷം ഉചിത-സാങ്കേതിക പദ്ധതികളും വിശാലമായ സാമ്പത്തിക-സാംസ്കാരിക സാഹചര്യങ്ങൾ കണക്കിലെടുക്കാതെ ഒറ്റതിരിഞ്ഞ് സാങ്കേതികതയെ പ്രചരിപ്പിക്കുമ്പോൾ, അത്തരം ചുറ്റുപാടുകളിൽ അത് പരാജയപ്പെടുകയേ ഉള്ളൂ. എങ്കിലും അതിനെ ശരിയായ രീതിയിൽ പുനരുദ്ധരിപ്പിക്കുന്നതുവരെ പാരിസ്ഥിതികവും

സാംസ്കാരികവുമായ വൈവിധ്യം നിലനിർത്താൻ സാധിക്കുമെന്ന് പ്രതീക്ഷിക്കാനാവില്ല. അതേസമയം വികസ്വരരാഷ്ട്രങ്ങൾ കൂടുതൽ "ഫലപ്രദമായ" ഹൈ-ടെക് സാങ്കേതികവിദ്യകൾ കൈക്കലാക്കാൻ വേണ്ടിയുള്ള വിദേശനാണ്യത്തിനായി മത്സരിക്കുമ്പോൾ തുടർന്നുകൊണ്ടിരിക്കുക കടബാദ്ധ്യതയുടെയും പരാശ്രിതത്വത്തിന്റെയും അവസാനിക്കാത്ത വലയമായിരിക്കും.

യൂറോപ്പ് കേന്ദ്രിതമായ ശാസ്ത്രത്തിൽ നിന്ന് ജനനം കൊള്ളുകയും പാശ്ചാത്യലോകത്തിലെ ഉന്നതന്മാരാൽ നടപ്പിലാക്കപ്പെടുകയും ചെയ്യപ്പെട്ട വികസനം ഇപ്പോൾ ലോകത്തിലെ എല്ലാ വൈവിധ്യസംസ്കാരങ്ങളെയും ചുരുക്കി ഒറ്റ ഏകശിലാസംസ്കാരത്തിലേക്ക് പരിവർത്തനം ചെയ്യുന്ന പ്രക്രിയയിൽ ഏർപ്പെട്ടിരിക്കുകയാണ്. എല്ലായിടത്തുമുള്ള ആവശ്യങ്ങൾ ഒന്നാണ്, എല്ലാവർക്കും വേണ്ടത് ഒരേ ഭക്ഷണമാണ്, എല്ലാവരും ഒരേ മാതൃകയിലുള്ള വീടുകളിൽ താമസിക്കണം, ഒരേ വസ്ത്രങ്ങൾ ധരിക്കണം എന്ന ആശയത്തെ അടിസ്ഥാനപ്പെടുത്തിയാണ് അത് പ്രവർത്തിക്കുന്നത്. ഒരേ സിമന്റ് കെട്ടിടങ്ങൾ, ഒരേ കളിപ്പാട്ടങ്ങൾ, ഒരേ സിനിമകൾ, ഒരേ ടെലിവിഷൻ പരിപാടികൾ എന്നിവ ഇപ്പോൾ ലോകത്തിന്റെ ഏതു മുക്കിലും മൂലയിലും എത്തപ്പെടുകയാണ്. ഭാഷ പോലും സമവത്കരിക്കപ്പെടുകയാണ്, കാരണം ആധുനികസമൂഹത്തിന്റെ ഭാഗമാകണമെങ്കിൽ ഇംഗ്ലീഷ് അറിഞ്ഞിരിക്കേണ്ടത് ഒരു അത്യാവശ്യമായിക്കഴിഞ്ഞു.

യൂറോപ്പിലുള്ളവർ വികസിപ്പിച്ചെടുത്ത ഒരേ അളവുകോലുകളാണ് എല്ലായിടത്തും ഉപയോഗിക്കപ്പെടുന്നത്. ഉദാഹരണത്തിന്, ഒരു കുഞ്ഞിന് നിശ്ചിതവയസ്സിൽ എത്ര ഭാരമുണ്ടാകണം, മുറിക്കുള്ളിലെ ഏറ്റവും കുറഞ്ഞ താപനില എത്രയായിരിക്കണം, ആരോഗ്യപരമായ ഭക്ഷണക്രമം എന്ത് എന്നിവയെല്ലാം സാർവജനീനമായി നിർവചിക്കപ്പെടുന്നു. ലഡാക്കിലെ മനുഷ്യരും മൃഗങ്ങളും വളർച്ച മുരടിച്ചവരാണെന്നാണ് പാശ്ചാത്യവിദഗ്ദ്ധർ അഭിപ്രായപ്പെടുന്നത്, കാരണം ആഗോളനിലവാരം കണക്കാക്കുമ്പോൾ അവർ ചെറിയ ശരീരഘടനയുള്ളവരാണ്! യൂറോപ്യൻ യുവാക്കൾക്കു വേണ്ടിയുള്ള അളവിനെ അടിസ്ഥാനപ്പെടുത്തിയാണ് സൂര്യന്റെ വികിരണം ഏൽക്കുന്നതിന്റെ നിലവാരം പോലും പ്രായ-ലിംഗ-ഭാര ഭേദമന്യേ എല്ലാവർക്കുമായി നിശ്ചയിക്കപ്പെട്ടിരിക്കുന്നത്. ചില വിദഗ്ദ്ധരുടെ ഇടുങ്ങിയതും വിഭാഗീയവുമായ കാഴ്ചപ്പാട് അവരുടെ പ്രവർത്തനങ്ങളുടെ വിശാലമായ സാദ്ധ്യതകളെയും, സാർവജനീനമായ ഉത്തരങ്ങളുടെ സാംസ്കാരിക നിർവികാരതയെയും തിരിച്ചറിയുന്നതിൽ നിന്ന് അവരെ തടയുന്നു.

അടുത്തിടെ നടന്ന ഒരു സിംപോസിയത്തിനിടയിൽ, സ്വീഡനിൽ നിന്ന് ആഫ്രിക്കയിലേക്ക് വിത്തുകൾ ഇറക്കുമതി ചെയ്യുന്നതിനു മുൻപ് ആഫ്രിക്കൻ ജനങ്ങൾ ഭക്ഷിച്ചിരുന്ന പച്ചക്കറികളെക്കുറിച്ച് ഒരു സ്വീഡിഷ് കാർഷികവിദഗ്ദ്ധനോട് അന്വേഷിച്ചപ്പോൾ, അദ്ദേഹത്തിന്റെ മറുപടി ഇപ്രകാരമായിരുന്നു: "അവിടെ ഒന്നുമുണ്ടായിരുന്നില്ല. അവർ വെറും കളകളാണ് ഭക്ഷിച്ചിരുന്നത്". അവർ ഭക്ഷിച്ചിരുന്ന സസ്യങ്ങൾക്ക് "പച്ചക്കറികൾ" എന്ന് വിളിച്ചിരുന്ന സസ്യങ്ങളുടെ നിലവാരം പോലും അദ്ദേഹം കല്പിച്ചിരുന്നില്ല!

ലഡാക്കിലെ ജനങ്ങളിൽ തന്നെ സംഭവിച്ച പെട്ടെന്നുള്ള ഒരു മാറ്റത്തിന്റെ ഫലമെന്നതിനെക്കാളുപരി ആധുനികവ്യാവസായികസംസ്കാരവുമായി ബന്ധപ്പെട്ടുള്ളതാണ് അവിടെ വളർന്നുവരുന്ന പ്രശ്നങ്ങളെന്നാണ് ലഡാക്കിൽ ചിലവഴിച്ച വർഷങ്ങളിൽ നിന്ന് ഞാൻ മനസ്സിലാക്കിയ കാര്യം. സുഹൃത്തുക്കൾക്കിടയിൽ അതിമോഹവും സ്വാർത്ഥതയും വളരുമ്പോൾ, ഇന്നുവരെ മലിനീകരിക്കപ്പെടാത്ത അരുവികളിൽ അവർ ചവർ നിക്ഷേപിക്കുമ്പോൾ, മനുഷ്യന്റെ സഹജവാസനയെ അല്ല പഴിക്കേണ്ടത് എന്ന് ഞാനിപ്പോൾ തിരിച്ചറിയുന്നു; ജനങ്ങളെ ഭൂമിയിൽ നിന്നും തമ്മിൽതമ്മിലും വിഭജിക്കുന്ന സാങ്കേതിക-സാമ്പത്തിക സമ്മർദ്ദങ്ങളിലാണ് ഈ മാറ്റത്തിന്റെ വേരുകൾ നിലകൊള്ളുന്നത്.

സാമ്പ്രദായികവികസനം ലോകത്തിന്റെ മറ്റു ഭാഗങ്ങളിൽ ചെലുത്തുന്ന സമ്മർദ്ദങ്ങളെ കൂടുതൽ വ്യക്തതയോടെ കാണാൻ ഈ തിരിച്ചറിവ് എന്നെ സഹായിച്ചിട്ടുണ്ട്. ലഡാക്കിന്റെ ആധുനികവത്കരണത്തിനൊപ്പം *ലെ*-യിലും ആവിർഭവിച്ചിട്ടുള്ള വിനാശകരമായ പ്രവണതകളെ ഞാൻ കാണുന്നത് ഇന്ത്യയിലെ നഗരങ്ങളിലെമ്പാടും വൻതോതിൽ സംഭവിച്ചുകൊണ്ടിരിക്കുന്ന മാറ്റങ്ങൾക്ക് സമാന്തരമായാണ്. ശ്രീനഗറിലെ തടാകക്കരയിലുള്ള മനോഹരമായ പ്രദേശം ഇന്ന് വ്യാപകമായ വാണിജ്യവത്കരണത്തിന് കീഴ്പ്പെട്ടുകഴിഞ്ഞു, അതോടൊപ്പം അന്തരീക്ഷ-ജല മലിനീകരണം, സാമൂഹിക അസ്വാസ്ഥ്യങ്ങൾ, അരക്ഷിതത്വം എന്നിവയും അവരെ ബാധിച്ചിരിക്കുന്നു. കഴിഞ്ഞ ഏതാനും വർഷങ്ങളായി വിഘടനവാദവുമായി ബന്ധപ്പെട്ട് ഇന്ത്യൻ ഗവണ്മെന്റിനെതിരെ തിരിഞ്ഞുനിൽക്കുന്ന യുദ്ധഭൂമിയായി അവിടം മാറിക്കൊണ്ടിരിക്കുകയാണ്. അതേസമയം, ദൽഹിയിലും അന്തരീക്ഷമലിനീകരണം വർഷംതോറും വർദ്ധിച്ചുവരുന്നു. ട്രാഫിക് ക്രമാതീതമായി വളർന്നുകൊണ്ടിരിക്കുന്നു, അതോടൊപ്പം വില്ലൻചുമയും. നഗരപ്രാന്തങ്ങളിൽ കോൺക്രീറ്റ് ഗൃഹനിർമ്മാണപദ്ധതികളും അഴുക്കുപുരണ്ട വ്യവസായകേന്ദ്രങ്ങളും പെരുകുന്നു. ശുദ്ധമായ കുടിവെള്ളം ലഭ്യമല്ല, തെരുവുകൾ സുരക്ഷിതമല്ല,

വർദ്ധിച്ചുവരുന്ന അക്രമവും നിരാശയും യാഥാർഥ്യമായിക്കഴിഞ്ഞു. സ്ത്രീകൾക്കെതിരെയുള്ള ഗാർഹികപീഡനത്തിന്റെ അളവ് ഭീതിതമാംവിധം വർദ്ധിച്ചിരിക്കുന്നു; വർഗ്ഗീയവും മതപരവുമായ സംഘട്ടനങ്ങളും നിയമലംഘനങ്ങളും ഒഴിയാബാധകളായി മാറിക്കഴിഞ്ഞിരിക്കുന്നു.

സ്വാതന്ത്ര്യത്തിനു ശേഷം കഴിഞ്ഞ നാല്പതു വർഷങ്ങളായി ഇന്ത്യയിൽ ആസൂത്രിതമായ വ്യാവസായിക വികസനപദ്ധതികൾ നടപ്പിലാക്കപ്പെട്ടുകൊണ്ടിരിക്കുകയാണ്. താരതമ്യേന ചെറിയ കാലയളവിനുള്ളിൽ തന്നെ ജനസംഖ്യ ഇരട്ടിയിലധികമാവുകയും ദാരിദ്ര്യം പെരുകുകയും ചെയ്തിട്ടുണ്ട്. സംഖ്യകളുടെ സമ്മർദ്ദവും പ്രകൃതിവിഭവങ്ങളുടെ ദുർവിനിയോഗവും പരിസ്ഥിതിനാശത്തെ ത്വരിതപ്പെടുത്തിയിരിക്കുന്നു. ഇന്ത്യയിലെ പതിനഞ്ചോ ഇരുപതോ ശതമാനം ജനങ്ങൾക്ക് വികസനം ഗുണകരമായിരിക്കാം, എന്നാൽ ജനസംഖ്യയുടെ ഭൂരിഭാഗവും ദാരിദ്ര്യത്തിൽ കഴിയുകയും പാർശ്വവത്കരിക്കപ്പെടുകയും ചെയ്തിരിക്കുന്നു.

ഓരോ വർഷവും നാട്ടിലേക്ക് മടങ്ങുമ്പോൾ സാമ്പത്തിക-സാങ്കേതിക മാറ്റങ്ങളുടെ സമ്മർദ്ദം ഞങ്ങളുടെ സംസ്കാരത്തിലും സമാനമായ പരിവർത്തനങ്ങൾ വരുത്തുന്നത് ഞാൻ കൂടുതൽ കൂടുതൽ കണ്ടുവരുന്നു; ഞങ്ങളും "വികസിപ്പിക്കപ്പെട്ടു"കൊണ്ടിരിക്കുകയാണ്. ഇന്ന് ജനസംഖ്യയുടെ രണ്ടോ മൂന്നോ ശതമാനം മാത്രമേ ഭൂമിയിൽ പണിയെടുക്കുന്നുള്ളൂ എങ്കിലും ചെറിയ കർഷകരുടെ നിലനില്പ് തന്നെ അസാദ്ധ്യമായിരിക്കുന്നു. വ്യവസായവത്കരണം കുടുംബങ്ങളെ ഒറ്റതിരിഞ്ഞ അണുവിഭാഗങ്ങളായി വിഭജിച്ചുകഴിഞ്ഞു, എന്നാൽ നമ്മുടെ സമ്പദ് വ്യവസ്ഥ അതിനെ പിന്നെയും ഖണ്ഡിച്ചുകൊണ്ടിരിക്കുകയാണ്. സാങ്കേതികമുന്നേറ്റം ജീവിതത്തിന്റെ വേഗത കൂട്ടിക്കൊണ്ടിരിക്കുന്നു, അതോടൊപ്പം ജനങ്ങളുടെ സമയത്തെ കവർന്നെടുക്കുകയും ചെയ്യുന്നു. വർദ്ധിച്ചുവരുന്ന വ്യവസായത്തിന്റെയും ചലനക്ഷമതയുടെയും ഫലമായി അപരിചിതത്വവും സമുദായങ്ങളുടെ വിഘടനവും വ്യാപകമാകുന്നു. പാശ്ചാത്യലോകത്ത് ഈ പ്രവണതകൾ "വികസനം" എന്നതിനേക്കാൾ "പുരോഗതി" എന്ന പേരിലാണ് അറിയപ്പെടുന്നത്, എന്നാൽ അവയും ആത്യന്തികമായി കേന്ദ്രീകരണത്തിലേക്കും സാമൂഹിക അപചയത്തിലേക്കും വിഭവങ്ങളുടെ ദുരുപയോഗത്തിലേക്കും നയിക്കുന്ന അതേ വ്യവസായവത്കരണ പ്രക്രിയയിൽ നിന്നുതന്നെയാണ് ഉത്ഭവിക്കുന്നത്.

ലോകത്തിന്റെ പല ഭാഗങ്ങളിലും "പുരോഗതി" വളരെ വികസിച്ച ഘട്ടത്തിൽ എത്തിക്കഴിഞ്ഞു. മനുഷ്യർക്ക് പകരം യന്ത്രങ്ങൾ,

പ്രാദേശിക പരസ്പരാശ്രിതത്വത്തിനു പകരം ആഗോളവിപണി, വെയിൽസിൽ നാട്ടുവഴികൾക്കു പകരം ഹൈവേ, ജർമനിയിൽ പല തരത്തിലുള്ള സാധനങ്ങൾ വിൽക്കുന്ന ചെറിയ പീടികയ്ക്ക് പകരം സൂപ്പർമാർക്കറ്റുകൾ എന്നിങ്ങനെ, എവിടെ നോക്കിയാലും അതിന്റെ കർക്കശമായ യുക്തി പ്രവർത്തിക്കുന്നത് കാണാം. ഈ വെളിച്ചത്തിൽ നോക്കുമ്പോൾ കമ്മ്യൂണിസവും മുതലാളിത്തവും തമ്മിലുള്ള വ്യത്യാസങ്ങൾ പോലും അപ്രസക്തമാണെന്ന് തോന്നും. മറ്റ് ജീവജാലങ്ങൾക്കു മീതെ മനുഷ്യരെ പ്രതിഷ്ഠിക്കുന്ന ഈ രണ്ട് തത്വചിന്തകളും ശാസ്ത്രത്തിൽ അധിഷ്ഠിതമായ ഒരേ ലോകവീക്ഷണത്തിൽ നിന്നു തന്നെയാണ് ഉത്ഭവിച്ചിട്ടുള്ളത്; പ്രകൃതിവിഭവങ്ങളെ അനന്തമായി വലിച്ചു നീട്ടിക്കൊണ്ടു പോകാമെന്നാണ് രണ്ടുപേരും വിശ്വസിക്കുന്നത് – അവയെ എപ്രകാരം ഭാഗിക്കണം എന്നതിൽ മാത്രമാണ് അവർ തമ്മിലുള്ള ഒരേയൊരു വ്യത്യാസം.

രാഷ്ട്രീയ ചായ്‌വുകൾ ഏതായിരുന്നാലും എല്ലാ ഗവൺമെന്റുകളും വർദ്ധിച്ചുവരുന്ന അന്താരാഷ്ട്ര വ്യാപാരത്തെ ആശ്രയിക്കുന്ന സമ്പദ് വ്യവസ്ഥയാൽ കെട്ടിയിടപ്പെട്ടിരിക്കുകയാണ്. ഈ വ്യാപാരത്തിനാകട്ടെ, കനത്ത ധനസഹായവും നൽകപ്പെടുന്നു – പ്രധാനമായി വാർത്താവിനിമയത്തിനും ഗതാഗതത്തിനും വേണ്ടിയുള്ള ശൃംഖലകൾ വികസിപ്പിക്കുകയും അവയെ പരിപാലിക്കുകയും ചെയ്യുക എന്ന ലക്ഷ്യത്തിനു വേണ്ടിയാണ് ആ ധനസഹായം. സ്വീഡനിൽ നിന്നുള്ള ബിസ്കറ്റും ന്യൂസിലൻഡിൽ നിന്നുള്ള ആപ്പിളും അമേരിക്കയിലും ഫ്രാൻസിലുമുള്ള കമ്പോളങ്ങളിൽ അവിടുത്തെ പ്രാദേശിക ഉല്പന്നങ്ങളോട് മത്സരിക്കുന്നു. അന്തരീക്ഷമലിനീകരണത്തിന്റെ പ്രത്യാഘാതങ്ങളെ അവഗണിച്ചുകൊണ്ട് ഗവണ്മെന്റ് നൽകുന്ന ധനസഹായത്തിന്റെ മറവിൽ നിലനിൽക്കുന്ന ഊർജ്ജകേന്ദ്രിതമായ ഒരു വ്യവസ്ഥിതിയാണ് അതിനു കാരണം. സമ്പദ്‌വ്യവസ്ഥയുടെ ആഗോളവത്കരണം “സ്വതന്ത്രവ്യാപാരം” എന്ന മുദ്രാവാക്യത്തിന്റെ ബലത്തിലാണ് മുന്നേറുന്നത്, മാത്രമല്ല അത് ഗുണകരമാണെന്നു സാർവത്രികമായി അംഗീകരിക്കപ്പെടുകയും ചെയ്യുന്നു. യൂറോപ്യൻ കമ്മ്യൂണിറ്റിയിൽ ചേരുന്നതു കൊണ്ടുണ്ടാകാവുന്ന ഗുണങ്ങളെക്കുറിച്ചു മാത്രമേ സ്വീഡനിലെ ജനങ്ങൾ അറിയുന്നുള്ളൂ, അതുപോലെ അമേരിക്കയുമായുള്ള വാണിജ്യത്തെ ഉദാരവത്കരിക്കുന്നതുകൊണ്ടുള്ള പ്രയോജനങ്ങൾക്ക് മെക്സിക്കോയിൽ എതിരഭിപ്രായങ്ങൾ ഒന്നും തന്നെ ഉണ്ടാവുന്നില്ല. ഉറുഗ്വെയിൽ നടന്ന GATT (General Agreement on Tariffs and Trade) റൗണ്ട് അന്താരാഷ്ട്രവാണിജ്യത്തെ അനായാസമാക്കുന്നതു കൊണ്ടുള്ള ഗുണകരമായ ഫലങ്ങൾക്കാണ് പ്രചാരം

നൽകുന്നത്. എന്നാൽ അതേസമയം ശക്തരായ മൾട്ടിനാഷണൽ കമ്പനികളിലേക്ക് ബൃഹത്തായ സാമ്പത്തികനിയന്ത്രണം കൈമാറുക, മൂന്നാംലോകരാഷ്ട്രങ്ങൾക്ക് ലോകസമ്പദ്ഘടനയനുസരിച്ച് നിലവിലുള്ള പദവി വീണ്ടും കുറയ്ക്കുക, എന്നിങ്ങനെ മുൻപ് സംഭവിച്ചിട്ടില്ലാത്ത വിധത്തിലുള്ള ജനാധിപത്യവിരുദ്ധവും നീതിക്കു നിരക്കാത്തതുമായ കാര്യങ്ങളാണ് അതിനുപിന്നിൽ മറഞ്ഞിരിക്കുന്നത്.

ഏകീകരിക്കപ്പെട്ട ആഗോളസാമ്പത്തികതയ്ക്ക് എതിർപ്പുകൾ തീരെ കുറയുന്നതിലും അതുമൂലമുണ്ടാകുന്ന സാമൂഹിക-പാരിസ്ഥിതിക ദോഷങ്ങൾക്ക് അധികം പ്രചാരം ലഭിക്കാത്തതിലും അതിശയിക്കാനൊന്നുമില്ല. ഏകത്വം എന്ന ആശയത്തിന് അതിശക്തമായ ഒരു പ്രതീകാത്മകവശ്യതയുണ്ട്; ആഗോളമൈത്രിയുടെയും ഒത്തുചേരലിന്റെയും ആദർശങ്ങളെ മതപരവും ആത്മീയവുമായ എല്ലാ പാരമ്പര്യങ്ങളും ഒരുപോലെ സ്വീകരിച്ചിട്ടുണ്ട്, മനുഷ്യവർഗത്തിന്റെ ഏറ്റവും ശ്രേഷ്ഠമായ ലക്ഷ്യത്തെ അത് പ്രതിനിധീകരിക്കുകയും ചെയ്യുന്നു. “ഒറ്റ വിപണി” എന്നത് സമൂഹത്തിന്റെ ഒത്തൊരുമയെയും സഹകരണത്തെയും സൂചിപ്പിക്കുന്നു, “ആഗോളഗ്രാമം” എന്നത് സഹിഷ്ണുതയുടെയും പരസ്പരവിനിമയത്തിന്റെയും ഇടമായി കരുതപ്പെടുന്നു. എന്നാൽ സാമ്പത്തിക ഏകീകരണവും സാങ്കേതിക സാരൂപ്യവും യഥാർത്ഥത്തിൽ പരിസ്ഥിതിനാശത്തിനും സമുദായങ്ങൾ തമ്മിലുള്ള വിഭജനത്തിനും കാരണമാകുന്നു എന്നത് ഇതുവരെ അംഗീകരിക്കപ്പെട്ടിട്ടില്ല. ജനങ്ങളെ ഒരുമിച്ചു കൊണ്ടുവരുന്നതിനു പകരം ഇന്നത്തെ സമ്പദ് വ്യവസ്ഥ വിഭജനങ്ങളുടെ എണ്ണം കൂട്ടുകയും പാവപ്പെട്ടവരും പണക്കാരും തമ്മിലുള്ള വിടവിനെ കൂടുതൽ വർദ്ധിപ്പിക്കുകയുമാണ് ചെയ്യുന്നത്. സാമ്പത്തികവും രാഷ്ട്രീയവുമായി വൻതോതിലുള്ള കേന്ദ്രീകരണത്തെ ലക്ഷ്യമാക്കിയാണ് നാം നീങ്ങിക്കൊണ്ടിരിക്കുന്നത്. യൂറോപ്യൻ കമ്മ്യൂണിറ്റി, ലോകബാങ്ക് മുതലായ അന്താരാഷ്ട്ര സ്ഥാപനങ്ങൾക്ക് കേന്ദ്രഗവണ്മെന്റുകൾ കൂടുതൽ കൂടുതൽ അധികാരം കൈമാറുകയും തങ്ങളുടെ ഉത്തരവാദിത്വങ്ങളിൽ നിന്ന് പിൻവാങ്ങുകയും ചെയ്യുന്നു. അത്തരം സ്ഥാപനങ്ങളാകട്ടെ അവ പ്രതിനിധീകരിക്കേണ്ട ജനങ്ങളിൽ നിന്ന് വളരെ അകന്നാണ് പ്രവർത്തിക്കുന്നത്, അതിനാൽ അവരുടെ വൈവിധ്യമാർന്ന താത്പര്യങ്ങളോട് വേണ്ടവിധത്തിൽ പ്രതികരിക്കാൻ അവയ്ക്ക് കഴിയുന്നില്ല.

ഗവൺമെന്റുകളുടെ സ്വാധീനത്തെയും അധികാരത്തെയും ക്ഷയിപ്പിക്കാൻ മൾട്ടിനാഷനൽ കോർപ്പറേഷനുകളെ അനുവദിക്കുന്ന വിധത്തിലുള്ള ഒരു സാമ്പത്തിക കേന്ദ്രീകരണത്തിന്റെ പ്രതിഫലനമാണ് യഥാർത്ഥത്തിൽ ഈ രാഷ്ട്രീയ മാറ്റങ്ങൾ. ഈ കോർപ്പറേഷനുകൾ

ബാർബിയും റാംബോയും – പുതിയ ലഡാക്കിയുടെ ആദർശമാതൃകകൾ.

ജനാധിപത്യ നിയന്ത്രണങ്ങളുടെ പരിധിക്ക് പുറത്ത് സ്ഥിതിചെയ്യുന്ന എന്നതിനാൽ അത്തരം പ്രവണതകൾ അങ്ങേയറ്റം അസ്വസ്ഥത ജനിപ്പിക്കുന്നു. സംഘടിതതൊഴിലാളിവർഗ്ഗത്തിനും പരിസ്ഥിതി പ്രവർത്തകർക്കും ഭീമൻ കോർപറേഷനുകളുടെ ചലനശക്തിയോട് ചെറുത്തുനിൽക്കുവാൻ സാധിക്കുകയില്ല; തൊഴിലാളികളുടെ അവകാശങ്ങൾ സംരക്ഷിക്കുന്നതിനോ വിഷം കലർന്ന ഏതെങ്കിലുമൊരു രാസവസ്തു നിരോധിക്കുന്നതിനോ വേണ്ടിയുള്ള നിയമം നടപ്പിലാക്കുവാൻ വേണ്ടി അവർ വർഷങ്ങളോളം പൊരുതുമായിരിക്കാം, എന്നാൽ അപ്പോഴേയ്ക്കും അത്ര കർശനമല്ലാത്ത നിയന്ത്രണങ്ങൾ നിലവിലുള്ള മറ്റൊരു രാജ്യത്തിലേക്ക് കമ്പനികൾ അവയുടെ പ്രവർത്തനങ്ങൾ മാറ്റുകയും ചെയ്യും. രാജ്യാന്തര കമ്പനികളെ സംബന്ധിച്ചിടത്തോളം സ്വതന്ത്രവിപണിയുടെ അർത്ഥം ഇതാണ് – കൂടുതൽ ലാഭത്തിനുവേണ്ടിയുള്ള അവരുടെ തിരച്ചിലിന്മേലുള്ള നിയന്ത്രണങ്ങളിൽ നിന്നുള്ള സ്വാതന്ത്ര്യം.

കൂടുതൽ വിഭവചൂഷണം, കൂടുതൽ സാങ്കേതികമുന്നേറ്റം, കൂടുതൽ വിപണികൾ, കൂടുതൽ ലാഭം എന്നിവയ്ക്ക് വേണ്ടിയുള്ള കഠിനമായ ത്വരയാണ് ഇന്ന് ആഗോളസാമ്പത്തികതയെ മുന്നോട്ട് നയിക്കുന്നത്. ലോകമെമ്പാടുമുള്ള വികസിത-വികസ്വര രാജ്യങ്ങളിലെ ജനങ്ങളെ ധനപരവും മനശ്ശാസ്ത്രപരവുമായ സമ്മർദ്ദങ്ങൾ അന്ധമായ ഉപഭോഗസംസ്കാരത്തിലേക്ക് തള്ളിവിടുന്നു. “സാമ്പത്തികവളർച്ച

മനുഷ്യവർഗ്ഗത്തിന്റെ അഭിവൃദ്ധിക്ക് വേണ്ടി" എന്നതാണ് പ്രമാണം. പരസ്യങ്ങളും മാധ്യമങ്ങളും ജനങ്ങളോട് അവർ എന്ത് ചെയ്യണം എന്ന് പറഞ്ഞുകൊടുക്കുന്നു – വാസ്തവത്തിൽ, അവർ എന്ത് ആയിത്തീരണമെന്നാണ് അവ പറഞ്ഞുകൊടുക്കുന്നത്: ആധുനികർ, പരിഷ്കൃതർ, ധനികർ - നിങ്ങൾക്ക് ഏതുവേണമെങ്കിലും തിരഞ്ഞെടുക്കാം.

"മൂന്നാംലോകരാജ്യങ്ങളിലെ" ഗ്രാമവാസികൾക്ക് ആധുനികജീവിതത്തെക്കുറിച്ച് വികലമായ ധാരണയാണ് ലഭിക്കുന്നത് – എല്ലാ സുഖസൌകര്യങ്ങളും പകിട്ടും നിറഞ്ഞ, എല്ലാവരും കുറ്റമറ്റവരും സൌന്ദര്യമുള്ളവരുമായിരിക്കുന്ന ഒരു ലോകം. വേഗതയുള്ള കാറുകളും മൈക്രോവേവ് അടുപ്പുകളും വീഡിയോമെഷീനുകളുമാണ് അവർ കാണുന്നത്. അളവറ്റ സമ്പത്തുള്ളവരെ കാണുകയും അവരുടെ ഭ്രമാത്മകമായ ശമ്പളത്തെക്കുറിച്ച് കേൾക്കുകയും ചെയ്യുന്നു. ലോകമെമ്പാടും വികസനം ഇപ്പോൾ സ്വയം മുന്നോട്ടുനയിക്കുന്ന ഒരു യന്ത്രത്തിന്റെ നിയന്ത്രണത്തിലാണ്. ആസൂത്രിതമായ പദ്ധതികൾ ഇല്ലാത്തയിടങ്ങളിൽ പോലും ആധുനികജീവിതത്തെക്കുറിച്ചുള്ള ഏകതാനമായ മാതൃകകകളാണ് വികസനത്തെ മുന്നോട്ട് നയിക്കുന്നത്: എന്നാൽ ഈ മാതൃകകളിൽ അവയുടെ പാർശ്വഫലങ്ങളായ മലിനീകരണം, മാനസികസമ്മർദ്ദം, മയക്കുമരുന്നിനോടുള്ള ആസക്തി, ഭവനരാഹിത്യം എന്നിവ ഉൾപ്പെടുന്നില്ല. ഇപ്രകാരം വികസനത്തിന്റെ ഒരുവശം മാത്രം കാഴ്ചവെയ്ക്കുമ്പോൾ ജനങ്ങൾ പ്രലോഭിതരും ആധുനികവത്കരണത്തോട് അതിയായ താത്പര്യമുള്ളവരുമായിത്തീരുന്നു.

17
പ്രതിവികസനം

നാം ഇനിയും ആകാശത്തെ
എത്തിപ്പിടിക്കാൻ ശ്രമിച്ചുകൊണ്ടിരിക്കുന്നു,
'മുകളിൽ വെറും ശൂന്യതയാണ്" എന്നു ചൊല്ലിക്കൊണ്ട്
വികസിതരാഷ്ട്രങ്ങളിലെ ജനങ്ങൾ
തിരിച്ച് താഴേക്കിറങ്ങുകയാണ്.
ഗെയ്‌ലോങ് പൽദാൻ,
ശക്തി ഗ്രാമത്തിലെ ഒരു സമ്മേളനത്തിൽ വെച്ച് പറഞ്ഞത്,
1990

വികസനപ്രക്രിയ ലഡാക്കിനെ പരിവർത്തനം ചെയ്യുന്നതിനു സാക്ഷ്യം വഹിക്കുമ്പോൾ, ജനങ്ങൾക്ക് അവരുടെ ജീവിതത്തെ രൂപപ്പെടുത്തുന്ന ശക്തികളെക്കുറിച്ച് എത്ര തുച്ഛമായ അറിവാണുള്ളത് എന്ന് ഞാൻ തിരിച്ചറിഞ്ഞു.

ലഡാക്കിലെ കാർഷികവിഭാഗത്തിന്റെ മേധാവിയുമായി 1987-ൽ ഞാൻ മലിനീകരണത്തെക്കുറിച്ച് സംസാരിക്കുമ്പോൾ യുറോപ്പിലെ മരിച്ചുകൊണ്ടിരിക്കുന്ന വനങ്ങളെക്കുറിച്ച് അദ്ദേഹം അതുവരെ കേട്ടിട്ടുപോലുമില്ല എന്ന് വ്യക്തമായി. ജർമനിയിൽ അമ്ലമഴ കൊണ്ട് ഏകദേശം പകുതിയോളം വൃക്ഷങ്ങൾ രോഗഗ്രസ്തമാവുകയോ നശിച്ചുപോവുകയോ ചെയ്തു എന്ന് ഞാൻ പറഞ്ഞപ്പോൾ അദ്ദേഹം ഞെട്ടിപ്പോയി.

"നിങ്ങളുടെ രാജ്യത്ത് ഒരുപാട് ബോംബുകൾ ഉണ്ടെന്ന് ഞാൻ കേൾക്കുന്നു. നിങ്ങൾ തിരികെ ചെല്ലുമ്പോൾ അത് നിറുത്താൻ അവരോട് പറയണം. നമുക്ക് അതിന്റെ ആവശ്യമില്ല എന്ന് ദയവായി അവരോട്

പറയുക" എന്ന് എന്റെ സുഹൃത്തായ യാങ്ങ്സ്കിത് ഡോൾമ എന്നോട് പറഞ്ഞപ്പോൾ അവളുടെ കണ്ണുകൾ നിറഞ്ഞിരുന്നു.

"ഞങ്ങളുടെ പച്ചക്കറികൾ ഇവിടുത്തെ പച്ചക്കറികളെക്കാൾ വളരെയധികം മെച്ചപ്പെട്ടവയാണ്. ഞങ്ങളുടേതിൽ കുറഞ്ഞത് ഏഴുതരം രാസപദാർത്ഥങ്ങളെങ്കിലും അടങ്ങിയിട്ടുണ്ട്." ലേ-യിൽ വെച്ച് ഒരിക്കൽ ഒരു കാശ്മീരി വ്യവസായി അഭിമാനപൂർവ്വം എന്നോട് പറഞ്ഞു.

ഏതാനും വർഷങ്ങൾ മുൻപ് ലഡാക്കിൽ നിന്നുള്ള ഒരു എഞ്ചിനീയർ വളരെ പരിഭ്രാന്തനായി എന്നെ കാണുവാൻ വന്നു. "ഹരിതഗൃഹങ്ങൾ നിർമ്മിക്കുന്നത് നാം അവസാനിപ്പിക്കണം." അയാൾ പറഞ്ഞു. "അവ ഭയങ്കരമായ ഹാനി വരുത്തും എന്നാണ് കേൾക്കുന്നത്. അതിനെക്കുറിച്ച് ഈയിടെ ഒരു വലിയ അന്താരാഷ്ട്രസമ്മേളനം നടന്നിരുന്നു."

പ്രകടമായ നിഷ്കളങ്കതയുടെ ഇത്തരം ഉദാഹരണങ്ങൾ ബുദ്ധിയില്ലായ്മയെ അല്ല സൂചിപ്പിക്കുന്നത് എന്നത് വ്യക്തമാണ്; മറിച്ച്, വ്യാവസായിക സംസ്കാരത്തെക്കുറിച്ചുള്ള അറിവില്ലായ്മയുടെ ഫലമാണ്. യാങ്ങ്സ്കിത്തിന് അവളുടെ സമൂഹത്തെ സ്വാധീനിക്കാൻ സാധിക്കുന്നതുപോലെ എനിക്ക് എന്റെ സമൂഹത്തെ സ്വാധീനിക്കാൻ കഴിയില്ല എന്ന് തിരിച്ചറിയാൻ മാത്രം പാശ്ചാത്യജീവിതത്തെക്കുറിച്ച് അവൾ എങ്ങനെയറിയാനാണ്? അതുപോലെ കീടനാശിനികളുടെയും കളനാശിനികളുടെയും ഗുണങ്ങളെക്കുറിച്ച് മാത്രം പറഞ്ഞുകൊടുക്കപ്പെട്ടിട്ടുള്ള കശ്മീരിലെ വ്യവസായി അവയുടെ മൂല്യത്തെ എന്തിനു ചോദ്യം ചെയ്യണം?

ശിശുക്കൾക്ക് നൽകുന്ന പാൽപൊടി മുതൽ ജൈവ ഇന്ധനങ്ങളോടുള്ള ആശ്രിതത്വം വരെയുള്ള എല്ലാറ്റിന്റെയും ദീർഘകാലഫലങ്ങളെക്കുറിച്ചുള്ള വിവരങ്ങൾ വികസനം ഏറെ കടക്കാത്ത പ്രദേശങ്ങളിൽ എത്തുന്നില്ല. അതേസമയം അവിടെ വന്നെത്തുന്ന പരസ്യങ്ങളിലും മാധ്യമങ്ങളിലുമുള്ള പ്രലോഭിപ്പിക്കുന്ന പ്രതിബിംബങ്ങളാകട്ടെ വിഷം കലർന്ന ചവറുകളെയും കൃഷിയിടങ്ങളിലെ മണ്ണൊലിപ്പിനെയും അമ്ല മഴയെയും ആഗോളതാപനത്തെയും കുറിച്ചുള്ള മുന്നറിയിപ്പുകളൊന്നും അവർക്ക് നൽകുന്നുമില്ല.

അത്തരം പ്രശ്നങ്ങളെ നേരിടുന്നതിനുവേണ്ടി വ്യവസായവത്കൃത ലോകത്തിലെ ധാരാളം ജനങ്ങൾ ഭൂമിയുമായുള്ള സന്തുലനം വീണ്ടെടുക്കാനുള്ള വഴികൾ അന്വേഷിക്കുകയാണെന്ന കാര്യവും വികസ്വര രാജ്യങ്ങളിലെ ജനങ്ങൾ അറിയുന്നില്ല. തങ്ങളുടെ സമുദായവുമായും പ്രകൃതിയുമായുമുള്ള ബന്ധം ക്ഷയിച്ചതു മൂലം വലിയ നഗരങ്ങളിൽ

തിങ്ങിപ്പാർക്കുന്ന മനുഷ്യർ വലയുന്നതും "പുരോഗതിയുടെ" പിന്നിലെ സങ്കല്പങ്ങളെ ചോദ്യം ചെയ്യാൻ തുടങ്ങുന്നതും അവർ അറിഞ്ഞിട്ടില്ല. വാഹനങ്ങൾ ഉണ്ടാക്കുന്ന സാമൂഹിക-പാരിസ്ഥിതിക പാർശ്വഫലങ്ങളെക്കുറിച്ചുള്ള മുന്നറിയിപ്പുകളും വാഹനങ്ങളെ ആശ്രയിച്ചിരുന്ന പലരും തീവണ്ടിയും സൈക്കിളും നടത്തവുമാണ് കൂടുതൽ ഇഷ്ടപ്പെടുന്നതെന്ന കാര്യവും അവരുടെ ചെവികളിൽ എത്തുന്നില്ല. അതുപോലെ വ്യവസായവത്കൃത രാജ്യങ്ങളിൽ ചികിത്സാരീതികൾ കൂടുതൽ കൂടുതൽ പ്രകൃതിശാസ്ത്ര സമ്പ്രദായങ്ങൾ കടമെടുക്കുന്നതും യാഥാർഥ്യത്തെക്കുറിച്ചുള്ള യാന്ത്രികമായ വ്യാഖ്യാനങ്ങളിൽ നിന്നകന്ന് കൂടുതൽ ആത്മീയമായ വിശകലനങ്ങളിലേക്ക് കടക്കുന്നതും പ്രധാനവാർത്തയല്ല. വടക്കെ അമേരിക്കയിലും യൂറോപ്പിലും വൻ തോതിലുള്ള പരിസ്ഥിതി പ്രശ്നങ്ങൾ കാർഷികരീതികളുടെ ദിശ മാറ്റുന്നതും, വ്യവസായവത്കൃത ലോകത്തിലെ ഉപഭോക്താക്കൾ രാസപദാർത്ഥങ്ങൾ കലരാത്ത അസംസ്കൃത ഭക്ഷ്യവസ്തുക്കൾക്ക് ഇരട്ടി വില നൽകാൻ തയ്യാറാകുന്നതും, ചില ഗവണ്മെന്റുകൾ കർഷകരെ രാസവളങ്ങളെ ആശ്രയിക്കുന്ന കൃഷിയിൽ നിന്നു ജൈവരീതികളിലേക്ക് മാറാൻ പ്രോത്സാഹിപ്പിക്കുന്നതുമൊന്നും പരസ്യമാക്കപ്പെടുന്നില്ല.

അതുപോലെതന്നെ, മൂന്നാംലോകരാജ്യങ്ങളിൽ നടക്കുന്ന വികസനങ്ങളുടെയും അവർക്ക് പുറംലോകത്തു നിന്ന് ലഭ്യമാകുന്ന സഹായങ്ങളുടെയും യാഥാർഥ്യങ്ങളെക്കുറിച്ച് പാശ്ചാത്യരാജ്യങ്ങൾക്കും പൂർണ്ണമായ വിവരം ലഭിക്കുന്നില്ല. ഭൂരിപക്ഷം നികുതിദായകരും അവരുടെ നിക്ഷേപങ്ങൾ കൊണ്ട് നടപ്പിലാക്കപ്പെടുന്ന പദ്ധതികളുടെ പ്രത്യാഘാതങ്ങളെക്കുറിച്ച് ഒന്നും അറിയുന്നില്ല. ഒരുപക്ഷേ ദരിദ്രമേഖലകളിൽ റോഡുകളും ആശുപത്രികളും നിർമ്മിക്കുന്നതിനെക്കുറിച്ചു മാത്രമേ അവർ കേൾക്കുന്നുള്ളൂ. പാവപ്പെട്ട രാജ്യങ്ങളിൽ നിന്നുള്ള ഉൽപന്നങ്ങൾ വാങ്ങുന്നത് അവിടുത്തെ ജനങ്ങൾക്ക് സഹായകമാകും എന്ന് അവർ വിശ്വസിക്കുന്നുണ്ടാകും. എന്നാൽ പാശ്ചാത്യവിപണിക്കുവേണ്ടി കാപ്പിയും കൊക്കോയും നെല്ലും കൃഷി ചെയ്യുന്നതിന് പകരം അവർക്കുവേണ്ടിയുള്ള ഭക്ഷ്യവസ്തുക്കൾ സ്വയം കൃഷി ചെയ്യുന്നതും പ്രാദേശികവിപണിയിൽ വിൽക്കുന്നതുമായിരിക്കും ഗ്രാമീണസമൂഹങ്ങൾക്ക് ദീർഘകാലാടിസ്ഥാനത്തിൽ നല്ലത് എന്നത് പാശ്ചാത്യരാജ്യങ്ങളിലുള്ളവർ തിരിച്ചറിയുന്നില്ല. ഹിമാലയൻ താഴ്വാരങ്ങളിൽ തടിക്കമ്പനികളാൽ വെട്ടിവീഴ്ത്തപ്പെടാതിരിക്കാൻ വേണ്ടി വൃക്ഷങ്ങളെ പുണർന്നു നിന്ന ചിപ്കോ സ്ത്രീകളെ പോലെ, സാമ്പത്തികമായി താരതമ്യേന സ്വയംപര്യാപ്തരായവരും അപ്രകാരം തന്നെ തുടരാൻ

ആഗ്രഹിക്കുന്നവരുമായ സമുദായങ്ങളെക്കുറിച്ച് വളരെ കുറച്ച് മാത്രമേ പുറംലോകം കേൾക്കുന്നുള്ളൂ.

അതിനുപുറമേ, വ്യാവസായിക ഉല്പന്നങ്ങളുടെ അപകടസാദ്ധ്യതകളെക്കുറിച്ച് പാശ്ചാത്യലോകത്ത് ജീവിക്കുന്നവർക്ക് കൂടുതൽ അറിവ് ലഭ്യമാണെങ്കിലും മൂന്നാംലോക രാഷ്ട്രങ്ങളിലെ ജനങ്ങൾക്ക് അത്തരം അറിവുകൾ ലഭ്യമല്ല എന്നതിനെക്കുറിച്ച് അവർ അജ്ഞരാണ്. ശക്തിയേറിയ ഔഷധങ്ങളുടെയും രാസവസ്തുക്കളുടെയും അപ്രതീക്ഷിതമായ പാർശ്വഫലങ്ങളുടെ അനുഭവം അവയെ മുൻകരുതലോടെ കൈകാര്യം ചെയ്യാൻ നമ്മെ പഠിപ്പിക്കുന്നു. അത്തരം അനുഭവങ്ങളില്ലാത്ത മൂന്നാംലോക രാഷ്ട്രങ്ങളിലെ ജനങ്ങൾ ഏറെ മുൻകരുതലൊന്നും കൂടാതെ അവയെ ഉപയോഗിക്കുന്നു. പാടങ്ങളിൽ DDT തളിക്കുന്ന കർഷകർ ഒരു സുരക്ഷോപാധികളും ഉപയോഗിക്കുന്നില്ല, അതുപോലെ പാശ്ചാത്യലോകത്ത് നിരോധിച്ചിരിക്കുന്ന പല മരുന്നുകളും അവിടെയുള്ള ജനങ്ങൾ പലപ്പോഴും ഡോക്ടറുടെ കുറിപ്പ് പോലുമില്ലാതെ, അധിക അളവിൽ വ്യാപകമായി ഉപയോഗിക്കുന്നു.

മലിനീകരണവും വിഷം കലർന്ന ഉല്പന്നങ്ങളുടെ അനൈതികമായ വിപണനവും പല വ്യവസായവത്കൃതരാഷ്ട്രങ്ങളിലും നിയമപരമായും സമ്മർദ്ദസംഘടനകളുടെ ജാഗ്രത മൂലവും നിയന്ത്രിക്കപ്പെട്ടിട്ടുണ്ട്. എന്നാൽ വികസ്വരരാജ്യങ്ങളിലാകട്ടെ അത്തരം നിയന്ത്രണങ്ങൾ തീരെ അപര്യാപ്തമാണ്. യൂറോപ്യൻ കമ്മ്യൂണിറ്റിയുടെ അധീനതയിൽ 1989-ൽ നടന്ന ഒരു സമ്മേളനത്തിൽ പരിസ്ഥിതിപ്രവർത്തകർക്ക് വ്യാവസായികമേധാവികളുടെയും നിയമനിർമ്മാതാക്കളുടെയും മുന്നിൽ വ്യാവസായികകൃഷിയുടെ അപകടങ്ങളെക്കുറിച്ചുള്ള അവരുടെ വീക്ഷണങ്ങൾ അവതരിപ്പിക്കാൻ അവസരം ലഭിച്ചപ്പോൾ ഇക്കാര്യം നാടകീയമാംവിധം ബോദ്ധ്യമാക്കപ്പെട്ടു. പശ്ചിമയൂറോപ്യൻ രാജ്യങ്ങളിലെ പരിസ്ഥിതിനാശത്തിന്റെ ഭയാനകമായ പൂർണ്ണരൂപം അവർ അവതരിപ്പിച്ചതു കേട്ട് ഫ്രാൻസിലെ പ്രധാനപ്പെട്ട ഒരു വ്യാവസായിക കച്ചവടക്കമ്പനിയുടെ മേധാവി കൈകൾ ഉയർത്തിക്കൊണ്ട് ഇപ്രകാരം പറഞ്ഞു, “ശരി, ശരി, നിങ്ങൾ പറയുന്നത് അംഗീകരിക്കുന്നു! പക്ഷേ, ഞങ്ങൾക്ക് മൂന്നാംലോകരാഷ്ട്രങ്ങളെ മാത്രം വിട്ടു തന്നേയ്ക്കൂ!"

വികസനത്തിന്റെയും പുരോഗതിയുടെയും പേരിൽ കൂടുതൽ വിനാശം ഒഴിവാക്കണമെന്നുണ്ടെങ്കിൽ ഒരു സംഘടിത ബോധവത്കരണ പ്രവർത്തനം അത്യാവശ്യമാണ്: സാമൂഹികവും പാരിസ്ഥിതികവുമായ വിനാശത്തിലേക്ക് ലോകത്തെ തള്ളിവിട്ടുകൊണ്ടിരിക്കുന്ന വ്യാവസായിക രീതികളെക്കുറിച്ചുള്ള അപൂർണ്ണവും തെറ്റിദ്ധരിപ്പിക്കുന്നതുമായ

പ്രതിച്ഛായകളെ തിരുത്തുവാൻ സഹായിക്കുന്ന ഒരു വിദ്യാഭ്യാസപദ്ധതിയാണ് ഉണ്ടാവേണ്ടത്. കൂടുതൽ വികസനത്തിനു പകരം "പ്രതിവികസനം" (Counter development) എന്ന് ഞാൻ വിളിക്കുന്ന മറ്റൊരു രീതിയാണ് നമുക്കിന്ന് ആവശ്യം.

ജനങ്ങൾക്ക് അവരുടെ സ്വന്തം ഭാവിയെക്കുറിച്ച് പൂർണ്ണമായ അറിവോടുകൂടിയ തീരുമാനങ്ങളെടുക്കാൻ ആവശ്യമായ ഉപാധികൾ പ്രദാനം ചെയ്യുക എന്നതാണ് "പ്രതിവികസനപദ്ധതി"യുടെ പ്രധാന ഉദ്ദേശ്യം. കഥപറച്ചിൽ മുതൽ ഉപഗ്രഹങ്ങളിലൂടെയുള്ള ടെലിവിഷൻ സംപ്രേഷണംവരെയുള്ള, സാദ്ധ്യമായ എല്ലാ ആശവിനിമയ ഉപാധികളും ഉപയോഗപ്പെടുത്തിക്കൊണ്ട്, ഇന്നത്തെ വർദ്ധിച്ച മൂലധന-ഊർജ്ജ കേന്ദ്രിതമായ പ്രവണതകൾ ഒട്ടും സുസ്ഥിരമല്ല എന്ന വസ്തുതയ്ക്ക് കഴിയുന്നത്ര പ്രചാരം നൽകണം. സ്വാഭിമാനത്തെയും സ്വാശ്രിതത്വത്തെയും പ്രോത്സാഹിപ്പിക്കുക, അതിലൂടെ ജൈവവൈവിധ്യങ്ങളെ സംരക്ഷിക്കുക, പ്രാദേശികതയിൽ അധിഷ്ഠിതമായ യഥാർത്ഥ സുസ്ഥിരവികസനത്തിന് ആവശ്യമായ സാഹചര്യങ്ങൾ സൃഷ്ടിക്കുക എന്നിവയൊക്കെയാണ് ആത്യന്തികമായ ലക്ഷ്യം.

പരിമാണസംബന്ധിയായ അപഗ്രഥനത്തിന് പ്രാമുഖ്യം നൽകുന്ന സങ്കുചിതമായ ഹ്രസ്വകാല വീക്ഷണത്തെ ആശ്രയിക്കുന്നുവെന്നതാണ് സാമ്പ്രദായികവികസനത്തിന്റെ പോരായ്മകളിൽ ഏറ്റവും നിർണ്ണായകം. പ്രത്യേകവൈദഗ്ധ്യങ്ങളെയും അപൂർണ്ണമായ പ്രാഗൽഭ്യങ്ങളെയും മറികടന്ന് പ്രതിവികസനം വ്യാവസായികസമൂഹത്തിന്റെ വ്യവസ്ഥാനുസാരമായ അടിക്കെട്ടുകളെ അനാവരണം ചെയ്യും. കുടുംബങ്ങളുടെയും സമുദായങ്ങളുടെയും തകർച്ചകളിലേക്ക് അത് നമ്മുടെ ശ്രദ്ധയെ ആകർഷിക്കും; ജൈവഇന്ധനത്തെ ആശ്രയിച്ചു കഴിയുന്ന സമൂഹത്തിൽ മറഞ്ഞിരിക്കുന്ന ധനസഹായങ്ങളെ അത് ചൂണ്ടിക്കാട്ടും; പരിസ്ഥിതിനാശത്തെ അത് സാമ്പത്തിക സ്ഥിതിവിവരപട്ടികയിലെ (balance sheet) ബാധ്യതകളുടെ കൂടെ കൂട്ടിച്ചേർക്കും; വ്യാവസായിക ജീവിതരീതിക്ക് നാം നൽകേണ്ടിവരുന്ന, നിരന്തരമായി കുതിച്ചുയർന്നു കൊണ്ടിരിക്കുന്ന വിലയെ അത് വെളിച്ചത്തു കൊണ്ടുവരും.

അതേസമയം, പുരോഗതിയെക്കുറിച്ചുള്ള കൂടുതൽ വിശാലവും മാനുഷികവുമായ ഒരു പുതിയ നിർവചനത്തിന് പ്രതിവികസനം പ്രോത്സാഹനവും പ്രചാരവും നൽകും. ലോകത്തിന്റെ നാനാഭാഗത്തും കൂടുതൽ സുസ്ഥിരമായ മാതൃകകളെക്കുറിച്ചുള്ള അന്വേഷണത്തിൽ ഏർപ്പെട്ടിരിക്കുന്ന പ്രാദേശികസംരംഭങ്ങളെ അത് പ്രാമുഖ്യത്തോടെ ഉയർത്തിക്കാട്ടും. പെർമാകൾച്ചർ, ബയോ-ഡൈനാമിക്സ് തുടങ്ങിയ പുതിയ രീതികൾ

ഉൾപ്പെടുത്തിക്കൊണ്ട് വേഗത്തിൽ വളർന്നുവരുന്ന ജൈവകൃഷിയിലെ പുതിയ പ്രവണതകളെ പരമ്പരാഗതരീതികൾക്കൊപ്പം നടപ്പിലാക്കാനുള്ള സാദ്ധ്യതയിലേക്ക് അത് വിരൽ ചൂണ്ടും. പരിസ്ഥിതിയെയും ഭൂഘടനയെയും അടിസ്ഥാനപ്പെടുത്തിയുള്ള അതിരുതിരിക്കലിനെക്കുറിച്ചും പ്രാദേശിക സമ്പദ്‌വ്യവസ്ഥയെക്കുറിച്ചും ഊർജ്ജതന്ത്രത്തിലെ പുതിയ, സമഗ്രസമീപനത്തെക്കുറിച്ചും അത് റിപ്പോർട്ട് ചെയ്യും. ഡെന്മാർക്കിലെയും കാലിഫോർണിയായിലെയും കാറ്റാടി യന്ത്രങ്ങളേയും, അക്യുപങ്ചർ, ഹോമിയോപതി തുടങ്ങിയ പ്രകൃതിചികിത്സാരീതികളുടെ വളർന്നുകൊണ്ടിരിക്കുന്ന ആവശ്യകതകളെയും അത് പ്രചരിപ്പിക്കും. പരിസ്ഥിതിസംരക്ഷണം, മണ്ണ് സംരക്ഷണം, വായു, ജലം എന്നിവയുടെ സുരക്ഷ എന്നിവയിലൊക്കെ ലോകമെമ്പാടും ഉയർന്നു വരുന്ന ആത്യന്തികശ്രദ്ധയും താത്പര്യവും അത് കൂടുതൽ പ്രത്യക്ഷവത്കരിക്കും.

സുസ്ഥിരമല്ലാത്ത വികസനത്തെ ലക്ഷ്യമിട്ടുള്ള വീണ്ടുവിചാരമില്ലാത്ത പാച്ചിലിനെ പ്രതിരോധിക്കാൻ ആവശ്യമായ നടപടികൾ വിപുലമായ തോതിൽ എത്രയും പെട്ടെന്ന് ആരംഭിക്കേണ്ടതുണ്ട്. ഏകവിളകൃഷിയുടെ (monoculture) വേഗത്തിലുള്ള വ്യാപനത്തെ ചെറുക്കണമെങ്കിൽ അതിന്റെ രീതിയിൽ തന്നെയുള്ള, മുകളിൽ നിന്ന് തുടങ്ങുന്നതും മൂലധനത്തെ ആശ്രയിക്കുന്നതുമായ, ദ്രുതഗതിയിലുള്ള ആഗോളമാർഗ്ഗങ്ങൾ ഉപയോഗിക്കണം. പ്രതിവികസന പദ്ധതികൾ ഫലപ്രദമാകണമെങ്കിൽ ഗണ്യമായ അളവിലുള്ള ധനസഞ്ചയം ആവശ്യമാണ്; ഇന്ത്യയിൽ തെഹ്‌രിയിലെ അണക്കെട്ട് നിർമ്മാണത്തെയും ഉഷ്ണമേഖലകളിലെ മഴക്കാടുകളിലെ മരംവെട്ടലിനെയും എതിർക്കാൻ വളരെയധികം അദ്ധ്വാനവും പണവും ഉണ്ടെങ്കിൽ മാത്രമേ സാധിക്കുകയുള്ളൂ. കോളനിവത്കരണത്തിന്റെയും വികസനത്തിന്റെയും ഫലമായി, ലോകത്തിൽ അധികാരവും സ്വാധീനശക്തിയുമുള്ള ഭൂരിപക്ഷം പേർക്കും ഒരുപറ്റം യൂറോപ്യൻ ഭാഷകൾ സംസാരിക്കാമെന്നായിട്ടുണ്ട്. അതിനാൽ, വൈവിധ്യത്തെ പ്രോത്സാഹിപ്പിക്കുന്ന വിദ്യാഭ്യാസപരിപാടികൾ ആ ഭാഷകളിലൂടെ തന്നെ അതിന്റെ സന്ദേശങ്ങളെത്തിച്ച് എത്രയും പെട്ടെന്ന് അനായാസേന നടപ്പിലാക്കാൻ കഴിയും.

പ്രതിവികസനം എന്ന ആശയം ഇതുവരെ അംഗീകരിക്കപ്പെട്ടിട്ടില്ലെങ്കിലും, അതിന്റെ പരിധിക്കുള്ളിൽ എന്ന് വ്യക്തമായി കണക്കാക്കാൻ പറ്റുന്ന പല ഉദ്യമങ്ങളും നടന്നുകൊണ്ടിരിക്കുന്നു. നിർഭാഗ്യവശാൽ, ഞാൻ കണ്ടിട്ടുള്ള ഒരു വികസനസംഘടനയ്ക്കും അത്തരം പദ്ധതികൾ ഇല്ല. എന്നിരുന്നാലും, കൂടുതൽ കൂടുതൽ പരിസ്ഥിതി സംഘടനകൾ ആ ദിശയിലേക്കാണ് നീങ്ങിക്കൊണ്ടിരിക്കുന്നത് – ഒരു പരിസ്ഥിതിവകുപ്പ്

സൃഷ്ടിക്കാൻ ലോകബാങ്കിനുമേൽ സമ്മർദ്ദം ചെലുത്തുന്ന വ്യത്യസ്തസം ഘങ്ങളുടെ ഒരു ശൃംഖല, ആണവോർജ്ജത്തിന്റെ അപകടങ്ങളെക്കുറി ച്ചുള്ള വിവരങ്ങൾ ശേഖരിച്ച് അവയെ സൌജന്യമായി ജനങ്ങൾക്കിട യിൽ വിതരണം ചെയ്യുന്ന ചില സംഘടനകൾ, കിഴക്കൻ യൂറോപ്പിലെ ചില സന്നദ്ധസംഘടനകൾ, ഗ്രാമീണരെ ചേരിപ്രദേശങ്ങളിൽ ജീവിക്കു ന്ന മനുഷ്യരുമായി കൂടിക്കാഴ്ച നടത്താൻ സാഹചര്യമൊരുക്കുകയും നാട്ടുവിട്ടുപോന്നതു കൊണ്ട് അവർക്ക് നേരിടേണ്ടി വന്ന പ്രശ്നങ്ങളെ ക്കുറിച്ച് അറിവ് പകർന്ന് ഗ്രാമീണസമുദായങ്ങളെ ശക്തിപ്പെടുത്താൻ ശ്രമിക്കുകയും ചെയ്യുന്ന ഫിലിപ്പീൻസിലെ ഒരു സംഘം എന്നിവ ചില ഉദാഹരണങ്ങൾ.

മൂന്നാംലോകരാജ്യങ്ങളിൽ നിന്ന് വ്യവസായവത്കൃത രാജ്യങ്ങൾ സന്ദർശിക്കുകയും വളരെക്കാലം അവിടെ ചിലവഴിക്കുകയും ചെയ്ത ഏതാനും വ്യക്തികളുടെ പ്രോത്സാഹനത്തിലാണ് സങ്കീർണ്ണമായ ചില ഉദ്യമങ്ങൾ നടപ്പിലാക്കപ്പെടുന്നത്, പാശ്ചാത്യജീവിതരീതിയുടെ പകിട്ടാർന്ന പ്രതിച്ഛായകളുടെ ആന്തരാർത്ഥം അവർ ഗ്രഹിച്ചിരി ക്കാം. ജർമനിയിൽ ഒരു ദശാബ്ദത്തിലേറെ ചിലവഴിച്ച റുവാണ്ടയിലെ സെക്കുയെ ബിസിമന ആണ് ഒരു നല്ല ഉദാഹരണം. അദ്ദേഹത്തിന്റെ *White Paradise, Hell for Africa?* എന്ന പുസ്തകത്തിൽ, പാശ്ചാത്യ ലോകത്തെക്കുറിച്ചുള്ള തന്റെ ആദർശപരമായ സങ്കൽപം ആദ്യം എപ്രകാരം ദൃഢപ്പെട്ടു എന്ന് വിവരിക്കുന്നുണ്ട്. അവിടത്തെ ഫാസ്റ്റ്ഫുഡ് കടകളും, വേഗതയേറിയ കാറുകളും, അവർ അനുഭവിക്കുന്ന സ്വാത ന്ത്ര്യവും അദൃശ്യതയുമെല്ലാം കണ്ട് അദ്ദേഹം അമ്പരന്നു പോയിരുന്നു. ഏതാണ്ട് രണ്ടു വർഷങ്ങളോളം കഴിഞ്ഞപ്പോൾ മാത്രമാണ് അവിടുത്തെ ഏകാന്തത, അസന്തുഷ്ടി, അനീതി, ദുർവ്യയം എന്നിങ്ങനെ ഉപരിതല ത്തിനു കീഴിലുള്ള കാര്യങ്ങൾ അദ്ദേഹം ശ്രദ്ധിക്കുവാൻ തുടങ്ങിയത്. അദ്ദേഹത്തിന്റെ മിഥ്യാബോധങ്ങൾ ഒന്നൊന്നായി തകർക്കപ്പെട്ടു, പാശ്ചാത്യർക്ക് നഷ്ടമായ പല ഗുണങ്ങളും തന്റെ സംസ്കാരത്തിലുണ്ട് എന്ന് ആ പ്രക്രിയയ്ക്കിടയിൽ അദ്ദേഹം തിരിച്ചറിഞ്ഞു. പാശ്ചാത്യസമൂ ഹത്തെ അതിനുള്ളിൽ നിന്നുകൊണ്ട് അനുഭവിച്ച് അറിഞ്ഞുകഴിഞ്ഞ പ്പോൾ പാശ്ചാത്യരീതിയിലുള്ള വികസനം ആഫ്രിക്കൻ രാജ്യങ്ങൾക്ക് അർത്ഥശൂന്യവും അനുചിതവുമാണെന്ന ഉറച്ച വിശ്വാസത്തിൽ അദ്ദേഹം എത്തിച്ചേരുകയും, അതിനു പകരം സ്വദേശീയവും സ്വാശ്രിതത്വത്തിൽ അധിഷ്ഠിതവുമായ ബദൽ മാതൃകകളെ പ്രോത്സാഹിപ്പിക്കുകയും ചെയ്തു.

ഈ മേഖലയിൽ ഇതുപോലെയുള്ള അനുഭവങ്ങളാൽ സ്വാധീനി ക്കപ്പെട്ട മറ്റ് ചിലരുമുണ്ട്. മലേഷ്യയിലെ മൂന്നാംലോകശൃംഖല എന്ന

സംഘടനയുടെ നേതാവ് മാർട്ടിൻ ഖോർ, കെനിയയിലെ വംഗാരി മാതായ്, ഇന്ത്യയിൽ വന്ദനാ ശിവയും അനിൽ അഗർവാളും, ബുർകിനാ ഫാസോയിലെ പിയർ റാബി എന്നിവർ അവരിൽ ചിലർ മാത്രം. മൂന്നാം ലോകരാജ്യങ്ങളിൽ നിന്ന് അർപ്പണമനോഭാവമുള്ള കൂടുതൽ പേർക്ക് പാശ്ചാത്യലോകത്ത് ജീവിക്കാനും ആധുനികവത്കരണത്തിന്റെ ഇരുണ്ടവശങ്ങളെ നേരിട്ട് കണ്ടു മനസ്സിലാക്കാനുമുള്ള അവസരങ്ങൾ ഉണ്ടാകേണ്ടത് അത്യാവശ്യമാണ്.

ഈ വിഷയത്തെക്കുറിച്ച് ഉത്കണ്ഠ വെച്ചുപുലർത്തുന്ന പാശ്ചാത്യരും പ്രതിവികസനത്തിൽ പങ്കുചേരേണ്ടതുണ്ട്. പാശ്ചാത്യസംസ്കാരത്തിൽ അനുഭവമുള്ള ഏതൊരാൾക്കും ഇതിൽ പങ്കുചേരാം, അതിന് ഏതെങ്കിലും പ്രത്യേകവൈദഗ്ധ്യത്തിന്റെ ആവശ്യമില്ല. വ്യക്തികളെന്ന നിലയിൽ നമുക്ക് ഗവണ്മെന്റിനു മേൽ സമ്മർദ്ദം ചെലുത്താം, സംഘടനകളെ സഹായിക്കാം, സ്വാശ്രിതത്വത്തിനു വേണ്ടി പ്രവർത്തിക്കുന്ന അടിത്തട്ടിലുള്ള സംഘടനകൾക്ക് പിന്തുണ നൽകാം, പ്രാദേശികസംസ്കാരങ്ങൾക്ക് വിനാശകരമാകുന്ന മാറ്റങ്ങളെ ചെറുക്കാൻ സഹായിക്കുന്ന വിവരങ്ങളും അറിവുകളും ശേഖരിച്ച് പങ്കുവെയ്ക്കാം.

മൂന്നാംലോക രാജ്യങ്ങളിൽ ഏതു രീതിയിലുള്ള പാശ്ചാത്യ ഇടപെടലും തെറ്റാണെന്ന് പലരും വിശ്വസിക്കുന്നു. അടിസ്ഥാനപരമായി തീർച്ചയായും അത് ന്യായമായ വാദം തന്നെയാണ്. എന്നാൽ, ലോകത്തിലെ മറ്റു ദേശങ്ങളെ ചൂഷണം ചെയ്തു നിലനിൽക്കുന്ന ഒരു പാശ്ചാത്യ ജീവിത മാതൃകയെ പിന്തുടർന്ന് സ്വദേശത്ത് തന്നെ ജീവിച്ചുവരുന്ന നാമുണ്ടാക്കുന്ന ആഘാതങ്ങൾ അനിവാര്യമായും നാം ജീവിക്കുന്ന സ്ഥലത്തെയും കവിഞ്ഞ് മറ്റു ദേശങ്ങളിലേക്കും വ്യാപിക്കുന്നു എന്ന വസ്തുതയെ അത് സൌകര്യപൂർവ്വം മറികടക്കുന്നു. കൂടാതെ, നമുക്ക് വ്യാവസായികസംസ്കാരത്തെക്കുറിച്ചുള്ള വിലമതിക്കാനാവാത്ത അനുഭവസമ്പത്തുണ്ട്, അവികസിതരാജ്യങ്ങൾക്ക് അത് ആവശ്യവുമാണ്. മൂന്നാംലോകരാജ്യങ്ങളിൽ പാശ്ചാത്യർ ഇടപെടരുത് എന്നു പറയുമ്പോൾ, അവിടെയുള്ള അമ്മമാർ ദൂഷിച്ച വെള്ളത്തിൽ പാൽപൊടി കലക്കി കുഞ്ഞുങ്ങൾക്ക് നൽകുന്നു എന്നൊക്കെ കേട്ടുകൊണ്ട് നാം വെറുതെയിരിക്കണമെന്നാണോ അതിന്റെ അർത്ഥം?

"പക്ഷേ അവർ അത് സ്വയം തിരിച്ചറിയുക തന്നെ വേണം," എന്ന് ചിലർ പറയും. "അവരും ആ അനുഭവത്തിലൂടെ കടന്നു പോകണം." താത്പര്യവും ഉത്കണ്ഠയുമുള്ള എത്രയോപേർ ഈ അഭിപ്രായം പ്രകടിപ്പിക്കുന്നത് അനേകം തവണ ഞാൻ കേട്ടിട്ടുണ്ട്. ഫലത്തിൽ, അത് മൂന്നാംലോക ജനതയെ ചെറിയ കുഞ്ഞുങ്ങളെ പോലെ

കണക്കാക്കുന്നതിനു തുല്യമാണ്: നിങ്ങൾ അപകടങ്ങളെക്കുറിച്ച് എത്ര തവണ മുന്നറിയിപ്പ് നൽകിയാലും അവർ വിരലുകൾ കൊണ്ട് തീയിൽ സ്പർശിക്കുന്നത് തടയാൻ സാധിക്കുകയില്ല. മാത്രമല്ല, മനഃപൂർവമല്ലെങ്കിൽ പോലും, അത് വികസനം എന്ന തട്ടിപ്പിനെ നിലനിർത്താൻ സഹായിക്കുന്ന മനോഭാവമാണ്. "ആ അനുഭവത്തിലൂടെ കടന്നു പോകണം" എന്നത് ആവർത്തിക്കാൻ സാധിക്കാത്ത ഒരു മാതൃകയെ അതേപടി പിന്തുടരണമെന്നാണ് സൂചിപ്പിക്കുന്നത്; അതിനു വേണ്ടുന്ന അവശ്യവിഭവങ്ങൾ ഈ ഭൂമിയിൽ ഇല്ലതാനും.

ഇന്നത്തെ പ്രശ്നങ്ങൾക്ക് സുസ്ഥിരമായ പരിഹാരം കണ്ടെത്താൻ അത്യാവശ്യമായ ഒരു മുൻ ഉപാധിയാണ് യഥാർത്ഥത്തിൽ ഫലപ്രദമായ പ്രതിവികസനമാതൃക. ഉപഭോക്തൃസംസ്കാരത്തിനു വിരാമമിടാതെ വർദ്ധിച്ചുകൊണ്ടേയിരിക്കുന്ന ദാരിദ്ര്യത്തെയും സാമൂഹികവിഭജനങ്ങളെയും പരിസ്ഥിതിനാശത്തെയും തടയാൻ സാധിക്കും എന്ന് പ്രതീക്ഷിക്കാനാവില്ല. എന്നാൽ പ്രതിവികസനം മാത്രം മതിയാവുകയുമില്ല. സാങ്കേതിക ഏകരൂപതയെ എതിർക്കുന്നതിനോടൊപ്പം, പ്രാദേശിക വിഭവങ്ങളുടെയും അറിവുകളുടെയും വൈദഗ്ധ്യങ്ങളുടെയും ഉപയോഗത്തെ പരമാവധി പ്രോത്സാഹിപ്പിക്കുന്നതിലൂടെ പാരിസ്ഥിതിക - സാംസ്കാരിക വൈവിധ്യങ്ങളെ ശക്തമായി സംരക്ഷിക്കുകയും വേണം.

പ്രകൃതിയോടും മനുഷ്യരോടുമുള്ള പരിഗണനയിൽ നിന്നാണ് നാം തുടങ്ങുന്നത് എങ്കിൽ വൈവിധ്യം എന്നത് അനിവാര്യമായ ഒരു പരിണതഫലമാണ്. എന്നാൽ സാങ്കേതികതയുടെയും സാമ്പത്തികതയുടെയും ആവശ്യങ്ങളിൽ നിന്നാണ് നമ്മുടെ തുടക്കമെങ്കിൽ ഒടുവിൽ ഇന്ന് നാം നേരിട്ടുകൊണ്ടിരിക്കുന്ന അവസ്ഥയിലാണ് എത്തിച്ചേരുക – മുകളിൽ നിന്ന് അടിച്ചേല്പിക്കപ്പെടുന്നതും ഒരു വലിയ വിഭാഗം ജനങ്ങളുടെയും പ്രദേശങ്ങളുടെയും ആവശ്യങ്ങളിൽ നിന്ന് അപകടകരമാം വിധം അകന്നു നിൽക്കുന്നതുമായ ഒരു വികസനമാതൃക.

പ്രാദേശികത്വവും ആഗോളീകരണവും തമ്മിലുള്ള ഒരു സമതുലിതാവസ്ഥ വീണ്ടെടുക്കുകയാണ് നാം ചെയ്യേണ്ടത്. അടുത്തകാലത്തായി "ആഗോളതലത്തിൽ ചിന്തിക്കുക, പ്രാദേശിക തലത്തിൽ പ്രവർത്തിക്കുക" എന്ന ചൊല്ല് കൂടെക്കൂടെ പറഞ്ഞുകേൾക്കുന്നുണ്ടെങ്കിലും ആധുനികവത്കരണത്തിന്റെ തള്ളിക്കയറ്റം പൂർണ്ണമായും ആഗോളവത്കരണത്തിന്റെ ദിശയെ ലക്ഷ്യമാക്കിയാണ് നീങ്ങുന്നത്. പ്രാദേശികസംസ്കാരങ്ങളും സമ്പദ്‌വ്യവസ്ഥകളും ഭീതിപ്പെടുത്തുന്ന വേഗത്തിൽ അപ്രത്യക്ഷമായിക്കൊണ്ടിരിക്കുന്നു, അതോടൊപ്പം ജന്തുവർഗ്ഗങ്ങളും

സസ്യവർഗ്ഗങ്ങളും ഇല്ലാതെയാകുന്നു. സുസ്ഥിരമായ ഒരു മദ്ധ്യമാർഗ്ഗം കണ്ടെത്തുന്നതിന് വികേന്ദ്രീകരണത്തെ ലക്ഷ്യമിട്ടുള്ള സജീവമായ നടപടികൾ ആവശ്യമാണ്. ദേശീയ-അന്തർദേശീയ തലങ്ങളിൽ വലിയ അളവിലുള്ള ആശ്രിതത്വം സൃഷ്ടിക്കപ്പെട്ടതിനാൽ പെട്ടെന്നൊരു ദിവസം സഹായം നിർത്തലാക്കുന്നതും സമ്പദ്‌വ്യവസ്ഥകളെ തമ്മിൽ വിഘടിപ്പിക്കുന്നതും ഉത്തരവാദിത്വപരമാവുകയില്ല. ഉദാഹരണമായി, മൂന്നാംലോക രാജ്യങ്ങളിൽ നിന്നുള്ള കാപ്പിയും പരുത്തിയും വാങ്ങുന്നത് നമുക്ക് പെട്ടെന്ന് നിർത്തലാക്കുവാൻ സാധിക്കുകയില്ല, കാരണം അവരുടെ സമ്പദ്‌വ്യവസ്ഥകൾ അത്തരം കച്ചവടത്തെ മാത്രം ആശ്രയിച്ചാണ് നിലനിൽക്കുന്നത്. എന്നാൽ പുറം ദേശങ്ങളിലേക്ക് കയറ്റി അയക്കുന്നതിനു വേണ്ടിയുള്ള നാണ്യവിളകൾക്ക് പകരം അവിടെയുള്ള കർഷകർ സ്വന്തം ഭക്ഷ്യവസ്തുക്കൾ കൃഷി ചെയ്യുന്നത് പുനരാരംഭിക്കുവാൻ സഹായകമാകുന്ന പദ്ധതികളെ നമുക്ക് ഉടനടി പിന്തുണയ്ക്കാൻ കഴിയണം.

സാമ്പത്തിക വികേന്ദ്രീകരണത്തിനു സമാന്തരമായി തന്നെ ഊർജ്ജോത്പാദനവും വികേന്ദ്രീകരിക്കപ്പെടണം. ഇവയെല്ലാം മൂന്നാംലോകത്തോടൊപ്പം പാശ്ചാത്യരാജ്യങ്ങളിലും സംഭവിക്കണം എന്നത് അത്യാവശ്യമാണ്, എങ്കിലും വികസ്വരരാജ്യങ്ങളിൽ ഊർജ്ജോത്പാദനത്തിനുള്ള അടിസ്ഥാനസൌകര്യങ്ങൾ താരതമ്യേന പരിമിതമാകയാൽ, ഈ പ്രദേശങ്ങളിൽ സൂര്യനെയും കാറ്റിനെയും ജൈവ മാലിന്യങ്ങളെയും ജലത്തെയും ആശ്രയിച്ചുള്ള സാങ്കേതികവിദ്യകൾ നടപ്പിലാക്കുന്നത് കൂടുതൽ എളുപ്പമായിരിക്കും. എന്നാൽ ഇതുവരെ ഒന്നും സംഭവിച്ചിട്ടില്ല. പകരം, പാശ്ചാത്യരാജ്യങ്ങൾ തങ്ങളുടെ സ്വന്തം വൻകിട കേന്ദ്രീകൃത-വ്യവസായവത്കൃത ഊർജ്ജോത്പാദന മാതൃകകൾ അവരുടെ മേൽ അടിച്ചേൽപ്പിക്കുകയാണ് ചെയ്യുന്നത്. വിനാശകരമായ വികസനത്തിനു പകരം യഥാർത്ഥമായ പ്രയോജനം ലഭ്യമാക്കാനുള്ള ഫലപ്രദമായ മാർഗ്ഗങ്ങളിലൊന്ന്, പുതുക്കാവുന്ന ഊർജ്ജോത്പാദനമാതൃകകളുടെ വികേന്ദ്രിതമായ പ്രയോഗത്തിനു വേണ്ട വ്യാപകമായ പിന്തുണയും ധനസഹായവും നൽകാൻ സർക്കാർ മുതലായവരിൽ സ്വാധീനം ചെലുത്തുക എന്നതാണ്.

യഥാർത്ഥത്തിലുള്ള ഉചിതസാങ്കേതികത "ഉന്നതമായ" സാങ്കേതികതയെക്കാൾ വളരെ ചിലവ് കുറഞ്ഞതായിരിക്കും – സാമ്പത്തികതലത്തിൽ മാത്രമല്ല, കൂടുതൽ പ്രധാനമായി സമൂഹത്തിലും പരിസ്ഥിതിയിലുമുള്ള അതിന്റെ ആഘാതത്തിന്റെ കാര്യമെടുത്താലും അപ്രകാരം തന്നെ. നിശ്ചിതമായ സാമൂഹികവും ഭൂമിശാസ്ത്രപരവുമായ പശ്ചാത്തലത്തിൽ

നിന്നുള്ള ഗവേഷണത്തിൽ നിന്ന് ജന്മം കൊണ്ടതും അതിനു വേണ്ടി പ്രത്യേകം അനുരൂപപ്പെടുത്തിയതുമായിരിക്കും അത്, ഒരിക്കലും മറിച്ചായിരിക്കുകയില്ല. ഭൂമിയുമായി അടുത്ത് ഇടപഴകിയ ഏതൊരാൾക്കും അറിയാവുന്നത് പോലെ, കാറ്റ്, ജലം, സൂര്യൻ, മണ്ണ്, താപനില എന്നിവ ചെറിയ ദൂരങ്ങൾക്കുള്ളിൽ പോലും വ്യത്യസ്തമായിരിക്കും. ലഭ്യമായ കളിമണ്ണിന്റെ സ്വഭാവമനുസരിച്ച് ലഡാക്കിൽ ഓരോ സ്ഥലത്തും ഇഷ്ടിക നിർമ്മാണം വ്യത്യസ്തമായിരിക്കുന്നത് പോലെ, ലഭ്യമായ വിഭവങ്ങളെ ഏറ്റവും അനുകൂലമായി ഉപയോഗപ്പെടുത്തണമെങ്കിൽ പ്രാദേശികസാഹചര്യങ്ങൾക്ക് അനുസൃതമായി രൂപപ്പെടുത്തിയ ചെറുകിടയന്ത്രോപകരണങ്ങളായിരിക്കും ഓരോയിടത്തും സ്ഥാപിക്കേണ്ടത്. പ്രകൃതിയെക്കുറിച്ചുള്ള ശ്രദ്ധാപൂർവ്വവും അഗാധവുമായ അറിവാണ് അതിന് ആവശ്യം – വ്യാവസായികസമൂഹത്തിന്റെ നിഷ്ഠൂരമായ വഴികളിൽ നിന്ന് തികച്ചും വ്യത്യസ്തമായ ഒരു സമീപനമായിരിക്കുമത്.

പ്രാദേശികവിഭവങ്ങളെ അടിസ്ഥാനപ്പെടുത്തിയാണ് വികസനം നടക്കേണ്ടത് എങ്കിൽ, ആ വിഭവങ്ങളെക്കുറിച്ചുള്ള അറിവ് വളർത്തപ്പെടുകയും സംരക്ഷിക്കപ്പെടുകയും വേണം. അംഗീകൃതവും സാർവ്വലൗകികവുമായ അറിവിനെ മനഃപാഠമാക്കുന്നതിന് പകരം കുട്ടികൾക്ക് അവരുടെ സ്വന്തം പരിസ്ഥിതിയെ മനസ്സിലാക്കാൻ സഹായിക്കുന്ന തരത്തിലുള്ള പഠനസാമഗ്രികൾ നൽകേണ്ടതുണ്ട്. അതിന്റെ ഫലമായി ഇടുങ്ങിയതും പ്രത്യേകവൈദഗ്ദ്ധ്യവും നാഗരികചായ്‌വും കൈമുതലായുള്ള പാശ്ചാത്യവിദ്യാഭ്യാസരീതി കൂടുതൽ വിശാലവും സന്ദർഭോചിതവും പാരിസ്ഥിതികനുയോജ്യവുമായ മറ്റൊരു പരിപ്രേക്ഷ്യത്തിനു വേണ്ടി വഴിമാറണം. അത്തരത്തിൽ സ്ഥലത്തിനനുസരിച്ചുള്ള അറിവ് ഒരേസമയം പൂർണ്ണവും സവിശേഷവുമായിരിക്കും. ആ വിധത്തിലുള്ള സമീപനം പരമ്പരാഗതമായ അറിവിനെ നിലനിർത്തുവാനോ പുനർനിർണ്ണയിക്കുവാനോ പ്രേരിപ്പിക്കും. ഓരോ സ്ഥലത്തും നിലനിൽക്കുന്ന ജൈവശൃംഖലയുമായി നൂറ്റാണ്ടുകളോളമുള്ള താദാത്മ്യപൂർണ്ണമായ പാരസ്പര്യവും അനുഭവവും സ്വാംശീകരിച്ചുകൊണ്ട് അത് വളരും.

പ്രാദേശികമായ അറിവിനെ പ്രോത്സാഹിപ്പിക്കുന്ന പ്രവണത പ്രകൃതിശാസ്ത്രം ഉൾപ്പടെയുള്ള വിദ്യാഭ്യാസത്തിന്റെ എല്ലാ മേഖലകളിലേക്കും വ്യാപിക്കണം. ആധുനിക ശാസ്ത്രത്തിന്റെ യൂറോപ്-കേന്ദ്രിത സ്വഭാവത്തെ മറികടക്കണമെങ്കിൽ വികേന്ദ്രീകരിക്കപ്പെട്ടതും ജനസംഖ്യയുടെ ഏറിയ പങ്കിനും മനസ്സിലാക്കാൻ സാധിക്കുന്നതുമായ ഗവേഷണത്തെ പ്രചരിപ്പിക്കുവാൻ നമുക്ക് കഴിയണം. ലബോറട്ടറികളിലെ കൃത്രിമസാഹചര്യങ്ങൾക്കുള്ളിൽ പ്രശ്നങ്ങളെ വേർതിരിക്കുന്നതിനു

പകരം പ്രാദേശികഗവേഷകർ വൈവിധ്യം നിറഞ്ഞ സാംസ്കാരികവും പാരിസ്ഥിതികവുമായ ചുറ്റുപാടുകളിൽ വെച്ച് അവരുടെ പരീക്ഷണങ്ങൾ നടത്തുന്നതിന് ഊന്നൽ നൽകണം. ഉദാഹരണമായി, വിപുലമായ ഹൈ-ടെക് സീഡ് ബാങ്കുകൾ കെട്ടിപ്പടുക്കുന്നതിനു പകരം, കർഷകരെ അവരുടെ സ്വന്തം അപൂർവ ധാന്യവർഗ്ഗങ്ങൾ കൃഷി ചെയ്യുവാനും അതിലൂടെ നമ്മുടെ ജൈവവൈവിധ്യത്തിന്റെ ജീവസ്സുറ്റ കലവറകളെ നിലനിർത്തുവാനും പ്രോത്സാഹിപ്പിക്കണം.

മനുഷ്യരുടെ അടിസ്ഥാന ആവശ്യങ്ങൾ നിവർത്തിക്കുന്നതിനുള്ള ഏറ്റവും പ്രധാനമാർഗ്ഗമാണ് കൃഷി, മാത്രമല്ല മൂന്നാംലോകരാജ്യങ്ങളിലെ ഭൂരിപക്ഷം ജനങ്ങളുടെയും മുഖ്യ ഉപജീവനസ്രോതസ്സും കൂടിയാണത്. എങ്കിലും കർഷകരുടെ സ്ഥിതി ഇന്ന് ഏറ്റവും മോശമായിരിക്കുകയാണ്. അന്താരാഷ്ട്ര സാമ്പത്തിക സമ്മേളനങ്ങളിൽ, മറ്റു പ്രധാനപ്പെട്ട പ്രശ്നങ്ങളെ സംബന്ധിക്കുന്ന തീരുമാനങ്ങളെടുക്കുന്നതിന് "തടസ്സം നിൽക്കുന്ന" ഒരു വിഷയമായാണ് കൃഷിയെ കണക്കാക്കുന്നത്. ഈ പ്രവണതകൾ തുടരുകയാണെങ്കില് ഇനിയും ഒരു തലമുറ കൂടി കഴിയുമ്പോഴേക്കും ചെറുകിടകർഷകൻ നാമാവശേഷനാകും. കൃഷിക്ക് അർഹിക്കുന്ന പ്രാമുഖ്യം നൽകുകയും കാർഷികവൃത്തിയുടെ പദവി ഉയർത്താൻ വേണ്ടി പരിശ്രമിക്കുകയും ചെയ്യുന്നതിലൂടെ ഈ പ്രവണതകളെ പിന്നോട്ട് തിരിച്ചുവിടേണ്ടത് ഒരു അടിയന്തിരാവശ്യമാണ്. വികേന്ദ്രീകരിക്കപ്പെട്ട വികസനമാർഗ്ഗം ചെറുകിടകൃഷിക്ക് വളരെയധികം ഗുണങ്ങൾ പ്രദാനം ചെയ്യും. വിളകൾ കയറ്റുമതി ചെയ്യുന്നതിന് പകരം പ്രാദേശിക ഉപഭോഗത്തിനു വേണ്ടിയുള്ള ഭക്ഷ്യോത്പാദനത്തിന് പ്രാധാന്യം നൽകുക, ഗതാഗതശൃംഖലകൾക്ക് ധനസഹായം നൽകി വിദൂരദേശങ്ങളിൽ നിന്ന് ഇറക്കുമതി ചെയ്യപ്പെടുന്ന ഉല്പന്നങ്ങളുമായി പ്രാദേശിക ഉൽപന്നങ്ങൾ മത്സരിക്കേണ്ട അവസ്ഥ ഇല്ലാതാക്കുക, വലിയ തോട്ടങ്ങൾക്കും കൃഷിവ്യവസായത്തിനും അനുയോജ്യമായ മൂലധനാധിഷ്ഠിത കാർഷിക ഉപകരണങ്ങൾക്ക് പകരം പ്രാദേശിക സാഹചര്യങ്ങൾക്ക് അനുകൂലമായ കാർഷിക സാങ്കേതികവിദ്യ വികസിപ്പിക്കുന്നതിനു പിന്തുണ നൽകുക തുടങ്ങിയ കാര്യങ്ങൾ ചെറിയ കർഷകർക്ക് ഏറ്റവും ഗുണകരമാകും. അതുപോലെ കീടനാശിനികൾക്കും രാസവളങ്ങൾക്കും നൽകുന്ന ധനസഹായം നിറുത്തലാക്കി പരിസ്ഥിതിക്ക് വിനാശകരമല്ലാത്ത രീതികളെ പിന്തുണയ്ക്കുന്നതും അവരെ സഹായിക്കും.

ഈ പരിവർത്തനങ്ങളിൽ പലതും ഇപ്പോൾത്തന്നെ ആരംഭിച്ചു കഴിഞ്ഞു. ഉത്പാദകരും ഉപഭോക്താക്കളും തമ്മിലുള്ള ദൂരം കുറയ്ക്കുന്ന

കർഷകരുടെ കമ്പോളങ്ങൾ അവിടവിടെയായി പ്രവർത്തിക്കുന്നുണ്ട്. ലോകത്തിന്റെ നാനാഭാഗത്തുമുള്ള ധാരാളം ജനങ്ങളും പ്രസ്ഥാനങ്ങളും പരമ്പരാഗത കൃഷിരീതികളുടെ പരീക്ഷിച്ചറിഞ്ഞ വിജയത്തിൽ നിന്ന് പ്രചോദനം ഉൾക്കൊണ്ട് പ്രാദേശികവും സുസ്ഥിരവുമായ ബദൽ മാർഗ്ഗങ്ങൾ അന്വേഷിച്ചു തുടങ്ങിയിരിക്കുന്നു. എന്നാൽ ഔദ്യോഗികമായ പിന്തുണ ഇനിയും വളരെ അകലെയാണ്. ജൈവകൃഷിയിലേക്കുള്ള ചുവടുമാറ്റത്തിന്റെ ആവശ്യകതയെ ഗവണ്മെന്റുകൾ തിരിച്ചറിയുന്നു എന്നത് പ്രോത്സാഹനജനകമാണ്, എന്നാൽ സാമ്പത്തികസഹായം ഇപ്പോഴും ജൈവസാങ്കേതികവിദ്യകൾക്കും വൻകിട കൃഷിവ്യവസായങ്ങൾക്കുമാണ് തുടർച്ചയായി നൽകപ്പെടുന്നത്. വൈവിധ്യം നിലനിർത്തിക്കൊണ്ടുള്ള ചെറുകിടകൃഷിക്ക് നൽകേണ്ട പിന്തുണയുടെ കാര്യം ദേശീയപദ്ധതികളുടെ മുൻഗണനാക്രമത്തിൽ മുൻപന്തിയിൽ വരേണ്ടതുണ്ട്.

വികേന്ദ്രീകരിക്കപ്പെട്ട വികസനം സ്ത്രീകളുടെ സ്ഥാനത്തെ ശക്തിപ്പെടുത്തും, കൂടാതെ പുരുഷന്റെയും സ്ത്രീയുടെയും മൂല്യങ്ങൾ തമ്മിലുള്ള സന്തുലനം പുനഃസ്ഥാപിക്കുവാനും അത് സഹായകമാകും. വ്യാവസായിക സംസ്കാരത്തിലാകട്ടെ അധികാരം മിക്കവാറും പുരുഷനിൽ മാത്രം നിക്ഷിപ്തമായിരിക്കും. ആ സംസ്കാരത്തിന്റെ ആധാരശിലകളായ ശാസ്ത്രം, സാങ്കേതികത, സമ്പദ്‌വ്യവസ്ഥ എന്നിവയിൽ തുടക്കം മുതൽക്ക് തന്നെ പുരുഷാധിപത്യം നിലനിൽക്കുന്നുണ്ട്. വികസനത്തിന്റെ ഫലമായി പുരുഷന്മാർ വേതനം ലഭിക്കുന്ന തൊഴിൽ തേടി നഗരങ്ങളിലേക്ക് ചേക്കേറുമ്പോൾ അക്ഷരാർത്ഥത്തിൽ സ്ത്രീകൾ പിന്നിലാക്കപ്പെടുന്നു. കാർഷിക സമ്പദ്‌വ്യവസ്ഥയിൽ പോലും യന്ത്രവത്കരണത്തിന്റെ ഫലമായി ലോകമൊട്ടാകെ സ്ത്രീകൾ പാർശ്വവത്കരിക്കപ്പെട്ടിരിക്കുന്നു. വികേന്ദ്രിതമായ സമ്പദ്‌വ്യവസ്ഥയിലാകട്ടെ, ഒരു പ്രദേശത്തിനുള്ളിലെ ജനങ്ങൾ തമ്മിലുള്ള ബന്ധം ശക്തമാക്കപ്പെടുമ്പോൾ സ്ത്രീകളുടെ ശബ്ദം എളുപ്പത്തിൽ തിരിച്ചറിയാൻ സാധിക്കും. തീരുമാനങ്ങളെടുക്കുന്നതിന്റെയും സാമ്പത്തിക പ്രവർത്തനങ്ങളുടെയും അരികുകളിൽ ആയിരിക്കുകയില്ല അപ്പോൾ സ്ത്രീകൾ, അവയുടെ കേന്ദ്രസ്ഥാനത്ത് തന്നെ അവർ നിലയുറപ്പിച്ചിരിക്കും.

മിക്കവാറും മൂന്നാംലോകരാജ്യങ്ങളിൽ ഇന്നും കുടുംബവ്യവസ്ഥ വിഘടിക്കപ്പെടാതെ ശക്തമായി തുടരുന്നു. കുട്ടികളും മുതിർന്നവരും ഒരുമിച്ച്, പരസ്പരം സഹായിച്ചും സംരക്ഷിച്ചും കഴിയുന്നു. എന്നാൽ കുടുംബബന്ധങ്ങൾ ഇപ്പോൾ പാശ്ചാത്യരീതിയിലുള്ള വികസനത്തിന്റെ ശക്തമായ ആക്രമണത്തിന് കീഴ്പ്പെട്ടു തുടങ്ങിയിരിക്കുന്നു, തലമുറകൾ

തമ്മിൽ മുൻപ് ഇല്ലാതിരുന്ന വിധത്തിൽ വലിയ വിടവുകൾ സൃഷ്ടിക്കപ്പെട്ടിരിക്കുന്നു. ഈ പ്രവണതയെ പിന്നോട്ട് തിരിക്കണമെങ്കിൽ, നമുക്ക് സാമുദായികബന്ധങ്ങളെ ശക്തമായി പിന്തുണയ്ക്കേണ്ടതുണ്ട്, അവയെ ആശ്രയിച്ചാണ് വ്യക്തികളുടെയും കുടുംബങ്ങളുടെയും വൈകാരികാരോഗ്യം നിലനിൽക്കുന്നത്. പ്രാദേശിക സമ്പദ്‌വ്യവസ്ഥയെ ശക്തിപ്പെടുത്തുന്നതിന് ആവശ്യമായ പിന്തുണ നൽകണം എന്നാണ് ഇത് വിവക്ഷിക്കുന്നത്.

അത്തരം സമ്പദ്‌വ്യവസ്ഥകൾ വെറും ഉട്ടോപ്യൻ ആശയങ്ങളല്ല; നൂറ്റാണ്ടുകളായി അവ ലോകത്തിന്റെ പല ഭാഗങ്ങളിലും മികച്ച നിലയിൽ പ്രവർത്തിച്ചുകൊണ്ടിരിക്കുന്നു. വളർച്ചയെ മാത്രം മുൻനിറുത്തിയുള്ള കേന്ദ്രീകൃതവ്യവസ്ഥകളെ അപേക്ഷിച്ച് അവ സമ്പത്തിനെ കൂടുതൽ ഉചിതവും നിഷ്പക്ഷവുമായ വിധത്തിൽ വിതരണം ചെയ്യുന്നു, കൂടാതെ ജനങ്ങളുടെ ആവശ്യങ്ങളോടും പ്രകൃതിവിഭവങ്ങളുടെ പരിമിതികളോടും കൂടുതൽ ഫലപ്രദമായ രീതിയിൽ പ്രതികരിക്കുകയും ചെയ്യുന്നു. അവയുടെ പുനരുദ്ധാരണത്തെ പിന്തുണയ്ക്കുന്നതിലൂടെ നാം ആ പ്രദേശത്തിന്റെ സാംസ്കാരികവും പാരിസ്ഥിതികവുമായ വൈവിധ്യം നിലനിർത്തുകയാണ് ചെയ്യുക.

ഈ രീതിയിലുള്ള പരിഗണനകൾ സാമ്പ്രദായിക വികസന ചിന്താഗതിയുടെ പരിധിക്ക് പുറത്താണ് നിലകൊള്ളുന്നത്. എന്നിരുന്നാലും അവ മനുഷ്യന്റെ ക്ഷേമത്തിന് അത്യന്താപേക്ഷിതമാണ്. വികസനത്തിന്റെ പരമമായ ലക്ഷ്യം അതു തന്നെയായിരിക്കണം എന്നത് നാം ഒരിക്കലും വിസ്മരിച്ചുകൂടാ. ഭൂട്ടാനിലെ രാജാവ് നിരീക്ഷിക്കുന്നതുപോലെ, ഒരു സമൂഹത്തിന്റെ ക്ഷേമാവസ്ഥയുടെ യഥാർത്ഥ സൂചിക അവിടുത്തെ "ആഭ്യന്തര വളർച്ചാ നിരക്കല്ല" (GDP – gross national product), മറിച്ച് "ആഭ്യന്തര സന്തുഷ്ടി നിരക്കാണ്" (gross national happiness).

18
ലഡാക്ക് പ്രോജക്റ്റ്

ലഡാക്ക് സ്വർഗ്ഗതുല്യമായ ഭൂമിയാണ്
അത് നശിക്കാനിടവരുത്തുക എന്നത് എത്ര ദൗർഭാഗ്യകരം!
1975-ലെ ഒരു സന്ദർശകന്റെ വാക്കുകൾ.

ലഡാക്കിലെ എന്റെ ആദ്യവർഷം ഞാൻ കണ്ടുമുട്ടിയ സന്ദർശകരിൽ ഏറെപ്പേരും എല്ലാം പൂർവ്വനിശ്ചിതം എന്ന വിധിയിൽ വിശ്വസിക്കുന്നവരായിരുന്നു. കുറ്റകൃത്യങ്ങൾ, പരിസ്ഥിതിമലിനീകരണം, തൊഴിലില്ലായ്മ എന്നിവയൊക്കെയാകും ആ പ്രദേശം ബാഹ്യലോകത്തിനായി തുറന്നു നൽകപ്പെട്ടതിന്റെ അനിവാര്യമായ പരിണതഫലമെന്ന് അവർ ചിന്തിച്ചിരുന്നു. ഒരേയൊരു രൂപം മാത്രം കൈക്കൊള്ളാൻ സാധിക്കുന്ന, സ്വാഭാവികവും ഒട്ടും വഴക്കമില്ലാത്തതുമായ ഒരു പ്രക്രിയ എന്ന നിലയ്ക്കാണ് പുരോഗതിയെ അവർ വീക്ഷിച്ചത്. പക്ഷേ എനിക്ക് അതിനോട് യോജിക്കുവാൻ കഴിയുമായിരുന്നില്ല. അവിടെ സംഭവിച്ചു തുടങ്ങിയിരുന്ന വിനാശകരമായ കാര്യങ്ങൾ ആവശ്യമോ അനിവാര്യമോ അല്ലെന്ന് എനിക്ക് തീർച്ചയായിരുന്നു. മാറ്റാവുന്ന പരിപ്രേക്ഷ്യങ്ങളുടെയും സവിശേഷമായ നയങ്ങളുടെയും ഫലമായിരുന്നു അവ. ഒരു ബദൽമാർഗ്ഗം സാദ്ധ്യമാണെന്ന് എനിക്ക് ഉറപ്പുണ്ടായിരുന്നു.

ഏതാണ്ട് അതേസമയം തന്നെയാണ് E.F. ഷൂമാക്കർ എന്ന ധനതന്ത്രജ്ഞൻ എഴുതിയ ‘Small is beautiful’ എന്ന പുസ്തകം ഞാൻ വായിക്കാനിടയായത്, വികസനം വിനാശകരമാകണമെന്നില്ല എന്ന എന്റെ വിശ്വാസത്തെ അത് ദൃഢപ്പെടുത്തി. ആധുനികമേഖലകളിലെ

ജനങ്ങൾ ശീതകാലത്ത് അവരുടെ പാർപ്പിടം ചൂടുപിടിപ്പിക്കുവാൻ പുറമേനിന്ന് കൊണ്ടുവന്ന കരിയും മരവും ഉപയോഗിക്കുന്നത് ഞാൻ കണ്ടിരുന്നു. ശൈത്യത്തിലെ കടുത്ത തണുപ്പിനെ നേരിടാൻ അല്പമാത്രമായ കാലിച്ചാണകം എരിക്കുന്ന കർമ്മത്തിൽ നിന്നുള്ള പുരോഗതി എന്ന നിലയ്ക്കാണ് അവരതിനെ കണ്ടത്. എങ്കിലും ഈ പുതിയ ഇന്ധനങ്ങളെ ഹിമാലയത്തിന്റെ മറുവശത്ത് നിന്ന് വാഹനത്തിൽ കടത്തിക്കൊണ്ടുവരുന്നതിലുള്ള പ്രയാസങ്ങളും വർഷംതോറും ഉയരുന്ന പണച്ചിലവും അപ്പോൾ തന്നെ പ്രകടമായിരുന്നു. പരമ്പരാഗത സമ്പദ്‌വ്യവസ്ഥയിൽ ഉപജീവനം നടത്തിക്കഴിയുന്ന ഒരു കുടുംബത്തിന് വർഷം മുഴുവനും ആവശ്യമായ ഇന്ധനത്തിന്റെ ചെലവ് താങ്ങാൻ ഒരു വിധത്തിലും കഴിയുമായിരുന്നില്ല; ഈ ഇന്ധനം വാങ്ങുവാനുള്ള ഒരേയൊരു വഴി *ലെ*-യിലെ പണത്തെ ആശ്രയിച്ചുകൊണ്ടുള്ള സമ്പദ്‌വ്യവസ്ഥയുടെ ഭാഗമാവുക എന്നതായിരുന്നു. ഗ്രാമത്തിൽ നിന്ന് നഗരത്തിലേക്കുള്ള ഒഴുക്കിനെ ഗണ്യമായ രീതിയിൽ ത്വരിതപ്പെടുത്തുകയും അതോടൊപ്പം പുതുക്കാനാവാത്ത വിഭവങ്ങളിൽ അധിഷ്ഠിതമായ വിലക്കയറ്റ സമ്പദ്‌വ്യവസ്ഥയോടുള്ള ആശ്രിതത്വത്തെയും അത് സൃഷ്ടിച്ചു.

പരമ്പരാഗതസംസ്കാരത്തിന്റെ ശക്തികളെ അടിസ്ഥാനപ്പെടുത്തി നിർമ്മിക്കപ്പെട്ടതും പുതുക്കാവുന്ന ഊർജ്ജസ്രോതസ്സുകളുടെ ഉപയോഗത്തെ പ്രചരിപ്പിക്കുന്നവയുമായ പുതിയ നയങ്ങൾ നടപ്പിലാക്കണമെന്ന് അപേക്ഷിച്ചുകൊണ്ട് ഞാൻ കേന്ദ്ര-സംസ്ഥാന ഗവണ്മെന്റുകൾക്ക് കത്തുകൾ എഴുതിത്തുടങ്ങി. ഇന്ത്യൻ പ്ലാനിംഗ് കമ്മീഷനുമായി നടത്തിയ അനേകം ചർച്ചകൾക്കൊടുവിൽ 1978-ൽ, ഞാൻ ആവശ്യപ്പെട്ടതനുസരിച്ച് സൌരസാങ്കേതികവിദ്യ ഉപയോഗിച്ചുകൊണ്ടുള്ള ലളിതമായ ഏതാനും മാതൃകകൾ നിർമ്മിച്ച് പ്രദർശിപ്പിക്കുവാനുള്ള ഒരു ചെറിയ മാർഗ്ഗദർശകപദ്ധതിക്ക് അനുമതി ലഭിച്ചു. വർഷത്തിൽ മുന്നൂറിലധികം ദിവസം സൂര്യപ്രകാശം ലഭിക്കുന്ന പ്രദേശമായതിനാൽ സൌരോർജ്ജത്തിന്റെ തിരഞ്ഞെടുപ്പ് എളുപ്പമായിരുന്നു. പദ്ധതിയുടെ പ്രധാനലക്ഷ്യം വീടുകൾ ചൂടുപിടിപ്പിക്കാൻ വേണ്ടിയുള്ള ഫലപ്രദമായ ഒരു മാർഗ്ഗം കണ്ടെത്തുക എന്നതായിരുന്നു, പക്ഷേ അതോടൊപ്പം ഞങ്ങൾ ഒരു സൌരോർജ്ജ അടുപ്പിന്റെയും ഹരിതഗൃഹത്തിന്റെയും മാതൃകയും നിർമ്മിച്ചു. വീടുകൾ ചൂടുപിടിപ്പിക്കുവാൻ വേണ്ടി ഒരു ഫ്രഞ്ച് ഡിസൈനർ രൂപകൽപന ചെയ്ത ട്രോംബ് വാൾ (Thrombe wall) എന്ന പേരിൽ അറിയപ്പെടുന്ന ലളിതവും സുഭഗവുമായ ഒരു സൌരോർജ്ജമാതൃക ഭാഗ്യവശാൽ ലഭ്യമായിരുന്നു. ഈ മാതൃകയെ ലഡാക്കിലെ പരമ്പരാഗത വാസ്തുകലയ്ക്കും അവിടെത്തന്നെ ലഭ്യമായ

വസ്തുക്കൾക്കും ഇണങ്ങുന്ന രീതിയിൽ എളുപ്പത്തിൽ അനുരൂപപ്പെടുത്താൻ സാധിക്കുമെന്ന് ഞങ്ങൾ മനസ്സിലാക്കി. വീടിന്റെ തെക്കുവശത്തുള്ള ചുമരുകൾക്ക് പുറത്ത് ഉറപ്പിച്ച കറുത്ത ചായം പൂശിയ രണ്ട് പാളികളുള്ള ചില്ലു ഫലകങ്ങൾ സൂര്യപ്രകാശത്തെ ആഗിരണം ചെയ്യും. വീടിന്റെ മച്ചിൻപുറവും മറ്റു ചുമരുകളും വൈക്കോൽ കൊണ്ട് ആവരണം ചെയ്തിരിക്കും.

ട്രോംബ് വാൾ ലഡാക്കിലെ പരിസ്ഥിതിക്ക് ഏറ്റവും അനുയോജ്യമാണെന്ന് എല്ലാവർക്കും ബോദ്ധ്യമായി. മണ്ണുകൊണ്ട് നിർമ്മിച്ച ഇഷ്ടികകൾ സൌരോർജ്ജം വലിച്ചെടുക്കാനും സംഭരിച്ചുവെയ്ക്കാനും ഏറ്റവും മികച്ച ഒരു മാദ്ധ്യമമാണ്; ശൈത്യകാലങ്ങളിൽ സൂര്യന്റെ താഴ്ന്ന രശ്മികൾ മുറികൾക്കുള്ളിലെ താപനില വർദ്ധിപ്പിക്കുമ്പോൾ, വേനൽക്കാലങ്ങളിൽ ഉയരത്തിലുള്ള രശ്മികൾ ഭിത്തികളിൽ പതിക്കുന്നില്ല, അങ്ങനെ അത് മുറികൾക്കുള്ളിലെ താപനില കുറച്ച് സുഖകരമായ അന്തരീക്ഷം നിലനിർത്തുന്നു. ഇതിനു മൊത്തത്തിൽ മുന്നൂറു ഡോളറിൽ (ഏകദേശം 6000 രൂപ) താഴെയേ ചെലവ് വരുകയുള്ളൂ, ഒരു *സോ*-യുടെ വിലയ്ക്ക് സമാനമാണ് അത്. കരി പോലെയുള്ള മറ്റ് ജൈവ ഇന്ധനങ്ങൾ ഉപയോഗിക്കുന്നതിന് വരുന്ന ചിലവ് പ്രതിവർഷം ഏകദേശം ഇരുന്നൂറു ഡോളർ (ഏകദേശം 4000 രൂപ) ആണ്, അപ്പോൾ ഈ ചുമരുകളുടെ വില രണ്ട് വർഷങ്ങൾക്കുള്ളിൽ തിരികെ ലഭിക്കും.

ഞങ്ങൾ ആദ്യത്തെ ട്രോംബ് വാൾ നിർമ്മിക്കുന്നതിനു മുൻപ് പലരും സംശയത്തോടെയാണ് അതിനെ വീക്ഷിച്ചത്. അത് ആദ്യമായി പരീക്ഷിക്കാൻ തയ്യാറായ ഹൻ്റ്സോങ്ങ് ദാവാ തുടക്കത്തിൽ തന്നെ അതിനെ ചിരിച്ചുതള്ളി. “നിങ്ങൾ വെറുതെ തമാശ പറയുകയാണ്”, അദ്ദേഹം പറഞ്ഞു. “വാതിൽ തുറക്കുമ്പോഴേക്കും ചൂട് ചോർന്ന് പോകും.” ഞങ്ങൾ അദ്ദേഹത്തിന്റെ വീടിന്റെ ചുമരുകൾ നിർമ്മിക്കുമ്പോൾ ഉപയോഗിച്ചിരുന്ന വയ്ക്കോൽ അതിൽ പണിയെടുത്തിരുന്നവർക്കെല്ലാം ചിരിക്കാനുള്ള വക നൽകി, “എലികൾക്കുള്ള വീട്” എന്ന് അവരതിനെ കളിയാക്കി. എന്തായാലും അതിനുശേഷം ട്രോംബ് വാളിലും മറ്റ് സൌര-സാങ്കേതിക വിദ്യകളിലുമുള്ള താത്പര്യം തുടർച്ചയായി വർദ്ധിച്ചു കൊണ്ടേയിരിക്കുകയാണ്.

ലഡാക്കിലെ എന്റെ ആദ്യവർഷങ്ങളിൽ ഞാൻ ഭാഷാപഠനത്തിലാണ് ശ്രദ്ധിച്ചിരുന്നത്, എന്നാൽ നാടോടിക്കഥകൾ ശേഖരിച്ചുകൊണ്ട് ആ പ്രദേശങ്ങളിലൊക്കെ നടക്കുമ്പോൾ ഞാനറിയാതെ തന്നെ പ്രതിവികസനത്തിൽ പങ്കുചേരുകയായിരുന്നു. അവരുടെ ഭാഷ

സാബു എന്ന ഗ്രാമത്തിലെ ഒരു വീട്ടിൽ സൌരോർജ്ജമുപയോഗിച്ച് ചൂട് നില നിർത്താൻ സഹായിക്കുന്ന ട്രോംബ് വാൾ നിർമ്മിതി. അവിടെത്തന്നെയുള്ള കരകൌശലവിദഗ്ദ്ധരാൽ നിർമ്മിതമായ ഈ സംവിധാനം അവരുടെ പരമ്പരാഗത വാസ്തുകലയുമായി ഒത്തുചേർന്ന് പോകുന്നതാണ്.

സംസാരിക്കുന്ന ഒരേയൊരു വിദേശി എന്നതിനാൽ എല്ലായിടങ്ങളിലുമുള്ള ജനങ്ങൾ തുടർച്ചയായി എന്നോട് പാശ്ചാത്യലോകത്തെ ജീവിതത്തെക്കുറിച്ച് അന്വേഷിച്ചിരുന്നു. പ്രത്യേകിച്ച് ചെറുപ്പക്കാർക്കിടയിൽ ആധുനികലോകത്തെക്കുറിച്ച് അത്യുക്തി കലർന്ന ഒരു ചിത്രം രൂപപ്പെട്ടുകൊണ്ടിരുന്ന സമയമായിരുന്നു അത്, അവർ തങ്ങളുടെ സ്വന്തം സംസ്കാരത്തെ പ്രതി ലജ്ജിക്കുവാനും അതിനെ പാടെ തിരസ്കരിക്കുവാനും ആരംഭിച്ചിരുന്നു. തങ്ങൾ പാവപ്പെട്ടവരാണെന്ന് ജനങ്ങൾ ചിന്തിച്ചു തുടങ്ങിയിരുന്നു. പാശ്ചാത്യരെക്കുറിച്ചുള്ള തെറ്റിദ്ധാരണകൾ മാറ്റുകയും കൂടുതൽ ശരിയായ വിവരങ്ങൾ നൽകുകയും ചെയ്യേണ്ടത് ഒരു വിദേശിയുടെ ധാർമ്മികമായ ചുമതലയാണെന്ന് ഞാൻ തിരിച്ചറിഞ്ഞു.

പാശ്ചാത്യലോകത്തെക്കുറിച്ചുള്ള അതിശയോക്തി കലർന്ന പ്രതിച്ഛായകൾക്കെതിരെ ലഡാക്കിനെ പ്രതിരോധിച്ചുകൊണ്ടുള്ള എന്റെ അസംഖ്യം അനൌപചാരിക സംഭാഷണങ്ങളും തുടരെത്തുടരെയുള്ള റേഡിയോ അഭിമുഖങ്ങളും കഴിഞ്ഞപ്പോൾ, പ്രതിവികസനം എന്ന ആശയം എന്റെ മനസ്സിൽ സാവധാനം രൂപപ്പെട്ടുവന്നു. അവരുടെ പ്രിയപ്പെട്ട ഒരു വിനോദോപാധി നാടകം ആയിരുന്നതിനാൽ, ജനങ്ങളിൽ

എത്താനുള്ള ഫലപ്രദമായ മാർഗ്ഗം അതാണെന്ന് തോന്നി. അങ്ങനെ നിഘലണ്ടുവിനു വേണ്ടി എന്നോട് സഹകരിച്ച ഗായ്ലോങ്ങ് പൽദാനോടൊത്ത് തുടർച്ചയായി ഏതാനും നാടകങ്ങൾ ഞാൻ എഴുതിത്തുടങ്ങി. ലഡാക്ക്, *മുന്നോട്ട് കുതിക്കുന്നതിനു മുൻപ് ഒന്ന് നിൽക്കൂ (Ladakh, look before you leap)* എന്ന പേരിൽ എഴുതിയ ആദ്യനാടകം ഞങ്ങളുടെ പ്രവർത്തനങ്ങളെ നല്ലരീതിയിൽ പ്രതിനിധീകരിക്കുന്നതാണ്.

ചെറുപ്പക്കാരനായ ഋഗ്സിൻ തന്റെ പഴയ സംസ്കാരത്തെ തിരസ്കരിച്ച് ആധുനിക പാശ്ചാത്യജീവിതം നയിച്ചുവരികയാണ്. അയാൾ ലഡാക്കി ഭക്ഷണവും അവരുടെ വെണ്ണ ചായയും കഴിക്കാൻ വിസമ്മതിക്കുന്നു. തന്റെ മാതാപിതാക്കളെ "പഴഞ്ചൻ മട്ടിലുള്ളവർ" എന്ന് വിളിച്ച് അധിക്ഷേപിക്കുകയും സിഗരറ്റുവലിച്ചു കൊണ്ട് മോട്ടോർബൈക്കിൽ ചുറ്റിത്തിരിയുകയും ചെയ്യുന്നു. ജീൻസും ഡിസൈനർ കണ്ണടയും അണിഞ്ഞ് സുഹൃത്തുക്കളോടൊത്ത് ഡിസ്കോയിൽ ഉച്ചത്തിലുള്ള പാശ്ചാത്യസംഗീതത്തിനൊപ്പിച്ച് നൃത്തം ചവിട്ടുകയും ചെയ്ത് പണവും സമയവും ചിലവഴിക്കുകയാണ് അയാൾ.

ഒരു ദിവസം അയാളുടെ മുത്തച്ഛന് അസുഖം പിടിപെടുമ്പോൾ ഋഗ്സിന്റെ നിർബന്ധപ്രകാരം മാതാപിതാക്കൾ അടുത്തിടെ അമേരിക്കയിൽ പഠനം പൂർത്തിയാക്കി മടങ്ങിവന്ന ഒരു ഡോക്ടറെ വിളിച്ചുകൊണ്ടുവരുന്നു. അയാൾ ഡോക്ടറോട് പാശ്ചാത്യലോകത്തെ ജീവിതത്തെക്കുറിച്ച് അനേകം ചോദ്യങ്ങൾ ചോദിക്കുന്നു. എന്നാൽ ഡോക്ടറുടെ മറുപടി അയാളെ അമ്പരപ്പിക്കുകയാണ്. "അമേരിക്കയിൽ ഏറ്റവും ആധുനികരായ ജനങ്ങൾ 'കല്ലിൽ പൊടിച്ച, തവിട് കളയാത്ത ഗോതമ്പുമാവ് കൊണ്ടുള്ള റൊട്ടി' തിന്നുന്നു. അത് നമ്മുടെ സാധാരണ റൊട്ടി പോലെ തന്നെയാണ്, എന്നാൽ അവിടെ അതിന് അവരുടെ മൈദറൊട്ടിയെക്കാൾ വില വളരെ അധികമാണ്. അവിടുത്തെ ജനങ്ങൾ ഇപ്പോൾ നമ്മെപ്പോലെ പ്രകൃതിയിൽ നിന്ന് ലഭിക്കുന്ന വസ്തുക്കൾ കൊണ്ടുള്ള വീടുകൾ പണിയുന്നു. പാവപ്പെട്ടവരാണ് പൊതുവെ കോൺക്രീറ്റ് വീടുകളിൽ വസിക്കുന്നത്. '100% പ്രകൃതിദത്തമായത്", 'ശുദ്ധമായ കമ്പിളി കൊണ്ടുണ്ടാക്കിയത്'' എന്നിങ്ങനെയുള്ള ലേബലുകളുള്ള വസ്ത്രങ്ങൾ ധരിക്കുവാനുള്ള പ്രവണത അധികമാകുന്നു. പാവപ്പെട്ടവരാകട്ടെ പോളിസ്റ്റർ തുണി കൊണ്ടുള്ള വസ്ത്രങ്ങൾ ധരിക്കുന്നു. ഒന്നും ഞാൻ പ്രതീക്ഷിച്ചതുപോലെ ആയിരുന്നില്ല. ചുരുക്കിപ്പറഞ്ഞാൽ അമേരിക്കയിലെ ആധുനികത എന്നത് പരമ്പരാഗത ലഡാക്ക് പോലെ തന്നെയാണ്. അവിടെയുള്ളവർ എന്നോട് ഇപ്രകാരം പറയുമായിരുന്നു, 'ലഡാക്കിൽ ജനിച്ച നിങ്ങൾ എത്ര ഭാഗ്യവാനാണ്''".

ലഡാക്ക്, മുന്നോട്ട് കുതിക്കുന്നതിനു മുൻപ് ഒന്ന് നിൽക്കൂ എന്ന നാടകത്തിൽ നിന്ന് ഒരു രംഗം

ലെ-യിലെ ഓഡിറ്റോറിയത്തിൽ നാടകം ആദ്യമായി അവതരിപ്പിച്ചപ്പോൾ അഞ്ഞൂറിലേറെ ലഡാക്കി ജനങ്ങൾ തിങ്ങിക്കൂടിയിരുന്നു, അത് ഒരു വൻ വിജയമായിരുന്നു. അതിനുശേഷം വികസന കമ്മീഷണറും പ്രാദേശിക ഭരണസമിതിയിലെ ഏറ്റവും ഉയർന്ന ഉദ്യോഗസ്ഥനുമായ ചേവാങ്ങ് ഫോൺസോഗ് ഉൾപ്പടെയുള്ള പ്രാദേശികനേതാക്കൾ സാംസ്കാരിക സ്വാഭിമാനത്തിന്റെ പ്രാധാന്യത്തെക്കുറിച്ച് പ്രസംഗങ്ങൾ നടത്തുകയുണ്ടായി. എന്നാൽ അതോടൊപ്പം എതിർപ്പുകളും ഉണ്ടായിരുന്നു. സോനം പൽജോർ പ്രക്ഷുബ്ധനായി എന്നോട് ഇപ്രകാരം പറഞ്ഞു, "നിങ്ങൾ പെരുപ്പിച്ച് കാട്ടുകയാണ്. കാര്യങ്ങൾ അത്രയ്ക്ക് മോശമൊന്നുമല്ല." എന്നാൽ, ഏതാനും വർഷങ്ങൾക്കു ശേഷം അയാളുടെ മകൻ നാടകത്തിലെ ചെറുപ്പക്കാരന്റെ പ്രതിരൂപമായിത്തീർന്നു എന്ന് അയാൾ സങ്കടത്തോടെ എന്നോട് പറയുകയുണ്ടായി.

ഭാഷയിലൂടെ ലഡാക്കി ജനങ്ങളുടെ ചിന്താരീതി മനസ്സിലാക്കാൻ എനിക്ക് അവസരമുണ്ടായതിനാൽ അവരുടെ സമൂഹവുമായി സമവായത്തിലെത്താൻ എനിക്ക് സാധിച്ചിരുന്നു. പാശ്ചാത്യരീതികൾ ലഡാക്കിനെ പരിവർത്തനം ചെയ്യുന്നതിനു സാക്ഷ്യം വഹിക്കുമ്പോൾ എന്റെ സ്വന്തം സംസ്കാരത്തെ അവരുടെ കണ്ണുകളിലൂടെ വീക്ഷിക്കാൻ എനിക്ക് സാധിച്ചു. മൂലധനത്തെയും ഊർജ്ജത്തെയും അതിയായി ആശ്രയിക്കുന്ന നമ്മുടെ ജീവിതരീതിയുടെ ഭാഗമായ ദുർവ്യയവും

അനീതിയും എനിക്ക് കൂടുതൽ തെളിവായി ബോധ്യപ്പെട്ടു. മാത്രമല്ല, ജനങ്ങളെ തമ്മിലകറ്റുന്ന വികസനരീതിക്ക് നൽകേണ്ടി വരുന്ന മാനസികവും സാമൂഹികവുമായ വലിയ വിലയെക്കുറിച്ചും ആദ്യമായി ഞാൻ മനസ്സിലാക്കി.

അതോടെ യൂറോപ്പിലും വടക്കേ അമേരിക്കയിലും അനേകം പ്രഭാഷണപരമ്പരകളും സെമിനാറുകളും സംഘടിപ്പിച്ചുകൊണ്ടുള്ള ഒരു യാത്രയ്ക്ക് ഞാൻ തുടക്കമിട്ടു. പരമ്പരാഗത ലഡാക്കിൽ നിലനിന്നിരുന്ന സാമൂഹികവും പാരിസ്ഥിതികവുമായ സമതുലിതാവസ്ഥയെയും സാമ്പ്രദായികവികസനം വരുത്തുന്ന അപചയത്തെയും കുറിച്ചുള്ള വിശദീകരണങ്ങളിലൂടെ പാശ്ചാത്യലോകം നേരിടുന്ന പ്രശ്നങ്ങളുടെ മൂലകാരണങ്ങളിൽ ചിലതിനെ ചൂണ്ടിക്കാട്ടുവാൻ എനിക്ക് സാധിച്ചു. നമ്മുടേതിൽ നിന്ന് തികച്ചും വ്യത്യസ്തമായ പ്രമാണങ്ങളിൽ അധിഷ്ഠിതമായ മറ്റൊരു സംസ്കാരത്തിന്റെ ഹ്രസ്വദർശനം നടത്തുക വഴി കൂടുതൽ മാനുഷികവും സുസ്ഥിരവുമായ മറ്റൊരു ജീവിതരീതി സാദ്ധ്യമാണെന്ന വിശ്വാസം പാശ്ചാത്യപ്രേക്ഷകരിൽ ജനിപ്പിക്കുവാനും അവരെ പ്രചോദിപ്പിക്കാനും സാധിക്കുമെന്ന് ഞാൻ വിശ്വസിച്ചു.

1980-ഓടെ ലഡാക്കിലും പാശ്ചാത്യരാജ്യങ്ങളിലുമായി നടന്നു വന്നിരുന്ന എന്റെ പ്രവർത്തനങ്ങൾ ലഡാക്ക് പ്രൊജക്റ്റ് എന്ന പേരുള്ള ഒരു ചെറിയ അന്താരാഷ്ട്രസംഘടനയായി വളർന്നിരുന്നു, 1991-ൽ അത് International Society for Ecology and Culture (ISEC) ആയി രൂപാന്തരപ്പെട്ടു. പരിസ്ഥിതിയെയും പ്രാദേശികസമൂഹങ്ങളെയും തമ്മിൽ കൂടുതൽ ബന്ധിപ്പിച്ചുകൊണ്ടുള്ള ജീവിതരീതികളെ ലക്ഷ്യമാക്കുന്ന തരത്തിൽ പുരോഗതിയെ പുനർവിചിന്തനം ചെയ്യുന്നതിന് വേണ്ട പ്രോത്സാഹനം നൽകുവാനാണ് ഞങ്ങൾ ശ്രമിച്ചുകൊണ്ടിരിക്കുന്നത്. രാഷ്ട്രീയവും സാമ്പത്തികവുമായ കേന്ദ്രീകരണത്തിനെതിരെ ശക്തമായി പൊരുതുക എന്ന അടിയന്തിരമായ ആവശ്യകതയ്ക്ക് ഞങ്ങൾ ഊന്നല് നൽകുന്നു, അതോടൊപ്പം വർദ്ധിച്ച സാംസ്കാരികക്കൈമാറ്റത്തിലൂടെ യഥാർത്ഥത്തിലുള്ള ഒരു അന്താരാഷ്ട്രവീക്ഷണം വളർത്തിയെടുക്കുന്നതിനെ പ്രോത്സാഹിപ്പിക്കുകയും ചെയ്യുന്നു.

ഇടുങ്ങിയ പ്രത്യേകവൈദഗ്ദ്ധ്യങ്ങളിൽ നിന്ന് വിശാലവും വ്യവസ്ഥാനുസൃതവുമായ ഒരു പരിപ്രേക്ഷ്യത്തിലേക്കുള്ള ചുവടുമാറ്റം – അതായത്, ഒറ്റതിരിഞ്ഞ പ്രതിഭാസങ്ങളെ അപേക്ഷിച്ച് ബന്ധങ്ങൾക്കും സാഹചര്യങ്ങൾക്കും ഊന്നൽ നൽകുന്ന രീതി – കൂടുതൽ സാമൂഹികവും പാരിസ്ഥിതികവുമായ വിനാശത്തെ ചെറുക്കാൻ

അത് സർവ്വപ്രധാനമാണെന്ന് ഞങ്ങൾ കരുതി. ഞങ്ങളുടെ ആശയങ്ങൾ പ്രചരിപ്പിക്കുന്നതിനു വേണ്ടി ശില്പശാലകളും പ്രഭാഷണങ്ങളും സംഘടിപ്പിക്കുന്നു, ബോധവത്കരണത്തിനായുള്ള പ്രസാധനങ്ങളും വീഡിയോകളും നിർമ്മിക്കുന്നു, ഊർജ്ജം, കൃഷി, ആരോഗ്യം തുടങ്ങിയ പ്രധാനമേഖലകളിലെ ആഗോളപ്രവണതകളെ നിരീക്ഷിച്ചുകൊണ്ടുള്ള ഒരു ലേഖനപരമ്പരയും പ്രസിദ്ധപ്പെടുത്തിവരുന്നു. ലഡാക്കിലെ ഞങ്ങളുടെ അനുഭവങ്ങളെ അടിസ്ഥാനമാക്കി തയ്യാറാക്കിയ ഈ സാമഗ്രികൾ ആഗോളപ്രശ്നങ്ങളെക്കുറിച്ചുള്ള ചർച്ചകൾ പ്രോത്സാഹിപ്പിക്കുന്നതിന് സഹായകരമാകും. ജനങ്ങൾ സ്വന്തം അയല്പക്കത്ത് നിന്നുള്ള ഉദാഹരണങ്ങളെ അപേക്ഷിച്ച് ലഡാക്ക് ഉയർത്തുന്ന പ്രശ്നങ്ങളുടെ നേരെ മനസ്സ് തുറക്കുവാൻ കൂടുതൽ തയ്യാറായിരുന്നതായി ഞങ്ങൾ മനസ്സിലാക്കി. അമേരിക്കയിലും ഇംഗ്ലണ്ടിലുമൊക്കെ ഞാൻ പ്രഭാഷണം നടത്തുമ്പോൾ, അവിടെയുള്ളവർ ലഡാക്കിലെ ജനങ്ങളുടെ ചിരിക്കുന്ന മുഖങ്ങളും പ്രകടമായ സംതൃപ്തിയും കാണുമ്പോൾ വികസനത്തെക്കുറിച്ചുള്ള തങ്ങളുടെ എത്ര ആഴമേറിയ വിശ്വാസത്തെയും പുനരവലോകനം ചെയ്യാൻ പ്രേരിതരാകും.

ലോകത്തിലെ ഏറ്റവും "ആധുനിക" മേഖലകളിൽ സംഭവിക്കുന്ന കൂടുതൽ പാരിസ്ഥിതികോന്മുഖമായ പ്രവർത്തനങ്ങളെക്കുറിച്ചുള്ള വിവരങ്ങൾ ജനങ്ങൾക്ക് എത്തിക്കുക എന്നതാണ് ലഡാക്കിൽ ഞങ്ങളുടെ പ്രോജക്റ്റ് ചെയ്യുന്നത്. ഉദാഹരണമായി, സ്വീഡൻ, അമേരിക്ക തുടങ്ങിയ രാജ്യങ്ങളിൽ കൂടുതൽ സുസ്ഥിരമായ ജീവിതരീതികൾക്കുവേണ്ടി നടക്കുന്ന അന്വേഷണങ്ങളെക്കുറിച്ചുള്ള വിശദവിവരങ്ങൾ നൽകാനുള്ള ശ്രമങ്ങൾ നടന്നുവരുന്നു. അതിനെ തുടർന്ന് ലഡാക്കിലെ ജനങ്ങൾക്ക് ഈ പുതിയ പ്രവണതകളെയും വ്യാവസായികവികസനത്തിന് മുൻപുള്ള തങ്ങളുടെ പാരമ്പര്യരീതികളെയും തമ്മിൽ താരതമ്യം ചെയ്യാനുള്ള അവസരം ലഭിക്കുന്നു.

ത്രോംബ്‌വാൾ മാതൃകയുടെയും റേഡിയോ പരിപാടികളുടെയും നാടകങ്ങളുടെയും ഫലമായി ആദ്യം മുതൽക്ക് തന്നെ ഈ വിഷയത്തിൽ ആകാംക്ഷ വെച്ചുപുലർത്തുന്ന ഏതാനും ലഡാക്കികൾ കൂടുതൽ സുസ്ഥിരമായ ഒരു വികസനമാർഗ്ഗത്തിന്റെ അന്വേഷണത്തിൽ താത്പര്യം പ്രകടിപ്പിച്ചു തുടങ്ങിയിരുന്നു. സത്യസന്ധരും അങ്ങേയറ്റം ആത്മാർത്ഥതയുള്ള ലഡാക്കിലെ പ്രമുഖചിന്തകരായിരുന്നു അവർ. അവരിൽ പലരും ലഡാക്കിനു പുറത്ത് യാത്ര ചെയ്തിട്ടുള്ളവരും ആധുനികവിദ്യാഭ്യാസം ലഭിച്ചവരുമായിരുന്നുവെങ്കിലും അവർക്ക് തങ്ങളുടെ പരമ്പരാഗത സാംസ്കാരിക മൂല്യങ്ങളോട് തികഞ്ഞ ആദരവുണ്ടായിരുന്നു. 1983-ൽ

ലെ-യിലെ സെന്റർ ഫോർ ഇക്കൊളോജിക്കൽ ഡെവലപ്മെന്റ് സമുച്ചയം

ഞങ്ങൾ ആ സംഘടനയെ ലഡാക്ക് ഇക്കോളോജിക്കൽ ഡെവല പ്മെന്റ് ഗ്രൂപ്പ് (LEDeG) എന്ന പേരിൽ ഔദ്യോഗികമായി റജിസ്റ്റർ ചെയ്തു. ഇന്ന്, നാല്പതോളം പേർ ജോലി ചെയ്യുന്ന LEDeG, അവിടുത്തെ ഏറ്റവും സ്വാധീനശക്തിയുള്ള സന്നദ്ധസംഘടനയായി മാറിക്കഴിഞ്ഞു. ലഡാക്ക് പ്രോജക്ടിനോടൊപ്പം ചേർന്ന് LEDeG ഒട്ടനേകം ഉചിതസാ ങ്കേതികവിദ്യകൾ വികസിപ്പിക്കുകയും പ്രവർത്തനമാതൃകകൾ നിർമ്മി ച്ച് തെളിയിക്കുകയും ചെയ്തുവരുന്നു, പൂർത്തീകരിക്കാനാവുന്നതിലേറെ അപേക്ഷകൾ ഇപ്പോൾ അവർക്ക് ലഭിച്ചുകൊണ്ടിരിക്കുന്നു. ട്രോംബ് വാളിനു പുറമേ ചൂട് നിലനിർത്തുന്നതിനുള്ള മറ്റ് സംവിധാനങ്ങളും ഞങ്ങൾ നിർമ്മിക്കുകയുണ്ടായി. അരിയും പച്ചക്കറികളും വേവിക്കുവാനും റൊട്ടിയും കേക്കും ബേക്ക് ചെയ്യുവാനുമുള്ള അടുപ്പുകൾ, വെള്ളം ചൂടാക്കാ നുള്ള ഹീറ്ററുകൾ, ശീതകാലം മുഴുവനും പച്ചക്കറികൾ കൃഷി ചെയ്യാൻ സഹായിക്കുന്ന ഹരിതഗൃഹങ്ങൾ എന്നിവയും അവയിലുൾപ്പെട്ടിരുന്നു.

സാധാരണ പ്ലംബിംഗ് സാമഗ്രികൾ ഉപയോഗിച്ച് കൈകൊണ്ട് പ്രവർത്തിപ്പിക്കാവുന്ന കുഴൽപമ്പുകൾ ഞങ്ങളുടെ സാങ്കേതികവിദഗ്ദ്ധർ നിർമ്മിക്കുകയുണ്ടായി. പുറത്തുനിന്ന് കൊണ്ടുവരുന്ന പെട്രോളിയത്തിനു പകരം ഭൂഗുരുത്വബലം ഉപയോഗിച്ച് ജലം വലിച്ചെടുക്കാൻ അത്തരം പമ്പുകൾക്ക് കഴിഞ്ഞിരുന്നു. ഞങ്ങൾ സ്ഥാപിച്ച ആദ്യത്തെ പമ്പുക ളിലൊന്ന് 150 അടി ഉയരത്തിലുള്ള മാതോ ബുദ്ധവിഹാരത്തിന്റെ

മുകളിലേക്ക് ജലം വലിച്ചെടുത്തപ്പോൾ അവിടുത്തെ സന്യാസിമാർ അതിശയിക്കുകയും ഞങ്ങളെ അകമഴിഞ്ഞ് അഭിനന്ദിക്കുകയും ചെയ്തു, അതിനു മുൻപ് അവർ ജലം സ്വയം താഴെനിന്ന് ചുമലിൽ ചുമന്നുകൊണ്ടുവരികയായിരുന്നു. ധാന്യങ്ങൾ പൊടിക്കുന്നതിന്റെ വേഗതയ്ക്കൊപ്പം ജലം കൊണ്ട് പ്രവർത്തിക്കുന്ന മില്ലിന്റെ കാര്യക്ഷമതയും വർദ്ധിപ്പിക്കുന്നതായിരുന്നു മറ്റൊരു പ്രോജക്റ്റ്. 1989 മുതൽക്ക് വർദ്ധിച്ചുവരുന്ന വൈദ്യുതിയുടെ ആവശ്യകതയെ നിറവേറ്റാൻ ഗ്രാമങ്ങളിലെ വീടുകളിൽ പ്രകാശമെത്തിക്കുന്നതിനു വേണ്ടിയുള്ള ചെറുകിട ജലവൈദ്യുത പദ്ധതികൾ നിർമ്മിക്കുക എന്നതായിരുന്നു ഞങ്ങളുടെ മറ്റൊരു പ്രധാനലക്ഷ്യം.

ഈ സാങ്കേതിക ബദലുകളെല്ലാം തന്നെ സാമ്പത്തികമായും പാരിസ്ഥിതികമായും സാംസ്കാരികമായും അർത്ഥപൂർണ്ണമായിരുന്നു. ജനങ്ങൾക്ക് കൂടുതൽ അനുയോജ്യമായതും വികേന്ദ്രീകരിക്കപ്പെട്ടതുമായ ഒരു വികസനമാതൃകയെ പ്രോത്സാഹിപ്പിക്കുന്നതിലൂടെ, പരമ്പരാഗതഘടനകളെ നശിപ്പിക്കുന്നതിനു പകരം അവയെ സുശക്തമാക്കുകയാണ് ഇവ ചെയ്യുന്നത്. അതേസമയം ഇതൊന്നും "പാവങ്ങൾക്കു വേണ്ടി മാത്രമുള്ള" സാങ്കേതികവിദ്യകളുമല്ല. പുതുക്കാവുന്ന ഊർജ്ജത്തെ അടിസ്ഥാനപ്പെടുത്തിയുള്ള, മലിനീകരണം ഒട്ടുമില്ലാത്ത, ഇത്തരം ഉചിത സാങ്കേതികവിദ്യകൾ രണ്ടാംകിടയല്ല, മറിച്ച് വികസിതരാജ്യങ്ങളുടെയും വികസ്വരരാജ്യങ്ങളുടെയും ദീർഘകാലാടിസ്ഥാനത്തിലുള്ള ആവശ്യകതകൾക്കുള്ള ഏറ്റവും ഫലപ്രദവും കാര്യക്ഷമവുമായ പരിഹാരങ്ങളാണ് അവയെല്ലാം എന്ന് ബോദ്ധ്യപ്പെടുത്തുവാൻ ഞങ്ങൾ ആത്മാർത്ഥമായ ശ്രമം നടത്തിക്കൊണ്ടേയിരിക്കുന്നു.

ഞങ്ങളുടെ എല്ലാ പ്രോജക്ടുകളിലും അവയുടെ ഗുണഭോക്താക്കളുടെ പങ്കാളിത്തവും ഉണ്ടായിരിക്കും. ഉദാഹരണത്തിന്, ഒരു ജലവൈദ്യുതപദ്ധതിക്കു വേണ്ടിയുള്ള ടർബൈൻ സ്ഥാപിക്കുന്നതിനുമുൻപ് അവിടെയുള്ള ഗ്രാമീണർ അതിനുവേണ്ട സ്ഥലം കണ്ടെത്തും, നിലവിലുള്ള വെള്ളച്ചാൽ നന്നാക്കിയെടുക്കുവാനും വെള്ളം കെട്ടിനിർത്താനുള്ള സംഭരണി നിർമ്മിക്കുവാനുമെല്ലാം അവർ സഹായിക്കും. പിന്നീട് ഒന്നോ രണ്ടോ ഗ്രാമീണർ ഞങ്ങളോടൊപ്പം *ലെ*-യിലേക്ക് വരികയും വൈദ്യുതിനിലയം പ്രവർത്തിപ്പിക്കുവാനും പരിപാലിക്കാനുമുള്ള പരിശീലനം നേടുകയും ചെയ്യും. ടർബൈൻ സ്ഥാപിച്ചു കഴിഞ്ഞാൽ ചെറിയ വൈദ്യുതിനിലയം നിർമ്മിക്കുന്നതിനുള്ള ബാക്കി ഉത്തരവാദിത്വം ഗ്രാമത്തിനാണ്.

ലെ-യുടെ ഹൃദയഭാഗത്തുള്ള സെന്റർ ഫോർ ഇക്കോളോജിക്കൽ ഡെവലപ്മെന്റ് ആണ് LEDeG-ന്റെ ആസ്ഥാനം. 1984-ൽ ശ്രീമതി ഇന്ദിരാഗാന്ധി ഉത്ഘാടനം ചെയ്ത് സംപൂജ്യ ദലൈലാമ രാജ്യത്തിനു സമർപ്പിച്ച ഈ സംഘടന ഞങ്ങളുടെ പ്രവർത്തനങ്ങളെയും അവയ്ക്ക് പിന്നിലെ ചിന്തകളെയും ലഡാക്കിലെ കാര്യനിർവ്വാഹകരിലേക്കും പുറം ലോകത്ത് നിന്നുള്ള സന്ദർശകരിലേക്കും പകരുന്നു. ലഡാക്കിനുള്ളിൽ മാത്രമല്ല ഇന്ത്യയൊട്ടാകെ നിന്നുള്ള ജനങ്ങളിൽ അത് താത്പര്യം ജനിപ്പിച്ചിട്ടുണ്ട്. സർക്കാർ വകുപ്പുമേധാവികൾ, പത്രപ്രവർത്തകർ, അദ്ധ്യാപകർ, ടൂറിസ്റ്റുകൾ തുടങ്ങിയവർ മുതൽ ലഡാക്കിലെ സാധാരണജനങ്ങൾ വരെ സന്ദർശകരിൽ ഉൾപ്പെട്ടും. ഈ കേന്ദ്രത്തിൽ, ലഡാക്കിലെ സാധാരണപൌരന് വിദേശികളായ ടൂറിസ്റ്റുകളെ തുല്യരെന്ന നിലയ്ക്ക് നേരിട്ട് കാണുവാനും സംസാരിക്കുവാനും അവസരമൊരുക്കുന്നു. രണ്ട് സംസ്കാരങ്ങൾ തമ്മിലുള്ള ഗൌരവമേറിയ ആശയവിനിമയത്തെ ഇത് സുഗമമാക്കുന്നു. ഒപ്പം, ലഡാക്കിലെ ജനങ്ങളുടെയിടയിൽ പാശ്ചാത്യലോകത്തെക്കുറിച്ച് നിലനിൽക്കുന്ന നിഗൂഢതയെ മാറ്റിയെടുക്കാനും സഹായിക്കുന്നു. ലഡാക്കിലെ പരമ്പരാഗതസംസ്കാരത്തിനും ഞങ്ങളുടെ പ്രവർത്തനങ്ങൾക്കും വിദേശത്ത് നിന്നുള്ള സന്ദർശകർ എത്ര വില കല്പിക്കുന്നുവെന്ന് മനസ്സിലാക്കിക്കൊടുക്കാനുള്ള സാഹചര്യവുമൊരുങ്ങുന്നു.

മാറുന്ന പ്രതീക്ഷകളെയും ആവശ്യകതകളെയും നിവർത്തിക്കുന്ന വിധത്തിൽ ലഡാക്കിലെ പരമ്പരാഗത വാസ്തുവിദ്യയെ എപ്രകാരം പുതുക്കാമെന്നതിനുള്ള ഉത്തമ ഉദാഹരണം തന്നെയാണ് ഈ സ്ഥാപനം സ്ഥിതിചെയ്യുന്ന കെട്ടിടം. സൂര്യതാപം കൊണ്ട് കെട്ടിടത്തിന്റെ അകം ചൂടുപിടിപ്പിക്കുവാനും മുകളിൽ സ്ഥാപിച്ചിരിക്കുന്ന സൌരോർജ്ജ പാനലുകൾ കൊണ്ട് വെള്ളം ചൂടാക്കാനുള്ള സംവിധാനങ്ങളുണ്ട്. ചെറിയ കാറ്റാടിയന്ത്രം കൊണ്ട് പ്രവർത്തിക്കുന്ന വൈദ്യുതസംഭരണിയും കൂടാതെ കെട്ടിടത്തിനു പുറത്തുള്ള സ്ഥലത്ത് സൌരോർജ്ജം കൊണ്ട് പ്രവർത്തിക്കുന്ന കുക്കറുകളും ചൂളകളും സ്ഥാപിച്ചിട്ടുണ്ട്, അതിനുപുറമേ ഒരു ഹരിതഗൃഹവുമുണ്ട്. ഈ സാങ്കേതികവിദ്യകളെല്ലാം തന്നെ സദാ പ്രവർത്തനനിരതമാണ്, അവ എങ്ങനെ പ്രവർത്തിക്കുന്നു എന്ന് ചിത്രങ്ങൾ സഹിതം വിശദീകരിച്ചുകൊണ്ടുള്ള ലഘുലേഖകളും അവിടെത്തന്നെ ലഭ്യമാണ്.

സ്ഥാപനത്തിന്റെ ഭാഗമായുള്ള ഭോജനശാലയിൽ ഞങ്ങളുടെ സ്വന്തം സൌരോർജ്ജ അടുപ്പുകളിൽ പാകം ചെയ്ത ഭക്ഷണമാണ് വിളമ്പുന്നത്. ഇതിനെല്ലാം പുറമേ, പരിസ്ഥിതി പ്രശ്നങ്ങളും

സുസ്ഥിരവികസനവുമായി ബന്ധപ്പെട്ട് ലോകമെമ്പാടും നടന്നുവരുന്ന പ്രവർത്തനങ്ങളെ വിശദീകരിക്കുന്ന ലേഖനങ്ങളും പുസ്തകശേഖരവും ഉൾപ്പെട്ട, നിരന്തരം വളർന്നുകൊണ്ടിരിക്കുന്ന ഒരു ഗ്രന്ഥശാലയും അവിടെയുണ്ട്. സ്വന്തമായി ഉചിതസാങ്കേതികവിദ്യകൾ വികസിപ്പിക്കുവാനും ഗ്രാമീണർക്ക് അവയിൽ പരിശീലനം നൽകുവാനും വേണ്ടിയുള്ള ഒരു പണിപ്പുരയും സ്ഥാപനത്തിന്റെ ഭാഗമാണ്. പ്രാദേശികസ്വാശ്രിതത്വത്തെ ലക്ഷ്യംവെച്ച്, ഗ്രാമങ്ങളിൽ നിന്ന് നഗരത്തിലേക്കുള്ള ജനങ്ങളുടെ പ്രവാഹത്തെ തടയിടുന്നതിന്റെ ഭാഗമായി 1989-ൽ അവിടെ ഒരു കരകൌശല പദ്ധതി ഞങ്ങൾ ആരംഭിച്ചു. ശൈത്യകാലങ്ങളിൽ കൃഷിപ്പണി അധികമില്ലാത്ത സമയത്ത് കരകൌശലവസ്തുക്കൾ നിർമ്മിക്കുന്നത് വഴി, ഗ്രാമജീവിതം ഉപേക്ഷിക്കാതെയും അതുകൊണ്ടുള്ള സാമൂഹികവും പാരിസ്ഥിതികമായ നഷ്ടങ്ങൾക്കിരയാകാതെയും അവർക്ക് ആവശ്യമുള്ള പണം സമ്പാദിക്കാൻ കഴിയും. ലഡാക്കിലെ ജനങ്ങൾക്ക് പങ്കാളിത്തമില്ലാത്ത, ലഡാക്കിൽ തന്നെയും നിർമ്മിക്കാത്ത കരകൌശലവസ്തുക്കളാണ് വർഷംതോറും സന്ദർശനത്തിനെത്തുന്ന പതിനയ്യായിരത്തിലേറെ ടൂറിസ്റ്റുകൾ ഇന്ന് വാങ്ങുന്നത്. നെയ്ത്തുകാരും വെള്ളിപ്പണിക്കാരും കൊത്തുപണിക്കാരും ലഡാക്കിലെ പരമ്പരാഗത പണിയായുധങ്ങൾ ഉപയോഗിച്ച് കരകൌശലവസ്തുക്കൾ നിർമ്മിക്കുന്നത് ഞങ്ങളുടെ സ്ഥാപനത്തിലെത്തുന്ന സന്ദർശകർക്ക് നേരിട്ട് കാണാനുള്ള അവസരമുണ്ട്. കൂടാതെ, അവിടെ തയ്യൽപ്പണിക്കാരും ചിത്രത്തുന്നൽ ചെയ്യുന്നവരും ചിത്രം വരയ്ക്കുന്നവരും ലഡാക്കിലെ യുവജനങ്ങൾക്ക് തങ്ക ചിത്രകലയിലും കമ്പിളി കൊണ്ടുള്ള *ഗോൻച്ച* നിർമ്മാണത്തിലും മറ്റും പരിശീലനവും നൽകിവരുന്നു.

ലഡാക്കി ഭാഷയിൽ പരിസ്ഥിതിയെക്കുറിച്ചുള്ള ആദ്യപുസ്തകം ഉൾപ്പെടെയുള്ള പ്രസിദ്ധീകരണങ്ങളും പരിസ്ഥിതിസംരക്ഷണത്തെക്കുറിച്ചുള്ള റേഡിയോ പ്രോഗ്രാമുകളുമടങ്ങുന്ന വിശാലമായ ഒരു വിദ്യാഭ്യാസപരിപാടിയും ഞങ്ങൾക്കുണ്ട്. തുടർച്ചയായി നടത്തുന്ന ശില്പശാലകൾ, സെമിനാറുകൾ എന്നിവ ഞങ്ങളുടെ വിദ്യാഭ്യാസപ്രവർത്തനത്തിന്റെ പ്രധാന ഭാഗമാണ്. ലോകത്തിലെ മറ്റ് വ്യാവസായികമേഖലകളിൽ നിന്നുള്ള അനുഭവങ്ങൾ ലഡാക്കിലെ ജനങ്ങളുമായി പങ്കുവെയ്ക്കുക എന്ന ഉദ്ദേശ്യത്തോടെ 1986-ലും 1989-ലും ഞങ്ങൾ അന്താരാഷ്ട്ര സമ്മേളനങ്ങൾ സംഘടിപ്പിച്ചു. ഇവയ്ക്ക് പുറമേ ഹരിതഗൃഹങ്ങളെയും സൌരോർജ്ജ അടുപ്പുകളെയും കുറിച്ച് ഗ്രാമീണർ നടത്തുന്ന അനൌപചാരിക ചർച്ചകൾ മുതൽ ഒരു പ്രദേശത്ത് നിന്നുള്ള നൂറുകണക്കിന് കർഷകർ ഒരുമിച്ച് ലഡാക്കിലെ കൃഷിയുടെ ഭാവിയെക്കുറിച്ച് അന്വേഷിക്കുന്ന

ഒത്തുചേരലുകളും ഉണ്ടാകാറുണ്ട്. സാമുദായിക സംഘർഷങ്ങൾ ഒഴിവാക്കുവാനുള്ള വഴികൾ ചർച്ച ചെയ്യുന്നതിനായി ബുദ്ധമതത്തിൽ നിന്നും ഇസ്ലാം മതത്തിൽ നിന്നുമുള്ള പ്രമുഖരുടെ നേതൃത്വത്തിൽ തുടർച്ചയായ സെമിനാറുകൾ ഞങ്ങൾ സംഘടിപ്പിക്കാറുണ്ട്. ആസ്ബസ്റ്റോസിനു മുകളിൽ വെച്ച് ഭക്ഷ്യവസ്തുക്കൾ ചൂടാക്കുന്നതിന്റെ അപകടങ്ങൾ തുടങ്ങി കരകൌശലവിദ്യയും സർവ്വപ്രധാനവിഷയമായ കൃഷിയുമെല്ലാം ഉൾപ്പെടുന്ന വിഷയങ്ങൾ ചർച്ച ചെയ്യുന്നതിനു വേണ്ടി സ്ത്രീകളെയും സംഘടിപ്പിച്ചു.

പുറമേനിന്നുള്ള ഭക്ഷ്യവസ്തുക്കൾക്ക് ഗവൺമെൻറ് നൽകുന്ന ധനസഹായം, നാണ്യവിളകൃഷി, ഗ്രാമത്തിൽ നിന്ന് നഗരത്തിലേക്കുള്ള ജനങ്ങളുടെ ഒഴുക്ക്, രാസവളങ്ങളുടെയും കീടനാശിനികളുടെയും ഉപയോഗപ്പെടുത്തൽ എന്നിവയെല്ലാം പരമ്പരാഗത സമ്പദ്‌വ്യവസ്ഥയുടെ അടിത്തറയായ കൃഷിക്ക് ഭീഷണിയായിരിക്കുകയാണ്. ഇന്ന് കൃഷിപ്പണി "പ്രാചീനമായ" ഒരു തൊഴിലായിട്ടാണ് ലഡാക്കിലെ പല ജനങ്ങളും കരുതുന്നത്, കൃഷി ചെയ്യുന്നവരാകട്ടെ കൃത്രിമ ചേരുവകൾ ഉപയോഗിക്കുന്നത് "ആധുനിക" രീതിയാണെന്ന് വിശ്വസിക്കുന്നു, മണ്ണിനും അവരുടെ ആരോഗ്യത്തിനും അതുകൊണ്ടുണ്ടാകുന്ന ദീർഘകാല അപകടത്തെക്കുറിച്ച് അവർ ഒന്നും അറിയുന്നില്ല. ലോകമെമ്പാടും വളർന്നുകൊണ്ടിരിക്കുന്ന ജൈവകൃഷിയുടെ പ്രാധാന്യത്തെക്കുറിച്ച് സമ്മേളനങ്ങളിലൂടെയും വാർത്താക്കുറിപ്പുകൾ മൂലവും ഞങ്ങൾ ജനങ്ങളെ ബോധവത്കരിക്കുന്നു, അതോടൊപ്പം ജനങ്ങൾക്കിടയിൽ കൃഷി എന്ന തൊഴിലിനുള്ള സ്ഥാനം ഉയർത്തുന്നതിനുവേണ്ടിയുള്ള ശ്രമങ്ങളും നടത്തിവരുന്നു.

ഗ്രാമസഭായോഗങ്ങൾ പൊതുവെ സജീവമായ ചർച്ചകൾ കൊണ്ട് നിറഞ്ഞിരിക്കും. ഒരിക്കൽ ശക്തി എന്ന ഗ്രാമത്തിൽവെച്ച് നടന്ന കാർഷികസെമിനാറിൽ യുവാക്കൾ പരമ്പരാഗത കൃഷിരീതികളെക്കുറിച്ച് അറിവില്ലാത്തവരും അതിനോട് പുച്ഛമുള്ളവരുമാണെന്ന നിലയിൽ ഉയർന്നുവന്ന ധാരണയെ ഒരു ചെറുപ്പക്കാരൻ ശക്തമായി അപലപിക്കുകയുണ്ടായി. അയാൾ സംസാരിച്ചുകൊണ്ടിരിക്കുന്നതിനെ തടസ്സപ്പെടുത്തിക്കൊണ്ട് പ്രായമായ മറ്റൊരാൾ ഇപ്രകാരം പറഞ്ഞു: "അതെയതെ! അവരോട് ഒരു കുതിരയ്ക്ക് ജീനിയിടാൻ പറയൂ, അവർ അതിനെ തിരിച്ചിടും. ഒരു *സോ-യ്ക്ക്* നുകം പൂട്ടാൻ ആവശ്യപ്പെട്ടാൽ അവർ ഭയന്ന് ഓടിപ്പോകും. അവർ വിലകൂടിയ റബ്ബർ ബൂട്ടുകൾ വാങ്ങും, മലയിടുക്കിന്റെ മുകളിൽ എത്തുന്നതിനു മുൻപ് അത് പൊളിഞ്ഞു പോയിരിക്കും. ഞങ്ങൾ സ്വയം നിർമ്മിച്ച ബൂട്ടുകളായിരുന്നു ധരിച്ചിരുന്നത്, അവ

ആവശ്യത്തിന് ചൂട് പകരുന്നതും അണിയാൻ സുഖപ്രദവുമായിരുന്നു. കൈയ്യിൽ എപ്പോഴും സൂചിയും നൂലും കരുതിയിരുന്നതുകൊണ്ട് എന്ത് കേടുപാടുകളും ഞൊടിയിട കൊണ്ട് തീർക്കാൻ ഞങ്ങൾക്ക് സാധിച്ചിരുന്നു. സ്വന്തം കാലുകളിൽ ഊന്നിയാണ് ഞങ്ങൾ നിന്നിരുന്നത്, മാത്രമല്ല ചുറ്റുമുള്ള എല്ലാ വസ്തുക്കളെയും എങ്ങനെ ഉപയോഗപ്രദമാക്കാമെന്ന ധാരണയും ഉണ്ടായിരുന്നു. അതിനെയാണ് നിങ്ങൾ പരിസ്ഥിതിവിജ്ഞാനം എന്ന് വിളിക്കുന്നത്, അല്ലെ?" അദ്ദേഹം LEDeG പ്രവർത്തകരോട് ഉച്ചത്തിൽ ചോദിച്ചു.

ഈ പരിപാടികൾ മിക്കവാറും ലഡാക്ക് പ്രോജക്റ്റിന്റെ സഹായത്തോടെ LEDeG നടപ്പിലാക്കുന്നവയാണ്. ലഡാക്കിലെ വിദ്യാർഥികൾക്കായുള്ള വിദ്യാഭ്യാസ-സാംസ്കാരിക സംരംഭമായ SECMOL (Students' Educational and Cultural Movement Of Ladakh) പ്രസ്ഥാനവുമായും ഞങ്ങൾ കൈകോർക്കുന്നുണ്ട്. 1988-ൽ സ്ഥാപിതമായ SECMOL യുവജനങ്ങളെ വികസനത്തിൽ ഭാഗഭാക്കാക്കുവാനും ഔപചാരിക വിദ്യാഭ്യാസത്തിനുള്ള ബദൽ മാർഗ്ഗങ്ങൾ അന്വേഷിക്കുവാനും പ്രേരിപ്പിക്കുന്നു. SECMOL-ന്റെ നേതൃനിരയിലുള്ളവരെ ഇന്ത്യയുടെ മറ്റ് ഭാഗങ്ങളിലും യൂറോപ്പിലുമുള്ള സമാനമനസ്കരായ വ്യക്തികളോടും സ്ഥാപനങ്ങളോടും ബന്ധപ്പെടുത്തുക എന്ന കൃത്യവും ഞങ്ങൾ നിർവ്വഹിക്കുന്നു. അവർക്കും LEDeG പ്രവർത്തകർക്കും വേണ്ടി ഞങ്ങൾ പഠനയാത്രകൾ സജ്ജീകരിക്കാറുണ്ട്, അവയിലൂടെ അവർക്ക് വ്യാവസായിക മേഖലകൾ നേരിടുന്ന പ്രശ്നങ്ങളെയും അവയ്ക്കെതിരെ ഉയർന്നുവരുന്ന പ്രതികരണങ്ങളെയും കുറിച്ച് നേരിട്ട് കണ്ട് പഠിക്കാനുള്ള അവസരം ലഭിക്കുന്നു.

വർഷങ്ങൾ കൊണ്ട് ഞങ്ങളുടെ പ്രവർത്തനങ്ങൾ വികസിക്കുകയും പുരോഗതിയുടെ വ്യക്തമായ തെളിവുകൾ ദൃശ്യമാവുകയും ചെയ്തു. എന്നാൽ കാര്യങ്ങൾ അത്ര എളുപ്പമായിരുന്നില്ല. ലഡാക്ക് സൈനികമായി തന്ത്രപ്രധാനമായ പ്രദേശമാകയാൽ പൊതുവെ വിദേശികൾക്ക് അവിടെ ജീവിക്കുവാനും പ്രവർത്തിക്കുവാനുമുള്ള അനുവാദം ഉണ്ടായിരുന്നില്ല. ലഡാക്കിലെ എന്റെ രണ്ടാം വർഷത്തിൽ, "സംശയാസ്പദമായ വിധത്തിൽ ചുരുങ്ങിയ സമയം കൊണ്ട് ലഡാക്കിഭാഷ പഠിച്ചെടുത്ത നിഗൂഢപരിവേഷമുള്ള സ്ത്രീ" എന്നുള്ള വിശേഷണത്തോടെ, എന്തോ കുടിലമായ ലക്ഷ്യത്തോടെയുള്ളതാണ് ലഡാക്കിലെ എന്റെ സാന്നിദ്ധ്യമെന്ന് ധ്വനിപ്പിച്ചുകൊണ്ടുള്ള ഒരു ലേഖനം ഹിന്ദുസ്ഥാൻ ടൈംസ് എന്ന പത്രത്തിൽ വരികയുണ്ടായി. ഗവണ്മെന്റിലെ ഉയർന്ന തലത്തിൽ നിന്നുള്ള പിന്തുണയും പ്രധാനമന്ത്രി, ഗവർണർ തുടങ്ങിയവരുടെ

കളുകളും നേരിട്ടുള്ള ഇടപെടലും ഉണ്ടായിട്ടുപോലും, പല ഇന്റലിജൻസ് ഓഫീസർമാരും ഉറച്ച് വിശ്വസിച്ചിരുന്നത് അതിർത്തി പ്രദേശത്ത് നിന്നുള്ള വിവരങ്ങൾ ചോർത്താൻ നിയോഗിക്കപ്പെട്ട CIA ഏജന്റാണ് ഞാൻ എന്നാണ്. അടുത്തിടെ, 1989-ൽ മുസ്ലിങ്ങൾക്കും ബുദ്ധമതക്കാർക്കും ഇടയിൽ പൊട്ടിപ്പുറപ്പെട്ട സംഘട്ടനം ഞാൻ ഒറ്റയ്ക്ക് സൃഷ്ടിച്ചതാണെന്ന ആരോപണവും എനിക്ക് നേരെ ഉയർന്നിരുന്നു.

അതിനുപുറമേ, ആധുനികമേഖലയിൽ, പ്രത്യേകിച്ച് ടൂറിസത്തിൽ പ്രവർത്തിക്കുന്ന ചില യുവാക്കൾ ഞങ്ങളുടെ പ്രവർത്തനങ്ങളെ സംശയത്തോടെയാണ് വീക്ഷിച്ചിരുന്നത്. ആധുനികം എന്ന് കരുതപ്പെടുന്ന എല്ലാ വസ്തുക്കളോടും അവർ ആസക്തരായിരുന്നു, അതിനാൽ പരിസ്ഥിതിവിജ്ഞാനത്തിനു വേണ്ടി ഞങ്ങൾ നടത്തിയിരുന്ന പരിപാടികളുടെ ആവശ്യകതയെക്കുറിച്ച് മനസ്സിലാക്കാൻ അവർക്ക് സാധിച്ചില്ല. "ഗ്രാമങ്ങളിലെ പാവപ്പെട്ട കർഷകർക്ക്" എത്രയും പെട്ടെന്ന് ഭൗതികസൌകര്യങ്ങൾ ലഭ്യമാക്കുന്നതിലാണ് ഞങ്ങൾ ശ്രദ്ധ അർപ്പിക്കേണ്ടിയിരുന്നതെന്നാണ് അവർ കരുതിയത്.

ആദർശപരമായ വീക്ഷണമനുസരിച്ചും ഞങ്ങളുടെ പ്രവർത്തനങ്ങൾ ബുദ്ധിമുട്ടേറിയതായിരുന്നു. തികച്ചും വ്യത്യസ്തമായ ഒരു വികസനമാർഗ്ഗത്തിന് രൂപം നൽകാൻ ശ്രമിച്ചിരുന്ന ഞങ്ങൾക്ക് പിന്തുടരാൻ മുന്നിൽ മാതൃകകളൊന്നും ഉണ്ടായിരുന്നില്ല. പ്രയാസകരമായ പ്രശ്നങ്ങളുമായി ചിലപ്പോൾ ഏറെ മല്ലിടേണ്ടി വന്നിട്ടുണ്ട്: ഞങ്ങളുടെ പ്രവർത്തനങ്ങൾ നന്മയ്ക്ക് പകരം വിനാശകാരിയായിത്തീരുമോ? ഒരു വികസനവും ഇല്ലാതെയിരിക്കുന്ന ലഡാക്ക് ആകുമോ ഇതിനേക്കാൾ ഭേദം? അതോ പുറത്തു നിന്നുള്ളവരുടെ ഇടപെടൽ ഒന്നുമില്ലാതെ ലഡാക്കിലുള്ളവർ തന്നെയാണോ ഇവിടെ വികസനം കൊണ്ടുവരേണ്ടത്? പരമ്പരാഗത സംസ്കാരത്തിന്റെ ശക്തികൾക്ക് ക്ഷയം സംഭവിക്കാതെ ലഡാക്കിലെ ജനങ്ങൾക്ക് വികസനം മൂലമുണ്ടാകുന്ന മാറ്റങ്ങളെ നേരിടാൻ സാധിക്കുമോ? ഈ പ്രശ്നങ്ങൾക്ക് ഉത്തരം കണ്ടെത്തുമ്പോൾ ഞങ്ങൾക്ക് കഴിഞ്ഞ രണ്ട് പതിറ്റാണ്ടുകളായി ലഡാക്കിൽ അടിച്ചേൽപ്പിക്കപ്പെടുന്ന ഏകതാനസ്വഭാവമുള്ള സാംസ്കാരികതയുടെ സാമ്പത്തികവും മനശ്ശാസ്ത്രപരവുമായ ആഘാതത്തെ കൂടി പരിഗണിക്കേണ്ടതുണ്ടായിരുന്നു. ലോകമെമ്പാടുമുള്ള വ്യവസായവത്കൃതമല്ലാത്ത സമൂഹങ്ങളെ പാശ്ചാത്യലോകത്തിന്റെ നിക്ഷിപ്തതാത്പര്യങ്ങൾ വളഞ്ഞുപിടിച്ചുകൊണ്ടിരിക്കുകയാണ്, അത് യഥാർത്ഥത്തിലുള്ള തദ്ദേശീയവികസനത്തെ ഏതാണ്ട് അസാദ്ധ്യമാക്കാൻ ശ്രമിച്ചുകൊണ്ടിരിക്കുന്നു.

യഥാർത്ഥ ജീവിതസാഹചര്യം അതിസങ്കീർണമാണ്, അത് ചിലപ്പോൾ പ്രത്യക്ഷത്തിൽ വിരുദ്ധമെന്ന് തോന്നുന്ന തരത്തിലുള്ള പ്രതികരണങ്ങൾ ആവശ്യപ്പെട്ടേക്കാം. ഞങ്ങളുടെ പ്രവർത്തനങ്ങളിലും വിരോധാഭാസമെന്ന് തോന്നിക്കുന്ന പലതുമുണ്ടായിരിക്കും. ഉദാഹരണമായി ലഡാക്കിലെ ജനങ്ങളും പാശ്ചാത്യരും തമ്മിൽ ലഡാക്കിനുള്ളിലും വിദേശത്തും വെച്ച് നടക്കുന്ന നേരിട്ടുള്ള സമ്പർക്കങ്ങളെ ഞങ്ങൾ പ്രോത്സാഹിപ്പിക്കാറുണ്ട്. കാരണം, SECMOL-ലും LEDeG-ലും നിന്നുള്ള അംഗങ്ങൾക്കായി ഞങ്ങൾ നടത്തുന്ന പഠനയാത്രകൾ പോലുള്ള സന്ദർഭങ്ങളിൽ സാധ്യമാകുന്ന യഥാർത്ഥ ആശയവിനിമയം അവരിൽ പാശ്ചാത്യജീവിതത്തെക്കുറിച്ച് കൂടുതൽ സന്തുലിതമായ ഒരു ധാരണ സൃഷ്ടിക്കുവാൻ സഹായകമാകും.

അതുപോലെതന്നെ ലഡാക്ക് പ്രോജക്റ്റ് വികേന്ദ്രീകരണത്തെ ശക്തമായി പ്രോത്സാഹിപ്പിക്കുന്ന അവസരത്തിലും അതിന് *ലെ*-യിൽ ഒരു പ്രവർത്തനകേന്ദ്രം ഉണ്ടായിരിക്കേണ്ടതുണ്ട് എന്നതാണ് സാമൂഹികരാഷ്ട്രീയ യാഥാർഥ്യം. നാം ഇഷ്ടപ്പെട്ടാലും ഇല്ലെങ്കിലും ലഡാക്കിന്റെ ഭാവിയെക്കുറിച്ചുള്ള തീരുമാനങ്ങളേറെയും എടുക്കുന്നത് അവിടെവെച്ചാണ്. ഞങ്ങൾക്ക് ലഭ്യമാകുന്ന പരിമിതധനസഹായം കണക്കിലെടുക്കുമ്പോൾ ഏറ്റവുമധികം ഗ്രാമീണരിൽ എത്തിച്ചേരാനുള്ള ചെലവ്കുറഞ്ഞ വഴിയും അത് തന്നെയാണ്.

സൗരോർജ്ജത്തിന്റെ ഉപയോഗം ജീവിതനിലവാരത്തിൽ പ്രത്യക്ഷമായ പുരോഗതി വരുത്തുമെന്ന് തോന്നിയിരുന്നുവെങ്കിലും, പുറത്തുനിന്നുള്ള ഒരാളെന്ന നിലയിൽ ഈ സാങ്കേതികവിദ്യ അവരുടെ മുന്നിൽ അവതരിപ്പിക്കുന്നത് ഉചിതമല്ല എന്ന് ഞാൻ കരുതി. എന്നാൽ ചൂട് പിടിപ്പിക്കുവാൻ വേണ്ടി കരി, എണ്ണ തുടങ്ങിയ സുസ്ഥിരമല്ലാത്ത മറ്റ് മാർഗ്ഗങ്ങൾ അവരുടെ പരമ്പരാഗതരീതികളെ അപ്പോഴേക്കും ഭഞ്ജിക്കുവാൻ തുടങ്ങിയിരുന്നു. ആ നിലയിലേക്ക് അവർ എത്തിയപ്പോൾ അവർക്ക് വേണ്ടത് സ്വയം തിരഞ്ഞെടുക്കുവാൻ ആവശ്യമായ വിവരം ലഭ്യമാക്കേണ്ടതുണ്ടെന്ന് എനിക്ക് തോന്നി; ഉയർന്ന ജീവിതനിലവാരം കൈവരിക്കുന്നതിന് വേണ്ടി സാമ്പത്തിക സ്വാശ്രിതത്വത്തെയും പരമ്പരാഗതമൂല്യങ്ങളെയും ത്യജിക്കേണ്ടതില്ല. എന്തായാലും, അനുഭവത്തിലൂടെ ഞങ്ങൾ മനസ്സിലാക്കിയ കാര്യം ചില മാതൃകകൾ ചൂണ്ടിക്കാട്ടി വിശദീകരിക്കുന്ന പരിപാടികൾ മാത്രം പോര എന്നാണ്. യഥാർത്ഥത്തിൽ ഇത്തരം ബദൽ മാർഗ്ഗങ്ങളെ സജീവമായി പിന്തുണയ്ക്കുകയും വേണ്ടരീതിയിൽ പ്രചരിപ്പിക്കുകയുമാണ് ചെയ്യേണ്ടത്. അതോടൊപ്പം, മൂലധനവും ഊർജ്ജവും വൻതോതിൽ ഉപയോഗപ്പെടുത്തുന്ന

യന്ത്രോപകരണങ്ങൾക്ക് നൽകിവരുന്ന ധനസഹായത്തെ പുതുക്കാവുന്ന ഊർജ്ജത്തെ അടിസ്ഥാനപ്പെടുത്തിയുള്ള വികേന്ദ്രീകൃത സാങ്കേതികവിദ്യകളിലേക്കായി വഴിതിരിച്ചുവിടാൻ സർക്കാരിൽ സമ്മർദ്ദം ചെലുത്തുകയും വേണം.

ഞങ്ങൾ സ്വീകരിച്ചിട്ടുള്ള വിട്ടുവീഴ്ചകൾ പ്രശ്നങ്ങൾക്കതീതമാണ് എന്ന് ഞാൻ അവകാശപ്പെടുകയില്ല. തീർച്ചയായും ചില പ്രത്യേക തീരുമാനങ്ങളും പ്രവർത്തനരീതികളും വ്യത്യസ്തമായിരുന്നിരിക്കാം. എന്നാൽ പൊതുവെ ഞങ്ങൾ ശരിയായ ദിശയിൽ തന്നെയാണ് മുന്നേറുന്നതെന്ന് എനിക്ക് ഉറപ്പുണ്ട്, ഞങ്ങളുടെ പരിശ്രമങ്ങൾ ഫലവത്താകുന്നു എന്നതിന് പ്രോത്സാഹജനകമായ സൂചനകളും ലഭിച്ചിട്ടുണ്ട്. സ്വാശ്രിതത്വത്തിലും സ്വാഭിമാനത്തിലും അധിഷ്ഠിതമായ വികസനത്തെക്കുറിച്ച് ദീർഘകാലാടിസ്ഥാനത്തിലുള്ള ഒരു പാരിസ്ഥിതിക വീക്ഷണത്തിന്റെ ആവശ്യകതയെക്കുറിച്ചുള്ള അവബോധം വളർത്തുന്നതിൽ ഞങ്ങൾ പ്രധാനപങ്ക് വഹിച്ചിട്ടുണ്ട്. “പരിസ്ഥിതിവിജ്ഞാനം”, “സൌരോർജ്ജം” എന്നീ പദങ്ങളൊക്കെ ഇപ്പോൾ ലഡാക്കിൽ പരക്കെ ഉപയോഗിക്കപ്പെടുന്നു, അവയുടെ അർത്ഥവും എല്ലാവരും മനസ്സിലാക്കുന്നു. ലഡാക്കിന്റെ ഭാവിക്കും പരിസ്ഥിതിക്കും ബോധപൂർവ്വം മുൻഗണന കല്പിക്കുന്നവരുടെ എണ്ണവും കൂടിക്കൊണ്ടിരിക്കുന്നു. ലാഭം കുറയുന്നത് കണക്കിലെടുക്കാതെ ജൈവകൃഷിയിലേക്ക് ചുവടുമാറ്റം നടത്തിയ ലഡാക്കിലെ ഏറ്റവും അറിയപ്പെടുന്ന ഹോർട്ടികൾച്ചറലിസ്റ്റായ സെവാംഗ് ഋഗ്സിൻ ലഗ്രൂക്, സർക്കാർ സർവീസുകളിലെ ഉന്നതസ്ഥാനങ്ങൾ ഉപേക്ഷിച്ച് യുവജനങ്ങളെ സാമൂഹികസേവനത്തിനായി സ്വയം സമർപ്പിക്കുവാൻ തങ്ങളുടെ നിസ്വാർത്ഥമായ പ്രവർത്തനത്തിലൂടെ പ്രേരിതരാക്കിയ SECMOL സ്ഥാപകരായ സോനം വാങ്ങ്ചുകും, സോനം ദോർജെയും, അസാധാരണമായ സത്യസന്ധതയ്ക്കും ദീർഘവീക്ഷണത്തിനും ലഡാക്കിലെങ്ങും പേരെടുക്കുകയും സംസ്ഥാനത്തെ ഉയർന്ന സർക്കാർ പദവിയിൽ നിന്ന് നേരത്തെ സ്വയം വിരമിച്ച് LEDeG-ന്റെ ഡയറക്ടർ സ്ഥാനമേറ്റെടുക്കുകയും ചെയ്ത സോനം ദാവ എന്നിവർ അവരിൽ ചിലർ മാത്രം.

സാമ്പ്രദായികവികസനത്തിന്റെ കെണികൾ ഒഴിവാക്കാൻ ലഡാക്കിലെ ജനങ്ങൾക്ക് ഇനിയും അവസരമുണ്ട്, കാരണം ലഡാക്കിലെ ജനസംഖ്യയുടെ ഒരു വലിയ ഭാഗം ഇപ്പോഴും സാമ്പത്തിക സ്വാശ്രിതത്വം അനുഭവിക്കുന്നവരാണ്. കൂടാതെ, അവരുടെയിടയിൽ ഞങ്ങളുടെ പ്രവർത്തനങ്ങൾ നല്ല പ്രതികരണമുളവാക്കുന്നുമുണ്ട്. ലഡാക്കിനുള്ളിൽ ഇപ്പോൾ വികസനത്തെ മറ്റൊരു വെളിച്ചത്തിലാണ്

എല്ലാവരും നോക്കിക്കാണുന്നത്. എന്നാൽ പുറംലോകത്തിന് ലഡാക്കിന്റെ കഥയെന്നത് പരമ്പരാഗതസംസ്കാരത്തിന്റെ വിജയഗാഥയും പരിസ്ഥിതിവികസനത്തിന്റെ ഒരു ആഗോളമാതൃക എന്നുള്ള സാധ്യതയുമാണ്, നമ്മുടെ ഏവരുടെയും സുസ്ഥിരമായ ഭാവിക്ക് അത്യന്താപേക്ഷിതമായ ആധാരശിലകളെത്തന്നെയാണ് അത് നിരന്തരം വെളിവാക്കിക്കൊണ്ടിരിക്കുന്നത്.

"പുരാതന ഭാവികൾ"

ഇന്ന് പാശ്ചാത്യസമൂഹം വ്യത്യസ്തവും പരസ്പരവിരുദ്ധവുമായ രണ്ട് ദിശകളെ ലാക്കാക്കി മുന്നേറുകയാണെന്നാണ് എനിക്ക് തോന്നുന്നത്. ഒരു വശത്ത്, സർക്കാരും വ്യവസായമേഖലയും നയിക്കുന്ന മുഖ്യധാരാസംസ്കാരം തുടർച്ചയായ സാമ്പത്തികവളർച്ചയെയും സാങ്കേതിക വികസനത്തെയും മാത്രം ലക്ഷ്യമിട്ട്, പ്രകൃതിയുടെ പരിമിതികളെ ഉല്ലംഘിച്ച്, മനുഷ്യന്റെ അടിസ്ഥാനപരമായ ആവശ്യങ്ങൾക്ക് വിലകല്പിക്കാതെ മുന്നേറിക്കൊണ്ടിരിക്കുകയാണ്. വേർപെടുത്താൻ സാധിക്കാത്തവിധത്തിൽ എല്ലാ ജീവജാലങ്ങളും പരസ്പരം ബന്ധപ്പെട്ടിരിക്കുന്നുവെന്ന പുരാതനമായ തിരിച്ചറിവിനെ സംരക്ഷിച്ച നിർത്തുന്ന, വൈവിധ്യമാർന്ന ആശയങ്ങളെയും സംഘടനകളെയും ഉൾക്കൊള്ളിച്ചുകൊണ്ടുള്ള ഒരു ബദൽധാര മറുവശത്തുണ്ട്.

ഇപ്പോൾ ആ ശബ്ദം ഒരു ന്യൂനപക്ഷത്തിന്റേതു മാത്രമായിരിക്കാം, പക്ഷേ കൂടുതൽ കൂടുതൽ പേർ വികസനം എന്ന സങ്കല്പത്തെ തന്നെ ചോദ്യം ചെയ്തു തുടങ്ങുന്ന സാഹചര്യത്തിൽ അത് കൂടുതൽ ശക്തി ആർജ്ജിച്ചുകൊണ്ടിരിക്കുകയാണ്. ഹരിതസംഘങ്ങളുടെ രൂപീകരണവും പരിസ്ഥിതി സംഘടനകളിലെ അംഗങ്ങളുടെ വർദ്ധനവും പരിസ്ഥിതിസംരക്ഷണത്തോടുള്ള ജനങ്ങളുടെ വ്യാപകമായ പ്രതിജ്ഞാബദ്ധതയെയാണ് സൂചിപ്പിക്കുന്നത്. സാമ്പത്തികവ്യവസ്ഥിതിയിൽ മാറ്റം വരുത്താനുള്ള ശക്തി തങ്ങൾക്കുണ്ട് എന്ന് സാധാരണ ഉപഭോക്താക്കൾ തിരിച്ചറിഞ്ഞു തുടങ്ങിയിരിക്കുന്നു, അതിനുപുറമേ തങ്ങളുടെ ഉത്പന്നങ്ങൾ "പരിസ്ഥിതിക്ക് ഇണങ്ങുന്നവയാണ്" എന്ന് ജനങ്ങളെ ബോധിപ്പിക്കുവാൻ വ്യവസായസ്ഥാപനങ്ങളും മത്സരിക്കുന്നു. പരിസ്ഥിതിയെ അവരുടെ രാഷ്ട്രീയ അജണ്ടയുടെ ഏറ്റവും മുകളിൽ പ്രതിഷ്ഠിക്കാനുള്ള സമ്മർദ്ദത്തെ നേരിടുകയാണ് സർക്കാരും പ്രമുഖ അന്താരാഷ്ട്ര ഏജൻസികളും.

സമൂഹത്തെ സാമൂഹികവും പാരിസ്ഥിതികവുമായ ഒരു സന്തുലിതാവസ്ഥയിലേക്ക് നയിക്കുവാൻ നമുക്ക് ഇനിയും അവസരമുണ്ട്. എന്നാൽ രോഗത്തിന്റെ ലക്ഷണം മാത്രം നോക്കി ചികിത്സ നൽകുന്നതിനുപരി എന്തെങ്കിലും ചെയ്യണമെന്നുണ്ടെങ്കിൽ നാം ഇന്ന് നേരിട്ടുകൊണ്ടിരിക്കുന്ന പ്രതിസന്ധികളുടെ വ്യവസ്ഥാനുസാരമായ സ്വഭാവമെന്തെന്നു മനസ്സിലാക്കേണ്ടത് പരമപ്രധാനമാണ്. വർഗ്ഗീയകലാപം, അന്തരീക്ഷ-ജല മലിനീകരണം, കുടുംബങ്ങളുടെ തകർച്ച, സാംസ്കാരിക ജീർണ്ണത തുടങ്ങി പ്രത്യക്ഷത്തിൽ പരസ്പരബന്ധമില്ല എന്ന് തോന്നിപ്പിക്കുന്ന പ്രശ്നങ്ങൾ പോലും ആഴത്തിൽ പരിശോധിക്കുമ്പോൾ തമ്മിൽ അടുത്ത് ബന്ധപ്പെട്ടിരിക്കുന്നു എന്ന് കാണാൻ കഴിയും. പ്രശ്നങ്ങൾ തമ്മിൽ ബന്ധപ്പെട്ട് കിടക്കുന്നു എന്ന് മനസ്സിലാക്കുമ്പോൾ അവ അപരിഹാര്യമാണെന്ന് തോന്നാം, എന്നാൽ അവ തമ്മിൽ കൂട്ടിമുട്ടുന്ന ഇടം കണ്ടെത്താൻ കഴിഞ്ഞാൽ അവയെ നേരിടുന്നതിനുള്ള നമ്മുടെ ശ്രമങ്ങളെ കൂടുതൽ ഫലപ്രദമാക്കാൻ സാധിക്കും. അപ്പോൾ ഓരോ പ്രശ്നത്തെയും ഒന്നൊന്നായി കൈകാര്യം ചെയ്യാതെ ആവശ്യമുള്ള ചരടുകൾ ചലിപ്പിച്ച് മൊത്തം ഘടനയെ ശരിപ്പെടുത്തുന്നതിൽ മാത്രം ശ്രദ്ധിച്ചാൽ മതിയാകും.

ശാസ്ത്രം, സാങ്കേതികത, സങ്കുചിതമായ സാമ്പത്തികമാതൃകകകൾ എന്നിവയുടെ പരസ്പരപ്രവർത്തനമാണ് ഒരു വലിയ പരിധിവരെ വ്യാവസായികസമൂഹത്തിന്റെ ഘടനയെ നിർണ്ണയിക്കുന്നത് – ഈ പരസ്പരപ്രവർത്തനമെന്നത് മുൻപത്തെക്കാളധികം കേന്ദ്രീകൃതസ്വഭാവത്തിലേക്കും പ്രത്യേകവൈദഗ്ദ്ധ്യങ്ങളിലേക്കുമാണ് നമ്മെ നയിക്കുന്നത്. വ്യാവസായിക വിപ്ലവത്തിനു ശേഷം വ്യക്തിയുടെ പ്രാധാന്യം കൂടുതൽ ചുരുങ്ങുകയും രാഷ്ട്രീയവും സാമ്പത്തികവുമായ ചട്ടക്കൂടുകൾ വളരുകയുമാണ് ചെയ്തിട്ടുള്ളത്. കൂടുതൽ സന്തുലിതവും നൈതികവുമായ ഒരു സമൂഹത്തെ സൃഷ്ടിച്ചെടുക്കണമെങ്കിൽ നിലവിലെ രാഷ്ട്രീയ സാമ്പത്തിക ചട്ടക്കൂടുകളെ വികേന്ദ്രീകരിക്കുകയും വിജ്ഞാനത്തോടുള്ള നമ്മുടെ സമീപനത്തെ വിശാലമാക്കുകയും ചെയ്യേണ്ടതുണ്ടെന്ന് ഞാൻ ഉറച്ചു വിശ്വസിക്കുന്നു. മനുഷ്യാനുസൃതമായ ഘടനകൾ ഭൂമിയുമായുള്ള അഗാധബന്ധത്തെയും സജീവമായ പങ്കാളിത്തജനാധിപത്യത്തെയും എങ്ങനെ പരിപോഷിപ്പിക്കുന്നു എന്ന് ലഡാക്കിൽ എനിക്ക് കാണുവാനായിട്ടുണ്ട്, അത് ശക്തവും സക്രിയവുമായ ചെറിയ ഗ്രാമസമൂഹങ്ങളെയും ആരോഗ്യപരമായ കുടുംബബന്ധങ്ങളെയും സ്ത്രീയും പുരുഷനും തമ്മിലുള്ള സന്തുലനത്തെയും ഒപ്പം പിന്തുണയ്ക്കുന്നു. ഈ ചട്ടക്കൂടുകൾ വ്യക്തികൾക്ക് ആവശ്യമായ സംരക്ഷണവും പ്രത്യക്ഷത്തിൽ

വിരോധാഭാസമെന്ന് തോന്നാവുന്ന വിധത്തിലുള്ള സ്വാതന്ത്ര്യബോധവും ഉറപ്പുവരുത്തുന്നു.

നാം വരുത്തേണ്ടുന്ന മാറ്റങ്ങൾ നമ്മുടെ ജീവിതത്തെ കൂടുതൽ സമ്പന്നമാക്കും. എന്നാൽ പരിസ്ഥിതിസംരക്ഷണ പ്രസ്ഥാനത്തിനുള്ളിൽ പോലും അവയെ പലപ്പോഴും ത്യാഗങ്ങൾ എന്ന രീതിയിലാണ് കാണുന്നത്. കാരണം, നമുക്ക് എത്രത്തോളം നേട്ടമുണ്ടാക്കാനാകും എന്ന ബോധത്തെക്കാളുപരി വസ്തുക്കളെ കൈയ്യൊഴിഞ്ഞ് എത്രയും കുറഞ്ഞ അളവിലുള്ള വിഭവങ്ങൾ ഉപയോഗിക്കുന്നതിനാണ് ഇവിടെ ഊന്നല് നൽകപ്പെടുന്നത്. അനന്തമായ സാമ്പത്തികവളർച്ചയ്ക്കും ഭൌതികസമൃദ്ധിക്കും കൊടുക്കേണ്ടിവരുന്ന വിലയെന്നത് സാമൂഹികവും ആത്മീയവുമായ ദാരിദ്ര്യം, മാനസികമായ അരക്ഷിതത്വം, സാംസ്കാരികമായ ഉണർവ്വിന്റെ അഭാവം എന്നിവയാണെന്ന് നാം മറക്കുന്നു. “നമുക്ക് എല്ലാമുണ്ട്” എന്ന് നാം കരുതുന്നു, പിന്നീട് ചെറുപ്പക്കാർ അവരുടെ ജീവിതത്തിലെ ശൂന്യതയെ അകറ്റുവാൻ ലഹരിമരുന്നിലേക്കും വിചിത്രസ്വഭാവമുള്ള ഗുരുക്കന്മാരുടെ നേർക്കും തിരിയുമ്പോൾ നാം അതിശയിക്കുന്നു.

ഒരുപക്ഷേ ലഡാക്കിൽ നിന്നുള്ള ഏറ്റവും പ്രധാനപ്പെട്ട പാഠം, ഞാൻ വളരെയധികം സമയമെടുത്ത് പഠിച്ച പാഠം, ആനന്ദത്തെക്കുറിച്ചുള്ളതായിരുന്നു. വർഷങ്ങൾ കൊണ്ട് എന്റെ മുൻവിധികളുടെ പുറംതോടുകൾ ഉരിഞ്ഞുകളഞ്ഞതിനു ശേഷം മാത്രമാണ് അവരുടെ ഉല്ലാസത്തെയും സന്തോഷത്തേയും അതിന്റെ യഥാർത്ഥ അർത്ഥത്തിൽ ഉൾക്കൊള്ളാൻ എനിക്ക് കഴിഞ്ഞത്: ജീവിതത്തോടുള്ള അവരുടെ കലർപ്പില്ലാത്തതും യഥേഷ്ടവുമായ ആസ്വാദനം തന്നെയായിരുന്നു അത്. മനസ്സമാധാനവും ജീവനാനന്ദവും തങ്ങളുടെ അനിഷേദ്ധ്യമായ ജന്മാവകാശമാണെന്ന് കരുതുന്ന ഒരു ജനതയെ ലഡാക്കിൽ എനിക്ക് കാണുവാൻ കഴിഞ്ഞു. ഭൌതികസമ്പത്തും സങ്കീർണ്ണസാങ്കേതികജ്ഞാനവുമായി താരതമ്യപ്പെടുത്തുമ്പോൾ ഭൂമിയുമായുള്ള അടുത്ത ബന്ധവും ചെറുസമുദായവും മനുഷ്യജീവിതത്തെ പലമടങ്ങ് സമ്പുഷ്ടമാക്കുമെന്നത് ഞാൻ തിരിച്ചറിഞ്ഞു, മറ്റൊരു മാർഗ്ഗം സാദ്ധ്യമാണെന്ന് എനിക്ക് ബോദ്ധ്യമായി.

ഇപ്പോൾ ക്രമേണ പ്രാമുഖ്യം നേടിക്കൊണ്ടിരിക്കുന്ന ആഗോളസമ്പദ്‌വ്യവസ്ഥയും ശാസ്ത്ര സാങ്കേതികവിദ്യകളുടെ പെരുകുന്ന ആധിപത്യവും മനുഷ്യന് പ്രകൃതിയോടും മനുഷ്യർ തമ്മിൽ തമ്മിലുമുള്ള പരസ്പരബന്ധത്തെ വിച്ഛേദിക്കുക മാത്രമല്ല, പ്രാപഞ്ചികവും സാംസ്കാരികവുമായ വൈവിധ്യങ്ങളെ തകർക്കുകയും ചെയ്യുന്നു. അപ്രകാരം ചെയ്യുമ്പോൾ

നാം നമ്മുടെ നിലനില്പിനു തന്നെ ഭീഷണി സൃഷ്ടിക്കുകയാണ്. വൈവിധ്യം എന്നത് പ്രകൃതിയിലെ അനിവാര്യമായ യാഥാർഥ്യമാണ്. ഏറ്റവും "നിസ്സാരമെന്ന്" തോന്നിക്കുന്ന കീടവും സസ്യവും പോലും നമ്മുടെ അതിജീവനത്തിന് എത്ര പ്രധാനമാണെന്ന് നാമിപ്പോൾ തിരിച്ചറിഞ്ഞു തുടങ്ങുന്നതേയുള്ളൂ. സസ്യവർഗ്ഗങ്ങളെയും ജന്തുവർഗ്ഗങ്ങളെയും നാമിന്ന് ഉന്മൂലനം ചെയ്തുകൊണ്ടിരിക്കുന്ന ഭീതിതമായ തോത് ഒരു പ്രധാനപ്പെട്ട പ്രശ്നമായി മാറിയിരിക്കുന്നു. വർഗ്ഗവൈവിധ്യത്തിന്റെ ജീവസന്ധാരണ പ്രാധാന്യം ഇപ്പോൾ ജീവശാസ്ത്രത്തിൽ സ്ഥിരീകരിക്കപ്പെട്ടിരിക്കുന്നു, ഹ്രസ്വകാലലാഭത്തെ ലക്ഷ്യമാക്കിക്കൊണ്ടുള്ള അത്തരം നിർമ്മാർജ്ജനത്തിന്റെ അപകടത്തെക്കുറിച്ച് ചില ശാസ്ത്രജ്ഞർ ശബ്ദമുയർത്തുകയും ചെയ്യുന്നു. വംശഭീഷണി നേരിടുന്ന സസ്യവർഗ്ഗങ്ങളെയും ജന്തുവർഗ്ഗങ്ങളെയും സംരക്ഷിക്കുന്നതിനായി ലോകമെമ്പാടും വ്യക്തികൾ സംഘടിച്ചുകൊണ്ടിരിക്കുകയാണ്. വന്യമൃഗങ്ങൾക്ക് സുരക്ഷ ഉറപ്പുവരുത്തുന്നതിനു പുറമേ പലരും ഇപ്പോൾ കോലാട്, ചെമ്മരിയാട്, ചെറുകുതിര തുടങ്ങി ഭീഷണി നേരിടുന്ന മറ്റ് ചില വളർത്തുമൃഗങ്ങളുടെ ഇനങ്ങളെയും പോറ്റി വളർത്താൻ തുടങ്ങിയിട്ടുണ്ട്. അതുപോലെ ആപ്പിൾ കൃഷി ചെയ്യുന്ന ചില കർഷകർ 'ഗോൾഡൻ ഡെലിഷ്യസ്' എന്നു പേരുള്ള ഒറ്റ സങ്കരയിനം മറ്റെല്ലാ ഇനങ്ങളേയും നിഷ്കാസനം ചെയ്യുന്നതിനു മുൻപായി പരമ്പരാഗത പ്രാദേശിക ഇനങ്ങളെ വ്യാപിപ്പിക്കുവാനുള്ള ശ്രമങ്ങൾ നടത്തിവരുന്നു.

ആധുനിക പശ്ചാത്തലത്തിൽ സാമ്പത്തികവികസനം വൈവിധ്യത്തെ വർദ്ധിപ്പിക്കുന്നു എന്ന് വിശ്വസിക്കുന്നതായിരിക്കും എളുപ്പം. ഫലപ്രദമായ ഗതാഗതവും ആശയവിനിമയവും വ്യത്യസ്ത സംസ്കാരങ്ങളിൽ നിന്നുള്ള വിവിധതരം ഭക്ഷ്യവസ്തുക്കളെയും മറ്റ് ഉല്പന്നങ്ങളെയും ഒരുമിച്ചു കൊണ്ടുവരുന്നുണ്ട്. എന്നാൽ ഈ വ്യത്യസ്ത സാംസ്കാരിക അനുഭവങ്ങളെ സുഗമമാക്കാൻ സഹായിക്കുന്ന അതേ വ്യവസ്ഥിതി തന്നെ അവയെ മായ്ച്ചുകളയുന്നതിനും ലോകമെമ്പാടുമുള്ള പ്രാദേശിക സാംസ്കാരിക വൈവിധ്യങ്ങളെ നിഷ്കാസനം ചെയ്യുന്നതിനും കാരണമാകുന്നു. ചെറുപഴങ്ങളുടെയും പൈനാപ്പിളിന്റെയും ജ്യൂസ് കൊക്കോകോളയ്ക്ക് വഴിമാറുന്നു, കമ്പിളി വസ്ത്രങ്ങളെയും സാരിയെയും ജീൻസ് മാറ്റിസ്ഥാപിക്കുന്നു, യാക്കുകളുടെയും മലമ്പ്രദേശങ്ങളിലെ കന്നുകാലികളുടെയും സ്ഥാനം ജഴ്സി പശുക്കൾ ഏറ്റെടുക്കുന്നു. വൈവിധ്യം എന്നാൽ ഒരേ കമ്പനി നിർമ്മിച്ച പത്ത് വിവിധതരം ജീൻസുകളിൽ ഒന്ന് തിരഞ്ഞെടുക്കുവാൻ സാധിക്കുക എന്നല്ല അർത്ഥം.

സാംസ്കാരികവൈവിധ്യമെന്നത് പ്രകൃതിവൈവിധ്യത്തിന്റെ അത്രയും തന്നെ പ്രധാനമാണ്, ഒരർത്ഥത്തിൽ അതിന്റെ നേരിട്ടുള്ള പിൻതുടർച്ച തന്നെയാണ്. പരമ്പരാഗതസംസ്കാരങ്ങൾ അവയുടെ പ്രത്യേക സാഹചര്യങ്ങളെ പ്രതിഫലിപ്പിച്ചിരുന്നു, അവരുടെ ഭക്ഷണം, വസ്ത്രം, പാർപ്പിടം എന്നിവ പ്രധാനമായും പ്രാദേശികവിഭവങ്ങൾ മാത്രം ഉപയോഗിച്ചാണ് നിർമ്മിക്കപ്പെട്ടുന്നത്. വൈവിധ്യത്തിന്റെ പ്രാദേശികരൂപീകരണങ്ങളുടെ അവശിഷ്ടങ്ങൾ പാശ്ചാത്യരാജ്യങ്ങളിൽ ഇന്നുപോലും കാണാൻ സാധിക്കും. അമേരിക്കയിലെ സൌത്ത് വെസ്റ്റ് എന്ന് അറിയപ്പെടുന്ന മരുപ്രദേശത്ത് അവിടുത്തെ കടുത്ത കാലാവസ്ഥയ്ക്കിണങ്ങുന്ന തരത്തിലുള്ള പരന്ന മേൽക്കൂരയുള്ള ഇഷ്ടികവീടുകൾ കാണാം, അതേസമയം ഇംഗ്ലണ്ടിൽ അവിടുത്തെ മഴവെള്ളവും മഞ്ഞും ഒലിച്ചുപോകാൻ പാകത്തിന് ചെരിഞ്ഞ മേൽക്കൂരയുള്ള, മരം കൊണ്ട് പണിത വീടുകളായിരിക്കും ഉണ്ടാവുക. പല സംസ്കാരങ്ങളുടെയും പാചകക്രമങ്ങൾ ഇപ്പോഴും അവിടുത്തെ പ്രാദേശിക ഭക്ഷ്യസ്രോതസ്സുകളുടെ പ്രതിഫലനമാണ്, ഉദാഹരണത്തിന് മെഡിട്ടരേനിയൻ പാചകത്തിൽ ഉപയോഗിക്കുന്ന ഒലിവ് എണ്ണ മുതൽ സ്കോട്ട്ലണ്ടിലെ ഓട്സും ഉണക്കമത്സ്യവും വരെ.

സാംസ്കാരികവും സാമ്പത്തികവുമായി ഒറ്റപ്പെടുന്ന അവസ്ഥയിലേക്ക് പിൻവാങ്ങാതെ തന്നെ നമ്മുടെ പ്രാദേശിക പാരമ്പര്യത്തെ പരിപാലിക്കുവാൻ സാധിക്കും. സാംസ്കാരിക വൈവിധ്യത്തെ വിലമതിക്കുക എന്നാൽ യഥാർത്ഥത്തിൽ, നമ്മുടെ സ്വന്തം സംസ്കാരത്തെ മറ്റുള്ളവരുടെ മേൽ അടിച്ചേൽപിക്കാതിരിക്കുക, അന്യസംസ്കാരങ്ങളെ നമ്മുടെ ഉപഭോഗത്തിനു വേണ്ടി മുതലെടുക്കാതെയും വാണിജ്യവത്കരിക്കാതെയുമിരിക്കുക എന്നാണ് അർത്ഥം.

വാണിജ്യത്തിന്റെ അനാവശ്യമായ ധാരാളിത്തത്തെ കുറയ്ക്കാൻ വേണ്ടി സ്വാധീനം ചെലുത്തുക എന്നതാണ് സാംസ്കാരികവൈവിധ്യത്തെ പുനരുജ്ജീവിപ്പിക്കുന്നതിനുള്ള ഏറ്റവും ഫലപ്രദമായ മാർഗ്ഗങ്ങളിൽ ഒന്ന്. ഇന്ന് നമ്മുടെ നികുതിദായകരുടെ പണമാണ് ഗതാഗതസൌകര്യങ്ങൾ വർദ്ധിപ്പിക്കുന്നതിനും 'കച്ചവടത്തിനു വേണ്ടിയുള്ള കച്ചവടം' വികസിപ്പിക്കുന്നതിനുമായി ചിലവഴിക്കപ്പെടുന്നത്. പാലും ആപ്പിളും മുതൽ ഗൃഹോപകരണങ്ങൾ വരെയുള്ള, പ്രാദേശികമായി ഉത്പാദിപ്പിക്കാൻ സാധിക്കുന്ന അനേകം വസ്തുക്കളാണ് നാം ഭൂഖണ്ഡങ്ങൾ തോറും വാഹനങ്ങളിൽ കടത്തിക്കൊണ്ടുപോകുന്നത്. അതിനു പകരം പ്രാദേശിക സമ്പദ് വ്യവസ്ഥകളെ ദൃഢമാക്കുകയും വൈവിധ്യസമൃദ്ധമാക്കുകയുമാണ് നാം ചെയ്യേണ്ടത്. ഗതാഗതത്തിനുള്ള സബ്സിഡികൾ

വെട്ടിക്കുറയ്ക്കുകയും ഒഴിവാക്കുകയും ചെയ്യുന്നത് വഴി നമുക്ക് പാഴ്ചിലവും മലിനീകരണവും കുറയ്ക്കുവാനും ചെറുകിടകർഷകരെ സഹായിക്കുവാനും ഗ്രാമസമൂഹങ്ങളെ ശക്തിപ്പെടുത്തുവാനും ഒരുപോലെ സാധിക്കും.

"പ്രാദേശികം" എന്നത് എന്താണെന്നും, "ആവശ്യമായതും" "ആവശ്യമല്ലാത്തതുമായ" വാണിജ്യവ്യവഹാരങ്ങൾ തമ്മിലുള്ള വ്യത്യാസമെന്തെന്നും വ്യക്തമായി നിർവചിക്കുവാൻ സാധിക്കുകയില്ല. പക്ഷേ കനത്ത സബ്സിഡി നൽകപ്പെടുന്ന അന്താരാഷ്ട്ര വാണിജ്യ വ്യവഹാരത്തിന്റെ പിന്നിലെ തത്വശാസ്ത്രത്തെ വിമർശനാത്മകമായി വിലയിരുത്തേണ്ടത് ഏറ്റവും നിർണ്ണായകമായ ഒരാവശ്യമാണ് - സംരക്ഷണവാദത്തെ പ്രോത്സാഹിപ്പിക്കാൻ വേണ്ടിയല്ല, മറിച്ച് ഉറപ്പുവരുത്തേണ്ടത് ലോകമെമ്പാടുമുള്ള പ്രകൃതിവിഭവങ്ങളുടെ സുസ്ഥിരവും ന്യായപൂർണ്ണവുമായ വിതരണവും ഉപയോഗവുമാണ്. കരുത്തുറ്റ പ്രാദേശിക സമ്പദ്വ്യവസ്ഥകളുള്ളയിടങ്ങളിലാണ് നമുക്ക് യഥാർത്ഥമായ "സ്വതന്ത്ര" വിപണികൾ കാണാൻ സാധിക്കുന്നത്; ഇന്നത്തെ ആഗോളവിപണിയുടെ സവിശേഷതകളായ കോർപ്പറേറ്റ് തന്ത്രങ്ങളിൽ നിന്നും മറച്ചുവെയ്ക്കപ്പെട്ട സബ്സിഡികളിൽ നിന്നും ദുർവ്യയങ്ങളിൽ നിന്നും വമ്പിച്ച തോതിലുള്ള പരസ്യച്ചിലവുകളിൽ നിന്നുമെല്ലാം വിമുക്തമായ ഒന്നായിരിക്കുമത്.

വിപണിയുടെ ആഗോളീകരണത്തെ ലക്ഷ്യമിട്ട് നീങ്ങാനുള്ള പ്രവണത ചുരുക്കം ചിലരുടെ കൈകളിൽ അധികാരവും വിഭവങ്ങളും കേന്ദ്രീകരിക്കുക മാത്രമല്ല നഗരകേന്ദ്രങ്ങളുടെ മേലുള്ള വർദ്ധിച്ച ആശ്രിതത്വത്തിനും ഇടയാക്കുന്നു. പാശ്ചാത്യനഗരങ്ങളിൽ ജീവിക്കുന്നവരുടെ എണ്ണം കുറഞ്ഞുവരികയാണെങ്കിലും നഗരകേന്ദ്രങ്ങളിലേയ്ക്കുള്ള ആകർഷണം പൊതുവെ വർദ്ധിച്ചുകൊണ്ടിരിക്കുകയാണ്. യാത്രക്കാർ കൂടുതൽ കൂടുതൽ ദൂരങ്ങൾ സഞ്ചരിക്കുന്നു, മാത്രമല്ല സാമ്പത്തികവും രാഷ്ട്രീയവുമായ അധികാരം ചില പ്രമുഖനഗരങ്ങളിൽ മാത്രമായി കേന്ദ്രീകരിക്കപ്പെടുമ്പോൾ വലിയ പ്രദേശങ്ങൾ ഒന്നാകെ ക്ഷയിച്ചുപോകുന്നു. ഈ കേന്ദ്രങ്ങളിൽ നിന്ന് അകന്ന് ജീവിക്കുന്നതും ജോലി ചെയ്യുന്നതും വളരെ പ്രയാസകരമായി മാറിക്കൊണ്ടിരിക്കുകയാണ്.

ജനങ്ങളുടെ എണ്ണം വളരെ കൂടുതലാണെന്നും മുഴുവൻ ജനസംഖ്യയ്ക്കും ഗ്രാമങ്ങളിൽ മാത്രമായി ജീവിക്കുവാൻ ആവശ്യമായ ഇടമില്ലെന്നുമുള്ള അഭിപ്രായങ്ങൾ പലപ്പോഴും ഉയർന്നുവരാറുണ്ട്. എന്നാൽ ഇന്നത്തെ കേന്ദ്രീകൃതവ്യവസ്ഥിതികൾ അതിനേക്കാൾ വളരെയധികം സ്ഥലം പരോക്ഷമായി ഉപയോഗപ്പെടുത്തുന്നുണ്ടെന്നതാണ് സത്യം. വിശാലമായ നഗരകേന്ദ്രങ്ങളും അവയുടെ ഭൌതികമായ

ആവശ്യകതകളും തമ്മിലുള്ള ബന്ധത്തെ, കൂടുതൽ സ്ഥലം ഉപയോഗപ്പെടുത്തുമ്പോൾ നാം കഴിക്കുന്ന ഭക്ഷ്യശൃംഖലയുടെ അളവ് കൂടുതൽ ഉയരത്തിലെത്തിച്ചേരുന്നതിന് സമാനമായി കാണാം. ഇറച്ചിക്കായി വളർത്തുന്ന ഒരു കന്നുകാലിക്ക് ജീവിക്കാൻ ഒരു പച്ചക്കറിത്തോട്ടത്തിന്റെയത്ര വലുപ്പമുള്ള സ്ഥലം ആവശ്യമില്ല, എന്നാൽ അതിന് നൽകേണ്ട തീറ്റ വിളയിക്കാൻ ആവശ്യമായ വയലുകളും അതിനു വേണ്ട ജലവും ആ ജലം വഴിതിരിച്ചുവിടുന്നതു കൊണ്ട് ഉണങ്ങിപ്പോകുന്ന ഭൂമിയും കണക്കിലെടുത്താൽ യഥാർത്ഥത്തിൽ അതിന് എത്ര അധികം സ്ഥലം വേണമെന്ന് വ്യക്തമാകും. ഒരു വലിയ നഗരത്തിന് ആവശ്യമായി വേണ്ടിവരുന്ന സ്ഥലം അവിടുത്തെ ജനങ്ങൾ ചെറു സമൂഹങ്ങളായി പരന്ന് പലയിടത്തായി ജീവിക്കുമ്പോൾ എടുക്കുന്ന സ്ഥലത്തേക്കാൾ കുറവായിരിക്കും, എന്നാൽ ഊർജ്ജശൃംഖലയിൽ അത് ഏറെ ഉയരത്തിലാണ് കഴിയുന്നത്; മാത്രമല്ല നഗരങ്ങളിലെ പ്രതിശീർഷ ഉപഭോഗത്തിന്റെ അളവും വളരെ കൂടുതലായിരിക്കും. വീതിയേറിയ പാതകൾ, ഗതാഗതം, വാഹനങ്ങൾ, എണ്ണക്കിണറുകൾ, ഭക്ഷ്യനിർമ്മാണശാലകൾ, അന്തരീക്ഷവും ജലവും ഭൂമിയും നേരിടുന്ന മലിനീകരണം എന്നിവയുടെയെല്ലാം കണക്കെടുത്താൽ, പ്രകൃതിയോട് അടുത്ത് ജീവിക്കുന്ന വികേന്ദ്രിതമായ ചെറുസമൂഹങ്ങളെക്കാൾ കൂടുതൽ വിഭവങ്ങളും ഭൂമിയും നഗരകേന്ദ്രങ്ങൾ ഉപയോഗപ്പെടുത്തുന്നുണ്ട് എന്ന് മനസ്സിലാകും.

വികേന്ദ്രീകരണ പ്രക്രിയ നടപ്പിലാക്കാൻ നിലവിലുള്ള സാമൂഹിക സാമ്പത്തിക വ്യവസ്ഥിതിയുടെ മൊത്തത്തിലുള്ള ഒരു അഴിച്ചുപണി ആവശ്യമായിരിക്കും. അതേസമയം, നിശ്ചലമായ ഒന്നിനെ പൊളിച്ചു നീക്കുന്നതിനെക്കുറിച്ചല്ല, നമ്മുടെ ദിശയിൽ വരുത്തേണ്ട മാറ്റത്തെക്കുറിച്ചാണ് നാമിവിടെ സംസാരിക്കുന്നതെന്ന് ഓർക്കേണ്ടതുണ്ട്. നമ്മുടെ സമൂഹം വർഷം തോറും വളർന്നുകൊണ്ടിരിക്കുകയാണ്, അതോടൊപ്പം കേന്ദ്രവത്കരണത്തിന്റെ നിയമങ്ങളും ക്രമേണ പുതിയ മാനങ്ങൾ കൈവരിക്കുന്നു. ഈ അവസ്ഥയിൽ, നാമിന്ന് എവിടെ നിൽക്കുന്നുവോ ആ നില തന്നെ തുടരണമെങ്കിൽപോലും പോലും എത്രയും പെട്ടെന്ന് വികേന്ദ്രീകരണം നടപ്പിലാക്കേണ്ടത് അത്യാവശ്യമാണ്. അത്രയെങ്കിലും നടന്നാൽ അതുതന്നെ ഒരു സുപ്രധാനനേട്ടമായിരിക്കും.

ഒരു സംഘത്തിന്റെ ഭാഗമായി ജീവിക്കുക എന്ന ആവശ്യകതയാണ് മനുഷ്യരുടെ അളവിനിണങ്ങുന്ന തരത്തിലുള്ള ചെറിയ സാമൂഹികഘടനകൾ ഉണ്ടാകണം എന്നതിനുള്ള പ്രധാന ന്യായീകരണം. ലഡാക്കിൽ നിന്ന് നമുക്ക് നേരിട്ട് പഠിക്കാവുന്നത് ഇതാണ് - അവിടെ കുടുംബങ്ങൾ

വലുതായിരിക്കാം, പക്ഷേ സമൂഹങ്ങൾ ചെറുതായിരിക്കും. കുട്ടികളെ പല തലമുറകളിൽ നിന്നുള്ളവർ ചേർന്നാണ് വളർത്തുന്നത്, പ്രത്യേകിച്ച് മുത്തശ്ശി മുത്തശ്ശന്മാരുമായുള്ള സവിശേഷമായ അടുപ്പത്തിൽ നിന്ന് അവർക്ക് ഒരുപാട് ഗുണങ്ങൾ ലഭിക്കുന്നു. ഈ വലിയ കുടുംബത്തിലെ അംഗങ്ങൾ തമ്മിലുള്ള ബന്ധങ്ങൾ അടുപ്പമുള്ളതായിരിക്കുമെങ്കിലും, ഒരു അണുകുടുംബത്തിലെന്നപോലെ അത്ര തീവ്രമായിരിക്കുകയില്ല. ഓരോ വ്യക്തിയെയും ദൃഢബദ്ധമായ ബന്ധങ്ങളുടെ ഒരു വലയം പിന്താങ്ങുമ്പോഴും പ്രത്യേകിച്ച് ഒരു ബന്ധത്തിനും താങ്ങാനാവാത്ത ഭാരം അനുഭവപ്പെടുകയില്ല. അണുകുടുംബങ്ങളുടെ സ്വഭാവങ്ങളായ ദുർബലമായ പരസ്പരബന്ധവും കുറ്റബോധവും തിരസ്കാരവും പോലെയുള്ള ഒന്നും തന്നെ എനിക്ക് ലഡാക്കിൽ കണ്ടെത്താനായില്ല.

അപവാദങ്ങൾ ഉണ്ടായിരിക്കുമെങ്കിലും, കൂട്ടുകുടുംബങ്ങൾ പൊതുവെ കൂടുതൽ സ്വാതന്ത്ര്യവും വഴക്കവും അനുവദിക്കുന്നു, മാത്രമല്ല മാനസികസമ്മർദ്ദവും ബാദ്ധ്യതയും ഓരോ വ്യക്തിയുടെയും മേൽ കുറഞ്ഞ അളവിൽ മാത്രമേ ചെലുത്തപ്പെടുന്നുള്ളൂ. പ്രായത്തിൽ മുതിർന്നവർക്കും സ്ത്രീകൾക്കും കുട്ടികൾക്കും അത് പ്രത്യേകിച്ച് ഗുണപ്രദമായിരിക്കും. കൂട്ടുകുടുംബത്തിൽ മുതിർന്നവരുടെ വിവേകവും അനുഭവസമ്പത്തും വിലമതിക്കപ്പെടുന്നു, സമുദായത്തിന് വിലപ്പെട്ട സംഭാവനകൾ നൽകുന്നതിൽ നിന്ന് അവരുടെ മന്ദഗതി അവരെ തടയുന്നില്ല. മറിച്ച് നമ്മുടെ സമൂഹത്തിലാകട്ടെ, സാങ്കേതികമാറ്റം അതിവേഗത്തിലാണ് സംഭവിക്കുന്നത്, അവിടെ അനുഭവങ്ങൾക്ക് തുച്ഛമായ വിലയേയുള്ളൂ. പ്രായമായവർക്ക് അവരുടെ ജീവിതത്തിൽ നിന്ന് നൽകാൻ ഒന്നുമില്ലാത്ത വിധത്തിൽ നാം ചുറ്റുമുള്ള ലോകത്തെ നാടകീയമാം വിധം മാറ്റിയിരിക്കുന്നു. പാശ്ചാത്യദേശങ്ങളിൽ സംസാരിക്കാൻ പോലും ആരുമില്ലാതെ, ഒറ്റയ്ക്ക് കഴിയുന്ന വൃദ്ധജനങ്ങൾ അനുഭവിക്കുന്ന അവഗണനയെക്കുറിച്ചുള്ള സംഭ്രമജനകമായ കഥകൾ ആ ദേശങ്ങൾ സന്ദർശിച്ച ലഡാക്കി ജനങ്ങൾ പറയാറുണ്ട്. "പേരക്കുട്ടികളെ ഏതാനും മണിക്കൂറുകൾ കാണാൻ വേണ്ടി മാത്രം മുത്തശ്ശിമാർ മാസങ്ങളോളം കാത്തിരിക്കുന്നു, എന്നിട്ടോ, ഒടുവിൽ അവർക്ക് കിട്ടുന്നത് കവിളിൽ ഒരു ചെറിയ ഉമ്മയും" ഗെയ്ലോങ് പൽദാൻ നിരീക്ഷിച്ചു.

അണുകുടുംബങ്ങൾ മുതിർന്നവരെ ഒഴിച്ചു നിർത്തുന്നതിനോടൊപ്പം സ്ത്രീകളെയും ബന്ധനസ്ഥരാക്കുന്നു. പരമ്പരാഗതസമൂഹങ്ങളിൽ സ്ത്രീകൾക്ക് വീടും തൊഴിലും തമ്മിൽ ഒരു തിരഞ്ഞെടുപ്പ് നടത്തേണ്ടി വരുന്നില്ല, കാരണം സമ്പദ് വ്യവസ്ഥയുടെ കേന്ദ്രമെന്നത് കുടുംബം തന്നെയാകുമ്പോൾ ഈ രണ്ട് മേഖലകളും ഒന്നാകും. നേരെമറിച്ച്,

ആധുനികലോകത്തിലാകട്ടെ സ്ത്രീകൾക്ക് തിരഞ്ഞെടുക്കാൻ രണ്ട് സാദ്ധ്യതകളുണ്ട്, രണ്ടും എളുപ്പമല്ല താനും. ഒന്നുകിൽ അവർക്ക് കുഞ്ഞുങ്ങളെ നോക്കി വീട്ടിലിരിക്കാം, അവിടെ അവർ ചെയ്യുന്ന ജോലികൾ വിലമതിക്കപ്പെടുകയില്ല, അല്ലെങ്കിൽ അവർക്ക് രണ്ട് ജോലികളും ചെയ്യാം, പക്ഷേ ഭർത്താക്കന്മാരിൽ നിന്ന് പേരിനുള്ള സഹായം മാത്രമേ ലഭിക്കുകയുള്ളൂ.

അണുകുടുംബങ്ങൾ ഫലപ്രദമല്ല എന്നാണ് സൂചനകളെല്ലാം കാണിക്കുന്നത്. വർദ്ധിച്ചുവരുന്ന വിവാഹമോചനങ്ങളുടെ എണ്ണം, മാതാപിതാക്കളിൽ നിന്ന് സ്വയം അകലുന്ന കൗമാരപ്രായക്കാർ, ഗാർഹികപീഡനത്തിന്റെയും കുടുംബത്തിനകത്ത് തന്നെയുള്ള ലൈംഗിക അതിക്രമങ്ങളുടെയും ഞെട്ടിപ്പിക്കുന്ന കണക്കുകൾ തുടങ്ങിയവ ഈ തകർച്ചയുടെ ഉദാഹരണങ്ങളാണ്. “പ്രവർത്തനക്ഷമമല്ലാത്ത കുടുംബത്തെ”യാണ് മനശ്ശാസ്ത്രജ്ഞർ ഇപ്പോൾ സാധാരണകുടുംബത്തിന്റെ പ്രതിരൂപമായി വിശേഷിപ്പിക്കുന്നത്. ഇക്കഴിഞ്ഞ അൻപത് വർഷങ്ങൾക്ക് മുൻപുവരെ നിലവിലുണ്ടായിരുന്ന വ്യാവസായികലോകത്തിലെ കുടുംബം പോലും ഇന്നത്തെ കുടുംബങ്ങളെക്കാൾ ആരോഗ്യപ്രദവും സംരക്ഷണം നൽകുന്നതുമായിരുന്നു. അന്ന്, മുത്തശ്ശി തൊട്ടടുത്ത് താമസിച്ചിരുന്നു, അമ്മാവന്മാരും അമ്മായിമാരും അവരുടെ മക്കളുമെല്ലാം അരികിൽ തന്നെയുണ്ടായിരുന്നു; വിസ്തൃതസമുദായവുമായുള്ള ബന്ധങ്ങൾ കൂടുതൽ ശക്തവും ദീർഘകാലം നിലനിൽക്കുന്നതുമായിരുന്നു. എന്നാൽ ഇന്ന്, സാമ്പത്തികരംഗം വികസിച്ചതോടുകൂടി വളരുന്ന കുട്ടികളുള്ള ഒരു കുടുംബം തന്നെ അഞ്ചോ ആറോ വീടുകളിലാണ് കഴിയുന്നത്. ഭൗതികമായും സാമ്പത്തികമായും മാനസികമായും അവിടെ മുത്തശ്ശിമാർക്ക് ഒട്ടും തന്നെ ഇടമില്ല.

പാശ്ചാത്യരാജ്യങ്ങളിലെ സുഹൃത്തുക്കളോട് പലപ്പോഴും കുടുംബത്തെക്കുറിച്ച് സംസാരിക്കുമ്പോൾ അവർ പറയാറുണ്ട്, “അമ്മ ഞങ്ങളോടൊപ്പം താമസിക്കുന്നത് നല്ല ആശയം തന്നെ, പക്ഷേ അത് ഒട്ടും പ്രാവർത്തികമല്ല. രണ്ടോ മൂന്നോ ദിവസങ്ങൾ കഴിയുമ്പോൾ ഞങ്ങൾക്കെല്ലാവർക്കും ഭ്രാന്തിളകും.” അവർ പറയുന്നത് ശരിയാണ് – ഇന്നത്തെ അവസ്ഥയിൽ അത് അത്ര ഫലപ്രദമാവുകയില്ല. നമ്മുടെ സമൂഹത്തിന്റെ ഘടനയനുസരിച്ച് പ്രായമായ മാതാപിതാക്കൾ വീട്ടിൽ കൂടെ താമസിക്കുന്നത് ഒരു ഭാരമായിരിക്കും. എന്നാൽ, മനുഷ്യന്റെ അടിസ്ഥാന ആവശ്യങ്ങൾക്ക് കൂടുതൽ പ്രാധാന്യം നൽകുന്ന വിധത്തിൽ നമ്മുടെ രാഷ്ട്രീയ മുൻഗണനകളെ മാറ്റിയെടുത്താൽ അത് കൂടുതൽ ഫലപ്രദമാകും.

പുറംലോകവുമായുള്ള ബന്ധം വിച്ഛേദിക്കപ്പെട്ട് അണുകുടുംബങ്ങൾ ഒറ്റപ്പെട്ട് കഴിയുമ്പോൾ സ്വാഭാവികമായും ലഡാക്കി കുടുംബത്തിനകത്തുള്ള ബന്ധങ്ങൾ പുറത്തേക്ക്, വിശാലമായ സമുദായത്തിലേക്ക് വ്യാപിക്കുന്നു. എവിടെ കുടുംബം അവസാനിക്കുന്നുവെന്നും സമുദായം ആരംഭിക്കുന്നുവെന്നും വേർതിരിച്ച് പറയാൻ പ്രയാസമായിരിക്കും. അമ്മയാകാൻ പ്രായമുള്ള ഏതൊരു സ്ത്രീയും "അമ്മ" എന്നാണ് വിളിക്കപ്പെടുന്നത്, സഹോദരനാകാൻ പ്രായമുള്ള ഏതൊരാളും "അനിയൻ" അല്ലെങ്കിൽ "ജ്യേഷ്ഠൻ" ആണ്. വ്യാവസായിക സമൂഹത്തിൽ ഇന്നും അതിന്റെ ശേഷിപ്പുകൾ കാണാൻ സാധിക്കും. ഉദാഹരണത്തിന് സ്വീഡൻ, റഷ്യ പോലെയുള്ള രാജ്യങ്ങളിലെ കൂടുതൽ പരമ്പരാഗതമായ പ്രദേശങ്ങളിൽ കുട്ടികൾ പരിചയമുള്ള ഏതൊരു മുതിർന്ന വ്യക്തിയെയും "അമ്മാവൻ" അല്ലെങ്കിൽ "അമ്മായി" എന്നാണ് വിളിക്കുന്നത്.

പാശ്ചാത്യലോകത്തിലെ ഭൂരിപക്ഷം ജനങ്ങളും തങ്ങളുടെ സാമുദായികബോധം നഷ്ടപ്പെട്ടുപോയിരിക്കുന്നു എന്ന് സമ്മതിക്കും. നമ്മുടെ ജീവിതം ഇന്ന് തുണ്ടുകളായി മുറിഞ്ഞിരിക്കുന്നു, പ്രതിദിനം നാം ബന്ധപ്പെടുന്ന മനുഷ്യരുടെ എണ്ണം കൂടിക്കൊണ്ടിരിക്കുകയാണെങ്കിലും, മിക്കപ്പോഴും സ്വന്തം അയൽക്കാരെ പോലും അറിയാത്ത വിധം നാം ഒറ്റപ്പെട്ടുപോവുകയാണ്. ലഡാക്കിലാകട്ടെ, ജനങ്ങൾ ആത്മീയമായും സാമൂഹികമായും സാമ്പത്തികമായും പരസ്പരം ആശ്രയിച്ചു കഴിയുന്ന ഒരു ജനസമൂഹമാണ്.

പാശ്ചാത്യസമൂഹത്തിലെ സാമുദായികബന്ധങ്ങളെ പുനരുജ്ജീവിപ്പിക്കുന്നതിനുള്ള മുൻ ഉപാധിയാണ് വികേന്ദ്രീകരണം. നിരന്തരം ചലിച്ചുകൊണ്ടിരിക്കുന്നത് സമുദായത്തെ ക്ഷയിപ്പിക്കുന്നു, എന്നാൽ ഒരു സ്ഥലത്ത് നാം നമ്മുടെ വേരുകൾ ആഴ്ത്തുകയും ആ സ്ഥലത്തോട് അടുപ്പം തോന്നുകയും ചെയ്യുമ്പോൾ മനുഷ്യബന്ധങ്ങൾക്ക് ആഴം കൂടും, അവ സുദൃഢമാകും, കാലക്രമേണ കൂടുതൽ വിശ്വാസ്യതയുള്ളതുമായിത്തീരും.

പരമ്പരാഗത ലഡാക്കി സമൂഹത്തിൽ സ്വത്വത്തിന് നൽകപ്പെടുന്ന വിശാലമായ മാനം പാശ്ചാത്യസംസ്കാരത്തിലെ 'വ്യക്തിയാണ് സർവ്വപ്രധാനം' എന്ന സിദ്ധാന്തത്തിൽ നിന്ന് തികച്ചും വ്യത്യസ്തമാണ്. ലഡാക്കിയുടെ വ്യക്തിത്വം ഒരു വലിയ പരിധിവരെ മറ്റുള്ളവരുമായുള്ള അടുത്ത ബന്ധത്തിൽ നിന്ന് രൂപപ്പെടുന്നതാണ്, അതിനെ ദൃഢീകരിക്കുന്നതാകട്ടെ പരസ്പരബന്ധത്തിന് ഊന്നല് നൽകുന്ന ബുദ്ധപ്രമാണങ്ങളും. കുടുംബം, കൃഷിയിടം, അയൽപക്കം, ഗ്രാമം എന്നിങ്ങനെ ഒത്തുചേർന്ന് പടർന്നുകിടക്കുന്ന ബന്ധങ്ങളുടെ ശൃംഖല അവിടുത്തെ ജനങ്ങൾക്ക് താങ്ങായി വർത്തിക്കുന്നു. പാശ്ചാത്യരാജ്യങ്ങളിലുള്ളവർ

അവരുടെ വ്യക്തിത്വത്തെ പ്രതി അഭിമാനംകൊള്ളാറുണ്ട്, എന്നാൽ വ്യക്തിത്വം ചിലപ്പോൾ ഏകാന്തതയുടെ പര്യായമായി മാറാനുള്ള സാദ്ധ്യതയുമുണ്ട്. ഓരോ വ്യക്തിയും സ്വയംപര്യാപ്തത കൈവരിക്കണമെന്നും ആർക്കും മറ്റാരുടെയും ആവശ്യം ഉണ്ടാകരുതെന്നുമൊക്കെ നാം വിശ്വസിക്കുന്നുണ്ടാകാം. എന്റെ ഒരു സുഹൃത്ത് അവളുടെ ഒരേയൊരു കുട്ടി സ്കൂളിൽ ചേർന്ന വർഷം തന്നെ വിവാഹമോചിതയായി. സ്വാഭാവികമായും അവൾ വളരെ അസന്തുഷ്ടയായിരുന്നു. എങ്കിലും തന്റെ ദുഃഖത്തെ ഒരു ദൌർബല്യമായായാണ് അവൾ കരുതിയത്, ഒറ്റയ്ക്ക് ജീവിക്കാൻ പഠിക്കണമെന്നും ഒഴിഞ്ഞ വീട്ടിൽ സ്വയം സമാധാനം കണ്ടെത്താൻ കഴിയണമെന്നും അവൾ വിശ്വസിച്ചു.

ലഡാക്കിലെ മനുഷ്യർക്കിടയിലുള്ള ഇഴയടുപ്പമുള്ള ബന്ധങ്ങൾ അവരെ ശ്വാസം മുട്ടിപ്പിക്കുന്നതിനു പകരം സ്വതന്ത്രരാക്കുകയാണ് ചെയ്യുന്നത് എന്ന് ഞാൻ കരുതുന്നു, അത് സ്വാതന്ത്ര്യത്തെക്കുറിച്ചുള്ള സങ്കല്പത്തെ പുനർവിചിന്തനം ചെയ്യാനുള്ള പ്രേരണയേകി. പ്രത്യക്ഷത്തിൽ തോന്നാവുന്നതു പോലെ അതത്ര അത്ഭുതപ്പെടുത്തുന്ന ഒന്നല്ല. മനുഷ്യർ തമ്മിൽ ആഴമുള്ളതും വിശ്വാസനീയവുമായ ദീർഘകാലബന്ധങ്ങൾ അവരവരെക്കുറിച്ചുള്ള പുരോഗമനാത്മകമായ പ്രതിച്ഛായ സൃഷ്ടിക്കുന്നതിന് എത്രത്തോളം പ്രധാനമാണ് എന്നതിനെക്കുറിച്ച് മനശ്ശാസ്ത്രജ്ഞർ ഇന്ന് ഗവേഷണം ചെയ്തു വരികയാണ്. ഈ ബന്ധങ്ങൾ ആരോഗ്യപ്രദമായ വികസനത്തിന്റെ അടിസ്ഥാനമായി വർത്തിക്കുന്നതെങ്ങനെയെന്ന് നാം ഇപ്പോൾ മനസ്സിലാക്കിത്തുടങ്ങുന്നു. സ്വന്തം പ്രതിച്ഛായയിൽ വളരെ ഉയർന്ന തോതിൽ മതിപ്പുള്ളവരാണ് ലഡാക്കികൾ. അത് ബോധപൂർവ്വം സംഭവിക്കുന്നതല്ല; ഒരുപക്ഷേ ആഴത്തിലുള്ള സുരക്ഷിതത്വബോധത്തിൽ അധിഷ്ഠിതമായ, ആത്മസന്ദേഹം ഒട്ടുമില്ലാത്ത ഒരവസ്ഥയയോട് തൊട്ട് നിൽക്കുന്ന ഒരു മനോഭാവത്തിൽ നിന്നുളവാകുന്നതാണത്. ഈ ആന്തരിക സുരക്ഷിതത്വബോധം സഹിഷ്ണുതയെയും, ഒപ്പം അന്യരെ അവരുടെ എല്ലാ ഭിന്നതകളോടും കൂടി അംഗീകരിക്കാനുള്ള സമീപനത്തെയും വളർത്തിയെടുക്കുന്നു.

ഒരു വേനൽക്കാലത്ത് സൻസ്കാർ താഴ്വരയിൽ ബാലവികാസത്തെക്കുറിച്ചും ശിശുപരിപാലനത്തെക്കുറിച്ചുമുള്ള പഠനം നടത്തുന്നതിനിടയിൽ, ഏതാനും അമ്മമാരോട് കുഞ്ഞുങ്ങൾ നടന്നുതുടങ്ങാൻ താമസിച്ചാൽ അവർ അതിനെക്കുറിച്ച് വ്യാകുലപ്പെടുമോ എന്ന് ഞാൻ ചോദിച്ചു. അവർ അത് കേട്ട് ആർത്തു ചിരിക്കുകയാണ് ചെയ്തത്. "അതിന് നമ്മളെന്തിനു വ്യാകുലപ്പെടണം? സമയമാകുമ്പോൾ അവർ തനിയെ നടക്കാൻ പഠിക്കും." പാശ്ചാത്യലോകത്തിലെ മുഖ്യധാരാസംസ്കാരത്തിൽ നാം

രണ്ട് ലഡാക്കി സഹോദരിമാർ.
വലിയ കുടുംബങ്ങളുടെയും അടുത്തബന്ധം പുലർത്തുന്ന ചെറുസമുദായങ്ങളുടെയും ഭാഗമായി ജീവിക്കുന്ന ലഡാക്കിലെ ജനങ്ങൾ വൈകാരികവും മാനസികവുമായ സുരക്ഷിതത്വം അനുഭവിച്ചുവരുന്നു.

കുഞ്ഞുങ്ങളുടെ ഉയരത്തിന്റെയും ഭാരത്തിന്റെയും ചാർട്ട് അതീവശ്രദ്ധയോടെ സൂക്ഷിക്കാറുണ്ട്, കാരണം മത്സരമനോഭാവവും അരക്ഷിതത്വവും കൂടുതൽ വളർന്നുകൊണ്ടിരിക്കുന്ന ഒരു സമൂഹത്തിലാണ് നാം ജീവിക്കുന്നത്. ഒരു തലമുറ മുൻപ് അമ്മമാരോട് നിർദ്ദേശിക്കപ്പെട്ടിരുന്നത് കുഞ്ഞുങ്ങൾക്ക് ഒരു നിശ്ചിത സമയക്രമമനുസരിച്ച് പാൽ നൽകിയാൽ മതി എന്നായിരുന്നു. എന്റെ ഒരു സുഹൃത്ത് പറഞ്ഞത് ഞാനോർക്കുന്നു: തൊട്ടിലിൽ കിടക്കുന്ന അവളുടെ കുഞ്ഞ് വിശപ്പുകൊണ്ട് കരയുമ്പോൾ അവളും അടുത്ത മുറിയിലിരുന്ന് കരയുകയായിരിക്കും, ക്ലോക്കിലെ സമയം നോക്കി പാലുകൊടുക്കാനാണ് ആ ഇരിപ്പ്! പാശ്ചാത്യലോകത്തെ ഏകശിലാസംസ്കാരം ഒരേ നിയമങ്ങൾക്ക് വഴങ്ങി ജീവിക്കുന്നതിനായി എല്ലാവരിലും സമ്മർദ്ദം ചെലുത്തുന്നു. സ്വീഡനിലെ ഒരു ബസ് സ്റ്റോപ്പിൽ എന്റെ അരികിൽ നിന്ന രണ്ട് ചെറിയ ബാലന്മാർ അവരുടെ സ്പോർട്സ് ഷൂസുകൾ താരതമ്യം ചെയ്യുന്നത് കാണാനിടയായി. കരച്ചിലിന്റെ വക്കത്തെത്തിയ അവരിലൊരുവൻ തന്റേത് നല്ല ബ്രാൻഡ് തന്നെയാണെന്ന് കൂട്ടുകാരന്റെ മുന്നിൽ തെളിയിക്കാനായി ഷൂസിന്റെ അകം വലിച്ച് അതിന്റെ ലേബൽ കണ്ടെത്താൻ കിണഞ്ഞു ശ്രമിക്കുകയായിരുന്നു. നമ്മുടെ ലിംഗഭേദമോ തൊലിയുടെ

നിറമോ പ്രായമോ ശരിയല്ലെങ്കിൽ പ്രശ്നം കൂടുതൽ ഗുരുതരമാകും. വെളുത്ത നിറമുള്ള യുവാവാണ് കച്ചവടസംസ്കാരത്തിൽ ആദർശപുരുഷൻ. ആ സംസ്കാരത്തിന്റെ ഫലമായി സ്ത്രീകളും വൃദ്ധജനങ്ങളും ന്യൂനപക്ഷവും പ്രതികൂലസ്ഥിതിയിലാണ് കഴിഞ്ഞുകൂടുന്നത്. നാം കരുതുന്നത് പോലെയുള്ള സ്വാതന്ത്ര്യം നമുക്കിന്നില്ല.

വികേന്ദ്രീകരണം അത്യന്താപേക്ഷിതവും ഘടനാപരവുമായ മാറ്റമാകുമ്പോൾ തന്നെ നമ്മുടെ ലോകവീക്ഷണവും അതിനനുസൃതമായി മാറേണ്ടതുണ്ട്. പ്രകൃതിവ്യവസ്ഥയിൽ നിലനിൽക്കുന്ന വ്യാപകമായ പരസ്പര്യത്തെയാണ് വർദ്ധിച്ചുവരുന്ന പാരിസ്ഥിതിക അസ്വാസ്ഥ്യങ്ങൾ വെളിവാക്കുന്നത്, പക്ഷേ അക്കാദമികസ്ഥാപനങ്ങൾ ഇപ്പോഴും കൂടുതൽ സങ്കുചിതമായ പ്രത്യേകവൈദഗ്ദ്ധ്യങ്ങൾക്ക് ഊന്നൽ നൽകുന്നത് തുടർന്നുകൊണ്ടിരിക്കുന്നു. ഈ സങ്കുചിതമനോഭാവമാണ് യഥാർത്ഥത്തിൽ വ്യാവസായികസംസ്കാരം സൃഷ്ടിക്കുന്ന വിപത്തിന്റെ മൂലകാരണങ്ങളിൽ പ്രധാനം. എന്നാൽ ചെറിയ ചെറിയ രാഷ്ട്രീയ-സാമ്പത്തിക ഘടകങ്ങളിലേക്കുള്ള നീക്കം പരസ്പരബന്ധത്തിൽ അധിഷ്ഠിതമായ ലോകവീക്ഷണത്തെ കൂടുതൽ വിശാലമാക്കുകയാണ് ചെയ്യുന്നതെന്നത് പ്രത്യക്ഷത്തിൽ വിരോധാഭാസമായി തോന്നാം. സ്വന്തം സമൂഹത്തോടും പ്രദേശത്തോടുമുള്ള അടുപ്പം നമ്മുടെ കാഴ്ചപ്പാടിനെ സങ്കുചിതമാക്കുന്നതിനു പകരം പരസ്പരബന്ധത്തെക്കുറിച്ചുള്ള ധാരണ സൃഷ്ടിക്കാൻ പ്രേരിപ്പിക്കുന്നു. നിങ്ങളുടെ നിലനില്പ് കാൽച്ചുവട്ടിലെ ഭൂമിയെയും ചുറ്റുമുള്ള സമൂഹത്തെയും ആശ്രയിച്ചാകുമ്പോൾ, പരസ്പരാശ്രിതത്വം നിങ്ങൾ ദിനേന അനുഭവിക്കും. അത്തരത്തിലുള്ള അനുഭവനിഷ്ഠമായ തിരിച്ചറിവ് – തുടർന്നുകൊണ്ടേയിരിക്കുന്ന ജീവിതം എന്ന പ്രതിഭാസത്തിന്റെ ഭാഗമാണ് നാമെന്ന ബോധം – ആധുനികസമൂഹത്തിന്റെ അപഗ്രഥനാത്മകവും അപൂർണ്ണവും തത്വശാസ്ത്രപരവുമായ ചിന്തയിൽ നിന്ന് തികച്ചും വ്യത്യസ്തമാണ്.

ജൈവപ്രകൃതിയുമായി കൂടുതൽ തന്മയത്വമുള്ള ഒരു ബന്ധത്തിലേക്ക് നാം മടങ്ങുകയും കൂടുതൽ വിശാലമായ മാതൃകകളെയും പ്രക്രിയകളേയും മാറ്റങ്ങളെയും ഉൾക്കൊള്ളാൻ പഠിക്കുകയും ചെയ്യേണ്ടതുണ്ട്. ഇന്ന്, ഒരേതരം ഈച്ചയെക്കുറിച്ച് പഠനം നടത്തുമ്പോളൊഴികെ രണ്ട് ജീവശാസ്ത്രജ്ഞന്മാർ ഒരേ ഭാഷ സംസാരിക്കുന്നില്ല. കഷണങ്ങളായി മുറിച്ചും ഓരോന്നിനെയും തമ്മിൽ വേർപെടുത്തിയും നമുക്ക് ജീവിതത്തെ മനസ്സിലാക്കാൻ സാധിക്കുമോ? നിശ്ചലവും യാന്ത്രികവുമായ നമ്മുടെ ലോകവീക്ഷണം അതിന്റെ പരിമിതികളുടെ അടുത്തെത്തിയിരിക്കുന്നു. ചില ശാസ്ത്രജ്ഞർ, പ്രത്യേകിച്ച് കണികാസിദ്ധാന്തവാദികളായ

ഊർജ്ജതന്ത്രജ്ഞർ (Quantum physicists), ഇപ്പോൾ യാഥാർഥ്യത്തെ ഘടകങ്ങളായി വിഭജിക്കുന്നതിനുപകരം ഒരു ജൈവപ്രക്രിയ എന്ന നിലയിൽ നോക്കിക്കാണുവാനുള്ള ശ്രമങ്ങൾ നടത്തിവരികയാണ്. പ്രത്യേകവൈദഗ്ദ്ധ്യങ്ങൾക്ക് പ്രോത്സാഹനം നൽകുന്ന മുഖ്യധാരാസംസ്കാരത്തിലെ പ്രവണതകൾക്ക് നേർവിപരീതമായി പരസ്പരബന്ധങ്ങളെ തിരിച്ചറിയുകയും വ്യത്യസ്തശാഖകളെ തമ്മിൽ കൂട്ടിയോജിപ്പിക്കുകയും ചെയ്യുന്ന പൊതുമേഖലകളിൽ പ്രവർത്തിക്കുന്നവരെ നാം സജീവമായി പിന്തുണയ്ക്കേണ്ടതുണ്ട്. ഈ അവസരത്തിൽ സ്ത്രൈണ മൂല്യങ്ങൾക്കും സ്ത്രീപക്ഷചിന്തകൾക്കും ലഭിക്കുന്ന വർദ്ധിച്ച പരിഗണന പ്രതീക്ഷയ്ക്ക് വകനൽകുന്ന ഒന്നാണെന്നും നാം തിരിച്ചറിയണം.

സ്ത്രീകളുടെ വീക്ഷണകോൺ പരസ്പരബന്ധങ്ങൾക്കും കൂട്ടിയിണക്കലുകൾക്കും കൂടുതൽ ഊന്നൽ നൽകുന്നു എന്നാണ് സ്ത്രീപക്ഷചിന്താമാതൃകകളെക്കുറിച്ചുള്ള ഗവേഷണങ്ങൾ സൂചിപ്പിക്കുന്നത്, അവരുടെ അനുഭാവപൂർണ്ണമായ സമീപനവും അമൂർത്തചിന്താഗതിയും അതിനെ കൂടുതൽ ഫലപ്രദമാക്കുന്നു. അത്തരത്തിലുള്ള ഒരു പരിപ്രേക്ഷ്യം സ്ത്രീകളുടെ മാത്രം സ്വഭാവവിശേഷമല്ല, അടുത്തിടെയായി പുരുഷന്മാരും ബോധപൂർവ്വം തങ്ങളുടെ സ്ത്രൈണവശത്തിന് കൂടുതൽ മൂല്യം കല്പിക്കാൻ തുടങ്ങിയിരിക്കുന്നു. എന്നാൽ നൂറിലേറെ വർഷങ്ങളായി ഇത്തരത്തിലുള്ള സാഹചര്യത്തിനിണങ്ങുന്ന ചിന്തയും ജീവനവും അവഗണിക്കപ്പെട്ടുക മാത്രമല്ല, വ്യാവസായികസംസ്കാരം അതിനെ ഇടിച്ചുതാഴ്ത്തുകയും ചെയ്തിരിക്കുന്നു. നമ്മുടെ സമൂഹത്തിലെ ആധിപത്യമനോഭാവത്തിന് ഇപ്പോൾ സന്തുലനം നഷ്ടപ്പെട്ടിരിക്കുന്നു. സ്ത്രൈണതയുടെ അരികിലേക്കുള്ള ഒരു ചുവടുമാറ്റത്തിനുള്ള സമയം അതിക്രമിച്ചിരിക്കുന്നു.

ഈ ചുവടുമാറ്റം അതിനോടൊപ്പം അനുഭവാത്മകമായ അറിവിന്റെ പ്രാധാന്യത്തെയും കൊണ്ടുവരും. ഒരു വലിയ പരിധിവരെ പുരുഷന്മാരേക്കാൾ സ്ത്രീകൾ അവരുടെ അമൂർത്തചിന്തകളെ സ്വന്തം അനുഭവങ്ങളിൽ നിന്ന് രൂപപ്പെടുത്തുന്നു എന്ന് കരുതാം. ലഡാക്കിലെയും മറ്റു പല പരമ്പരാഗത പൌരസ്ത്യസംസ്കാരങ്ങളെയും സംബന്ധിച്ചിടത്തോളം ഇത് സത്യമാണെന്നതാണ് രസകരമായ വസ്തുത. പ്രകൃതിയുടെ സങ്കീർണ്ണതകളെ ഉൾക്കൊള്ളണമെങ്കിൽ നമ്മുടെ പ്രമാണങ്ങൾ അനുഭവത്തിൽ അധിഷ്ഠിതമായിരിക്കണം. വൈരുദ്ധ്യങ്ങളും ക്രമരാഹിത്യങ്ങളുമടങ്ങിയ സമ്മിശ്രയാഥാർഥ്യത്തിന്റെ മാറിക്കൊണ്ടേയിരിക്കുന്ന മാതൃകകളെയും നമ്മുടെ പ്രതീക്ഷകൾക്ക് വഴങ്ങാൻ വിസമ്മതിക്കുന്ന അതിന്റെ സ്വഭാവത്തെയും അടിസ്ഥാനപ്പെടുത്തിയതാണ് അനുഭവാത്മകപഠനമെന്നത്. അതിനാൽ, അത് നമ്മെ ഒടുവിൽ കൊണ്ടു ചെന്നെത്തിക്കുന്നത് വിനയത്തിലും സമാഹിതത്വത്തിലുമായിരിക്കും. പരീക്ഷണശാലകൾക്ക്

പകരം നമ്മുടെ പഠനങ്ങൾ യഥാർത്ഥലോകത്തിൽ നടത്തിയിരുന്നെങ്കിൽ ശാസ്ത്രീയപുരോഗതിയിൽ കുറേക്കൂടി ശ്രദ്ധാപൂർവ്വമായ മുന്നേറ്റമുണ്ടാകുമായിരുന്നു. പുതിയ സാങ്കേതികവിദ്യകളുടെ സംഭാവ്യമായ അനന്തരഫലങ്ങളെ കാലാന്തരത്തിൽ അതിന്റെ സന്ദർഭത്തിൽ വെച്ച് പരിശോധിക്കാൻ നമുക്ക് കഴിഞ്ഞിരുന്നുവെങ്കിൽ അപ്രതീക്ഷിതവും വിനാശകരവുമായ ആ പരിണതഫലങ്ങളുടെ ആഘാതങ്ങളുടെ തുടർച്ചയെ നമുക്ക് കുറച്ചുകൊണ്ടുവരാൻ കഴിയുമായിരുന്നു.

യാഥാർത്ഥ്യത്തിൽ നിന്നകന്ന് മാതൃകകളെയും ആശയങ്ങളെയും ആശ്രയിച്ചുകൊണ്ട് ജീവിക്കാനുള്ള പ്രവണതയാണ് പാശ്ചാത്യലോകത്തെങ്ങും കണ്ടുവരുന്നത്. ഇംഗ്ലണ്ടിൽ ഏതാനും മാസങ്ങൾ ജീവിച്ച ശേഷം താഷി റബ്ഗ്യസ് പറയുകയുന്നത് ശ്രദ്ധേയമാണ്: "ഇവിടെ എല്ലാം വളഞ്ഞ വഴിയിലേ സംഭവിക്കുന്നുള്ളൂ എന്നത് എന്നെ അത്ഭുതപ്പെടുത്തുന്നു. ആളുകൾ പ്രകൃതിയുടെ സൌന്ദര്യത്തെക്കുറിച്ച് എഴുതുന്നു, സംസാരിക്കുന്നു, എല്ലായിടത്തും പൂച്ചട്ടികളിൽ ചെടികളും പ്ലാസ്റ്റിക് പൂക്കളും കാണാനുണ്ട്, ചുമരുകൾ വൃക്ഷങ്ങളുടെ ചിത്രങ്ങളാൽ അലംകൃതം. ടെലിവിഷനിൽ എപ്പോഴും പ്രകൃതിയെക്കുറിച്ചുള്ള പരിപാടികളാണ്. പക്ഷേ അവർക്ക് യഥാർത്ഥത്തിലുള്ള സംഗതിയുമായി നേരിട്ടുള്ള ബന്ധം ഒരിക്കലുമുണ്ടെന്ന് തോന്നുന്നില്ല."

ഈയടുത്ത് സ്വീഡനിൽ പോയപ്പോൾ സ്റ്റോക്ക്ഹോമിൽ എന്റെ സുഹൃത്ത് കരീനെ സന്ദർശിച്ച വേളയിൽ അവരുടെ വീട്ടിലെ പൂന്തോട്ടത്തിലിരുന്ന് ഞങ്ങൾ ഭക്ഷണം കഴിക്കുകയായിരുന്നു. കൌമാരപ്രായത്തിലുള്ള രണ്ടു പെൺകുട്ടികളുടെ അമ്മയും പ്രശസ്ത അഭിഭാഷകയുമായ അവർ കഴിഞ്ഞ വേനൽക്കാലത്ത് ലഡാക്ക് പ്രോജക്ടിൽ വാളണ്ടിയറായിരുന്നപ്പോഴാണ് ഞങ്ങൾ സുഹൃത്തുക്കളായത്.

"ലഡാക്ക് എന്റെ കൂടെ വീട്ടിലേക്ക് പോന്നു. അത് എത്ര ആഴത്തിൽ എന്നെ സ്വാധീനിച്ചു എന്ന് ഞാൻ ഇപ്പോഴും കണ്ടെത്തിക്കൊണ്ടിരിക്കുകയാണ്" അവർ പറഞ്ഞു. സ്വീഡനിൽ മടങ്ങിയെത്തിയ ശേഷം തന്റെ ജീവിതരീതികളിൽ മാറ്റം വരുത്തണമെന്ന് അവർ തീരുമാനിച്ചു. അതിനായി അവർ തന്റെ തിരക്കുകൾ കുറച്ച്, അഭിഭാഷകവൃത്തിയിൽ നിന്ന് വിശ്രമമെടുത്ത് ഇപ്പോൾ ഒരു പരിസ്ഥിതിസംഘടനയിൽ സന്നദ്ധപ്രവർത്തനം നടത്തിവരുന്നു. വീട്ടിൽ ഒരു പച്ചക്കറിത്തോട്ടം നിർമ്മിക്കുകയും കൂടുതൽ സമയം തന്റെ മക്കളോടോത്ത് ചിലവഴിക്കാനും തുടങ്ങി.

കരീന്റെ പ്രവർത്തനം ഒറ്റപ്പെട്ടതല്ല. പരിസ്ഥിതിഗ്രാമങ്ങൾ (eco villages) നിർമ്മിക്കുന്നതിനുവേണ്ടിയുള്ള സംരംഭങ്ങൾ സ്വീഡനിൽ

എല്ലായിടത്തും ഉടലെടുത്തുകഴിഞ്ഞു; ഇപ്പോൾ തന്നെ ഇരുന്നൂറോളം പദ്ധതികൾ തുടങ്ങിക്കഴിഞ്ഞു, പുതുക്കാവുന്ന ഊർജ്ജസ്രോതസ്സുകളെയും മാലിന്യങ്ങളുടെ പുനഃസംക്രമണത്തെയും അടിസ്ഥാനപ്പെടുത്തിയുള്ളവയാണ് അവയെല്ലാം. ജൈവരീതിയിൽ തയ്യാറാക്കിയ ഭക്ഷ്യവസ്തുക്കൾക്ക് കൂടുതൽ ജനങ്ങൾ മുൻഗണന നൽകുന്നു, വീടിനടുത്തുള്ള കർഷകരിൽ നിന്ന് വാങ്ങുക വഴി പ്രാദേശിക സമ്പദ്‌വ്യവസ്ഥ ശക്തിപ്പെടുത്തുകയാണ് ചെയ്യുന്നത്. പ്രകൃതിവിഭവങ്ങളുടെ വിനാശത്തിന്റെ അളവ് ആഭ്യന്തരവളർച്ചാനിരക്കിൽ നിന്ന് കിഴിക്കുന്ന തരത്തിലുള്ള പുതിയ പരിസ്ഥിതി അക്കൌണ്ടിങ്ങ് സംവിധാനം ചിട്ടപ്പെടുത്തിക്കൊണ്ട് ഗവണ്മെന്റും തങ്ങളുടെ പ്രതിജ്ഞാബദ്ധത പ്രദർശിപ്പിച്ചുകഴിഞ്ഞു.

സ്വീഡനിലെ ഈ മാറ്റങ്ങൾ നിർണ്ണായകമായ ഒരു വഴിത്തിരിവിന്റെ പ്രതിഫലനമാണ്. വ്യാവസായികലോകങ്ങളിലെങ്ങും ജനങ്ങൾ അന്വേഷിക്കുന്നത് പ്രകൃതിയുമായുള്ള ഒരു സന്തുലനം തന്നെയാണ്. അതിന്റെ ഭാഗമായി അവർ അവരുടെ പരമ്പരാഗത സംസ്കാരങ്ങളെ വീണ്ടെടുക്കാൻ തുടങ്ങിയിരിക്കുന്നു. പ്രായമായവർക്കുള്ള അഭയകേന്ദ്രങ്ങൾ മുതൽ മദ്ധ്യസ്ഥതകളിലൂടെ തർക്കങ്ങൾ ഒത്തുതീർപ്പിലാക്കുന്നതു വരെയുള്ള വിഭിന്നമേഖലകളിൽ ഏറ്റവും പുരാതനവും ഏറ്റവും ആധുനികവുമായ സംസ്കാരങ്ങൾ തമ്മിൽ ശ്രദ്ധേയമായ കൊടുക്കൽ വാങ്ങലുകൾ ആവിർഭവിച്ചു കഴിഞ്ഞു. ലഡാക്കിലെ ഗ്രാമീണരെപ്പോലെ കൂടുതൽ ജനങ്ങൾ ഇപ്പോൾ ജൈവകൃഷിയുത്പന്നങ്ങൾ ഭക്ഷിക്കുകയും ആരോഗ്യപരിപാലനത്തിന് പഴയ പ്രകൃതിചികിത്സാമാർഗ്ഗങ്ങൾ സ്വീകരിക്കുകയും ചെയ്ത് തങ്ങളുടെ കുടുംബപ്രവർത്തനങ്ങളുടെ കേന്ദ്രസ്ഥാനം അടുക്കളയിലേക്ക് കൈമാറിക്കഴിഞ്ഞു. കഥ പറച്ചിലിനോടുള്ള പുതുക്കിയ താത്പര്യവും ശാരീരികമായ അദ്ധ്വാനത്തോടുള്ള നവീകരിക്കപ്പെട്ട ആദരവും വസ്തുങ്ങൾക്കും കെട്ടിടനിർമ്മാണത്തിനും പ്രകൃതിവിഭവങ്ങളുടെ ഉപയോഗത്തിലുമെല്ലാം സൂക്ഷ്മമായ രീതികളിൽ ഈ ദിശാപരിണാമം വ്യക്തമാണ്. മനുഷ്യരും ഭൂമിയും തമ്മിലുണ്ടായിരുന്ന ഒരു പുരാതന ബന്ധത്തിലേക്ക് നാമിന്ന് കറങ്ങിത്തിരിഞ്ഞ് മടങ്ങിയെത്തിക്കൊണ്ടിരിക്കുകയാണ്.

ഈ പ്രക്രിയ പലപ്പോഴും അബോധപൂർവ്വമായിരിക്കും. നമ്മുടെ മുഖ്യധാരാസംസ്കാരം പുരോഗതിയുടെ ഒരു രേഖീയമാർഗ്ഗത്തെയാണ് പ്രോത്സാഹിപ്പിക്കുന്നത്, ഭൂതകാലത്തിൽ നിന്നും പ്രകൃതിനിയമങ്ങളിൽ നിന്നും നമ്മെ മോചിപ്പിക്കുക എന്നതാണ് അതിന്റെ ലക്ഷ്യം. "നമുക്ക് പിന്നോട്ട് സഞ്ചരിക്കാനാവില്ല" എന്ന ആധുനികലോകത്തിന്റെ മന്ത്രം നമ്മുടെ ചിന്തകളിൽ ആഴ്ന്നുകിടക്കുകയാണ്. തീർച്ചയായും

വേണമെന്നുണ്ടെങ്കിൽ പോലും നമുക്കിന്ന് മടങ്ങിപ്പോകാനാവില്ല, പക്ഷേ പ്രാവർത്തികമായ ഒരു ഭാവിക്ക് വേണ്ടിയുള്ള അന്വേഷണം അനിവാര്യമായി നമ്മെ പ്രകൃതിയും മനുഷ്യനും തമ്മിൽ നിലനിൽക്കുന്ന ആഴത്തിലുള്ള ഒരു പൊരുത്തത്തെ ആശ്രയിക്കുന്ന ചില അടിസ്ഥാന മാതൃകകളിലേയ്ക്കാണ് നയിക്കുന്നത്.

നമ്മുടെ അന്തസ്സത്തയുമായി കൂടുതൽ യോജിച്ചുപോകുന്ന ജീവിതരീതികൾ അന്വേഷിച്ചുകൊണ്ടുള്ള പരിശ്രമങ്ങളിൽ ഏറ്റവും പ്രധാനപ്പെട്ട ചില മുന്നേറ്റങ്ങൾ ശിശുപരിപാലനവുമായി ബന്ധപ്പെട്ട മേഖലയിലാണ് സംഭവിച്ചിട്ടുള്ളത്. ഒരുപക്ഷേ സ്ത്രീയുടെ കാഴ്ചപ്പാട് ഏറ്റവും ശക്തവും ശ്രദ്ധേയവുമായി അനുഭവപ്പെട്ടത് അവിടെയാണ് എന്നതാകുമോ അതിനുള്ള കാരണം? സമയബദ്ധമായ ശിശുപരിചരണം ഉപേക്ഷിക്കപ്പെട്ടുകയും പ്രകൃതിസഹജമായ മാർഗ്ഗങ്ങളിലേക്ക് നാം തിരിച്ചുപോവുകയും ചെയ്തിരിക്കുന്നു, മാത്രമല്ല ഇന്ന് അമ്മയോടൊപ്പം അച്ഛനും കുഞ്ഞിനെ തന്റെ ശരീരത്തോട് ചേർത്ത് പിടിച്ചുകൊണ്ട് സഞ്ചരിക്കുന്നു. ഓരോ കുഞ്ഞും നിരുപാധികമായ സ്നേഹത്തിനുള്ള അർഹതയോടെയാണ് ജനിക്കുന്നതെന്നും അവരുടെ കഴിവുകൾ സ്വയം തെളിയിക്കേണ്ട ആവശ്യമില്ലാത്ത ഒരു കുടുംബവ്യവസ്ഥിതിയിൽ, അവരുടെ അവകാശം ബലമായി നേടിയെടുക്കേണ്ടാത്ത ഒരു സാഹചര്യത്തിലാണ് കുഞ്ഞുങ്ങൾക്ക് യഥാർത്ഥത്തിൽ വളരാനാവുക എന്ന് തുടങ്ങി പരമ്പരാഗത ലഡാക്കിലെ മനുഷ്യർ ഒരിക്കലും മറന്നുപോകാത്ത കാര്യങ്ങൾ നാമിന്ന് പഠിച്ചു തുടങ്ങുകയാണ്.

മനശ്ശാസ്ത്രം മുതൽ ഭൗതികശാസ്ത്രം വരെയും കൃഷി മുതൽ അടുക്കളവരെയുമുള്ള എല്ലാ ജീവിതമേഖലകളിലും സർവ്വജീവജാലങ്ങളും തമ്മിലുള്ള പരസ്പരബന്ധത്തെക്കുറിച്ചുള്ള അവബോധം ലോകമെമ്പാടും വളർന്നുകൊണ്ടിരിക്കുകയാണ്. സ്ത്രീകൾക്ക് മുൻതൂക്കം നൽകുന്നതും ആത്മീയമൂല്യങ്ങൾ ഉയർത്തിപ്പിടിക്കുന്നതുമായ, മനുഷ്യന്റെ അളവിനനുസരിച്ചുള്ള ജീവിതരീതിയോട് പ്രതിബദ്ധത പ്രകടിപ്പിക്കുന്ന പുതിയ പ്രസ്ഥാനങ്ങൾ എങ്ങും ഉയർന്നുവരുന്നു. ഈ പ്രവണതകളെല്ലാം "നവീനം" എന്ന് മുദ്രകുത്തപ്പെടുന്നു, എന്നാൽ യഥാർത്ഥത്തിൽ ഇവയെല്ലാം വളരെ പുരാതനമാണ്. ഇതാണ് ലഡാക്ക് നമുക്ക് നൽകുന്ന പാഠം. ആയിരക്കണക്കിന് വർഷങ്ങളായി നിലനിന്നിരുന്ന മൂല്യങ്ങളുടെ പുനരാവിഷ്കാരമാണ് അത്. പ്രകൃതിനിയമങ്ങൾക്കനുസൃതമായ നമ്മുടെ സ്ഥാനം, മനുഷ്യർ തമ്മിലും മനുഷ്യരും ഭൂമിയുമായും നിലനിൽക്കുന്ന അഭേദ്യമായ ബന്ധം – ഇവയെ തിരിച്ചറിയുവാൻ സഹായിക്കുന്ന മൂല്യങ്ങളുടെ വീണ്ടെടുപ്പും പുനരുത്ഥാനവുമാണത്.

അനുബന്ധം

ആനന്ദത്തിന്റെ സമ്പദ്ശാസ്ത്രം

(2014 മാർച്ച് 15-ന് ഭൂമി കോളേജിന്റെയും (www.bhoomicollege.org) ശിക്ഷാന്തർ സ്കൂളിന്റെയും (www.swaraj.org/shikshantar) ആഭിമുഖ്യത്തിൽ ബാംഗ്ലൂരിൽ നടന്ന Economics of Happiness കോൺഫറൻസിൽ ഹെലേന നോർബെർഗ്-ഹോഡ്ജ് നടത്തിയ മുഖ്യപ്രഭാഷണത്തിന്റെ പരിഭാഷ.)

Economics of Happiness എന്നത് പ്രാദേശികവത്കരണത്തിനും ആരോഗ്യത്തിനും ആനന്ദത്തിനും വേണ്ടി പ്രവർത്തിക്കുന്ന ഒരു അന്താരാഷ്ട്ര കൂട്ടായ്മയാണ്, അധികാരത്തിന്റെ വികേന്ദ്രീകരണമെന്ന അടിയന്തരമായ ആവശ്യകതയുമായി അത് ബന്ധപ്പെട്ടിരിക്കുന്നു. ഇന്ന് ആഗോളവത്കരണം 'മുറിക്കുള്ളിലെ ആനയെപ്പോലെ' അനിഷേധ്യമായ ഒരു സാന്നിദ്ധ്യമായി മാറിക്കഴിഞ്ഞിരിക്കുന്നു. അതിബൃഹത്തായ ഒരു വ്യവസ്ഥിതിയായി അത് എവിടെയും നിറഞ്ഞുനിൽക്കുകയാണ്. എങ്കിലും നമ്മിൽ പലരും അന്ധർ ആനയെ വിവരിക്കാൻ ശ്രമിക്കുന്നതുപോലെയാണ് അതിനെ മനസ്സിലാക്കാൻ മുതിരുന്നത്. അതിനെ കണ്ടതായിപ്പോലും പലർക്കും തോന്നുന്നില്ല. എന്നാൽ അതിന്റെ നേരെ എതിർദിശയിലേക്കു നീങ്ങിക്കൊണ്ടിരിക്കുന്ന, ക്രമാനുസാരിയായ ഒരു പ്രസ്ഥാനം വളർന്നു വരുകയാണ്. ദിനംപ്രതി അഭിവൃദ്ധിപ്പെട്ടുകൊണ്ടിരിക്കുന്ന എണ്ണമറ്റ ചെറുസമൂഹങ്ങളെയും പ്രാദേശികസംരംഭങ്ങളെയും ലക്ഷ്യമാക്കിയാണ് ഈ പ്രസ്ഥാനം നീങ്ങുന്നത്. പ്രാദേശികവത്കരണം അഥവാ തദ്ദേശവത്കരണം (localization) എന്ന ഈ പ്രസ്ഥാനം ഇന്ന് ലോകമെമ്പാടും വളർന്നുവരുന്നു. ഒരുപക്ഷേ, കോർപ്പറേറ്റ് കമ്പനികളാൽ സ്വത്വവും ബന്ധങ്ങളും ജീവിതമാർഗ്ഗവും ആനന്ദവും നശിപ്പിക്കപ്പെട്ട ജനങ്ങൾ ഏറ്റവും കൂടുതൽ പാർക്കുന്ന അമേരിക്കയിൽ ഈ പ്രസ്ഥാനം ഏറെ ശക്തി പ്രാപിച്ചിരിക്കുന്നു എന്നത് അതിശയകരമായ വസ്തുതയാണ്. ഈ പുതിയ പ്രസ്ഥാനത്തിന്റെ തലസ്ഥാനം ഒറിഗോണിലെ പോർട്ട്ലൻഡ് ആണെന്ന് വേണമെങ്കിൽ പറയാം.

പ്രാദേശിക വ്യാപാരങ്ങളെയും വികേന്ദ്രീകരിക്കപ്പെട്ട ഊർജ്ജത്തെയും പിന്തുണയ്ക്കാൻ തങ്ങളാലാവുന്നത് ചെയ്യേണ്ടതുണ്ടെന്ന് അവിടുത്തെ ജനങ്ങൾ മനസ്സിലാക്കിയിരിക്കുന്നു. അതിന്റെ കേന്ദ്രസ്ഥാനത്തു തന്നെയുള്ള മറ്റൊരു കാര്യമാണ് പ്രാദേശിക ഭക്ഷ്യവ്യവസ്ഥിതി.

ഇന്ന്, അദൃശ്യസ്രോതസ്സുകളിൽ നിന്ന് പണമുണ്ടാക്കിക്കൊണ്ടിരിക്കുന്ന സ്വതന്ത്രബാങ്കുകൾ മാത്രമല്ല, ആഗോളതലത്തിൽ പല രീതികളിലുള്ള സ്വാധീനങ്ങൾക്ക് വശംവദമായ ഏകവർണ്ണമായ സാംസ്കാരികവിജ്ഞാനവും കൂടി ഉൾപ്പെട്ടതാണ് നിലവിലുള്ള വ്യവസ്ഥിതി. ഈ വ്യവസ്ഥിതിക്കെതിരായാണ് കൂടുതൽ മാനവികവും സാമൂഹികോന്മുഖവും പരിസ്ഥിതിക്കനുസൃതവുമായ, ചെറുകിടനിലവാരത്തിലുള്ള പ്രവർത്തനങ്ങൾക്ക് പിന്തുണയേകുന്ന പ്രസ്ഥാനങ്ങൾ വളർന്നു വരുന്നത്. മനുഷ്യന്റെയും പരിസ്ഥിതിയുടെയും നിലനില്പിന് ചെറിയ ദൂരങ്ങളുമായി ഘടനാപരമായ ബന്ധമുണ്ട് എന്നാണ് നാമിപ്പോൾ മനസ്സിലാക്കുന്നത്. പരിസ്ഥിതിക്കനുസൃതമായ ജീവിതത്തിന് ഉത്പാദനവും ഉപഭോഗവും തമ്മിലുള്ള ദൂരം കഴിവതും കുറഞ്ഞിരിക്കേണ്ടതുണ്ടെന്ന കാര്യം ഒരുപക്ഷേ വിശ്വസിക്കാൻ പ്രയാസമായിരിക്കും. എന്നാൽ പരസ്പരബന്ധത്തിൽ അധിഷ്ഠിതമായ ഒരു സമൂഹത്തെ പുനരുജ്ജീവിപ്പിക്കുന്നതിനും നമ്മെത്തന്നെ സ്വയം തിരിച്ചറിയുന്നതിനും അത് അത്യന്താപേക്ഷിതമാണ്. നാം പരസ്പരം ആശ്രയിച്ചു ജീവിക്കുന്ന ഒരു വർഗ്ഗമാണ്, നമ്മുടെ ജീവിതത്തിലെ ഓരോ കാര്യത്തിനും അത് ബാധകമാണ്. ഇത്തരം പുതിയ ഉദ്യമങ്ങൾ ധാരാളമായി കണ്ടുവരുന്നു എന്നത് പ്രത്യാശ ജനിപ്പിക്കുന്ന കാര്യം തന്നെയാണ്. ഇവിടെ ഇന്ത്യയിലാകട്ടെ, പ്രാദേശിക സമ്പദ്വ്യവസ്ഥ, പ്രാദേശിക കൂട്ടായ്മകൾ, പ്രാദേശികജ്ഞാനം എന്നിവ അങ്ങേയറ്റം സജീവമാണ്. അതിനാൽ എന്റെ അഭിപ്രായത്തിൽ നിങ്ങൾ ഈ ആഗോളപ്രസ്ഥാനത്തിന്റെ നേതൃസ്ഥാനത്ത് തന്നെയാണ് നിലകൊള്ളുന്നത്. നിങ്ങളുടെ സംസ്കാരത്തിന്റെ വേരുകൾ വീണ്ടെടുക്കാനുള്ള ഒരു ചരിത്രപ്രധാനമായ മുഹൂർത്തമായി ഈ സമ്മേളനത്തെ നിങ്ങൾ കാണേണ്ടതുണ്ട്. തദ്ദേശവത്കരണത്തിന്റെ ലോകത്തിലെ ഏറ്റവും വലിയ നേതാവായ ഗാന്ധിജിയുടെ നാടാണിത്. ഇത് നിങ്ങളുടെ സാംസ്കാരിക പൈതൃകമാണ്, നിങ്ങൾക്ക് പ്രാദേശിക ബന്ധങ്ങളുടെ ഒരു ചരിത്രമുണ്ട്, ഈ തദ്ദേശവത്കരണത്തിന്റെ കേന്ദ്രഘടകങ്ങളായ പാരസ്പര്യത്വത്തെയും ബന്ധങ്ങളെയും കുറിച്ചുള്ള ആഴമേറിയ അവബോധവുമുണ്ട്. അതാണ് ആനന്ദത്തിന്റെ ഉത്ഭവസ്ഥാനം, എല്ലാ ആത്മീയജ്ഞാനവും അതുതന്നെ. ജീവിതത്തിലെ വേർപെടുത്താനാവാത്ത ഏകത്വത്തെയും, മനുഷ്യർ അന്യോന്യവുമായും പ്രകൃതിയുമായും

നിലനിൽക്കുന്ന പരസ്പരാശ്രിതത്വത്തെയും പരസ്പരബന്ധത്തെയും കുറിച്ചാണ് അത് നമ്മെ ഓർമ്മിപ്പിക്കുന്നത്.

ആഗോളവത്കരണത്തെ ഒരു വേറിട്ട പ്രശ്നമായി കാണാതിരിക്കേണ്ടത് വളരെ പ്രധാനമാണ്. നമ്മുടെ ഗവണ്മെന്റിനെയും വലതുപക്ഷത്തെയും ഇടതുപക്ഷത്തെയും കുറിച്ചൊക്കെ സംസാരിക്കുമ്പോൾ നാം ഒരു കാര്യം ഓർക്കേണ്ടതുണ്ട്. ഗോൾഡ്മാൻ സാക്സ്, BIS (Bank of International Settlements), മോൺസാന്റോ, വാൾമാർട്ട് തുടങ്ങിയ കോർപ്പറേറ്റ് കമ്പനികൾ അടങ്ങുന്ന ഒരു വലിയ വ്യവസ്ഥിതിയുണ്ട്, അവരാണ് ഇന്ന് ജനങ്ങളെക്കാൾ ശക്തമായി ഗവണ്മെന്റിനെ സ്വാധീനിക്കുന്നത്. താഴേക്കിടയിലുള്ള നമ്മൾ വോട്ട് ചെയ്ത് ഒരു പ്രതിനിധിയെ തിരഞ്ഞെടുക്കുന്നു, എന്നാൽ വിദേശനിക്ഷേപങ്ങൾ ഉൾപ്പെടുന്ന പുറത്തു നിന്നുള്ള പണമാണ് അവരെ ഭരിക്കുന്നത്. ഇന്ന് ബാങ്കുകളും കോർപ്പറേറ്റുകളും ഇതേ വ്യവസ്ഥിതിക്കുള്ളിൽ നിന്നു തന്നെ ഈ പണം ഉത്പാദിപ്പിക്കുന്നു. ഈ പണം എവിടെനിന്നാണ് വരുന്നതെന്ന് ആരും അറിയുന്നില്ല. നാം നമ്മുടെ സാമ്പത്തിക അവകാശങ്ങൾ ദേശസാത്കൃതബാങ്കുകൾക്ക് അഥവാ കേന്ദ്രീകൃതബാങ്കുകൾക്ക് കൈമാറിയിരുന്നു, എന്നാൽ ഇന്ന് അവയൊക്കെ സ്വകാര്യബാങ്കുകളാണ്. വളരെക്കുറച്ചുപേർ മാത്രമേ ഈ വ്യവസ്ഥിതിയെ തിരിച്ചറിയുന്നുള്ളൂ. ശാസ്ത്രമേഖലകളിലെ പ്രത്യേകരീതിയിലുള്ള ഗവേഷണങ്ങൾക്ക് ധനസഹായവും പ്രോത്സാഹനവും നൽകുന്നതിലൂടെയും സ്കൂളുകളിലെ പാഠപുസ്തകങ്ങളിലൂടെയുമൊക്കെ ഈ വ്യവസ്ഥിതിയിൽ പണമാണ് ഉച്ചത്തിൽ സംസാരിക്കുന്നതെന്ന് നാം മനസ്സിലാക്കേണ്ടതുണ്ട്. നമ്മുടെ ഭൂമിയിൽ വർദ്ധിച്ചുവരുന്ന ജനസംഖ്യാനിരക്കിനെ നേരിടാൻ നമുക്ക് ജനിതകസാങ്കേതികവിദ്യ ആവശ്യമാണ് എന്ന് പുതിയ ശാസ്ത്രീയഗവേഷണം നമ്മോട് പറയുന്നു. ആരും നമ്മോട് ചോദിക്കാതെയും, സംഭവിക്കുന്നതെന്താണെന്ന സത്യം നമ്മെ അറിയിക്കാതെയുമാണ് അത് നടക്കുന്നത്. അറിവിന്റെ ലഭ്യമായ ഓരോ പാതയിലും ഇന്ന് പണമാണ് സംസാരിക്കുന്നത്. പാഠപുസ്തകങ്ങൾ, ശാസ്ത്രഗവേഷണങ്ങൾ, മാധ്യമങ്ങൾ എന്നിവ മാത്രമല്ല, അറിവിന്റെ ഓരോ ശകലങ്ങളിലും സമ്പത്താണ് സംസാരിക്കുന്നത്. സ്വതന്ത്രബുദ്ധിജീവികൾ എന്ന് കരുതപ്പെടുന്നവരുടെ സംഘടനകൾ പോലും നിർഭാഗ്യവശാൽ ഈ പണത്തിൽ നിന്നും വൻകിടവ്യവസായം നടത്തുന്ന കോർപ്പറേറ്റ് കമ്പനികളുടെ സ്വാധീനത്തിൽ നിന്നും വിമുക്തമല്ല.

ഈ പണം അതേ ആഗോളക്കമ്പനികളെ വീണ്ടും കൊഴുപ്പിക്കാൻ വേണ്ടിയും ആഗോള നിലവാരത്തിലുള്ള വാണിജ്യത്തിനാവശ്യമായ

'അടിസ്ഥാനസൌകര്യങ്ങൾ' നിർമ്മിക്കുന്നതിനു വേണ്ടി സഹായ ധനമായി വീണ്ടും നൽകപ്പെടുന്നു. അതിനു പുറമെ ഗവണ്മെന്റ് ഈ കമ്പനികളെ ഉദാരവത്കരിക്കുകയും ചെയ്യുന്നു, അതായത്, വിദേശനിക്ഷേപത്തെയും പുറത്തുനിന്നുള്ള കോർപ്പറേറ്റ് കമ്പനികളുടെ ഇടപാടുകളെയും സംബന്ധിച്ച നിയമങ്ങളിൽ അയവു വരുത്തി, അവരെ ചുവന്ന പരവതാനി വിരിച്ച് സ്വീകരിക്കുന്നു. അതേസമയം, ഈ പണവും വലിയ കുത്തകക്കമ്പനികളും ചേർന്ന് തിരിച്ച് ഗവണ്മെന്റിൽ സമ്മർദ്ദം ചെലുത്തുകയും, മാനവികവും ചെറുകിട നിലവാരത്തിലുള്ളതും പരിസ്ഥിതിക്കനുസൃതവുമായ ചെറിയ വ്യവസായങ്ങളെ ഞെക്കിപ്പിഴിയുന്ന തരത്തിലുള്ള നിയമങ്ങളും അനുശാസനങ്ങളും രൂപവത്കരിക്കുകയും ചെയ്തുകൊണ്ട് ഉയർന്ന തലത്തിൽ ഭാരമേറിയ ഉദ്യോഗസ്ഥമേധാവിത്വം (bureaucracy) നടപ്പിലാക്കുകയും ചെയ്യുന്നു. അതിന്റെ ഫലമെന്നോണം, ലോകമെമ്പാടുമുള്ള വോട്ടർമാർ ഗവണ്മെന്റിനോട് "ഒഴിഞ്ഞു പോകു, ഭാരമേറിയ ഉദ്യോഗസ്ഥമേധാവിത്വം ഞങ്ങളെ ശ്വാസം മുട്ടിക്കുന്നു" എന്ന് കലഹിക്കുന്നു.

അതേസമയം, പല രാജ്യങ്ങളിലെയും വ്യവസായങ്ങൾ ഉത്പാദനത്തിനായി ചൈനയിലേക്കും ഇന്ത്യയിലേക്കും നീങ്ങുന്നതിനു കാരണം തൊഴിലാളികൾക്ക് കൂടുതൽ സംരക്ഷണം ആവശ്യപ്പെട്ടുകൊണ്ടുള്ള ഇടതുപക്ഷപാർട്ടികളുടെ ഇടപെടലുകളാണ് എന്ന വലതുപക്ഷ ന്യായീകരണവും ശരിയല്ല. കാരണമെന്തായാലും, ഇന്ന് ലോകമെമ്പാടും തൊഴിലിനും വേതനത്തിനും കടുത്ത അരക്ഷിതാവസ്ഥ അനുഭവപ്പെടുന്നു എന്നത് സത്യമാണ്. ഒരു കാര്യം മനസ്സിലാക്കേണ്ടതുണ്ട്, ആഗോളവ്യവസായങ്ങൾക്ക് സബ്സിഡി നൽകുകയും പ്രാദേശിക സംരംഭങ്ങൾക്ക് കൂടുതൽ നിയന്ത്രണമേർപ്പെടുത്തുകയും ചെയ്യുന്ന ഈ വ്യവസ്ഥിതിയുടെ സമ്മർദ്ദം പ്രാദേശിക-സ്വദേശി സംരംഭങ്ങളെ ഇല്ലായ്മ ചെയ്തുകൊണ്ടിരിക്കുകയാണ്. എന്റെ ജന്മനാടായ സ്വീഡനിൽ പോലും, മുൻപ് ഗവണ്മെന്റ് ജനങ്ങൾക്ക് നൽകിയിരുന്ന സാമ്പത്തിക സംരക്ഷണം ഇപ്പോൾ നൽകുന്നില്ല. അവർ ഇന്ന് വലിയ കോർപ്പറേറ്റുകൾക്കും ബാങ്കുകൾക്കും മുന്നിൽ, "ദയവു ചെയ്ത് ഞങ്ങളുമായി ഉടമ്പടിയിലേർപ്പെടൂ (PPP-Public Private Partnership)" എന്ന് പറഞ്ഞ് ഭിക്ഷ യാചിക്കുകയാണ്.

ഇത് തീർച്ചയായും ദൌർഭാഗ്യകരമായ ഒരു സ്ഥിതിവിശേഷമാണ്. വലിയ വ്യവസായങ്ങളുടെ CEO അടക്കമുള്ളവർ ഈ ദുസ്ഥിതി മനസ്സിലാക്കിയിരുന്നെങ്കിൽ അത് തുടരണമെന്ന് അവർ ആഗ്രഹിക്കുമായിരുന്നില്ല എന്നാണ് എനിക്ക് തോന്നുന്നത്. അത് അവർക്ക്

മനസ്സിലാക്കിക്കൊടുക്കുക എന്നത് നമ്മുടെ കൂടി ചുമതലയാണ്. അതിനു നാം തമ്മിൽ സംഭാഷണങ്ങളിൽ ഏർപ്പെടുകയും പരസ്പരം മനസ്സിലാക്കുകയും വേണം. എന്തുകൊണ്ടാണ് നമുക്ക് സാമൂഹികവും, പാരിസ്ഥിതികവും ആത്മീയവുമായ അനേകം പ്രതിസന്ധികളെ നേരിടേണ്ടിവരുന്നത് എന്ന് ചിന്തിക്കേണ്ടതുണ്ട്.

എന്നാൽ ഇതിന്റെ മറുവശത്ത്, ഒരു പുതിയ സാമ്പത്തികപ്രസ്ഥാനം വളർന്നു വരുന്നുണ്ട്. അമേരിക്കയിൽ വിശാലമായി പടർന്നു വളരുന്ന പുതിയ കൂട്ടായ്മകൾ, UK-യിലെ പുതിയ സാമ്പത്തികപ്രസ്ഥാനം, ലോകത്തിലെ മറ്റിടങ്ങളിൽ ഉണ്ടാകുന്ന പുതിയ സംരംഭങ്ങൾ എന്നിവ ഇതിന്റെ ഭാഗമാണ്. പ്രാദേശികസമ്പദ്‌വ്യവസ്ഥയും തദ്ദേശവത്കരണവും അതിന്റെ മുന്നണിയിൽ ഉണ്ടാവണം എന്നാണ് ഞാൻ അഭിപ്രായപ്പെടുന്നത്. എന്നാൽ ഈ പുതിയ പ്രസ്ഥാനത്തിലെ പലർക്കും വികേന്ദ്രീകരണത്തിന്റെയും തദ്ദേശവത്കരണത്തിന്റെയും ആവശ്യകതയെക്കുറിച്ച് വേണ്ടത്ര അറിവില്ല എന്നെനിക്ക് തോന്നുന്നു. അത് വൈവിധ്യങ്ങളുടെ ആവശ്യകതയെ സംബന്ധിക്കുന്ന കാര്യമാണ്, നമ്മുടെയും മൊത്തത്തിൽ ഭൂമിയുടെയും തന്നെ നിലനില്പിനെ സംബന്ധിക്കുന്ന കാര്യമാണത്. ഇന്ന് നമുക്ക് വികേന്ദ്രീകരണം അനിവാര്യമാണ്. വികേന്ദ്രീകരണവും (decentralisation) തദ്ദേശവത്കരണവും നമ്മെ ജലം, മണ്ണ്`, കടൽ, കാറ്റ്, മഴ തുടങ്ങിയ പ്രകൃതിയുടെ ജൈവവിഭവങ്ങളുടെ സങ്കീർണ്ണസ്വഭാവങ്ങൾ മനസ്സിലാക്കാനും അവയൊക്കെയാണ് നമ്മുടെ യഥാർത്ഥസമ്പത്ത് എന്ന് തിരിച്ചറിയുവാനും പ്രേരിപ്പിക്കും.

നാമുപയോഗിക്കുന്ന ഓരോ വസ്തുവും – ഏറ്റവും വിലയേറിയ ഐ-പാഡുകളും മൊബൈൽ ഫോണുകളുമടക്കം നാം ധരിക്കുന്ന വസ്ത്രങ്ങളും, നാം ഭക്ഷിക്കുന്ന ആഹാരവുമെല്ലാം ഈ ഭൂമിയിൽ നിന്നാണ് വരുന്നത്. അതിനാൽ നമ്മുടെ നിലനില്പിന് ഈ ഭൂമിയുടെ നിലനില്പുമായി അഭേദ്യബന്ധമുണ്ട്. നമുക്ക് തദ്ദേശവത്കരണം നടപ്പിലാക്കുക തന്നെ വേണം, അതിൽ സംശയമൊന്നുമില്ല. എങ്ങനെ എന്നതാണ് ചോദ്യം - നാം സ്വയം തിരിച്ചറിയുന്നതു വഴിയോ അതോ സാഹചര്യങ്ങളുടെ നിർബന്ധപ്രേരണയ്ക്കു വഴങ്ങിയോ? കാരണം, മറ്റുള്ള വ്യവസ്ഥിതികൾക്ക് നിലനില്പുള്ളതായി തോന്നുന്നില്ല. മറ്റ് വ്യവസ്ഥിതികളിൽ ബാങ്കുകൾ സ്വതന്ത്രമായി നിയന്ത്രണങ്ങളില്ലാതെ ഊഹാടിസ്ഥാനത്തിലുള്ള സമ്പദ്ഘടന സൃഷ്ടിക്കുകയും, അവ ഒരുതരം വ്യാജസമ്പത്ത് ഉണ്ടാക്കിയെടുക്കുകയും ചെയ്യുന്നു. പിന്നീട് ആ സമ്പത്ത് തന്നെ നമ്മെ ഭരിക്കാൻ നാം അനുവദിക്കുന്നു. ഇത് മനസ്സിലാക്കുന്ന ഒരാളും ഈ സ്ഥിതി തുടരണമെന്ന് ആഗ്രഹിക്കുകയില്ല എന്നത് തീർച്ച.

അതിനാൽ നമുക്ക് ഈ വ്യവസ്ഥിതിയെ ഒരുമിച്ച് എതിരിടേണ്ടതുണ്ട്, അതിന് ഇതിന്റെ ഓരോ വശത്തെക്കുറിച്ചും (ആ ആനയുടെ കാലുകൾ, വാല്, ചെവി തുടങ്ങി എല്ലാ ഭാഗങ്ങളെയും കുറിച്ച്) നമുക്ക് അറിവുണ്ടായിരിക്കണം. അതിനെ ഞാൻ സാമ്പത്തിക സാക്ഷരത (Economic literacy) എന്നു വിളിക്കാൻ ആഗ്രഹിക്കുന്നു. അതിനോടൊപ്പം തന്നെ നമുക്ക് പാരിസ്ഥിതിക സാക്ഷരതയും (Ecological literacy) അല്പം മനശ്ശാസ്ത്രപരമായ സാക്ഷരതയും (psychological literacy) ഉണ്ടായിരിക്കണം.

ഈ ആഗോള പ്രതിഭാസം നമ്മുടെ കുട്ടികളെ എങ്ങനെ സ്വാധീനിക്കുന്നു എന്നതിനെക്കുറിച്ചും നാം വ്യക്തമായി അറിഞ്ഞിരിക്കണം. കൂടുതൽ വില്പന നടത്തുകയും കൂടുതൽ ഉപഭോക്താക്കളെ സൃഷ്ടിക്കുകയും കൂടുതൽ കച്ചവടസംസ്കാരം വളർത്തുകയും ചെയ്യുക എന്നതാണ് ഇന്നത്തെ രീതി. വേഗം വേഗം പുതിയ സാധനങ്ങൾ ഉണ്ടാക്കി പുറത്തിറക്കുക, ഉദാഹരണത്തിന് കൌമാരപ്രായക്കാരെ ആകർഷിക്കാൻ വേണ്ടി ഏറ്റവും പുതിയ ഫാഷനിലുള്ള വസ്ത്രങ്ങളുടെയും മറ്റ് സാധനങ്ങളുടെയും അതിവേഗ ഉത്പാദനം. ഇവയൊക്കെ നമ്മുടെ കുട്ടികൾക്ക് നൽകുന്ന സന്ദേശമെന്താണ്? അതിനെക്കുറിച്ച് ധാരാളം പഠനങ്ങൾ നടക്കുന്നുണ്ട്. അമേരിക്കയിലെ എന്റെ സുഹൃത്ത് ജൂലിയറ്റ് ഷോർ Born to Buy എന്ന പേരിൽ ഒരു പുസ്തകം രചിച്ചിട്ടുണ്ട്, കുട്ടികൾക്ക് 2-3 വയസ്സുള്ളപ്പോൾ മുതൽ അവർ ഉപഭോക്താക്കളാക്കപ്പെടുന്നു, "നിങ്ങൾ സ്നേഹിക്കപ്പെടണമെങ്കിൽ, നിങ്ങളുടെ സമൂഹത്തിലും സമപ്രായക്കാർക്കിടയിലും നിങ്ങൾ അംഗീകരിക്കപ്പെടണമെങ്കിൽ, നിങ്ങൾക്കു വേണ്ടത് ഏറ്റവും പുതിയ വസ്തുക്കളാണ്, ഏറ്റവും പുതിയ ബ്രാൻഡുകളാണ്" എന്നതാണ് അവർക്കു നൽകപ്പെടുന്ന സന്ദേശം.

ഏറ്റവും പുതിയ വിലകൂടിയ ബ്രാൻഡുകൾക്ക് വേണ്ടിയുള്ള കുട്ടികളുടെ ആവശ്യം നിങ്ങൾ നിരാകരിക്കുമ്പോൾ അവർ ഒറ്റപ്പെടുന്നു, അവർക്ക് അവരുടെ സുഹൃത്തുക്കളെ നഷ്ടമാകുന്നു. ഓരോ മാതാപിതാക്കൾക്കും ഒറ്റയ്ക്ക് ഈ പ്രശ്നത്തെ നേരിടുവാൻ പ്രയാസമായിരിക്കും. അതിനു വേണ്ടത്, പ്രാദേശികതലത്തിലും സാമൂഹികതലത്തിലുമുള്ള ഒരു കൂട്ടായ്മയാണ്. കാരണം, ഒരു വ്യക്തിയുടെ സ്നേഹത്തിനു വേണ്ടിയുള്ള ആഗ്രഹത്തെ വാണിജ്യവത്കരിക്കുകയാണ് ഇന്നത്തെ വ്യവസ്ഥിതി ചെയ്യുന്നത്. ഓരോ കുട്ടിയും സ്നേഹത്തിനു വേണ്ടി ദാഹിക്കുന്നു, അവർ തങ്ങൾക്കായി ആദർശമാതൃകകളും ബന്ധങ്ങളും തേടുന്നു. ഈ സാർവ്വജനീനമായ ആവശ്യവുമായി പുതിയ കച്ചവടസംസ്കാരം ഇടപഴകുമ്പോഴാണ് പ്രശ്നങ്ങളുണ്ടാകുന്നത്, അതിനെ മാതാപിതാക്കളെന്ന നിലയിൽ

ഒറ്റയ്ക്ക് നേരിടാൻ നിങ്ങൾക്കു പ്രയാസമായിരിക്കും. പല സുഹൃത്തുക്കൾ ചേർന്ന് ഒരു കൂട്ടായ്മ ഉണ്ടാകണം. വ്യത്യസ്തമായി കാര്യങ്ങളെ സമീപിക്കുന്നവർ, തങ്ങളുടെ കുട്ടികൾക്കു വേണ്ടി ബദൽ വിദ്യാഭ്യാസമാർഗ്ഗങ്ങൾ സ്വീകരിക്കുന്നവർ, ഗൃഹവിദ്യാഭ്യാസം തിരഞ്ഞെടുക്കുന്നവർ ... എന്നിങ്ങനെയുള്ള സംരംഭങ്ങൾക്ക് ഇന്ന് പ്രചാരമേറുന്നുണ്ട്. നിലവിലുള്ള വ്യവസ്ഥിതികൾ ഉപേക്ഷിച്ച് ജനങ്ങൾ ബദൽമാർഗ്ഗങ്ങൾ അന്വേഷിക്കുകയും സൃഷ്ടിക്കുകയും ചെയ്യുന്നുണ്ട്. ഊതിവീർപ്പിക്കപ്പെട്ട സ്വത്വം കൊണ്ട് സ്വയം നിർമ്മിക്കുന്ന അതിരുകൾ - എനിക്ക് ഏറ്റവും പുതിയ മോഡൽ കാറുണ്ട്, എനിക്ക് ഐ-ഫോണുണ്ട്, എനിക്ക് ഉയർന്ന യൂണിവേഴ്സിറ്റി ബിരുദമുണ്ട്, എന്നിങ്ങനെയുള്ള വേർതിരിവുകൾ - കൂടുതൽ ദുരിതവും നിരാശയുമാണ് സൃഷ്ടിക്കുന്നത്. അമേരിക്ക, സ്വീഡൻ തുടങ്ങിയ പാശ്ചാത്യനാടുകളിൽ പടർന്നുപിടിക്കുന്ന വിഷാദരോഗത്തിന്റെ കണക്കുകൾ അവതരിപ്പിച്ച് ഇന്ത്യയിലെ ചെറുപ്പക്കാരെ ബോധവത്കരിക്കുവാൻ ഞങ്ങൾ ശ്രമിച്ചുകൊണ്ടിരിക്കുകയാണ്.

ഈ കച്ചവടസംസ്കാരം കൊണ്ട് വേർപെട്ട് ഒറ്റപ്പെടുന്നവരിൽ കൂടുതൽ കൂടുതൽ നിരാശാബോധം കണ്ടുവരുന്നു. അറിവ് പങ്കുവെയ്ക്കുവാനും ഇതുപോലുള്ള പ്രസ്ഥാനങ്ങളെ മുന്നോട്ട് നയിക്കുവാനും സഹായിക്കുന്ന ഇന്റർനെറ്റ് പോലും ഇന്ന് യുവതലമുറയ്ക്ക് വിനാശകരമായ ആസക്തി ജനിപ്പിച്ചുകൊണ്ടിരിക്കുകയാണെന്ന കാര്യവും നാം മനസ്സിലാക്കണം. ഫെയ്സ്ബുക്കും ട്വിറ്ററും വാട്ട്സാപ്പും പോലെയുള്ള സമൂഹമാധ്യമങ്ങളിലേക്ക് യുവജനങ്ങൾ കൂടുതൽ കൂടുതൽ ആകർഷിക്കപ്പെടുന്നു. അവിടെ സുഹൃത്തുകളും മറ്റുള്ളവരും ഏറ്റവും പുതിയ ഫാഷനുകളിൽ ഒരുങ്ങുന്നതും, പുതിയ വസ്തുങ്ങളും വസ്തുക്കളും മറ്റും ധരിച്ച് ആകർഷകമായ രീതിയിൽ സ്വയം പരസ്യപ്പെടുത്തുന്നതും കാണുമ്പോൾ പലർക്കും തങ്ങൾ 'അത്ര പോര' എന്ന തോന്നൽ ഉണ്ടാകുന്നു. ഇതൊരു വ്യാപകമായ പ്രതിഭാസമായി മാറിക്കഴിഞ്ഞിരിക്കുകയാണ്. നമ്മുടെ കുട്ടികളും നമ്മളും മുഖാമുഖം കണ്ട് ഒത്തൊരുമിച്ച് പങ്കെടുക്കുന്ന സാംസ്കാരികപരിപാടികൾ തിരിച്ചുകൊണ്ടുവരണം. ഇവിടെ ഇന്ത്യയിൽ, നിങ്ങൾക്ക് ഒരു സാംസ്കാരിക പൈതൃകമുണ്ട്. മിക്ക സ്ഥലങ്ങളിലും എല്ലാവർക്കും ഒരുമിച്ച് ചേർന്ന് പാടാനുള്ള പല അവസരങ്ങളുമുണ്ട്. പാശ്ചാത്യരാജ്യങ്ങളിൽ അങ്ങനെയില്ല. മറ്റുള്ളവരോടൊപ്പമെങ്കിലും പാട്ടുപാടാൻ എനിക്ക് ഒരു ധൈര്യം ലഭിച്ചത് എന്റെ 60-ആം വയസ്സിലാണ്. ഒരുമിച്ച് പാടാനും നൃത്തം ചെയ്യാനും സംഗീതം സൃഷ്ടിക്കാനുമുള്ള കഴിവ് അമൂല്യമായ ഒരു സമ്പത്താണ്. ജീവിതത്തെയും പ്രകൃതിയുമായുള്ള ബന്ധത്തെയും മുഖാമുഖസംസ്കാരത്തെയും പുനരുജ്ജീവിപ്പിക്കുന്നതിന്

തദ്ദേശവത്കരണം എങ്ങനെ സഹായിക്കുന്നു എന്നതിനുള്ള അനേകം ഉദാഹരണങ്ങളിൽ ഒന്നു മാത്രമാണിത്. ഒരുമിച്ച് എല്ലാവരും ചേർന്ന് പാട്ടുപാടാനും ആനന്ദിക്കുവാനും ആരോഗ്യകരമായ പരിസ്ഥിതിയെയും ബന്ധങ്ങളെയും പരിപോഷിപ്പിക്കുവാനും ഉപയുക്തമാകുന്ന ഘടനാപരമായ ഒരു ചട്ടക്കൂട് പ്രാദേശികസമ്പദ്‌വ്യവസ്ഥ ഒരുക്കുന്നു.

ഇവിടെയും ഒരു കാര്യം നാം പ്രത്യേകം ശ്രദ്ധിക്കേണ്ടതുണ്ട്. ജനങ്ങളെ അസ്ഥിരമായ ആഗോള സാമ്പത്തികവിപണിയുടെ ആശ്രിതരാക്കാൻ വേണ്ടി പൊതുവെ ഉപയോഗിക്കുന്ന ലഘുവായ്പാ പദ്ധതികളെ (micro credit) നാം സൂക്ഷിക്കണം. ജനങ്ങളുടെ ജീവിതനിലവാരം ഉയർത്താനുള്ള ഏറ്റവും നല്ല വഴിയാണത് എന്ന പ്രസ്താവനയെ കണ്ണടച്ച് വിശ്വസിക്കരുത്. പണം നൽകുന്നത് അവരെ സഹായിക്കാനാണ് എന്ന് തെറ്റിദ്ധരിപ്പിക്കുകയാണ്. ഒരാൾക്ക് കടം കൊടുക്കുന്നതുപോലെയല്ല അത്, മറിച്ച് അതൊരു കച്ചവട ഉടമ്പടിയാണ്. ജനങ്ങളെ പരാധീനരാക്കുന്ന ഒരു സഹായവും നല്ലതല്ല. ജനങ്ങളെ സ്വതന്ത്രരും സ്വാശ്രയശീലരുമാക്കാൻ സഹായിക്കുമ്പോഴാണ് വായ്പാസഹായങ്ങൾ സ്വീകാര്യമാകുന്നത്.

സാംസ്കാരികവും മാനവികവുമായ മൂല്യങ്ങളും പാരിസ്ഥിതികയാഥാർത്ഥ്യങ്ങളും ചേർന്ന് സമ്പദ്‌വ്യവസ്ഥയെ രൂപപ്പെടുത്തുന്നതിനുള്ള അവസരം പ്രാദേശികവത്കരണത്തിന്റെ ഫലമായി ഉണ്ടാകുന്നു. അപ്പോൾ മാനവികമൂല്യങ്ങൾ സാമ്പത്തികവിനിമയങ്ങളെ സ്വാധീനിക്കാൻ തുടങ്ങും. ഇന്ന് നാം അഭിമുഖീകരിക്കുന്ന ആഗോളസാമ്പത്തിക വ്യവസ്ഥിതി ഒരു സവിശേഷമായ സ്ഥിതിവിശേഷമാണ് – 500 വർഷങ്ങൾക്കു മുൻപ് ഇത് സംഭവിച്ചിരുന്നില്ല. നീണ്ടകാലത്തെ കോളനി വാഴ്ചയും അടിമത്തവുമായിരിക്കാം ഇതിന് ആരംഭം കുറിച്ചത്. ലോകമൊട്ടാകെ വ്യാപിച്ചിരിക്കുന്ന ഈ ആഗോള വ്യവസ്ഥിതി മാധ്യമങ്ങളിലൂടെ ജനങ്ങളെ മനശ്ശാസ്ത്രപരമായി അധീനതയിലാക്കുന്നു, സമ്പദ്‌വ്യവസ്ഥയിലൂടെ ഗവണ്മെന്റുകളെയും സ്വാധീനിക്കുന്നു. അതിന്റെ ഫലമായി, കൂടുതൽ കൂടുതൽ ബാങ്കുകളുടെയും കോർപ്പറേറ്റ് കമ്പനികളുടെയും ലാഭനഷ്ടങ്ങൾ നമ്മുടെ സംസ്കാരത്തെയും ജനാധിപത്യത്തെയും നമ്മുടെ സ്വത്വബോധത്തെത്തന്നെയും രൂപപ്പെടുത്തുന്ന ഒരു സാഹചര്യം സംജാതമായിരിക്കുന്നു.

വികേന്ദ്രീകരണവും തദ്ദേശവത്കരണവും ചെറിയ അളവുകളുമായി ബന്ധപ്പെട്ടിരിക്കുന്നു, അവിടെ ഉയർന്ന മാനവികമൂല്യങ്ങളായിരിക്കും വിനിമയത്തിന്റെ അടിസ്ഥാനം. 'ഘടനാപരമായ ചുരുങ്ങലാണ്' (structural shrinking) മുന്നോട്ടുള്ള വഴി. അത് ഒറ്റ രാത്രി കൊണ്ട്

സംഭവിക്കുന്ന കാര്യമല്ല, നമ്മുടെ സമ്പദ്‌വ്യവസ്ഥയെ 50 അല്ലെങ്കിൽ 100 മൈൽ ചുറ്റളവുള്ള ഒരു ചെറിയ ഗ്രാമത്തിനുള്ളിൽ മാത്രമായി വളരെ പെട്ടെന്ന് നമുക്ക് ഒതുക്കാൻ സാധിച്ചെന്നുവരില്ല. അത് ക്രമാനുഗതമായ ഒരു നടപടി, മാറ്റം, ആയിരിക്കണം. ഒരു പ്രത്യേക മേഖലയിൽ ഒരുപക്ഷേ നമുക്ക് എളുപ്പത്തിൽ സാരമായ മുന്നേറ്റം നടത്താൻ സാധിച്ചേക്കും. ഉദാഹരണമായി, നമുക്ക് ഇന്ത്യയിൽ നിന്നുള്ള ആപ്പിളുകൾ മാത്രം വാങ്ങിയാൽ മതിയെന്നും അർജന്റീനയിൽ നിന്നോ മറ്റ് ദൂരരാഷ്ട്ര ങ്ങളിൽ നിന്നോ ഉള്ള ആപ്പിൾ വാങ്ങേണ്ടതില്ല എന്നും തീരുമാനിക്കാം. ഓരോ പ്രദേശങ്ങളിലെയും സാഹചര്യങ്ങളും യാഥാർത്ഥ്യങ്ങളും വ്യത്യസ്തമായിരിക്കും. എന്നാൽ 10,000 മൈൽ അകലെ നിന്നും എത്തിച്ചേരുന്ന ഭക്ഷ്യവസ്തുക്കൾക്ക് ഒരു മൈൽ അകലെ നിന്ന് ലഭിക്കുന്നവയെക്കാൾ വിലകുറവായിരിക്കും എന്ന അവസ്ഥ ലോകത്തിലെ മിക്ക സ്ഥലങ്ങളിലും ഇന്ന് നിലനിൽക്കുന്നുണ്ട്. ആയ അവസ്ഥയെ തിരിച്ചറിയുക എന്നത് സാമ്പത്തിക സാക്ഷരതയുടെ ഒരു ഭാഗമാണ്. എളുപ്പം ചീത്തയായിപ്പോകുന്നതും തുടർച്ചയായ ശീതീകരണം ആവശ്യമുള്ളതുമായ വെണ്ണ പോലെയുള്ള നിത്യോപയോഗവസ്തുക്കളുടെ കാര്യത്തിൽ പോലും ഇത് സത്യമാണ്. ഹോളണ്ടിൽ നിന്ന് കെനിയയിൽ എത്തിച്ചേരുന്ന വെണ്ണയ്ക്ക് ഇന്ന് കെനിയൻ വെണ്ണയുടെ പകുതി വിലയേയുള്ളൂ. അതുപോലെ ഇംഗ്ലണ്ടിൽ, ന്യൂസിലാൻഡിൽ നിന്നുള്ള വെണ്ണയ്ക്ക് ഇംഗ്ലീഷ് വെണ്ണയുടെ മൂന്നിലൊന്നേ വിലയുള്ളൂ. ഹിമാലയത്തിന്റെ മറുവശത്തുനിന്നു ലഡാക്കിലേക്ക് എത്തിച്ചേരുന്ന അമുൽ വെണ്ണയ്ക്ക് ലഡാക്കി വെണ്ണയുടെ പകുതി വില മാത്രം!

ഇതെങ്ങനെ സംഭവിക്കുന്നു? സത്യസന്ധമല്ലാത്ത ഒരു സമ്പദ്‌വ്യവസ്ഥയാണ് നമുക്ക് ഇന്നുള്ളത് എന്നതാണ് കാരണം. നമ്മുടെ സാമ്പത്തികവിനിമയങ്ങളെ നാമറിയാതെ ഏതോ അദൃശ്യഹസ്തങ്ങളാണ് നിയന്ത്രിക്കുന്നത്, അതിനാൽ ഇന്ന് ജനങ്ങൾക്ക് പ്രാദേശികവിഭവങ്ങൾ വാങ്ങാൻ ശക്തിയില്ലാതെയായിരിക്കുന്നു. നമുക്ക് നമ്മെത്തന്നെ താങ്ങാൻ പറ്റുന്നില്ല! അമ്പതോ നൂറോ കുട്ടികളുടെ സ്ഥാനത്ത് പത്തു കുട്ടികളെ മാത്രം പഠിപ്പിക്കുന്ന അദ്ധ്യാപകർ നമുക്കില്ല. ഓരോ രോഗിക്കും വേണ്ട സമയമെടുത്ത്, വിശദമായി പരിശോധിക്കുന്ന ഡോക്ടർമാർ ഉണ്ടാകുന്നില്ല. എന്തുകൊണ്ട്? കാരണം, വൻകിട-യന്ത്രവത്കൃത വ്യവസായത്തിന് നൽകപ്പെടുന്ന വലിയ ധനസഹായങ്ങൾ ഇന്ന് നമ്മെ ഞെക്കിപ്പിഴിയുകയാണ്. യന്ത്രങ്ങൾ കൊണ്ട് ഗുണമുണ്ടായിരിക്കാം, എന്നാൽ സാങ്കേതികത എവിടെ വേണം എവിടെ വേണ്ട എന്ന് തിരിച്ചറിയാൻ നമുക്ക് സാധിക്കേണ്ടതുണ്ട്. അതിനെക്കുറിച്ചുള്ള ധാരാളം ചർച്ചകൾ ഇനിയും നടക്കണം.

ആദ്യം ചെയ്യേണ്ടത് പൂർണ്ണമായി നാം ഇതിനെക്കുറിച്ചൊക്കെ സ്വയം ഉത്ബുദ്ധരാവുക എന്നതാണ്. അതിന് ഒരുപാട് റിപ്പോർട്ടുകളിൽ നിന്നുള്ള വിവരങ്ങളൊന്നും വായിച്ചെടുക്കേണ്ടതില്ല. അടിസ്ഥാനമാതൃകകളെക്കുറിച്ച് ഒരു ധാരണ സൃഷ്ടിക്കുകയാണ് ആവശ്യം. ഉദാഹരണത്തിന്, വ്യാപാര-വാണിജ്യ മേഖലകളിലും സാമ്പത്തികനയങ്ങളിലും ഉണ്ടായിട്ടുള്ള ഉദാരവത്കരണം, അവയുടെ പുതിയ രൂപഭേദങ്ങൾ, പുതിയ വാണിജ്യ ഉടമ്പടിവ്യവസ്ഥകൾ എന്നിവയെക്കുറിച്ചൊക്കെ നാം അറിഞ്ഞിരിക്കേണ്ടതുണ്ട്. ഗവണ്മെന്റുകൾ പരിസ്ഥിതിയെയും സമൂഹത്തെയും തൊഴിലുകളെയും സംരക്ഷിക്കാൻ ശ്രമിച്ചാൽ, കോർപ്പറേറ്റ് കമ്പനികൾക്ക് ഗവണ്മെന്റിനെതിരെ കോടതിയിൽ കേസ് കൊടുക്കാവുന്ന തരത്തിലുള്ള ഉടമ്പടികളാണ് ഇന്ന് നിലവിലുള്ളത്. ജർമനി ആണവോർജ്ജം നിറുത്തലാക്കാൻ തീരുമാനിച്ചപ്പോൾ സ്വീഡനിലുള്ള ഒരു ആണവകമ്പനി ജർമനിയിലെ ഗവണ്മെന്റിനെതിരെ 3.7 ദശലക്ഷം ഡോളർ നഷ്ടപരിഹാരത്തിന് കേസ് കൊടുത്തു. അതുപോലെ, ഭൂരിപക്ഷം ജനങ്ങളുടെ എതിർപ്പിനെ അവഗണിച്ചുകൊണ്ടാണ് ജപ്പാൻ ഗവണ്മെന്റ് പത്ത് പുതിയ ആണവനിലയങ്ങൾ നിർമ്മിക്കാൻ ഉത്തരവിട്ടത്. ഗവണ്മെന്റുകളും വലിയ ആഗോളമൂലധനവും തമ്മിലുള്ള ബന്ധത്തിന്റെ അടിസ്ഥാനപ്രമാണങ്ങളിലൊന്നാണ് ഈ ആഗോളവാണിജ്യക്കരാറുകൾ. കഴിഞ്ഞ 30 വർഷങ്ങൾക്കിടയിൽ വളരെ കുറച്ചു പേർക്ക് മാത്രമേ ഈ കരാറുകളെക്കുറിച്ചും അവയുടെ പ്രഭാവത്തെക്കുറിച്ചും അറിവുണ്ടായിരുന്നുള്ളൂ, എന്നാൽ ഇന്ന് അങ്ങനെയല്ല. അതാണ് എനിക്കു പ്രതീക്ഷ നൽകുന്നത്. നമ്മുടെ അത്യാഗ്രഹത്തിനോ, മദ്ധ്യവർത്തി ജീവിതത്തിന്റെ ഉപഭോക്തൃസംസ്കാരത്തിനോ, ഉയർന്നു വരുന്ന ജനസംഖ്യയ്ക്കോ അതുപോലെ പറഞ്ഞുപരത്തപ്പെടുന്ന പല മിഥ്യാധാരണകൾക്കോ ഈ സ്ഥിതി സൃഷ്ടിക്കുന്നതിൽ യഥാർത്ഥത്തിൽ വലിയ പങ്കൊന്നുമില്ല.

ഈ സ്ഥിതിവിശേഷത്തിനു കാരണം, ഈ കരാറുകളും ഉടമ്പടികളും ചർച്ച ചെയ്യപ്പെടുമ്പോൾ നാമെല്ലാവരും 'നിദ്രയിലായിരുന്നു' എന്നതാണ്. കഴിഞ്ഞ 30 വർഷങ്ങൾ കൊണ്ട് വൻകിട കോർപ്പറേറ്റുകളും ഈ പണാധിപത്യവും കൂടുതൽ ശക്തി പ്രാപിക്കുകയും ചെയ്തു. ഈ കോർപ്പറേറ്റ് കമ്പനികൾക്കുള്ളിലിരിക്കുന്ന മനുഷ്യർ നിങ്ങളെയും എന്നെയും പോലെയുള്ള സാധാരണക്കാരാണെന്നത് എനിക്ക് കൂടുതൽ പ്രത്യാശ നൽകുന്നു. അവരിൽ ഭൂരിഭാഗവും നിലനിൽപ്പെന്ന നിലയിൽ തങ്ങളുടെ ജോലികളെ അന്ധമായി നിർവഹിച്ചുകൊണ്ടിരിക്കുകയാണ്, കച്ചവടക്കാർ കൂടുതൽ ലാഭമുണ്ടാക്കാൻ പ്രയത്നിക്കുന്നു, രാജ്യത്തിന്റെ

ആഭ്യന്തരവളർച്ചാനിരക്ക് (GDP) ഉയർത്താനാണ് രാഷ്ട്രീയക്കാരുടെ ശ്രമം. അവരും നമ്മെപ്പോലെ സ്വന്തം നിലനില്പിനു വേണ്ടി തങ്ങളുടെ സങ്കുചിതമായ ലക്ഷ്യങ്ങളെ അന്ധമായി പിന്തുടർന്നുകൊണ്ടിരിക്കുന്നു.

അതിനാൽ നാം ചെയ്യേണ്ടതിതാണ്, ഏതാനും അടി പിന്നോട്ട് മാറിനിന്ന് ചിന്തിക്കുക, എല്ലാറ്റിനെയും അതിന്റെ സമഗ്രതയോടെ നോക്കിക്കാണുക, മറ്റുള്ളവരുമായി കൂടിച്ചേർന്ന് പാട്ടുപാടുവാനും നൃത്തം ചെയ്യുവാനുമുള്ള അവസരങ്ങൾ കണ്ടെത്തുക, ശക്തിയും ആനന്ദവും പങ്കുവെയ്ക്കുക, ചെറുതെങ്കിലും ഒരു കൂട്ടായ്മയുടെ ഭാഗമാവുക. "സംഗം" (കൂട്ടായ്മ) എന്നത് അതിനെ നിർവചിക്കുന്ന ഒരു നല്ല പദമാണ്. നിങ്ങൾക്ക് ഒരുമിച്ച് പ്രവർത്തിക്കുവാനും അന്യോന്യം ബന്ധപ്പെടുവാനും ആനന്ദിക്കുവാനും ആഘോഷിക്കുവാനും വേണ്ടിയുള്ള ഒരു കൂട്ടായ്മ ഉണ്ടാവുക എന്നതാണ് പ്രധാനം.

അതോടൊപ്പം തന്നെ, ഈ ബൃഹദ്‌വ്യവസ്ഥിതിയെക്കുറിച്ച് പഠിക്കുകയും, അതിനെക്കുറിച്ച് മറ്റുള്ളവരുമായി ചർച്ച ചെയ്യുകയും വേണം. അതിനെപ്പറ്റി അറിവില്ലാത്തവരെ ബോധവത്കരിക്കണം. എല്ലായിടത്തും അത്തരം മാറ്റങ്ങൾ ഉണ്ടായിവരുന്നു എന്ന കാര്യം എല്ലാവരും അറിയണം. പണത്തെയും ഉയർന്ന തലത്തിലെ ഉദ്യോഗസ്ഥമേധാവിത്വത്തെയും മാത്രമല്ല, മറ്റ് എതിർശക്തികളെയും തോല്പിച്ചുകൊണ്ടാണ് ലോകമെമ്പാടും ഇന്ന് പ്രാദേശികഭക്ഷ്യവ്യവസ്ഥ ഉടലെടുത്തുകൊണ്ടിരിക്കുന്നത്. ആഗോളതലത്തിൽ സംഭവിച്ചുകൊണ്ടിരിക്കുന്ന ഈ പ്രാദേശിക പ്രസ്ഥാനത്തെക്കാൾ ശക്തമായ മറ്റൊന്നില്ല. പ്രാദേശിക ഭക്ഷ്യവ്യവസ്ഥയ്ക്ക് പകരമായി വേറൊന്നുമില്ല. അതിനാൽ, കൂട്ടായ്മയിലൂടെ സ്വന്തം പ്രാദേശിക ഭക്ഷ്യവ്യവസ്ഥിതിക്ക് വേണ്ടി നിങ്ങളും പ്രവർത്തിക്കണം എന്ന് ഞാൻ അഭ്യർത്ഥിക്കുന്നു. ഒരു ഉപഭോക്താവെന്ന നിലയിൽ മാത്രമല്ല, മറിച്ച്, കർമ്മോദ്യുക്തരായി, സംഘടിതപ്രവർത്തകരെന്ന നിലയിൽ, ജനങ്ങളെ ഉത്ബുദ്ധരാക്കിയും ചെറിയ കൃഷിയിടങ്ങൾ, ഭക്ഷ്യോദ്യാനങ്ങൾ എന്നിവ നിർമ്മിച്ചും കർഷകർക്ക് വേണ്ട സഹായങ്ങൾ നൽകിയുമൊക്കെ, അവരവർക്ക് കഴിയുന്ന വിധത്തിൽ ഈ പ്രസ്ഥാനത്തിൽ പങ്കാളികളാവണം.

ലോകമെമ്പാടും പുതിയ പ്രസ്ഥാനങ്ങൾ ഉടലെടുക്കുന്നുണ്ട്. ഉദാഹരണമായി ബ്രസീലിലെ വിയ കമ്പസീന (La Via Campesina) ഭൂമിയിലെ തന്നെ ഏറ്റവും ധീരമായ ഒരു കർഷകക്കൂട്ടായ്മയാണ്. വ്യാവസായികക്കരാറുകൾ നമ്മെ നശിപ്പിച്ചുകൊണ്ടിരിക്കുകയാണ് എന്ന് തിരിച്ചറിയുകയും "ദയവായി ഈ ഭ്രാന്തിനോടൊപ്പം ചേരരുത്" എന്ന് കഴിഞ്ഞ 20-ലേറെ വർഷങ്ങളായി ലോകത്തോട് ആവർത്തിച്ച

പറഞ്ഞുകൊണ്ടിരിക്കുകയും ചെയ്യുന്ന 200 ദശലക്ഷത്തോളം വരുന്ന ചെറുകിട കർഷകരുടെ ഒരു ശൃംഖലയാണത്. അതുപോലെ തന്നെ ഇറ്റലിയിലെ ഫൈവ്സ്റ്റാർ പ്രസ്ഥാനം, 2006-ൽ ആരംഭിക്കുമ്പോൾ വെറും രണ്ടു പേരായിരുന്നു അംഗങ്ങൾ. ഇന്ന് ഒരു കോടിയോളം എത്തി ച്ചേർന്ന അവർ കഴിഞ്ഞ തിരഞ്ഞെടുപ്പിൽ മൂന്നിലൊന്ന് വോട്ടുകൾ പിടിച്ചെടുത്തു. ഇറ്റലിയിലെ മാദ്ധ്യമങ്ങൾക്കുടമയായ ബെർലുസ്കോനിക്ക് ലഭിച്ച വോട്ടിനെക്കാൾ എത്രയോ കൂടുതലാണത്.

അണക്കെട്ടുകൾ നിർമ്മിക്കപ്പെടുന്നു, കാടുകൾ നശിപ്പിക്കപ്പെടു ന്നു, ജനിതകവിളകൾ ഉത്പാദിപ്പിക്കപ്പെടുന്നു, ആണവനിലയങ്ങൾ സ്ഥാപിക്കപ്പെടുന്നു... ഇത്തരം പ്രതിസന്ധികളെ മാത്രം കണക്കിലെടു ത്താൽ നാം പെട്ടന്ന് തളർന്നു വീഴാനിടയുണ്ട്. എല്ലാറ്റിനെയും പരസ്പരം ബന്ധപ്പെട്ട ഒരു വലിയ വ്യവസ്ഥിതിയായി കാണുകയും അതിൽ നിന്ന് പ്രത്യാശ ജനിപ്പിക്കുന്ന ഇഴകൾ കണ്ടെത്തുകയും ചെയ്യുമ്പോ ഴാണ് നമുക്ക് ഊർജ്ജവും ശക്തിയും ലഭിക്കുന്നത്. ലക്ഷക്കണക്കിന് ഉയർന്നുവരുന്ന കൂട്ടായ്മകളെ നോക്കൂ, തങ്ങൾ ഒരു വലിയ ആഗോള പ്രസ്ഥാനത്തിന്റെ ഭാഗമാണെന്ന് അവർ അറിയുന്നുപോലുമില്ല. ഒരു വിത്ത് സംരക്ഷിക്കുമ്പോൾ, ഓരോ തവണയും ഏതെങ്കിലും രീതിയിൽ നമ്മുടെ ജൈവവൈവിധ്യത്തെ പരിപോഷിപ്പിക്കുമ്പോൾ, നിങ്ങളും ഈ പ്രസ്ഥാനത്തിന്റെ ഭാഗമാവുകയാണ് എന്ന് തിരിച്ചറിയുക. ജീവനെ നിലനിർത്തുക എന്നതാണ് ഇതിന്റെ ലക്ഷ്യം. അതാണ് നമുക്ക് ഏറ്റവും കൂടുതൽ ആനന്ദവും സംതൃപ്തിയും നൽകുന്നത്. അതിനാൽ നിങ്ങളെല്ലാ വരും ഈ പ്രസ്ഥാനത്തിന്റെ – ആനന്ദത്തിന്റെ സമ്പദ്വ്യവസ്ഥ എന്ന പ്രസ്ഥാനത്തിന്റെ - ഭാഗമാകും എന്ന് ഞാൻ പ്രതീക്ഷിക്കുന്നു, നന്ദി.

www.ingramcontent.com/pod-product-compliance
Lightning Source LLC
LaVergne TN
LVHW060222051026
849517LV00005B/1479
* 9 7 8 9 3 9 1 0 0 6 0 4 4 *